Chính luận Trần Trung Đạo

CHÍNH LUẬN TRẦN TRUNG ĐẠO

Tập IV

- Bài Học Từ Thế Giới

●● Vận Động Một Giải Pháp Dân Chủ Cho Việt Nam

Nhà xuất bản Cổ Loa

CHÍNH LUẬN TRẦN TRUNG ĐẠO IV
Tác giả: Trần Trung Đạo

Cổ Loa xuất bản lần thứ hai tại Hoa Kỳ, 2025
Biên tập: Khánh Kim, Nguyễn Phú Nhuận,
Đặng Hoàng Lân, Trần Trung Tín
Trình bày nội dung: Minh Quân
Bìa: Uyên Nguyên
Tranh trừu tượng: Jessica Thục Vy Trần
ISBN: 979-8-3492-5591-5

Tặng vợ, Trần Thiếu Phụng,
để nhớ những ngày có nhau trong cuộc đời này.
Thương gởi đến ba con, Thảo, Hiếu, Vy và các cháu.

Tặng tuổi trẻ Việt Nam

Chuyến tàu lịch sử dừng lại ở nhiều sân ga, có người bước xuống nhưng cũng có người bước lên tiếp tục hành trình về phía trước. Trong suốt 50 năm qua, nhiều người đã bị xử bắn trong các trại tù CS, bị tù đày trong rừng sâu nước độc, nhưng lịch sử như một dòng sông vẫn chảy, nền cộng hòa vẫn còn vững chắc, những người dấn thân vì tương lai độc lập, tự do dân chủ của đất nước vẫn tiếp tục lên đường, Việt Nam sẽ thay đổi

ĐỌC 'CHÍNH LUẬN' CỦA TRẦN TRUNG ĐẠO

Không phải đợi đến khi nhà cầm quyền Cộng Sản Bắc Kinh ngang nhiên đưa giàn khoan Hải Dương 981 vào vùng đặc quyền kinh tế và thềm lục địa Việt Nam ngày 1 tháng 5 năm 2014 người ta mới thấy hiểm họa mất nước của Việt Nam lộ ra như một thực tế không thể chối cãi, trước đó lâu lắm, nhà thơ và nhà văn Trần Trung Đạo đã nhìn thấy rất rõ từng đường đi nước bước xâm lược của Trung Cộng đối với Việt Nam qua nhiều bài khảo luận chính trị sâu sắc và thực tế được phổ biến trên các cơ quan truyền thông hải ngoại mà nay được tập hợp lại trong tác phẩm "Chính Luận" của ông, vừa được Cổ Loa xuất bản tháng 6 năm 2014.

"Chính Luận" của Trần Trung Đạo dày 600 trang với 44 bài khảo luận chính trị viết bằng khối óc và trái tim của người tri thức Việt Nam chân chính để báo động hiểm họa mất nước trước tham vọng xâm lược của Trung Cộng. Thật vậy, đọc từng bài trong 44 khảo luận chính trị của Trần Trung Đạo người đọc sẽ thấy tác giả viết bằng nhận thức tỉnh táo và tinh tường với những dẫn chứng cụ thể về từng sự kiện, từng vấn đề được nêu ra. Điều gây ấn tượng nổi bật trong tất cả những bài khảo luận chính trị của Trần Trung Đạo trong cuốn "Chính Luận" là tác giả đã viết với tâm thức chân chính và tấm lòng xây dựng của một người tri thức Việt Nam có đầy đủ nhiệt huyết và niềm tin về một đất nước và dân tộc tươi sáng trong tương lai, mà niềm tin ấy tác giả đặt trọn vào tuổi trẻ Việt Nam. Có lẽ vì vậy mà tác giả Trần Trung Đạo đã ghi ngay nơi trang đầu của "Chính Luận" là "Tặng tuổi trẻ Việt Nam."

Chi tiết mà nói, "Chính Luận" của Trần Trung Đạo xoay quanh 3 chủ đề chính: Hiểm họa Trung Cộng, hiện trạng Việt Nam và bàn về tẩy não dưới chế độ Cộng Sản trên thế giới và Việt Nam.

Phân tích về "hiểm họa Trung Cộng," Trần Trung Đạo đã nêu ra các chính sách và chủ trương của một thứ "chủ nghĩa dân tộc cực đoan" mang màu sắc Đại Hán luôn luôn đi kèm theo tham vọng xâm lược đất đai và tài nguyên đối với các lân bang qua các nhà lãnh đạo Trung Cộng từ Đặng Tiểu Bình đến Hồ Cẩm Đào. Đặc biệt tác giả cũng nhấn mạnh đến sự tiếp tay của những nhà lãnh đạo Cộng Sản Việt Nam với công hàm bán nước của Phạm Văn Đồng năm 1958 và Hội Nghị Thành Đô đầu thập niên 1990. Tác giả "Chính Luận" đã nhận định sâu sắc về nguyên nhân đưa đến hai sự kiện trên qua tâm thức thần phục Trung Cộng của các nhà lãnh đạo Cộng Sản Việt Nam:

"Nửa thế kỷ trước, cả bộ chính trị lẫn trung ương đảng CSVN viễn du trong giấc mộng về một thiên đường quốc tế vô sản, trong đó con người mang quốc tịch Trung Hoa hay Việt Nam cũng không mấy khác nhau. Trung Cộng có chiếm Hoàng Sa cũng chẳng qua là giữ dùm cho Việt Nam, tốt hơn là để cho Mỹ chiếm. Nói như một chuyện cười nhưng đó là sự thật. Đảng Cộng Sản Việt Nam mang ơn Đảng Cộng Sản Trung Quốc sâu

đậm. Như hầu hết tài liệu quốc tế và cả tài liệu chính thức của đảng, trong thập niên 1950, Việt Nam phụ thuộc vào Trung Cộng không những súng đạn, lương thực, chỉ huy, hậu cần, lãnh đạo mà cả tư tưởng và tinh thần." (Chính Luận, trang 220)

Tác giả "Chính Luận" cũng đưa ra những bài học lịch sử từ các quốc gia như Thổ Nhĩ Kỳ, Tiệp Khắc, Congo và Phi Châu và so sánh tình hình Việt Nam trước hiểm họa Trung Cộng. Tác giả cũng phân tích quan hệ Mỹ-Trung trong chính sách toàn cầu và đặc biệt tại Đông Nam Á để cho thấy chính sách của Mỹ đã thất bại như thế nào trước "sức mạnh mềm" của Trung Cộng và thái độ nào là khôn khéo mà Việt Nam cần chọn lựa để tự bảo vệ mình trước hiểm họa Trung Cộng. Tác giả Trần Trung Đạo nêu ra một vài chiến lược mà Việt Nam và các nước trong vùng Đông Nam Thái Bình Dương phải biết để đối phó với hiểm họa Trung Cộng. Tác giả nêu 3 điểm nổi bật như sau:

"Để đương đầu với hiểm họa Trung Cộng, các quốc gia trong vùng Đông Nam Thái Bình Dương phải biết (1) chiến lược hóa quốc tế vị trí của quốc gia mình, (2) liên kết thành một khối trong xung đột với Trung Cộng và (3) khai thác tối đa các mặt yếu của Trung Cộng." (Chính Luận, trang 156, 157)

Tác giả cũng đã cảnh báo các nước bị hiểm họa Trung Cộng không nên chỉ biết ngồi đó rên rỉ mà phải quật cường đứng lên với ngọn cờ dân chủ để thoát Trung:

"Nếu không cùng hát đồng ca dân chủ và vươn lên cùng nhân loại mà quanh năm chỉ rên rỉ vài bài ai điếu rồi ngày đại tang cho dân tộc sẽ đến không xa." (Chính Luận, trang 158)

Nói về hiện trạng Việt Nam, tác giả Trần Trung Đạo đưa ra hai hình ảnh tiêu biểu của xã hội Việt Nam trong vòng gần bốn thập niên qua, kể từ ngày 30 tháng 4 năm 1975: một xã hội lụn bại và thụt lùi dưới gọng kìm nghiệt ngã của độc tài đảng trị Cộng Sản Việt Nam và niềm tin vào tương lai tươi sáng của dân tộc qua cuộc vận động tự do và dân chủ cho đất nước mà giới trẻ đang tích cực tham gia.

Với thảm họa Cộng Sản trên đất nước trong suốt gần 40 năm, tác giả "Chính Luận" viết rằng, *"Sau 37 năm, tiếng súng đã vắng đi trên đất nước Việt Nam, non sông liền một dải nhưng người dân vẫn sống trong nỗi bất an lo sợ, hàng trăm ngàn người con gái Việt phải rời bỏ quê hương đi ăn mày, làm điếm, ở đợ khắp thế giới, phần lớn trong số hơn hai triệu người Việt hải ngoại vẫn còn bị xem là "thành phần phản động bám theo chân đế quốc," và trong nước, những quyền căn bản như ngôn luận, đi lại, thờ phụng của người dân vẫn chưa có được, hàng ngàn người yêu nước vẫn còn bị tù đày. Đó là sự thật, không ai tuyên truyền ai, không ai xúi giục ai."*

Với tương lai tươi sáng của dân tộc, Trần Trung Đạo nghĩ ngay đến nhu cầu không thể không có của một "cuộc cách mạng dân chủ Việt Nam." Và ông đã bày tỏ niềm tin rằng, *"Tôi, trái lại, tin rằng, cuộc cách mạng dân chủ Việt Nam tuy sẽ rất khó khăn, đòi hỏi nhiều kiên nhẫn với các tác động từ bên ngoài và vận động từ bên trong, khi xảy ra sẽ xảy ra trong nhanh chóng và không đổ máu bởi vì tuyệt đại đa số người dân, ở mức độ khác nhau, đều thấy những bất công phi lý đang diễn ra hàng ngày trên đất nước, đều chán ghét chế độ và đều có trong lòng chung một khát vọng dân chủ tự do."*

Tẩy não là chủ đề chính thứ ba trong "Chính Luận." Giải thích về vai trò của chính sách tẩy não trong chế độ Cộng Sản, tác giả Trần Trung Đạo viết rằng, *"Khái niệm tẩy não được biết đến từ lâu qua các tà đạo, chiến tranh, tình báo, tuy nhiên chỉ dưới các chế độ Cộng Sản kỹ thuật này mới được nâng lên thành quốc sách và được thực hiện một cách triệt để, có hệ thống, bao trùm mọi lãnh vực xã hội và trong mọi tầng lớp nhân dân."*

Sau khi phân tích các chính sách tẩy não của chế độ Cộng Sản trên thế giới qua việc "tẩy não một người," "tẩy não một dân tộc," "tẩy não một quốc gia thù địch," và đặc biệt chính sách tẩy não của Cộng Sản đã thực hiện tại Việt Nam trước và sau năm 1975 để đi đến kết luận rằng, *"và Việt Nam hôm nay vẫn còn chịu đựng dưới chế độ độc tài trong khi đại đa số nhân loại sống trong tự do dân chủ không phải vì tài năng của giới lãnh đạo CS nhưng chỉ vì số người bị tẩy não còn quá đông."*

Những gì người viết bài này nêu ra ở đây chỉ là một phần rất nhỏ và rất khái lược trong số 44 bài khảo luận chính trị trong tác phẩm "Chính Luận" dày 600 trang của Trần Trung Đạo.

Có thể nói mà không sợ bị thất thố rằng "Chính Luận" của Trần Trung Đạo là một trong những tác phẩm chuyên khảo về tình hình chính trị Việt Nam và mối quan hệ trở thành "hiểm họa" giữa Đảng CSVN và Đảng CSTC đầy đủ, sâu sắc và thực tế nhất mà người viết bài này đã từng đọc trong vòng mấy chục năm qua. Tác phẩm "Chính Luận" có giá trị đặc thù không phải chỉ ở thẩm quyền kiến thức của tác giả, ở tính chính xác của tài liệu được trưng dẫn, ở những nhận định nghiêm túc, khách quan và sát hiện thực, mà còn ở tâm thức chân thành, thiết tha và xây dựng đối với tiền đồ của đất nước và dân tộc Việt Nam của tác giả nữa.

Trước tình hình bất an và nguy cơ mất nước của Việt Nam vì tham vọng bá quyền xâm lược của Trung Cộng, "Chính Luận" của Trần Trung Đạo là tài liệu quý giá cung cấp cho người đọc những điều cần biết về hiện tình Việt Nam, Trung Cộng và thế giới, cũng như con đường nào dẫn đến tương lai tươi sáng cho đất nước và dân tộc Việt Nam.

Xin chân thành cám ơn tác giả Trần Trung Đạo và xin trân trọng giới thiệu tác phẩm "Chính Luận" của Trần Trung Đạo đến tất cả bạn đọc.

Nhà văn Tâm Huy Huỳnh Kim Quang

TTK Việt Báo California

TRẦN TRUNG ĐẠO, TRÁI TIM NỒNG NÀN DÀNH CHO TỔ QUỐC VIỆT

Nhà xuất bản Cổ Loa mới ấn hành tác phẩm tựa đề "Chính Luận" của nhà thơ nổi tiếng Trần Trung Đạo, ở Boston, Mass.

Đây là tác phẩm thứ 10 của một tác giả có nhiều bài thơ được độc giả khắp nơi yêu thích.

Như tựa đề, "Chính Luận" là một tác phẩm tâm huyết, cũng có thể nói đó là một thứ "tâm huyết bút", nằm trong loạt "tâm huyết bút" của họ Trần.

"Chính Luận" của Trần Trung Đạo, không chỉ đáng kể ở độ dầy 600 trang chữ nhỏ, khổ lớn mà, "Chính Luận" còn có chiều sâu của những bài viết, như những bản cáo trạng khẩn thiết báo động về những vấn đề trực tiếp liên quan tới sinh mệnh của dân tộc, tổ quốc Việt. Điển hình như những bài viết về "Hiểm họa Trung Cộng", "Hiện trạng Việt Nam", "Bàn về tẩy não", "Cách mạng tại Việt Nam, khoảng cách và hy vọng", hoặc "Hãy nói trước ngày chết"...

Nói cách khác, với 600 trang "tâm huyết bút" của một người trẻ đang đứng ở tuyến đầu thao thức về vận mạng đất nước,

"Chính Luận" của Trần Trung Đạo, không chỉ là những trang viết nóng bỏng, nồng nàn tâm cảm của một người yêu nước mà, nó còn là tấm lòng, trái tim của một Thi Sĩ cống hiến đời mình cho hy vọng một Việt Nam khác - Với những câu hỏi được cất lên, gửi tới bất cứ một người Việt Nam yêu nước nào, như:

"Việt Nam tôi đâu? Câu hỏi vang lên theo từng đợt sóng dội vào bờ cát nhưng tuyệt nhiên không có tiếng trả lời. Một người đứng trên đất khách và một kẻ đang ở trong tù có cùng một câu hỏi. Thì ra, không chỉ người đi xa mới thấm thía nỗi đau của kẻ thiếu quê hương mà cả những người đang sống trên đất nước vẫn đi tìm kiếm quê hương. Và quê hương chúng tôi đang tìm kiếm, không chỉ là núi đồi, sông biển, ruộng vườn cây trái nhưng là một quê hương có khối óc tự do, có tâm hồn nhân bản, có trái tim dân chủ, có đôi chân tiến về phía trước và đôi tay kiến tạo một xã hội thanh bình, thịnh vượng cho mãi mãi Việt Nam". ("Chính Luận" trang 597)

Trong bài "Hãy nói trước ngày chết", họ Trần viết:

"...Giết một vài đối thủ thì không sao nhưng để loại bỏ hàng triệu người thì lại là chuyện khác. Stalin không thể lên tận các trại lao động khổ sai ở Siberia để bỏ đói những người chống đối y. Mao Trạch Đông không thể xuống từng trường học để tra tấn các thầy cô trong Cách Mạng Văn Hóa, hay Hồ Chí Minh không thể đích thân xử bắn bà Nguyễn Thị Năm trong Cải Cách Ruộng Đất. Nhưng họ có khả năng huấn luyện, đầu độc một thế hệ đao phủ thủ trẻ tuổi hăng say và cuồng tín để làm thay. Quyền lực đặt vào tay đám đao thủ phủ trẻ này chẳng khác gì con dao bén để chúng thanh toán những mối thù riêng và lập công dâng Đảng.

"Tháng 10 năm 2002, nhà báo Mỹ Amanda Pike đến Campuchia để tìm hiểu nguyên nhân tội ác diệt chủng của Pol Pot đã không được làm sáng tỏ. Amanda Pike phỏng vấn bà Samrith Phum, người có chồng bị Khơ Me Đỏ giết. Theo lời kể của bà Samrith Phum, vào nửa đêm năm 1977 chồng bà bị một Khờ Me Đỏ địa phương bắt đi và giết chết vì bị cho là 'gián điệp CIA'. Hung thủ chẳng ai xa lạ mà là người cùng làng với bà Samrith. Hiện nay kẻ giết người vẫn còn sống nhởn nhơ chung một làng với bà cách thủ đô Nam Vang vài dặm nhưng không một tòa án nào truy tố hay kết án (...)

"Tình trạng kẻ sát nhân và gia đình những người bị sát hại vẫn còn sống chung làng, chung xóm, chung thành phố không chỉ phổ biến tại Campuchia nhưng cũng rất phổ biến tại Huế sau vụ Thảm Sát Mậu Thân 1968.

"Số người bị giết trong vụ Thảm Sát Tết Mậu Thân khác nhau tùy theo nguồn điều tra nhưng phần lớn công nhận số người bị giết lên đến nhiều ngàn người và 'kẻ thù nhân dân' không chỉ là công chức chính quyền VNCH mà còn rất đông sinh viên, học sinh, phụ nữ, trẻ em và ngay cả một số giáo sư ngoại quốc. Ông Võ Văn Bằng, nghị viên tỉnh Thừa Thiên và cũng là Trưởng Ban Truy Tìm và Cải Táng Nạn Nhân Cộng Sản Tết Mậu Thân, kể lại: 'Các hố cách khoảng nhau. Mỗi hố vào khoảng 10 đến 20 người. Trong các hố, người thì đứng, nào là nằm, nào là ngồi, lộn xộn. Các thi hài khi đào lên, thịt xương đã rã ra. Trên thi hài còn thấy những dây lạt trói lại, cả dây điện thoại nữa, trói thành chùm với nhau. Có lẽ, họ bị xô vào hố thành từng chùm. Một số người đầu bị vỡ hoặc bị lủng. Lủng là do bắn, vỡ là do cuốc xẻng'.

"Tài liệu liên quan đến Thảm sát Tết Mậu Thân rất nhiều, từ điều tra của các nhà nghiên cứu nước ngoài cho đến các nhân chứng sống Việt Nam. Đến nay, thành phần được nghĩ đã gây ra biến cố đầy thảm thương cho dân tộc Việt Nam này là những người Huế 'nhảy núi'. Họ là những ngườiv bỏ trường, bỏ làng xóm, bỏ cố đô lên rừng theo cộng sản và Tết Mậu Thân đã trở lại tàn sát chính đồng bào ruột thịt của mình. Họ là những kẻ vừa được giải thoát khỏi nhà giam Thừa Phủ đưa lên núi huấn luyện vài ngày rồi trở lại giết chết những kẻ bị nghi ngờ đã bỏ tù họ.

"Không giống quân đội chính quy tấn công Huế, Những du kích nằm vùng, những thanh niên, sinh viên, học sinh là những người sinh ra và lớn lên ở Huế, thuộc từng tên phố tên đường, biết tên biết tuổi từng người. Họ lập danh sách và đến từng nhà lừa gạt người dân bằng cách 'mời đi trình diện' rồi sẽ trả về nhà ăn Tết. Những người nhẹ dạ đi theo. Mà cho dù không nhẹ dạ cũng chẳng ai nghĩ mình sắp bị chôn sống chỉ vì làm chức liên gia trưởng của năm bảy gia đình, ấp trưởng một ngôi làng nhỏ, xã trưởng của vài trăm dân. Kết quả, từng nhóm, từng đoàn người lần lượt bị đem ra 'tòa án nhân dân' và kết án tử hình (...)

"Dân tộc Việt Nam đã trải qua nhiều thời kỳ suy vi và phân hóa nhưng sự kiện một số người dã tâm tàn sát nhiều ngàn người Việt khác trong chỉ vài tuần bằng các phương tiện phi nhân chưa từng có như ở Huế là lần đầu. Vết thương Mậu Thân sẽ không bao giờ lành một khi tội ác chưa được đưa ra ánh sáng. Nền tảng của hòa giải là công lý và sự thật chứ không phải che đậy và lảng quên (...)

"...Dụng ý của kẻ viết bài này chỉ muốn nhấn mạnh một điều rằng, nhiều trong số những người 'nhảy núi' còn sống ở Huế hay trong và cả ngoài nước, nhưng chắc không sống bao lâu nữa. Tuổi tác của các ông các bà đều trên dưới bảy mươi. Thời gian còn lại như tiếng chuông ngân đã quá dài. Tất cả sẽ là không. Các ông các bà ra đi không mang theo gì cả nhưng sẽ để lại rất nhiều. Vẫn biết con người khó tự kết án chính mình nhưng các ông các bà vẫn còn nợ dân tộc Việt Nam, nhất là các thế hệ mai sau, câu trả lời cho cái chết của nhiều ngàn dân Huế vô tội.

"Ngọn nến trước khi tắt thường bật sáng, vì tương lai dân tộc, các ông các bà hãy sáng lên sự thật một lần trước ngày chết." (Trích "Chính luận", Tr. 586, 587, 588, 593, 594)

Được biết, nơi trang cuối "Chính Luận", tiểu sử nhà thơ Trần Trung Đạo, người mang trái tim nồng nàn tình yêu dành cho tổ quốc Việt, ghi nhận như sau:

"Quê quán Duy Xuyên, Quảng Nam. cựu học sinh Trung Học Duy Xuyên, Trung Học Trần Quý Cáp, Hội An. Cựu sinh viên Luật Saigon và Kinh Tế, Vạn Hạnh. Vượt biên bằng đường biển năm 1981, tạm trú tại trại Palawan, Philippines, định cư tại Mỹ trong cùng năm. Học điện toán tại Wentworth Institute of Technology và Boston University. Tốt nghiệp kỹ sư điện toán và hiện đang làm việc cho một công ty đầu tư tài chánh tại Boston. Góp phần xây dựng mạng lưới Internet đầu tiên tại hải ngoại vào đầu thập niên 1990. Đóng góp tích cực vào nỗ lực xây dựng các phong trào trẻ tại hải ngoại. Thuyết trình về các chủ đề tuổi trẻ, nhân quyền, văn hóa tại các cộng đồng Việt Nam, hội nghị, đại học, tổng hội sinh viên, trại hè. Sáng tác thơ, văn, dịch, nghiên cứu, tiểu luận và chính luận..."

Nhà thơ Du Tử Lê

• BÀI HỌC TỪ THẾ GIỚI

LÝ QUANG DIỆU: CHIẾN TRANH VIỆT NAM GIÚP NUÔI ĐÔNG NAM Á

Không ít người đồng ý tuyên truyền tẩy não dưới chế độ Cộng Sản (CS) thật là khủng khiếp nhưng vẫn nghĩ loại thuốc độc này chỉ có tác dụng trong tầng lớp quần chúng nghèo nàn, ít học còn thành phần có học như luật sư, bác sĩ, kỹ sư thì không.

Không đúng. Dưới chế độ CS, mức độ khác nhau, nhưng rất ít người được miễn nhiễm khỏi vi trùng CS. Ngay cả Mikhail Gorbachev, trong bài phát biểu tại đại học Columbia tháng 3, 2002, cũng thừa nhận rằng chủ nghĩa CS Xô Viết mà ông phục vụ gần cả đời chỉ là "thuần túy tuyên truyền".

Nhìn lại cuộc chiến Việt Nam chúng ta sẽ thấy cùng một "thuốc mê yêu nước" nhưng khi đảng cho các thành phần có học uống, liều lượng sẽ khác nhiều so với thuốc dành cho các bác nông dân, các chú công nhân.

Bộ máy tuyên truyền CS có đủ sách vở, câu hỏi và câu trả lời cho mọi thành phần trong xã hội. "Tại sao phải chống Mỹ?" "Vì đế quốc Mỹ mang quân xâm lược miền Nam, ném bom miền Bắc". "Tại sao phải giải phóng miền Nam?" "Vì sự nghiệp thống nhất đất nước". "Tại sao phải tiến lên chủ nghĩa xã hội?" "Vì cách mạng tại Việt Nam do đảng CS lãnh đạo"... Đúng quá và hợp lý quá. Và cứ thế, thế hệ này sang thế hệ khác trả lời như vẹt, không ai tự đặt ngược câu hỏi.

Trong bài này người Viết dùng nhiều dẫn chứng từ cố Thủ Tướng (TT) Lý Quang Diệu. Lý do, trong hồi ký của mình, ông có cái nhìn khách quan và tỏ ra biết khá nhiều về đời sống của người Việt Nam. Nhưng quan trọng hơn, là một lãnh đạo một quốc gia có 75 phần trăm người gốc Hoa, cố TT Lý Quang Diệu rất quan tâm đến yếu tố địa lý chính trị trong khu vực Đông Nam Á và ảnh hưởng của Trung Cộng.

Các bạn trẻ cần học hỏi từ kinh nghiệm sống và lãnh đạo của ông.

James Macdonald trong tác phẩm *When Globalization Fails: The Rise and Fall of Pax Americana*, nhắc lại câu nói của cố TT Singapore Lý Quang Diệu, chiến tranh Việt Nam đã "giúp các quốc gia Đông Nam Á có thêm thời gian" để nâng cao mức sống, bởi vì nếu không, "Đông Nam Á chắc chắn đã lọt vào tay CS".

"Chiến tranh Việt Nam" đúng ra nên gọi "máu Việt Nam". Trong ngôn ngữ Việt Nam, chữ "máu" không đơn giản chỉ một bộ phận cơ thể hay "thiếu máu" không phải dùng để chỉ một nguyên nhân ảnh hưởng đến sức khỏe mà còn khơi dậy nỗi đau đã in sâu trong nhận thức con người.

Việt Nam có một thời dư thừa máu. Dư thừa đến nỗi đâu cũng đều thấy máu. Máu chảy đầy sông. Máu ngập ruộng đồng. Máu loang đường phố. Thừa đến nỗi, máu của nhiều triệu người Việt đã đổ xuống không chỉ để thỏa mãn tham vọng bành trướng của CSVN, Mao và CS quốc tế mà còn giúp các quốc gia vùng Đông Nam Á đang nghèo nàn bỗng trở nên giàu có.

Đặc biệt trong hồi ký của mình, *Third World to First*, cố TT Lý Quang Diệu viết một cách chi tiết hơn nhờ máu Việt Nam mà hàng loạt các nước Đông Nam Á đang trong nghèo nàn trở nên thịnh vượng trong một thời gian ngắn.

Ông viết:"Mặc dù sự can thiệp của Mỹ thất bại ở Việt Nam, nhưng đã giúp kéo dài thời gian cho phần còn lại của Đông Nam Á. Năm 1965, khi quân đội Hoa Kỳ ồ ạt đổ vào miền Nam Việt Nam, Thái Lan, Malaysia và Philippines đã phải đối diện với các mối đe dọa nội bộ từ các cuộc nổi dậy vũ trang của CS và CS ngầm vẫn đang hoạt động ở Singapore. Indonesia, trong cơn đau đớn của một cuộc đảo chính CS thất bại, đang tiến hành một cuộc chiến không tuyên bố chống lại Malaysia và Singapore. Philippines tuyên bố chủ quyền với Sabah ở Đông Malaysia. Mức sống thấp và tăng trưởng kinh tế chậm. Hành động của Hoa Kỳ đã cho phép các nước Đông Nam Á không CS tự sắp xếp lại trật tự trong ngôi nhà của họ. Đến năm 1975, các nước Đông Nam Á đã ở trong tình trạng tốt hơn để đứng lên chống lại CS. Nếu không có sự can thiệp của Hoa Kỳ, ý chí chống CS của các quốc gia này sẽ tan biến và Đông Nam Á rất có thể đã trở thành CS. Các nền kinh tế thị trường mới nổi thịnh vượng của ASEAN đã được nuôi dưỡng trong những năm Chiến tranh Việt Nam."

Ngoài đầu tư kinh tế, Singapore giàu có nhờ là nguồn cung cấp hàng hóa, thực phẩm và cũng là trạm dừng chân nghỉ ngơi của quân đội Mỹ tại Việt Nam.

Đọc hồi ký của cố TT Lý Quang Diệu và tìm hiểu các diễn biến chính trị trong cuộc chiến Việt Nam sẽ thấy ngay từ đầu cuộc chiến, nhiều triệu người Việt đã đổ máu một cách oan uổng cho ý thức hệ CS và bành trướngTrung Cộng chứ chẳng phải để "giải phóng dân tộc" hay "thống nhất đất nước" như hệ thống tuyên truyền của đảng nhồi nhét vào nhận thức của các thế hệ Việt Nam từ 1945 đến nay.

TT Lý Quang Diệu nhắc lại thái độ Phạm Văn Đồng trong chuyến viếng thăm Singapore 1978, không phải đại diện cho một Việt Nam độc lập, thống nhất mà như một đại diện kiêu ngạo cho ý thức hệ CS vừa chiến thắng và đang đe dọa. Theo TT Lý Quang Diệu, Cộng Sản Việt Nam (CSVN) nghĩ họ như một loại "Đế Quốc Phổ" hùng mạnh có thể đánh bại bất cứ nước nào ở Đông Nam Á.

Thật tội nghiệp cho những ai nghĩ rằng ngày 30 tháng 4, 1975 là ngày "đoàn viên dân tộc" trong khi ngay cả Phạm Văn Đồng cũng không thừa nhận đó là ngày "đoàn viên dân tộc".

Bởi vì nếu đồng ý ngày 30 tháng 4, 1975 là ngày "thống nhất đất nước", Phạm Văn Đồng phải mở rộng hợp tác với các quốc gia láng giềng để phục hồi và phát triển đất nước. Nhưng không. Theo Lý Quang Diệu, CSVN đã từ chối hợp tác với Hiệp Hội Các Quốc Gia Đông Nam Á (The Association of Southeast Asian Nations, ASEAN).

Chính sách đối ngoại của CSVN sau 1975, giống hệt như Trung Cộng ngày nay, đặt trên cơ sở đối thoại song phương với từng quốc gia thay vì với nhóm các quốc gia. CSVN chỉ trở thành hội viên ASIAN vào tháng 7, 1995 sau khi Liên Xô (LX) sụp đổ và sau hai mươi năm lê bước trong rừng già của lãng phí, nghèo đói và lạc hậu.

Thập niên 1980, Việt Nam là nước nghèo nhất Đông Nam Á với lạm phát tăng 400 phần trăm. Năm 1990, GDP bình quân tính theo đầu người của Việt Nam chỉ vỏn vẹn 97 dollar, bằng một nửa của Lào.

Hồi ký của cố TT Lý Quang Diệu nhắc lại giọng điệu nước lớn của Phạm Văn Đồng như sau: "Phạm Văn Đồng tuyên bố Việt Nam là một nước xã hội chủ nghĩa và ông ta là một người CS. Học thuyết mà ông ta theo đuổi là chủ nghĩa Mác-Lênin. Phạm Văn Đồng đến Singapore để phát biểu với tư cách là thủ tướng nước Cộng Hòa Xã Hội Chủ Nghĩa Việt Nam. Việt Nam phải góp phần vào sự nghiệp cách mạng và hòa bình ở Đông Nam Á và trên thế giới."

Trong đầu Phạm Văn Đồng đang say men chiến thắng lúc đó chỉ nghĩ việc "xuất cảng cách mạng CS" sang các nước Đông Nam Á và cả thế giới.

Nhưng lần gặp gỡ tại Hà Nội đầu thập niên 1990 khi LX đang trên đà sụp đổ, Phạm Văn Đồng là một ông già 84 tuổi bịnh hoạn, hối hận về thái độ hung hăng của mình trong chuyến viếng thăm Singapore 1978. Ý thức hệ CS trong thời điểm đó giống như sức khỏe của ông ta đang trong buổi chiều tà.

Trong hồi ký, cố TT Lý Quang Diệu không che giấu sự khinh thường về đường lối kinh tế chính trị lạc hậu của CSVN. Chẳng hạn, trong dịp trao đổi với tổng thống Pháp François Mitterrand khi dừng chân tại Pháp 1986, tổng thống Pháp François Mitterrand ngạc nhiên khi nghe TT Lý Quang Diệu mô tả "mức sống ở Việt Nam thấp khủng khiếp đến mức họ rất vui khi nhận được những gói thực phẩm từ người thân ở Mỹ và Pháp." Thật vậy, nếu không có những hộp kem đánh răng, những thỏi xà phòng, những viên Tylenol, những mét vải từ bà con ở hải ngoại dồn dập gởi về đời sống của người dân tại Cộng Hòa Xã Hội Việt Nam"độc lập tự do hạnh phúc" sẽ khổ đến dường nào.

Những người Việt bị tẩy não không biết và có biết cũng không thừa nhận điều đó. Dù miệng nhai từng hạt bo bo ba ngày không tiêu, họ vẫn sống trong ảo giác "độc lập, tự do, hạnh phúc" cho đến hôm nay. Khoa tâm lý học định nghĩa tầng lớp bịnh nhân này sống trong trạng thái "chối bỏ" (denialism). Họ đủ trí khôn để biết mình mang bịnh nhưng nhất định không chịu chữa trị, không chịu chấp nhận một sự thật quá bẽ bàng với họ.

Máu Việt Nam, tham vọng Mao Trạch Đông

Đảng CSVN không chế tạo được một khẩu súng, một viên đạn, một túi lương khô nào nhưng có khả năng rút máu của nhân dân Việt Nam để cung cấp cho tham vọng của Mao.

Stalin, trong buổi họp với Mao và Hồ Chí Minh tại Moscow giữa tháng Hai, 1950 đã phó thác sinh mạng CSVN vào tay Trung Cộng. Theo William J. Duiker trong *Ho Chi Minh: A Life*, Stalin nói với Hồ Chí Minh tại Moscow "Từ bây giờ về sau, các đồng chí có thể tin tưởng vào sự giúp đỡ của Liên Xô, đặc biệt hiện nay sau thời kỳ chiến tranh, thặng dư của chúng tôi còn rất nhiều, và chúng tôi sẽ chuyển đến các đồng chí qua ngã Trung Quốc. Tuy nhiên vì điều kiện thiên nhiên, chính yếu vẫn là Trung Quốc sẽ giúp đỡ các đồng chí. Những gì Trung Quốc thiếu chúng tôi sẽ cung cấp."

Tới phiên Mao, y cũng lần nữa xác định với Hồ "Bất cứ những gì Trung Quốc có mà Việt Nam cần, chúng tôi sẽ cung cấp." Cam kết này cũng phù hợp với kết quả cuộc hội kiến giữa Lưu Thiếu Kỳ và Stalin vào tháng 6, 1949 trong đó hai lãnh tụ CS đồng ý "Trung Cộng có trách nhiệm liên lạc, cố vấn và yểm trợ cho các tổ chức CS ở Á Châu."

Từ đó, Mao sử dụng đảng CSVN như những tay sai trung thành phục vụ cho lòng căm thù Mỹ của riêng y và bảo vệ vùng an toàn phía nam của Trung Cộng. CSVN, cũng từ đó, hoàn toàn lệ thuộc vào Trung Cộng, không chỉ phương tiện chiến tranh, kinh tế, quốc phòng, hệ ý thức, cơ sở lý luận mà cả cách nói, cách ăn mặc, chào hỏi, cách hôn hít.

Sự thù địch Mỹ trong lòng Mao bắt đầu từ thời gian Mao còn ở Diên An khi tàn quân của Mao bị quân Tưởng Giới Thạch bao vây và Mỹ lại công khai tuyên bố chỉ ủng hộ phe Tưởng. Lòng thù hận dâng cao sau xung đột Eo Biển Đài Loan, và trầm trọng hơn, sau chiến tranh Triều Tiên với gần 400 ngàn quân Trung Cộng bị giết, trong số đó có Mao Ngạn Anh (Mao Anying), con trai trưởng và gần gũi nhất của Mao. Đối với Mao kẻ thù số một là Mỹ.

Mao chỉ thị toàn bộ bộ máy tuyên truyền tại Trung Cộng phải chống Mỹ bằng mọi cách. Chống Mỹ từ xa, chống Mỹ ở gần, chống Mỹ trong lý luận, chống Mỹ trong thực tế, chống Mỹ khi có mặt Mỹ và chống Mỹ khi chưa có mặt Mỹ.

Theo lệnh Mao, trong hội nghị lần thứ sáu của Trung ương Đảng CSVN từ ngày 15 đến 17 tháng 7 năm 1954, Hồ Chí Minh và bộ chính trị đảng CSVN đã nghĩ đến chuyện đánh Mỹ "Hiện nay đế quốc Mỹ là kẻ thù chính của nhân dân thế giới và nó đang trở thành kẻ thù chính và trực tiếp của nhân dân Đông Dương, cho nên mọi việc của ta đều nhằm chống đế quốc Mỹ".

Khẩu hiệu "Chống Mỹ cứu nước" được thai nghén từ quan điểm và thời điểm này. Nhưng "nước" trong khẩu hiệu "Chống Mỹ cứu nước" phải hiểu là nước Tàu chứ không phải nước Việt. Lý do, trong thời điểm 17 tháng 7, 1954 chưa có một người lính hay một cố vấn Mỹ nào ở miền Nam Việt Nam. Hôm đó, ngay cả hiệp định Geneva cũng còn chưa ký.

Đọc các tài liệu trong thời kỳ chống Pháp để thấy Mao gần như đơn phương quyết định mọi hoạt động quân sự của Việt Minh kể cả việc chọn ngày, chọn tháng cần phải chiếm cho được Điện Biên Phủ.

Theo Qiang Zhai, trong tác phẩm *China and Vietnam war 1950-1975*, Mao đã theo dõi một cách tường tận và chỉ thị một cách chi tiết cho từng sư đoàn Việt Minh trong mặt trận Điện Biên Phủ.

Dựa theo nội dung các điện tín của Mao gởi tướng Trần Canh cho thấy Mao trực tiếp duyệt xét các kế hoạch tấn công và ra lịnh một cách chi tiết. Lãnh đạo Trung Cộng còn đề nghị mở rộng chiến tranh sang Lào và Cambodia để "giải phóng" luôn hai nước này.

Giáo sư Miles Maochun Yu tại Học Viện Hải Quân Hoa Kỳ viết trên trang Web của Viện Hoover: "Nếu không có sự cung cấp các loại vũ khí của Trung Quốc và phái đoàn quân sự Trung Quốc do các tướng Vy Quốc Thanh (Wei Guoqing) và Mai Gia Sinh(Mei Jiasheng) đứng đầu, những người chỉ đạo mọi mệnh lệnh của Tướng Giáp, Việt Minh đã không thể thắng trận dễ dàng như vậy, hoặc thậm chí có thể thắng trận."

Trong mắt Mao và Chu trung ương đảng CSVN từ Hồ Chí Minh trở xuống là một đoàn cừu dễ bảo, khờ khạo đến mức tội nghiệp.

Hồ Chí Minh không biết các thảo luận diễn ra giữa các cường quốc mãi cho đến khi nhận điện tín của Chu Ân Lai ký ngày 11 tháng 3, 1954, tức chỉ 4 tháng trước khi ký kết hội nghị Geneva. Nội dung điện tín không phải để hỏi ý mà là vừa khuyên nhủ và vừa ra lịnh. Sau đây là nguyên văn của điện tín: "*Hội nghị Geneva đã quyết định sẽ bắt đầu được tổ chức vào ngày 26 tháng 4. Tình hình quốc tế và tình hình quân sự ở Việt Nam hiện nay rất thuận lợi cho Việt Nam tiến hành đấu tranh ngoại giao. Dù Hội nghị Geneva có thể đạt được kết quả gì, chúng ta cũng nên tích cực tham gia.*"

Người viết xin mở ngoặc ở đây. Điều đó không có nghĩa những người Việt Nam đã hy sinh dù trong màu áo "Việt Minh" là những người phục vụ một cách có ý thức cho chủ trương nhuộm đỏ Việt Nam của CS Quốc Tế. Không. Họ không biết điều đó. Đa số nông dân tay lấm chân bùn kia là những người Việt Nam yêu nước chân thành và chết trong ước mơ một ngày Việt Nam sẽ thực sự là một nước tự do, độc lập.

Nhuộm máu miền Nam

Kiên trì với mục đích CS hóa Việt Nam đề ra từ 1930, vào tháng 5, 1959, Ban Chấp hành Trung ương đảng Lao Động sau khi biết rằng việc chiếm miền Nam bằng phương tiện chính trị không thành, đã quyết định chiếm miền Nam bằng võ lực dù phải "đốt cháy cả dãy Trường Sơn".

Những đồ thừa hay viện dẫn từ hiệp định Geneva chỉ là thủ thuật chính trị. Ngay từ đầu, ý thức hệ là bản chất của cuộc chiến Việt Nam và cuộc chiến chỉ chấm dứt khi mục đích ý thức hệ hoàn thành.

Giáo sư Chu Hảo, nguyên Thứ trưởng Bộ Khoa học công nghệ của CSVN trong bài viết Đã Đến Lúc Cần Phải Đối Thoại đăng trên mạng Bauxit Viet Nam hôm 23/08/2016 cũng thừa nhận nguyên nhân sâu xa của thực trạng bi thảm tại Việt Nam hiện nay phát xuất từ lý do ý thức hệ. Ông viết: "Nguyên nhân gốc rễ của mọi ý kiến bất đồng, mọi bức xúc và phẫn uất đều nằm trong những điều bất cập, phản khoa học, phản tiến bộ, phản dân chủ của Cương lĩnh đảng CSVN và Hiến pháp nước CHXHCNVN".

Đảng CSVN từ ngày thành lập 3 tháng 2, 1930 đến nay đã có cả thảy 4 cương lĩnh đảng, gồm ba cương lĩnh về "cách mạng dân tộc dân chủ" và một Cương lĩnh "về thời kỳ đổi mới, xây dựng đất nước theo định hướng xã hội chủ nghĩa".

Nội dung có thay đổi trong mỗi thời kỳ nhưng mục tiêu tối hậu vẫn không thay đổi như Nguyễn Thanh Tâm thuộc Viện Lịch sử Đảng khẳng định: "chủ trương làm tư sản dân quyền cách mạng và thổ địa cách mạng để đi tới xã hội CS. Đó là mục đích lâu dài, cuối cùng của Đảng và cách mạng Việt Nam."

Giáo sư Chu Hảo có lẽ là người duy nhất trong số những người đã từng hoạt động trong cơ chế CS có nhận xét đúng về bản chất của cuộc chiến. Người viết cám ơn Gs Chu Hảo đã thấy ra điều đó. Rất tiếc giải pháp giáo sư đưa ra lại là "đối thoại", một giải pháp không đúng với lý luận lẫn thực tế chính trị như đã diễn ra tại các quốc gia cựu CS Đông Âu và Liên Xô.

Bài học về sự sụp đổ của LX và khối CS Châu Âu cho thấy giới lãnh đạo CS chỉ "đối thoại" khi nào họ không còn một lối thoát nào khác hay chỗ đứng của họ là bên bờ vực thẳm.

Phong trào dân chủ Hungary hoạt động từ 1968 nhưng mãi 20 năm sau, 1988, mới thực sự trở thành một sức mạnh trong các thành phần ưu tú của xã hội lẫn quần chúng của Hungary và chỉ khi đó mới buộc giới lãnh đạo CS Hungary nhân nhượng.

Tương tự, nếu Khối Thịnh Vượng Chung các Quốc Gia Độc Lập (Commonwealth of Independent States) không ra đời ở Alma-Ata, nước Kazakhstan, 21 tháng 12, 1991 và vô hiệu hóa chức Chủ tịch Liên Xô của Mikhail Gorbachev thì ông ta đã không từ chức vào bốn ngày sau.

Máu Việt Nam giúp các nước Đông Nam Á có cơ hội làm giàu

Lấy thời điểm 1965 khi chiến tranh Việt Nam gia tăng cường độ, nền kinh tế Singapore tính theo GDP theo đầu người chỉ vào khoảng 500 đô la, tương đương với Mexico. Năm 2015, GDP theo đầu người của Singapore lên đến 56 ngàn dollar, ngang với Đức.

Phát triển nhanh không kém với Singapore là Nam Hàn. Trong thập niên từ 1950 đến 1960 Nam Hàn là một trong những quốc gia nghèo nhất thế giới, nghèo hơn cả Nam Việt Nam, Bolivia và Mozambique, nhưng ngày nay, quốc gia này giàu hơn cả Tây Ban Nha và New Zealand.

Các quốc gia khác trong vùng từ Thái Lan đến Nam Dương, Mã Lai đều phát triển nhanh chóng trong thời kỳ chiến tranh Việt Nam nhờ chính sách đầu tư rộng rãi của Mỹ để lấy lòng đồng minh nhằm bao vây và ngăn chặn CS lan tràn.

Do đó, gọi máu Việt Nam giúp các quốc gia Đông Nam Á vượt qua nạn CS và trở nên những cường quốc Á Châu không có gì là quá đáng.

Mọi việc trên đời đều có nguyên nhân

Giáo sư Tương Lai trong bài viết Nhớ Lại Mùa Giáng Sinh B-52 đăng trên nhiều báo trong nước tháng 12, 2016 vẫn tiếp tục một giọng điệu đã được đảng lặp đi lặp lại: "Hiểu thêm những điều này để càng thấy rõ xương máu của các chiến sĩ và nhân dân ta trong một cuộc chiến không cân sức giữa biết bao những toan tính lợi ích của các nước lớn là đau đớn và uất hận đến thế nào cho thân phận một nước nhỏ trong trùng điệp những mưu mô được khoác ra ngoài những tấm áo sặc sỡ!"

Thưa giáo sư, mọi việc trên đời đều có nguyên nhân. Nếu chịu lắng lòng và suy nghĩ, ông sẽ truy ra được nguồn gốc của chiến tranh Việt Nam.

Pháp là nước thực dân lớn thứ hai trên thế giới với 110 triệu dân thuộc địa, chỉ sau Anh nhưng tại sao Mỹ không can thiệp vào nội bộ Senegal, Tunisia, Morocco hay các thuộc địa khác của Pháp mà chỉ can thiệp vào thuộc địa Việt Nam? Ngay cả trong cuộc chiến tranh giành độc lập đẫm máu của Algeria chống thực dân Pháp, dù là đồng minh lâu năm với lãnh tụ Pháp de Gaulle, Mỹ đã công khai bày tỏ cảm tình với lý tưởng độc lập, tự do của nhân dân Algeria và xem xung đột Algeria là chuyện nội bộ của Pháp, Mỹ không nhúng tay vào.

Sau Thế Chiến Thứ Hai Mỹ ủng hộ chủ trương giải thực. Nhưng sự đe dọa của Trung Cộng và CSVN đã làm Mỹ thay đổi chính sách đối với Á Châu. TT Richard Nixon thừa nhận việc Mỹ đã đổ nhiều trăm triệu đô la giúp Pháp chỉ với mục đích duy nhất là ngăn chặn làn sóng đỏ CS từ Bắc Kinh xuống Đông Nam Á qua ngã Hà Nội. Sau khi Pháp rút, Mỹ đã cố gắng hết sức trong nhiều năm để bảo vệ miền Nam.

Những người bị tẩy não cứ như vẹt chào khách tới nhà bằng lập luận cũ mèm "Ngô Đình Diệm không chịu thống nhất đất nước" ra để viện dẫn cho việc đảng đã trực tiếp nhúng tay vào cái chết của hơn 5 triệu người Việt.

Theo bản tin của hai hãng AP và AFP ngày 4 tháng 4 năm 1995: "Chính phủ Hà Nội tiết lộ vào ngày 4 tháng 4 rằng thương vong dân sự thực sự của Chiến tranh Việt Nam là 2.000.000 ở miền Bắc và 2.000.000 ở miền Nam. Thương vong quân sự là 1,1 triệu người thiệt mạng và 600.000 người bị thương trong 21 năm chiến tranh. Những số liệu này đã bị CS Bắc Việt Nam cố ý làm sai lệch trong chiến tranh để tránh làm mất tinh thần dân chúng."

Nếu dựa theo tỉ lệ dân số giữa Việt Nam, 38 triệu, và Mỹ, 220 triệu, trong cùng thời điểm, Mỹ lẽ ra phải chết 28 triệu người.

Người viết đã viết trong bài Cách Mạng Dân Tộc Dân Chủ Trong Tình Hình Mới đăng trên talawas 05/09/2010: "Giả thiết có bầu cử và Việt Nam Cộng hòa thắng, đảng CSVN sẽ giải thể hệ thống chính ủy, đảng bộ trong quân đội, giao nộp vũ khí, sáp nhập vào quân đội chính phủ, giải tán bộ máy công an, dẹp bỏ bộ máy tuyên truyền, tự nguyện đặt mình trong khuôn khổ luật pháp và hoạt động một cách công khai như các chính đảng khác?"

Chắc chắn là không.

Từ ngày thành lập tại Hong Kong năm 1930, dù hoạt động dưới nhiều danh xưng (đảng CS Đông Dương, Hội nghiên cứu chủ nghĩa Mác ở Đông Dương, đảng Lao động Việt Nam, đảng Nhân dân Cách mạng ở miền Nam, đảng CSVN) nhưng đảng luôn kiên trì và trước sau như một về mục đích nhuộm máu Việt Nam. Mục đích đó chi phối mọi hoạt động của đảng CS không chỉ đến 30 tháng 4, 1975 mà cho tới hôm nay.

Nếu chịu đọc lại các sử liệu quốc tế, mọi người đều biết, trong suốt cuộc chiến Việt Nam ngoại trừ các hoạt động tình báo, thăm dò tin tức địch mà chiến tranh nào cũng có, Mỹ không hề chủ trương đổ bộ lên Hải Phòng như đã từng đổ bộ Incheon tháng 9, 1950 để mở đường tấn công Bắc Hàn.

Miền Nam trong hai thời kỳ đệ nhất và đệ nhị cộng hòa cũng không có ý định chiếm đoạt lãnh thổ miền Bắc hay lật đổ cơ chế CS miền Bắc. Sau gần một trăm năm chịu đựng không biết bao nhiêu đau khổ dưới ách thực dân, mục đích của nhân dân miền Nam là có được cơm no, áo ấm, có được cuộc sống tự do và xây dựng miền Nam thành một nước cộng hòa hiện đại.

Sau Thế Chiến Thứ hai, phong trào giải thực được phát động từ Á sang Phi. Phần lớn các dân tộc bị trị đã giành lại nền tự chủ bằng các cuộc vận động hòa bình hay được trao trả quyền độc lập, riêng Việt Nam thì không. Việt Nam tiếp tục chìm sâu trong biển máu ý thức hệ cho đến 1975 và rồi tiếp tục chịu đựng nghèo nàn, độc tài, lạc hậu cho đến hôm nay. Tất cả, như Phạm Văn Đồng thừa nhận, chỉ vì ý thức hệ CS.

Sau 48 năm, liều thuốc tuyên truyền tẩy não ngấm vào nhận thức của một số người sâu đến mức không còn là định kiến hay phản ứng có điều kiện nữa mà trở thành một phản xạ tự nhiên như khát thì uống, đói thì ăn, ngứa thì gãi. Những sách vở, tài liệu từ các văn khố quốc tế Mỹ, Pháp, Nga v.v.. được giải mật không có nghĩa gì với họ. Đem lý luận phải trái ra giải thích với họ chẳng khác gì nước đổ đầu vịt. Dù học cao tới đâu, nhận thức chính trị và bang giao quốc tế của họ là những sản phẩm của ban tuyên huấn viết ra từ 90 năm trước được lặp đi lặp lại trong người họ thành một loại giác quan.

Nhưng tại sao những người quan tâm đến tương lai đất nước vẫn phải viết tới viết lui nhiều lần về thủ thuật tuyên truyền CS? Bởi vì nhận thức của các thế hệ trẻ sinh ra xa sau cuộc chiến vẫn còn chỗ cho những va chạm, kiến thức đa chiều và khát khao thay đổi. Nếu có người tạo điều kiện cho các mạch thông tin chảy về hướng họ, những con người mới này sẽ nắm bắt. Lịch sử thế giới và Việt Nam cận đại đã và đang chứng minh điều đó.

Như người viết đã viết trước đây, chuyến tàu lịch sử dừng lại ở nhiều sân ga, có người bước xuống nhưng cũng có người bước lên tiếp tục hành trình về phía trước. Trong suốt 48 năm qua, nhiều người đã bị xử bắn trong các trại tù CS, bị tù đày trong rừng sâu nước độc, nhưng lịch sử như một dòng sông vẫn chảy, nền cộng hòa vẫn còn vững chắc, những người dấn thân vì tương lai độc lập, tự do dân chủ của đất nước vẫn tiếp tục lên đường. Việt Nam sẽ thay đổi.

(*Viết thêm từ chính luận "Việt Nam, Một Thời Thừa Máu*")

Tham khảo:

James Macdonald, When Globalization Fails: The Rise and Fall of Pax Americana, 2015.

Lee Kuan Yew, From Third World to First (New York: Harper, 2000).

Seymour Topping, the former managing editor of the New York Times. China vs. the US: The Roots of a Love-Hate Relationship (Part 1), World Policy Journal, Dec 14, 2011.

Lịch sử Việt Nam, Chương IV: Đảng Lãnh Đạo Cách Mạng xã hội chủ nghĩa ở miềN Bắc Và kháng chiến chống Mỹ, cứu Nước(1954-1975).

Quang Zhai, China & The Vietnam Wars, 1950-1975, University of North Carolina Press, 2000.

Chu Hảo, Đã đến lúc cần phải đối thoại, Bauxit Viet Nam, 23/08/2016.

Nguyễn Thanh Tâm, Viện Lịch sử Đảng- Học viện Chính trị- Hành chính quốc gia Hồ Chí Minh, Các cương lĩnh của Đảng CSVN, Tuyên Giáo, 31/1/2010.

South Korea: One of the World's Great Success Stories Heads to the Polls.

Tương Lai, Nhớ lại mùa giáng sinh B-52 (Mênh mông thế sự 58), Bauxit Viet Nam, 26/12/2016

France and the Algerian War, 1954-1962: Strategy, Operations and Diplomacy, Martin S. Alexander, J.F.V. Keiger, pp 148-150.

Gorbachev calls communism 'propaganda', AP Press, Mar 12, 2002, 12:37pm EDT.

The Lessons Of Dien Bien Phu by Miles Maochun Yu, a professor of East Asia and military and naval history at the United States Naval Academy (USNA).

Changes in Mao Zedong's Attitude toward the Indochina War, 1949-1973, Yang Kuisong Working Paper No. 34 Translated by Qiang Zhai, Woodrow Wilson International Center For Scholars

Các biên bản, điện tín thuộc "Geneva Conference of 1954" được lưu trữ tại Wilson Center.

The Pentagon Papers. Volume 1, Chapter 3, "The Geneva Conference, May-July, 1954", Boston: Beacon Press, 1971.

Duiker, William J., Ho Chi Minh: A Life, New York : Hyperion, 2000.

Trần Trung Đạo, Cách Mạng Dân Tộc Dân Chủ Trong Tình Hình Mới, talawas 05/09/2010.

TRANH CHẤP MỸ - TRUNG, MỘT CẢNH GIÁC CHO LÒNG YÊU NƯỚC

Tại Diễn đàn Khu vực về Hợp tác an ninh ở châu Á tổ chức tại Hà Nội hôm 23 tháng Bảy, 2010, Ngoại Trưởng Hoa Kỳ Hillary Clinton tuyên bố: "*Hoa Kỳ, giống như các quốc gia khác, có quyền lợi quốc gia về tự do hàng hải, mở cửa những thủy lộ chung tại châu Á, và tôn trọng luật pháp quốc tế trên Biển Đông. Hoa Kỳ chia sẻ quyền lợi này chẳng những với các quốc gia thành viên ASEAN hoặc các quốc gia tham dự Diễn đàn Khu vực ASEAN; mà còn với các quốc gia có nhu cầu về hàng hải khác và cộng đồng quốc tế rộng lớn hơn*".

Ngoài ra bà cũng tuyên bố Hoa Kỳ ủng hộ việc quốc tế hóa cuộc tranh chấp hải phận và giải quyết tranh chấp trên cơ sở công ước Liên Hiệp Quốc về luật biển và "chống lại việc bất cứ một quốc gia tranh chấp nào xử dụng vũ lực". Mặc dù Ngoại Trưởng Clinton xác định vai trò trung lập của Hoa Kỳ, những lời tuyên bố của bà rõ ràng nhằm bênh vực các nước nhỏ trong vùng, nhất là Việt Nam.

Ngoại Trưởng Trung Cộng Dương Khiết Trì giận dữ phản ứng: "*Nhận xét của bà Clinton có vẻ như thực sự nhằm mục đích tấn công Trung Quốc bằng cách tạo ra một ảo ảnh rằng tình hình Biển Đông là đáng báo động*". Theo bình luận của báo New York Times, đây là "*một chiến thắng đầy ý nghĩa đối với Việt Nam*".

Trong ba tuần qua, lần đầu tiên sau 35 năm, các phương tiện truyền thông của Đảng lẫn chống Đảng từ trong nước cũng như chống Cộng từ ngoài nước đã loan tải những lời tuyên bố cứng rắn của bà Ngoại Trưởng Mỹ Hillary Clinton kèm theo những lời bình luận vui mừng, tích cực giống nhau.

Điều đó cũng dễ hiểu. Khoan kể mối thù truyền kiếp giữa Trung Quốc và Việt Nam từ mấy ngàn năm trước, khi tổ tiên chúng ta phải sáng xuống biển tìm ngọc trai, chiều lên non tìm ngà voi, trầm hương, châu báu; khoan kể đến hàng triệu tấn súng đạn, xe tăng, đại pháo Trung Cộng đã cày xéo lên quê hương Việt Nam trong suốt cuộc chiến dài; khoan kể những tư tưởng độc hại Trung Cộng đã cấy vào tâm hồn bao thế hệ Việt Nam, chỉ nhắc đến Hoàng Sa Trường Sa, chỉ nhắc đến ngư dân Thanh Hóa thôi là máu hận đã xông lên trong mỗi con người Việt Nam. Trong lúc đang hoàn cảnh sức yếu thế cô, có một người mạnh như Mỹ từ xa đến bênh vực và nói lên lời phải trái, vui mừng là chuyện tự nhiên.

"Mỹ đang trở lại!" Câu nói đó, suốt tháng qua, hẳn đã dội lại từ Nam ra Bắc và từ Bắc vào Nam trong tâm trạng hồi hộp đợi chờ của rất đông người Việt. Hình ảnh một hàng không mẫu hạm George Washington hùng mạnh đậu ngoài khơi Đà Nẵng như nhắc nhở câu chuyện của tháng Ba 1965 khi Chuẩn Tướng Frederick J. Karch và các đơn vị Thủy Quân Lục Chiến Viễn Chinh đổ bộ xuống thành phố này mở đầu cho cuộc chiến lâu dài nhất mà Mỹ đã tham gia.

Khác chăng lần này Mỹ trở lại không phải để bảo vệ miền Nam nhưng bảo vệ Việt Nam. Ở hải ngoại, thậm chí có người còn đi xa hơn khi cho rằng người Mỹ sẽ giúp xây dựng một chế độ tự do dân chủ để họ sớm trở về sống những ngày cuối đời trong thanh bình, an lạc. Ở trong nước có vị còn nóng lòng cho rằng Việt Nam phải gấp rút chế bom nguyên tử. Tất cả không hẹn đã vô tình sắp hàng dưới ngọn cờ của Đảng. Như thế mới biết tình yêu nước, dù trong một thanh niên hay một chính trị gia giàu kinh nghiệm, có khi cũng vội vàng và đầy cảm tính như nhau.

Những lời tuyên bố của bà Ngoại Trưởng Hillary Clinton thật ra phát xuất từ chính sách ngăn chặn (containment) đã bắt nguồn từ sau Thế Chiến thứ Hai. Một số nhà bình luận gọi chính sách Mỹ đang áp dụng là ngăn chặn mới (new containment) mang nội dung kinh tế quân sự để phân biệt với chính sách ngăn chặn thời Chiến Tranh Lạnh mang nội dung chống CS. Để hiểu các hoạt động của Mỹ trong vùng Đông Nam Á, thiết tưởng nên đọc lại chính sách ngăn chặn mà Mỹ đã và đang áp dụng.

Tháng 2 năm 1946, George F. Kennan còn là một nhân viên ngoại giao trung cấp làm việc cho tòa đại sứ Mỹ tại Liên Xô. Để đáp lại câu hỏi của Bộ Tài Chánh Mỹ gởi tòa đại sứ tại sao Liên Xô lại chống lại việc thành lập Ngân hàng Thế giới và Quỹ Tiền tệ Quốc tế, George F. Kennan gởi Bộ Ngoại giao Mỹ một bản phân tích qua hình thức một điện tín dài 5,500 chữ, trong đó ông trình bày một cách chi tiết quan điểm của Stalin về tương lai nhân loại, mục tiêu và chiến lược của Liên Xô sẽ được áp dụng trên phạm vi toàn thế giới, điểm mạnh và điểm yếu của chế độ CS, đồng thời đề nghị một số biện pháp cần thiết phải được áp dụng để ngăn chặn làn sóng CS.

Bài phân tích của George Kennan không có tựa đề nên chỉ được biết ngày nay như là *Bức Điện Tín Dài*. Nếu bản phân tích được gởi đến Bộ Ngoại giao Mỹ một năm trước đó, có lẽ nó đã vào sọt rác hay đi thẳng vào phòng lưu trữ vì Mỹ và Liên Xô còn đang liên minh nhau tấn công Đức từ hai hướng Đông, Tây. Nhưng tháng 2 năm 1946, văn kiện đã làm Bộ Ngoại giao chú ý. Chính tổng thống Harry S. Truman cũng chỉ thị thành lập một nhóm nghiên cứu để phân tích bản tường trình của George Kennan và phác thảo một chính sách đối ngoại dựa trên các dữ kiện mà ông đưa ra. Bức điện tín của George Kennan được xem như một trong những văn kiện lịch sử bởi vì nó ảnh hưởng đến toàn bộ chính sách đối ngoại của Mỹ trong gần nửa thế kỷ, từ sau Thế chiến thứ Hai cho đến khi hệ thống Liên Xô sụp đổ năm 1991. Chính sách đối ngoại chỉ đạo của Mỹ đặt cơ cở trên những phân tích của George Kennan được gọi là ngăn chặn (containment).

Hàng loạt các chủ thuyết như Domino, Nixon, Reagan; các kế hoạch kinh tế như Marshall Plan; các liên minh như Liên phòng Bắc Đại Tây Dương (The North Atlantic Treaty Organization) gọi tắt là NATO tại châu Âu, Liên Phòng Đông Nam Á (Southeast Asia Treaty Organization) gọi tắt là SEATO tại Đông Nam Á hay Hiệp ước Hỗ tương Liên Mỹ Châu (Inter-American Treaty of Reciprocal Assistance) tại Mỹ Châu cũng đều phát xuất từ chính sách chỉ đạo ngăn chặn đó. Suốt 9 đời tổng thống từ Harry Truman đến George Herbert Walker Bush, tùy thuộc vào điều kiện chính trị quốc tế trong mỗi giai đoạn, các chiến lược chiến thuật cũng được thay đổi thích nghi nhưng đều không đi xa mục tiêu chính là ngăn chặn sự bành trướng của chủ nghĩa CS. George Kennan được xem như là cha đẻ của lý thuyết *ngăn chặn*.

Chính sách *ngăn chặn* đã diễn ra dưới nhiều hình thức. Bên cạnh cuộc chạy đua vũ trang, Star Wars, viện trợ và phản viện trợ, đảo chánh và phản đảo chánh, cách mạng và phản cách mạng, các cuộc giành dân chiếm đất bằng súng đạn cũng đã diễn ra tại một số quốc gia độn với nhiều mức độ khác nhau.

Các lý thuyết về quốc gia độn có nguồn gốc rất xa xưa nhằm chỉ các vùng đất hay quốc gia nhược tiểu nằm giữa hai cường quốc đối nghịch. Từ thời La Mã, các hoàng đế của đế quốc mênh mông đó đã nghĩ đến việc thiết lập các vùng đất rộng được gọi là vùng giới hạn nằm ngoài biên giới. Về sau, các học giả giải thích khái niệm vùng độn một cách rộng rãi chứ không chỉ thuần nguyên nhân địa lý. Vùng độn có khi chỉ là một dải đất rộng vài chục cây số vuông để bảo đảm cho an ninh nội địa như trường hợp các làng xã nằm phía Nam Lebanon và khu vực Golan Height đối với nền an ninh Do Thái, có khi là một quốc gia như trường hợp Ba Lan sau Thế chiến thứ nhất nằm giữa Nga và Đức, có khi bao gồm nhiều quốc gia như hàng loạt các nước Đông Âu nằm giữa Liên Xô và khối dân chủ Tây phương, cũng có khi bao gồm chỉ một quốc gia và một khối như trường hợp Thổ Nhĩ Kỳ, Phần Lan.

Sau chiến tranh Việt Nam, chính sách *ngăn chặn* của Mỹ dưới thời Tổng thống Jimmy Carter và nhất là Ronald Reagan đã chuyển từ thế thủ sang thế công ở Afghanistan như Brzezinski kể lại "Nay chúng ta cơ hội để tặng cho Nga một Việt Nam riêng của họ", bằng việc yểm trợ vũ khí cho phe Contras ở Nicaragua, giúp đỡ cho Liên minh Dân tộc Vì Độc lập Hoàn toàn của Angola (The National Union for the Total Independence of Angola, UNITA) ở Angola, đồng thời đẩy mạnh với kế hoạch chạy đua vũ trang vô cùng tốn kém nhằm làm phá sản nền kinh tế Liên Xô. Cuối cùng hệ thống Liên Xô kiệt quệ và tan rã.

Hiện nay, chủ nghĩa CS chỉ còn thoi thóp ở vài nơi, Chiến tranh Lạnh đã chấm dứt nhưng chính sách ngăn chặn đối với Nga và Trung Cộng, hai đối thủ nguyên tử đang cạnh tranh kinh tế và quân sự với Mỹ vẫn được tiến hành.

Đối với Nga, bất chấp lời hứa vào những năm đầu 1990 rằng NATO sẽ không mở rộng ra khỏi biên giới Đức, Mỹ đã mời hàng loạt quốc gia, không chỉ các nước thuộc khối CS Đông Âu trước đây mà còn những quốc gia nhỏ nhưng có biên giới sát với Nga như Latvia, Lithuania, Estonia tham gia vào NATO. Ngoài ra, Mỹ còn dự tính thiết lập hàng rào hỏa tiễn tại Ba Lan để gọi là "phòng thủ" nhưng thực tế là "trung lập hóa" hàng rào hỏa tiễn Nga. Lãnh tụ Nga Vladimir Putin xem kế koạch của Mỹ chẳng khác gì dựng lên một Cuba ở Đông Âu. Ở phía Nam, Mỹ bao vây Nga bằng cách ủng hộ Ukraine và Georgia. Ukraine giữ một vị trí cực kỳ quan trọng về cả chiến lược lẫn văn hóa. Các sử gia Nga theo truyền thống vẫn gọi thủ đô Kiev là "Mẹ của các thành phố Nga". Mỹ cũng ủng hộ cuộc đấu tranh giành độc lập của nhân dân Kosovo và công khai phản đối Nga khi họ thẳng tay đàn áp phong trào đòi ly khai của dân Chechnya, một trong 83 Cộng hòa độc lập trong Liên bang Nga. Dù sao, chuyến viếng thăm Nga của tổng thống Barack Obama vào đầu tháng 7, 2009 đã giúp làm dịu một số căng thẳng giữa hai nước. Nga đơn phương cho phép võ khí và quân đội Mỹ được sử dụng không phận Nga trên đường đến Afghanistan thay vì phải vượt qua đèo Khyber hiểm trở. Hai tháng sau đó, Obama đã làm Vladimir Putin ngạc nhiên khi tuyên bố hủy bỏ kế hoạch xây dựng phòng tuyến hỏa tiễn tại Ba Lan. Đáp lại, Nga cũng hủy bỏ ý định trả đũa các dự tính quân sự tại Ba Lan của cựu tổng thống George W. Bush.

Việc làm dịu quan hệ ngoại giao giữa Mỹ và Nga cũng dễ hiểu vì đối thủ chính trong thế kỷ 21 của Mỹ không phải Nga mà là Trung Cộng.

Nếu tính từ thời điểm 1978, khi chính sách đổi mới của Đặng Tiểu Bình ra đời đến nay, Trung Cộng là quốc gia phát triển nhanh nhất thế giới. Chỉ trong vòng chưa đầy 30 năm, lợi tức bình quân tính theo đầu người của Trung Cộng vào năm 2005 tăng gấp 9 lần. Mới đây, đệ nhị cá nguyệt của 2010, Trung Cộng chính thức qua mặt Nhật Bản để trở thành nước có nền kinh tế lớn thứ hai thế giới. Trung Cộng là nhà máy sản xuất hàng tiêu dùng cho cả thế giới. Dù thương hay ghét, dù ủng hộ hay bài trừ, một nửa đồ dùng trong trong nhà một gia đình Mỹ được chế tạo tại Trung Cộng. Từ chiếc DVD, TV, máy in, máy điện toán cá nhân, giày dép, áo quần và ngay cả lá cờ Mỹ, cũng "Made in China".

Ngoài các lý do chủ quan phát xuất từ chính sách kinh tế của họ Đặng, một yếu tố khách quan thuận lợi cho việc phát triển nhanh chóng là việc nước này hội nhập vào thế giới đúng thời điểm nền kinh tế thế giới đang bắt đầu chuyển động theo hướng toàn cầu hóa. Chỉ trong vòng 25 năm, từ một quốc gia tự cô lập, Trung Cộng trở thành một cường quốc và đang tiếp tục xuất hiện như một siêu cường của thế kỷ 21. Chính sách của Trung Cộng ảnh hưởng cả thế giới, không phải chỉ trong lãnh vực kinh tế, tài chánh, ngân hàng mà cả chính trị và quân sự.

Nếu lịch sử là một chu kỳ lặp lại, tham vọng bành trướng của Trung Cộng không khác nhiều so với thời kỳ sau cuộc cách mạng kỹ nghệ và chủ nghĩa Thực dân Âu châu bắt đầu xâm thực các nước Á, Phi vào đầu thế kỷ 18. Chỉ trong vòng 6 năm, từ 2001 đến 2006, quan hệ thương mại giữa Trung Cộng và các nước Phi Châu đã tăng từ 1 tỉ Dollar đến 50 tỉ Dollar. Hai chục năm trước đây, ít khi các lãnh đạo Trung Cộng đặt chân đến Phi châu, nhưng chỉ trong 5 năm qua, các lãnh đạo hàng đầu Trung Cộng đã viếng thăm Phi châu 5 lần để tăng cường các hợp tác kinh tế quân sự giữa Trung Cộng và lục địa đầy tài nguyên thiên nhiên này. Trung Cộng hiện diện cùng khắp Phi Châu, từ bệnh viện đến trường học, từ cầu cống đến phi trường và đang tiêu diệt tận gốc rễ mọi mầm mống phát triển kinh tế của các quốc gia mới vừa thoát khỏi ách thực dân và nội chiến. Giấc mơ độc lập của các nước châu Phi chỉ là một giấc mơ trong quá khứ.

Tuy nhiên, con bạch tuộc Trung Cộng rất hùng hổ, rất đe dọa đối với thế giới bên ngoài nhưng lại rất yếu đuối, mong manh trong nội bộ. Bà Susan L.Shirk, một học giả quan tâm đến Trung Cộng khi còn là một những sinh viên Mỹ thăm viếng Trung Cộng và được Thủ tướng Chu Ân Lai chào đón vào năm 1971, trong tác phẩm *Trung Quốc, siêu cường dễ vỡ* cho rằng đe dọa lớn nhất của Trung Cộng là từ bên trong.

Về chính trị. Các nhà lãnh đạo Trung Cộng không phải lo ứng cử để cử như các quốc gia dân chủ, nhưng lại cho sợ mất quyền hành hơn là các lãnh đạo Tây phương dân chủ. Bài học Liên Xô và các chế độc tài khác trong lịch sử đã cho giới lãnh đạo Trung Cộng biết không sớm thì muộn tòa lâu đài xây trên cát hiện nay cũng bị ngọn sóng dân chủ cuốn ra khơi. Các lãnh đạo Trung Cộng luôn bị ám ảnh với các những cuộc nổi dậy như Thiên An Môn có thể xảy ra bất cứ lúc nào và bất cứ tại đâu trên lãnh thổ mênh mông và đầy dị biệt sâu sắc về kinh tế, văn hóa, xã hội. Sự thay đổi các triều đại phong kiến Trung Quốc là những cuộc thanh toán nhau bằng máu. Ngày nay, những mâu thuẫn giữa mức độ xã hội hóa của nền kinh tế và cơ chế chính trị ngày càng trầm trọng đến nỗi nhiều học giả cho rằng vấn đề không phải chế độ độc tài CS tại Trung Quốc có sụp đổ hay không mà là sớm hay muộn.

Về kinh tế. Nền kinh tế Trung Cộng tăng liên tục trong mấy chục năm qua nhưng không có nghĩa là sẽ tăng mãi mãi. Nền kinh tế Trung Cộng tuy nằm trong tay một đảng có tổ chức rất cao, nhưng sự tăng trưởng kinh tế Trung Cộng phần lớn lệ thuộc vào kinh tế thế giới. Một định luật có tính lặp lại theo chu kỳ của nền kinh tế thị trường là tăng trưởng, suy thoái và điều chỉnh. Và khi có sự điều chỉnh, kinh tế thị trường sẽ dẫn đến hậu quả thất nghiệp trong kỹ nghệ và trong nông nghiệp, lạm phát gia tăng, giá cả đắt đỏ, tiền lương hạ thấp, tiền tiết kiệm ký thác trong ngân hàng sẽ bị hàng trăm triệu người đạp lên nhau để rút ra. Thời đại tin học có lợi nhưng cũng vô cùng tác hại khi các nguồn tin được tung ra quá nhanh chóng, nhưng lại không có phương tiện để kiểm chứng. Quân đội dù có đông đảo và tàn bạo bao nhiêu cũng không thể ngăn được làn sóng của một tỉ người từ Hải Nam đến Tân Cương đều có một phản ứng tiêu cực giống nhau. Các cuộc biểu tình ở Tân Cương mới đây cho thấy không nhất thiết phải có một tổ chức quy mô nhưng chỉ cần một tin ngắn được phát ra đúng lúc và đúng chỗ cũng có thể tạo nên một biến cố lớn. Bom nguyên tử, hỏa tiễn, chiến hạm, tàu ngầm đều trở thành vô dụng.

Về quân sự. Trung Cộng là một đất nước có lịch sử phân hóa và nội phản từ trong xương tủy. Là một nước lớn, nhưng

Trung Quốc thường không đủ khả năng bảo vệ chính mình. Đừng nói chi thời cuối đời nhà Thanh bị 8 nước Mỹ và Âu Châu cấu xé, mà ngay thời nhà Tống vàng son nhất của Trung Quốc cuối cùng rơi vào tay Mông Cổ, một nước rất nhỏ trên thảo nguyên phía Bắc. Và một lần nữa vào thế kỷ 17, khi nhà Minh, một triều đại rất mạnh về quân sự nhưng cũng không tránh bị tiêu diệt trong bàn tay của dân tộc Mãn Thanh nhỏ bé. Lịch sử Trung Quốc cũng để lại rất nhiều bài học về các cuộc nổi loạn lớn làm lung lay tận gốc rễ nhiều đế chế trước đó tưởng chừng không thể nào sụp đổ. Cuộc nổi dậy Thái Bình Thiên Quốc là một ví dụ điển hình. Mặc dù loạn Hồng Tú Toàn bị dẹp nhưng đã mang theo sinh mạng của 20 triệu người trong 15 năm khói lửa. Đảng CS Trung Quốc sẽ không được may mắn như nhà Thanh vì họ sẽ không tồn tại được lâu như thế.

Về xã hội. Trước thời mở cửa kinh tế, đại đa số người dân Trung Quốc lớn lên từ nơi họ sinh ra nhưng từ khi kinh tế phát triển, lực lượng lao động của Trung Cộng đổ dồn vào các thành phố. Sự chênh lệch giữa giàu và nghèo, đô thị và nông thôn ngày càng trầm trọng. Tại Trung Cộng, chỉ 10 phần trăm dân số chiếm hữu 45 phần trăm tài sản quốc gia. Sự phân cực trong xã hội do hậu quả của phát triển kinh tế không cân bằng sẽ dẫn đến tình trạng bất ổn xã hội. Giống như các nước dân chủ, khi gặp khó khăn, người dân sẽ đặt vấn đề với hàng ngũ lãnh đạo, nhưng khác với các nước dân chủ, cách giải quyết tại Trung Cộng cũng như tại hầu hết các nước độc tài thường diễn ra bằng sắt máu. Với sự phân cách về địa lý và dị biệt về chủng tộc tại Trung Cộng, sẽ không có một hình thức cách mạng nhung, cách mạng da cam, da vàng nào dành cho Trung Cộng.

Cách giải quyết dùng xe tăng, đại pháo bắn thẳng vào những thanh niên tay trắng tại Thiên An Môn của Đặng Tiểu Bình đối với phần lớn nhân loại là dã man nhưng lại phù hợp với truyền thống dã man của Trung Cộng. Biến cố Thiên An Môn đã qua gần 20 năm nhưng vẫn là mối ám ảnh thường xuyên trong giấc ngủ của các lãnh đạo Trung Cộng bởi vì đảng chỉ dập tắt ngọn lửa trên quảng trường Thiên An Môn nhưng không dập tắt được ngọn lửa chống đối trong lòng người. Ngọn lửa tự do dân chủ đó vẫn sáng và sẽ một ngày bùng cháy.

Về đối ngoại. Trung Cộng có nhiều đối thủ lợi hại, trong đó gồm Nhật Bản, Ấn Độ, và Mỹ. Quan hệ kinh tế giữa Trung Cộng và Mỹ trong 10 năm qua đã phát triển đến một mức độ vô cùng phức tạp. Mỹ là một trong những quốc gia nhập cảng nhiều nhất từ Trung Cộng, từ 100 tỉ Dollar năm 2000 đến 296 tỉ Dollar vào năm 2009. Trung Cộng nhập cảng từ Mỹ cũng tăng từ 16 tỉ Dollar năm 2000 đến 70 tỉ Dollar năm 2009. Tuy nhiên, sự phụ thuộc vào nhau về mặt kinh tế không có nghĩa là các chính quyền Mỹ không xem Trung Cộng là đối thủ nguy hiểm trong tương lai gần và không có nghĩa là Mỹ ngồi yên để nhìn bàn tay tham vọng của Trung Cộng vươn xa toàn thế giới.

Ngày 29 tháng Giêng, 2010, chính quyền Obama chấp thuận thương vụ trị giá 6.4 tỉ Dollar gồm trực thăng Black Hawk và võ khí chống hỏa tiễn Patriots, tàu vét mìn cho Đài Loan, cùng với việc hợp tác để sản xuất tàu ngầm hoạt động trong vùng biển mà Trung Cộng cho là thuộc lãnh hải của họ. Trung Cộng luôn xem Đài Loan thuộc về Trung Quốc, do đó, như Thứ trưởng Ngoại giao Trung Cộng He Yafei tức khắc phản đối cho rằng Mỹ đã can thiệp vào vấn đề nội bộ của Trung Cộng. Trung Cộng trả thù bằng cách hủy bỏ các thương vụ với các công ty Mỹ đang bán võ khí cho Đài Loan. Phát ngôn viên Bộ Ngoại giao Mỹ đáp lại: "Đây là một bằng chứng rõ ràng, chính phủ Mỹ phải cung cấp cho Đài Loan các võ khí phòng thủ mà họ cần". Ngoài ra, chính phủ Mỹ xác định tiếp tục xem xét nhu cầu phòng thủ không phận Đài Loan trước khi bán cả phi cơ chiến đấu F-16 tinh xảo cho Đài Loan.

Sau đó hai tuần lễ, ngày 18 tháng Hai 2010, Tổng Thống Barack Obama đã tiếp kiến Đức Đạt Lai Lạt Ma tại tòa Bạch Ốc. Lần nữa, Trung Cộng đã phản đối mạnh mẽ và cho rằng việc tiếp vị lãnh đạo tinh thần nhân dân Tây Tạng là vi phạm lời cam kết của Mỹ rằng Tây Tạng là một phần của Trung Cộng. Mỹ đáp lại, mặc dù Mỹ công nhận Tây Tạng là một phần của Trung Cộng nhưng Trung Cộng cũng phải tôn trọng sự khác biệt văn hóa giữa Tây Tạng và phần còn lại của Trung Cộng. Để làm nhẹ ảnh hưởng của buổi tiếp kiến, chính quyền Obama không cho phép báo chí vào chụp hình, nhưng sau buổi tiếp kiến, tòa Bạch Ốc đã công bố bức hình Đức Đạt Lai Lạt Ma và Tổng Thống Obama ngồi cạnh nhau. Phát ngôn viên tòa Bạch ốc ca ngợi Đức Đạt Lai Lạt Ma đã theo đuổi mục tiêu bằng phương pháp bất bạo động và cho báo chí biết tổng thống Obama đã ủng hộ một cách mạnh mẽ việc giữ gìn đặc điểm ngôn ngữ, văn hóa, và tôn giáo độc đáo của dân tộc này.

Nhưng dù bán bao nhiêu võ khí cho Đài Loan hay tiếp kiến Đức Đạt Lai Lạt Ma, Đài Loan và Tây Tạng cũng chỉ là những yếu tố tĩnh chứ không phải yếu tố động. Cả hai đều không hội đủ điều kiện để tạo nên những biến cố có ảnh hưởng vùng hay thế giới. Những cuộc nổi dậy của nhân dân Tây Tạng đều mang tính địa phương, gây được thiện cảm nhưng không có tác dụng lớn với chính quyền Trung Cộng. Chuyện Trung Cộng thanh toán Đài Loan bằng võ lực cũng rất khó xảy ra vì Trung Cộng biết Hoa Kỳ không bao giờ để xảy ra và dù có xảy ra cũng chưa chắc đã thắng, còn chuyện Đài Loan giải phóng Trung Hoa lục địa thì đã chết theo Tưởng Giới Thạch từ 1975. Chỉ có hai quốc gia độn là Bắc Hàn và Việt Nam mới thật sự đóng vai trò quan trọng.

Không ai biết rõ, hiểu rõ Bắc Hàn và Việt Nam hơn đàn anh Trung Cộng và cũng không ai hiểu thế mạnh thế yếu của đàn anh Trung Cộng hơn Bắc Hàn và Việt Nam. Như lịch sử chứng minh, Trung Cộng sẽ phải làm tất cả những gì có thể làm, kể cả hy sinh mạng sống của nhân dân họ để duy trì ảnh hưởng với hai ĐảngCSVN và Bắc Hàn.

Đối với Bắc Hàn, ngoài mấy chục ngàn chí nguyện quân Trung Cộng đã bỏ thây trong chiến tranh Nam Bắc Hàn, Trung Cộng hàng năm đã phải dành riêng một nguồn tài nguyên, của cải lớn để nuôi dưỡng Bắc Hàn. Mặc dù không có tài liệu chính thức nào cho biết tổng số viện trợ Trung Cộng dành cho Bắc Hàn là bao nhiêu nhưng cả thế giới đều biết nguồn viện trợ chính của Bắc Hàn không đến từ đâu khác hơn là Trung Cộng. *Theo Korea Times*, Trung Cộng cung cấp gần hết nguồn năng lượng cho Bắc Hàn và một nửa số thực phẩm người dân Bắc Hàn đang dùng mang nhãn hiệuTrung Cộng.

Một số nhà phân tích chính trị cho rằng hành vi và cách cư xử bất thường của lãnh tụ Bắc Hàn Kim Chính Nhật trong quan hệ ngoại giao quốc tế nhiều khi đặt giới lãnh đạo Trung Cộng vào vị thế khó xử. Nhận xét đó chỉ đúng một nửa. Với Trung Cộng, một Kim Chính Nhật bất bình thường vẫn tốt hơn là một Kim Chính Nhật bình thường, một Bắc Hàn tự cô lập vẫn tốt hơn là một Bắc Hàn mở rộng. Giả thiết, vì bất cứ lý do gì, Bắc Hàn trở mặt với Trung Cộng, quay sang bắt tay với Mỹ, hòa giải với Nam Hàn, mở cửa ngoại thương, hội nhập vào thế giới... quả thật vô cùng bất lợi cho Trung Cộng. Nếu một ngày nào đó Kim Chính Nhật giống như nhà độc tài Libya Muammar al-Gaddafi, người mà trước đây từng bị cố Tổng Thống Reagan gọi là "Chó dại vùng Trung Đông", bỗng dưng "buông đao đồ tể" lên tiếng kết án khủng bố, xin lỗi nạn nhân, Trung Cộng sẽ phải lo lắng nhiều hơn là mừng rỡ. Không có Kim Chính Nhật, chung quanh Trung Cộng sẽ còn lại toàn là kẻ thù. Ngoài mấy chục ngàn quân Mỹ và Hạm đội thứ Bảy hùng hậu đặt bản doanh ở Yokosuka, Trung Cộng bị bao vây bởi hai anh khổng lồ Nhật Bản và Ấn Độ. Kim Chính Nhật biết rõ thế yếu của Trung Cộng nên sử dụng vị trí sân sau và lá bài võ khí nguyên tử của mình một cách có lợi cho việc duy trì quyền lãnh đạo tuyệt đối trên bán đảo Triều Tiên. Không có tài trợ từ Trung Cộng, Bắc Hàn sẽ sụp đổ; nhưng không có Bắc Hàn, phòng tuyến an ninh dài 1400 km phía Đông Bắc sẽ bị phá vỡ. Trung Cộng ưa thích Kim Chính Nhật? Chắc chắn là không, nhưng cần thì quá sức cần.

Khác với Phi Châu, chính sách bành trướng của Trung Cộng tại Đông Nam Á không chỉ nhằm mục đích kinh tế mà quan trọng hơn là an ninh và quân sự. Trung Cộng dùng vũ lực để chiếm phần lớn các đảo trong vùng Biển Đông mà nhiều nước đang tranh chấp chủ quyền. Tháng Hai 1992, quốc hội Trung Cộng ngang ngược thông qua một đạo luật tuyên bố rằng 80 phần trăm biển Đông là của họ. Năm 1994, Trung Cộng ngang nhiên thiết lập các căn cứ quân sự trên các đảo bất chấp sự phản đối của thế giới. Trong quá trình bành trướng của Trung Cộng, Việt Nam là nước bị thiệt hại nặng nhất về lãnh thổ, lãnh hải và nhân mạng.

Quan hệ giữa Trung Cộng vàCSVN có một lịch sử lâu dài từ ngày Đảng CS hai nước được thành lập. Năm 1950, Trung Cộng là nước đầu tiên công nhận Việt Nam Dân Chủ Cộng Hòa. Cả hai nước đã thừa nhận sự đóng góp của cải và xương máu của Trung Cộng vào mục đích thiết lập chế độ CS tại Việt Nam.

Không giống như Kim Nhật Thành đầu độc cán bộ đảng và nhân dân Bắc Hàn bằng mớ lý luận Juche mơ hồ, không tưởng, các nhà lãnh đạo Đảng CSVN là những người CS đệ Tam chính thống, vốn thấm nhuần lý thuyết Mác Lê và tư tưởng Mao Trạch Đông. Các lãnh đạo đảng là những người tuyệt đối trung thành với lý tưởng CS và có một thời rất lâu tin một cách chân thành vào đàn anh Trung Cộng. Việc chọn đứng về phe Liên Xô và tiến chiếm Campuchia của Việt Nam đã dẫn đến cuộc chiến tranh biên giới năm 1979 và hàng loạt các cuộc đụng lớn vào những năm sau đó như trận Cao Bằng 1980, Lạng Sơn và Hà Tuyên 1981,Vị Xuyên Hà Tuyên 1984, Lão Sơn Hà Giang 1984, Vị Xuyên lần nữa vào 1985 và 1986.

Sau khi hệ thống Liên Xô sụp đổ, chỗ dựa vững chắc của Đảng CSVN về tư tưởng lý luận, bang giao quốc tế, viện trợ kinh tế cũng sụp đổ theo. Đảng CSVN đứng bên bờ vực thẳm và không còn con đường nào khác là lần nữa tìm nơi nương tựa dưới tàng cây Trung Cộng.

Tháng 9 năm 1990, lãnh đạo cao cấp của hai đảng gặp ở Thành Đô để bàn về việc giải quyết xung đột Campuchia và tái lập quan hệ ngoại giao giữa hai nước. Ngay vào thời điểm một siêu cường như Liên Xô và cả khối Đông Âu đã sụp đổ mà các lãnh đạo Đảng CSVN vẫn còn tin rằng Trung Cộng sẽ thay thế Liên Xô lãnh đạo phong trào CS thế giới và tiếp tục giương cao ngọn cờ Xã hội Chủ nghĩa. Cựu Thứ trưởng Ngoại giao Trần Quang Cơ đã viết lại trong hồi ký của ông: "Sở dĩ ta dễ dàng bị mắc lừa ở Thành Đô là vì chính ta đã tự lừa ta. Ta đã tự tạo ra ảo tưởng là Trung Cộng sẽ giương cao ngọn cờ CNXH, thay thế cho Liên Xô làm chỗ dựa vững chắc cho cách mạng Việt Nam và CNXH thế giới, chống lại hiểm hoạ 'diễn biến hòa bình" của chủ nghĩa đế quốc do Mỹ đứng đầu. Tư tưởng đó đã dẫn đến sai lầm Thành Đô cũng như sai lầm 'giải pháp Đỏ', tức giải pháp nhằm loại bỏ các thành phần không CS ra khỏi chính quyền liên hiệp tại Campuchia.

Dù sao, sau lần gặp gỡ đó, quan hệ Việt Trung đã cải thiện. Hàng loạt các thỏa hiệp đã được ký kết. Năm 1999, Giang Trạch Dân đề ra một khẩu hiệu để biểu hiện cho mối quan hệ mới giữa hai nước và được gọi là 16 chữ vàng: "Láng giềng hữu nghị. Hợp tác toàn diện. Ổn định lâu dài. Hướng tới tương lai". Một vài quan điểm cho rằng mười sáu chữ vàng là chiếc vòng kim cô Đảng phải đội trên đầu, nhưng cũng có nguồn tin khác cho rằng Đảng còn muốn lệ thuộc hơn thế nữa bằng việc thay chữ hợp tác "toàn diện" thành hợp tác"chiến lược" nhưng Trung Cộng không đồng ý.

Trung Cộng hiểu vị trí khó khăn của Đảng CSVN, do đó, trong lúc Việt Nam tìm cách để được phụ thuộc vào Trung Cộng như một đàn anh Xã hội Chủ nghĩa, Trung Cộng tỏ ra thiếu tin tưởng vào người đàn em có một quá khứ đầy phản trắc này. Ngoài miệng tuy không ngừng lặp lại mười sáu chữ vàng, trong thâm tâm, Trung Cộng không từ bỏ tham vọng nước lớn bằng việc ra lịnh hải quân Trung Cộng bắn thủng các tàu thuyền đánh cá của Việt Nam một cách không thương tiếc.

Hành động coi thường sinh mạng người Việt là một cách thể hiện thái độ khinh bỉ giới lãnh đạo CSVN.

Ngày 23 tháng Bảy vừa qua, cái nút chặn Việt Nam mà Trung Cộng tin rằng không thể nào thoát được bỗng dưng lỏng lẻo. Chiếc vòng kim cô Trung Cộng gắn lên đầu Đảng CSVN có nguy cơ rơi xuống. Chuyến viếng thăm Việt Nam của Ngoại trưởng Mỹ Hillary Clinton và một loạt những biến cố chung quanh bao gồm việc hợp tác hạch nhân mà không bao gồm các điều khoản cấm tinh chế Uranium và chuyến viếng thăm vùng biển Đà Nẵng của Hàng không Mẫu hạm USS George Washington đã làm thay đổi cán cân quyền lực trong vùng. Và lần nữa, Việt Nam lại đóng vai trò của một vị trí chiến lược trong chính sách ngăn chặn của Mỹ đối với Trung Cộng tại Đông Nam Á.

Đất Việt Nam, máu Việt Nam, xương thịt Việt Nam trong số phận của một sân sau an toàn của Trung Cộng và một tiền đồn của phe chống Trung Cộng bành trướng, do nhu cầu của chính sách ngăn chặn mới, có thể sắp bắt đầu lên giá.

Nhìn vào bản đồ Á châu, chúng ta không khỏi nghĩ đến chiến tranh Trung Mỹ rồi sẽ phải xảy ra. Dù các nhà bình luận có cho rằng quyền lợi của các siêu cường ngày nay đã phụ thuộc, quyện lẫn vào nhau đến mức độ không thể có một bên thắng, một bên bại nếu chiến tranh bùng nổ. Nhưng quan niệm đó không phải là mới. Trước đây đã có nhiều người nói như thế. Sau Thế chiến thứ Nhất, Hội Quốc Liên được thành lập với chức năng duy nhất là bảo đảm nhân loại sẽ không bị tàn sát khủng khiếp như thế nữa. Bao nhiêu tài năng và nỗ lực đã được dành vào mục đích đó, nhưng chưa đầy 20 năm sau, nhân loại lại phải lao vào cuộc chém giết với hậu quả trầm trọng gấp nhiều lần hơn trước.

Cuộc xung đột Mỹ, Trung, Nga trong Chiến tranh Lạnh để lại nhiều bài học quý giá về số phận của những sân sau, tiền đồn và vùng độn. Có những tiền đồn chìm đắm trong chiến tranh hận thù nghèo đói như Cu Ba, Việt Nam, Bắc Hàn, Afghanistan nhưng cũng có những tiền đồn nhờ xung đột đã trở nên giàu có như Nam Hàn, Tây Đức, Đài Loan. Có những vùng độn phải trở thành chư hầu lệ thuộc như các nước Đông Âu thời Liên Xô nhưng cũng có những vùng độn nhờ tài năng của những người lãnh đạo mà duy trì được độc lập như Phần Lan, Thụy Điển, Thổ Nhĩ Kỳ. Và đặc điểm chung rõ nét của những quốc gia vượt qua được số phận sân sau, tiền đồn và vùng độn để trở nên thăng tiến giàu mạnh chính là dân chủ. Dân chủ là đôi cánh thời đại đã giúp Nam Hàn, Đài Loan, Tây Đức, Phần Lan, Thổ Nhĩ Kỳ vượt qua những vị trí địa lý chính trị khó khăn và trở thành quốc gia giàu mạnh, được kính trọng, có tiếng nói độc lập trong bang giao quốc tế.

Không ai có thể tiên đoán một ngàn năm nữa Việt Nam sẽ ra sao. Nhưng dù ra sao thì đó cũng là trách nhiệm của các thế hệ sau này. Trách nhiệm của các thế hệ hôm nay là giữ nguyên vẹn được mảnh đất mà tổ tiên để lại và xây dựng trên đó một căn nhà thương yêu, đoàn kết, tự do, dân chủ và giàu mạnh. Dân chủ sẽ là vũ khí hữu hiệu nhất để ngăn chặn những đe dọa từ Trung Cộng và dân chủ cũng là phương tiện giúp Việt Nam thăng tiến cùng thế giới.

Những lời tuyên bố của bà Ngoại trưởng Hillary Clinton chưa hẳn giúp gì cho số phận của các anh Nguyễn Văn Đài, Trần Huỳnh Duy Thức, Lê Thăng Long, Điếu Cày Nguyễn

Văn Hải, Nguyễn Xuân Nghĩa, Lê Công Định, Nguyễn Tiến Trung, Trần Anh Kim... đang ở trong tù như một số người đang nghĩ, trái lại các nỗ lực của họ có thể bị quên đi hay bị cuộc tranh chấp Mỹ - Trung che mờ đi. Với Mỹ, chủ nghĩa CS thế giới đã chết. Những chế độ độc tài còn rơi rớt ở Trung Cộng, Việt Nam, Lào, Cuba, Bắc Hàn phát xuất từ điều kiện riêng của các quốc gia này chứ không phải nhờ vào các tinh hoa tinh huyết gì của chủ nghĩa CS. Ngày nay, Mỹ đối xử với các chính quyền Trung Cộng hay Việt Nam như là những chính quyền hợp pháp mặc dù Mỹ biết không ai bầu các chính quyền này ra.

Cuộc vận động dân chủ tại Việt Nam, vì thế, còn nhiều khó khăn và sẽ đòi hỏi nhiều thời gian, công sức, hy sinh. Tuy nhiên như bác sĩ Lê Nguyên Sang vừa phát biểu sau khi vừa ra khỏi tù "Con đường dân chủ Việt Nam là con đường không thể đảo ngược được". Đúng vậy. Dân chủ, tự do, bình đẳng là quyền bẩm sinh của mỗi con người. Không một ông Harry Truman nào đến Nam Hàn để trao món quà dân chủ trước đây và cũng không có bà Hillary Clinton nào đến Việt Nam để ban phát tự do hôm nay. Sáu chục năm trước, từ đống tro tàn của cuộc chiến, nếu có người tiên đoán rằng năm 2010, Nam Hàn sẽ là một cường quốc kinh tế thứ tư của Á Châu và thứ mười hai của thế giới, người đó có thể bị cho là mỉa mai dân tộc Triều Tiên hay là điên khùng. Tương tự hôm nay, có thể cũng có người cười mai mỉa khi nghe rằng dân tộc Việt Nam rồi cũng sẽ đạt đến điểm hẹn huy hoàng tự do, dân chủ, giàu mạnh như bất cứ dân tộc nào khác trên thế giới đã từng đạt được. Đó không phải là một khẩu hiệu, một ước mơ, nhưng là sự thật, là chân lý. Đảng CSVN muốn có mặt trong cuộc vận hành lịch sử của dân tộc Việt Nam trước hết họ phải tự tan biến đi.

SUY NGHĨ BÊN ĐÈN ĐỎ Ở NARA

Hai tuần trước trên đường từ cố đô Nara về lại Kyoto, chiếc xe bus du lịch dừng trước đèn đỏ của một ngã tư. Một toán học sinh Nhật khoảng lớp sáu hay lớp bảy băng qua đường. Nhật Bản đang vào mùa hè và học sinh còn nghỉ học nhưng các em hình như đang trở về từ một sinh hoạt tập thể nên đều mặc đồng phục áo trắng quần xanh.

Đèn bắt đầu chớp. Ba em cuối cùng trong toán cố vượt theo bạn dù tiếng chuông trên trụ đèn đã báo sắp hết giờ dành cho người đi bộ. Dĩ nhiên xe bus tiếp tục dừng để các em đi qua hết. Ba em cuối cùng băng nhanh qua đường nhưng thay vì chạy theo cùng các bạn, các em dừng lại, sắp hàng ngang nghiêm chỉnh hướng về phía xe bus và cúi gập người xuống để xin lỗi và cám ơn anh tài xế.

Nhìn học sinh Nhật, người viết chợt nhớ thế hệ mình ngày xưa. Học trò miền Nam được dạy không chỉ cúi đầu thôi mà còn vòng tay để chào, cám ơn hay xin lỗi các bậc trưởng thượng. Trên đường, khi gặp một đám tang đi qua, chúng tôi được dạy phải đứng nghiêm trang và dở mũ xuống nếu đội mũ, cúi đầu kính tiễn biệt người quá cố cho đến khi xe tang qua hẳn mới tiếp tục đi. Khi thầy hay cô vào lớp, chúng tôi được dạy cả lớp phải đứng dậy chào và chờ cho đến khi thầy hay cô ngồi xuống, chúng tôi mới được ngồi. Khi có người lớn tuổi đến nhà, chúng tôi được dạy phải vòng tay cúi chào thưa theo đúng thứ bậc so với cha hay so với mẹ. Dù đang đi đâu, khi nghe tiếng Quốc Ca cất lên, từ một trại lính hay một công sở nào đó, chúng tôi được dạy phải đứng lại nghiêm chỉnh để chào cho đến khi bài Quốc Ca chấm dứt. Mỗi sáng thứ Hai trên bảng đen trong lớp học bao giờ cũng bắt đầu bằng một câu châm ngôn đầu tuần thắm đậm tình dân tộc như "uống nước nhớ nguồn", "ăn trái nhớ kẻ trồng cây" hay tương tự và chúng tôi được dạy phải dành vài phút đầu tuần để học về ý nghĩa của câu châm ngôn đó. Trong giờ Công Dân Giáo Dục, chúng tôi được dạy trung thành với tổ quốc Việt Nam chứ không phải với riêng một đảng phái nào. Trên tường của trường Trần Quý Cáp ở Hội An nơi người viết học và hầu hết trường trung học, tiểu học ở miền Nam đều có hàng chữ chạy dài "Ngày nay học tập, ngày mai giúp đời." Và rất nhiều lễ nghi, phép tắc đạo lý đáng quý, đáng giữ gìn khác.

Hôm trước, Nguyễn Hồng Quốc, một bạn học lớp đệ Tam (lớp 10) ở Trung Học Trần Quý Cáp kể lại trên Facebook "*Qua Trần trung Đạo mình có được thông tin về thầy Phan đình Trừng sau 44 năm không gặp, thầy dạy sử và công dân mình thời trung học đệ nhị cấp, thầy có giọng nói hùng hồn đầy tự tin nghe thầy giảng bài thật thú vị... năm đệ Tam vào giờ công dân thầy kêu mình lên dò bài, thầy đặt trên bàn lá Quốc kỳ thầy bắt mình tay phải đặt lên lá cờ, tay trái đặt lên ngực đọc lời tuyên thệ "Tôi là công dân VNCH nguyện tuyệt đối trung thành với Tổ Quốc. Xin thề. Xin thề" Mình đọc thật to và dõng dạc được thầy cho 20 điểm trên 20... Thấm thoát đã 44 năm rồi từ một đứa học trò hồn nhiên vô tư ngày nào giờ đây tóc đã hoa râm.*"

Câu chuyện rất bình thường của 44 năm trước nhưng kể lại cho các thế hệ hôm nay nghe giống như chuyện cổ tích.

Miền Nam phải chịu đựng chiến tranh và tàn phá nhưng vẫn cố gắng hết sức để duy trì và phát huy các giá trị nhân bản trong chừng mực còn phát huy được. Từ những hố hầm bom đạn, bông hoa tự do dân chủ vẫn cố nở ra, vẫn cố vươn lên. Nhựa nguyên nuôi dưỡng thân cây non đó là Hiến pháp Việt Nam Cộng Hòa (VNCH).

Hiến pháp VNCH do chủ tịch Quốc hội Lập hiến Phan Khắc Sửu ký ngày 18 tháng 3 năm 1967 ghi rõ: "Ý thức rằng sau bao năm ngoại thuộc, kế đến lãnh thổ qua phân, độc tài và chiến tranh, dân tộc Việt Nam phải lãnh lấy sứ mạng lịch sử, tiếp nối ý chí tự cường, đồng thời đón nhận những tư tưởng tiến bộ để thiết lập một chánh thể cộng hoà của dân, do dân và vì dân, nhằm mục đích đoàn kết dân tộc, thống nhất lãnh thổ, bảo đảm Độc lập Tự do Dân chủ trong công bằng, bác ái cho các thế hệ hiện tại và mai sau."

Những yếu tố nào làm cho người Nhật ngày nay được nhân loại khắp năm châu kính nể?

Câu trả lời dễ dàng và nhanh chóng mà ai cũng có thể đáp là nhờ nền tảng văn hóa Nhật. Thật ra câu trả lời đó chỉ đúng một phần. Nền văn hóa của một đất nước chỉ xứng đáng được kính trọng khi nền văn hóa đó không chỉ là kết tụ giá trị văn hóa riêng của dân tộc mà còn phải phù hợp với giá trị văn minh của thời đại.

Không ai phủ nhận Đức là quốc gia có nền văn hóa cao nhất tại Châu Âu. Trước năm 1945, Đức là một trong ba quốc gia được nhiều giải Nobel nhất. Bao nhiêu triết gia, khoa học gia, văn sĩ, thi sĩ nổi tiếng thế giới đã sinh ra ở Đức. Nhưng chế độ Quốc Xã Hitler do chính nhân dân Đức bầu lên lại là một trong vài kẻ giết người tàn bạo nhất trong lịch sử loài người và chà đạp lên mọi giá trị văn minh của nhân loại.

Nhật Bản trước năm 1945 cũng vậy. Nhật Bản có giá trị văn hóa cao, một dân tộc có kỷ luật nghiêm khắc nhưng không phải là một nước văn minh nhân bản. Bước chân của đạo quân Nhật đi qua cũng để lại những điều tàn, thảm khốc từ Mãn Châu, sang Triều Tiên, xuống Mã Lai, Singapore, Việt Nam không khác gì vó ngựa của đạo quân Mông Cổ đi qua trong nhiều trăm năm trước. Cơ quan mật vụ Nhật tại Singapore tàn sát khoảng 50 ngàn người dân Singapore một cách không phân biệt. Chính sách đồng hóa thay tên đổi họ đối với Triều Tiên là một bằng chứng tội ác khó quên. Nạn đói tại Việt Nam năm 1945 với hàng triệu đồng bào miền Bắc chết thảm thương một phần là do chính sách ác độc tịch thu thóc để nuôi ngựa của quân đội Nhật.

Do đó, câu trả lời chính xác, chính hiến pháp dân chủ 1946 đã làm cho nước Nhật hoàn toàn thay đổi, giúp cho người Nhật biết kính trọng con người, không chỉ riêng con người Nhật như trước đây, và tôn trọng luật pháp mà chính họ đặt ra.

Phần nhập đề của Hiến Pháp 1946 khẳng định chính phủ do dân và vì dân của Nhật Bản sẽ hợp tác hòa bình với tất cả các quốc gia trên thế giới trong ánh sáng tự do dân chủ, đặt chủ quyền của nhân dân làm căn bản cho hiến pháp và kính trọng sâu sắc của Nhật về quyền của con người được sống trong tự do và không sợ hãi. Tóm lại, cơ chế chính trị thời đại được chuyên chở trong Hiến Pháp Nhật 1946 hội nhập hài hòa với văn hóa Nhật và làm cho dân tộc Nhật khác đi trong nhãn quan thế giới.

Việt Nam cần thay đổi gì?

Con thuyền Việt Nam đang phải chở một cơ chế chính trị độc tài, lạc hậu về mọi mặt so với đà tiến của văn minh nhân loại, một nền giáo dục hủy diệt mọi khả năng sáng tạo, một xã hội tham nhũng thối nát trong đó giới lãnh đạo thờ ơ trước đòi hỏi bức thiết của nhân dân và nhân dân không có niềm tin nơi giới lãnh đạo.

Việt Nam cần thay đổi. Ai cũng có thể đồng ý như vậy, nhưng thay đổi gì trước? Đổi mới kinh tế? Cải cách giáo dục? Chống tham nhũng? Nới lỏng chính trị? Không. Một mảnh ván, một lớp sơn không làm chiếc thuyền chạy nhanh hơn.

Như người viết trình bày trong bài trước, những hiện tượng bất nhân, độc ác giữa người và người đang thấy tại Việt Nam chỉ là quả chứ không phải là cây và do đó hái dăm trái thối hay thậm chí hái hết trái trên cây đi nữa sang mùa khác chúng sẽ được sinh ra. Tội ác sẽ không bao giờ xóa được khi các nguyên nhân gây ra tội ác vẫn còn tồn tại.

Và nguyên nhân chính của mọi thảm trạng trên đất nước ngày nay là cơ chế độc tài CS. Do đó, thay đổi mà Việt Nam cần là thay đổi cơ chế CS đang thống trị Việt Nam bằng một chế độ tự do dân chủ làm tiền đề cho công cuộc phục hưng toàn diện Việt Nam.

LATVIA, SỨC MẠNH CỦA NIỀM TIN

Chiều thứ Sáu ngày 6 tháng 9, 1991 các báo lớn trên khắp thế giới loan tin "Moscow chính thức công nhận quyền độc lập của ba quốc gia Lithuania, Latvia và Estonia sau nửa thế kỷ kiểm soát." Ngoại trưởng Liên Xô Boris N. Pankin tuyên bố "*Chúng tôi công nhận chủ quyền độc lập của ba quốc gia vừa tách rời khỏi Liên Bang Xô Viết. Chúng ta đang chứng kiến một biến cố lịch sử ngay tại thời điểm này.*" Lời tuyên bố của Ngoại trưởng Liên Xô phát ra khi 250 ngàn quân Xô Viết vẫn còn đóng trên lãnh thổ ba quốc gia vùng Baltic: Latvia, Estonia và Lithuania.

Đối với phần lớn nhân loại đó là tin khá bất ngờ. Các thủ đô Riga, Tallinn, Vilnius tràn ngập niềm vui. Tuy nhiên với cô nữ sinh viên Lina Lagunaite đang theo học tại đại học Kaunas, cách thủ đô Riga của Latvia chừng một giờ lái xe, tin đó chẳng làm cô ta hồi hộp chút nào. Trả lời cho phóng viên John Thor Dahlburg của báo Los Angeles Times, Lina nhún vai "Latvia bao giờ cũng là một nước tự do. Sự kiện vừa xảy ra chẳng có gì khác. Ông nội tôi và sau đó cha tôi luôn dặn dò chúng tôi Latvia là một nước tự do độc lập."

Lời phát biểu của nữ sinh viên Lina Lagunaite rất bình thường nhưng chuyên chở một ý nghĩa tinh thần quan trọng.

Tinh thần độc lập dân tộc và chế độ Cộng Hòa được thiết lập tại Latvia từ năm 1918, rất lâu trước khi Lina ra đời vẫn sống. Thế hệ của Lina Lagunaite và có thể cả của cha cô ta đều sinh ra sau ngày 18 tháng 11, 1918, Ngày Độc Lập của Cộng Hòa Latvia, nhưng tinh thần độc lập đó như một dòng sông không ngừng chảy dù chảy trong đau thương và chịu đựng, trong máu và nước mắt suốt 51 năm dưới hai chế độ độc tài khát máu nhất nhân loại: Hitler và Stalin.

Không tính 200 năm dưới sự cai trị hà khắc của các triều đại Nga Hoàng, thời gian từ 1939 đến 1990 là một thời gian khủng khiếp để một dân tộc với dân số chưa đến 2 triệu như Latvia phải chịu đựng từ Stalin sang Hitler, trở lại Stalin và thời kỳ CS sau đó.

Năm 1939, Stalin thỏa thuận với Hitler qua hiệp ước bất can thiệp Molotov-Ribbentrop xua quân chiếm đóng Latvia. Phần lớn sĩ quan cao cấp trong quân đội Cộng Hòa Latvia đều bị giết chết. Hầu hết các lãnh đạo và viên chức chính phủ Cộng Hòa đều bị bắt và đày sang các trại tù miền Trung Á.

Năm 1941, khi Hitler xé hiệp ước Molotov–Ribbentrop mở Mặt trận Miền Đông tấn công Liên Xô, các quốc gia vùng Baltic rơi vào tay Hitler nhanh chóng. Latvia chịu đựng dưới chính sách hà khắc của Hitler. Lần này, không chỉ người Latvia mà nhất là người Latvia gốc Do Thái trở thành mục tiêu trấn áp. Theo các thống kê, chỉ còn 10 phần trăm dân Latvia gốc Do Thái sống sót sau Thế Chiến thứ Hai.

Khi Hitler thua, Stalin trở lại, cưỡng chiếm và sau đó sáp nhập Latvia vào Liên Xô. Khoảng 136 ngàn người Latvia bị kết tội là "kẻ thù nhân dân" và bị đày đến các trại tập trung lao động khổ sai nhiều nơi trên vùng Trung Á và Siberia. Tài sản bị tịch thu. Ruộng đất bị tước đoạt. Các hình thức xét xử gọi là "Tòa án nhân dân" được dựng lên khắp nơi. Khi Stalin chết, Nikita Khrushchev lên và cho phép dân Latvia lưu đày được trở về nguyên quán, nhưng quá trễ, phần đông đã chết trong tù đày.

Thế hệ của Lina Lagunaite lớn lên trong nền giáo dục CS tuyên truyền tẩy não. Toàn bộ lịch sử Latvia cận đại bị hệ thống tuyên truyền Liên Xô viết lại. Thỏa hiệp Molotov-Ribbentrop, chiếm đóng vùng Baltic không được nhắc đến. Lina không được học lịch sử Latvia chính thống mà được đầu độc bằng những thông tin dối trá như "Con đường Lenin là con đường hạnh phúc", "Stalin là anh hùng giải phóng dân tộc Latvia." Triết học Mác Lê là môn học chính. Lina Lagunaite bị đoàn ngũ hóa từ khi còn bé. Một tầng lớp Latvia phản quốc được Liên Xô đào tạo để phục vụ cho chế độ CS. Đảng CS Latvia lúc đầu chỉ 400 đảng viên đã phát triển thành một tập đoàn tham nhũng, bán nước, tiếp tay vớiCSLX dày đọa chính đồng bào mình. Chính thành phần phản quốc trong cái gọi là "Quốc hội Latvia" đã bỏ phiếu sáp nhập Latvia vào Liên Xô.

Nhưng dân tộc Latvia và Cộng Hòa Latvia vẫn sống, vẫn tồn tại. Ngày 27 tháng Hai, 1990, cả nước Latvia chào lá quốc kỳ hai màu trắng và huyết dụ được khai sinh trong thời kỳ độc lập 1918. "Cờ tổ quốc" nền đỏ búa liềm với ngôi sao vàng CS bị ném vào sọt rác của quá khứ đáng quên. Hầu hết Dân biểu Quốc hội Latvia bỏ phiếu thuận chọn lá cờ hai màu trắng và huyết dụ làm quốc kỳ mặc dù chưa từng đứng trước lá cờ đó lần nào. Tuy nhiên, giá trị của một lá cờ không chỉ được xác định bằng thời gian của một đời người mà bằng giá trị của di sản lịch sử mà lá cờ chuyên chở. Năm sau, ngày 10 tháng 9, 1991, đảng CS Latvia cũng bị Quốc Hội Latvia cấm hoạt động.

Những yếu tố giúp Latvia sống là những bài học mà các bậc ông bà, cha mẹ Việt Nam nên học. Như nữ sinh viên Lina Lagunaite kể lại cho phóng viên LA Times "Ông nội tôi và sau đó cha tôi luôn dặn dò chúng tôi Latvia là một nước tự do độc lập", các thế hệ cha ông Việt Nam, qua giáo dục gia đình, phải có trách nhiệm hun đúc niềm tin dân tộc nơi thế hệ trẻ để các em luôn hãnh diện với gia phong và huyết thống của mình. Gia phong huyết thống của đại gia đình Việt Nam là màu da các em có, là chiếc áo dài các em mặc, là tiếng nói, là ca dao, là lá trầu, trái cau, là nụ cười của trẻ thơ, lời ru và cả giọt nước mắt đau lòng của mẹ. Và xa hơn, gia phong và huyết thống là giá trị tự do, độc lập dân tộc đã tích lũy và kế thừa qua nhiều nghìn năm trước kết tụ trong nhận thức của mỗi con người.

Nữ sinh viên Lina Lagunaite nhún vai xem việc Latvia độc lập là chuyện bình thường bởi vì em được hun đúc một niềm tin sâu xa vào lịch sử Latvia: "Latvia bao giờ cũng là một nước tự do. Sự kiện vừa xảy ra chẳng có gì khác."Em đã chiến thắng bộ máy tuyên truyền CS. Em vượt qua được chính sách đồng hóa vô cùng tàn nhẫn của Nga. Em biết mình là ai. Lina Lagunaite học thuộc lịch sử chính thống của Latvia. Bởi vì nếu không thuộc sử sẽ dẫn đến câu hỏi "tôi là ai", dẫn đến việc thiếu niềm tin vào sức sống và sự trường tồn của nòi giống, dẫn đến những cái nhìn thiển cận về tương lai đất nước.

Không riêng Lina Lagunaite mà rất đông những người thuộc thế hệ Lina Lagunaite cũng được ông bà, cha mẹ dạy dỗ tốt như vậy và chính thế hệ này là thành phần nòng cốt trong các cuộc biểu tình đòi độc lập cho Latvia trong ba năm 1987 đến 1990. Trong lễ kỷ niệm 70 năm Độc Lập Latvia vào năm 1988, có ước lượng 500 ngàn người, hơn một phần tư dân số Latvia trong đó đa số là tuổi trẻ, tham dự.

Một người Việt Nam nào quan tâm đến tương lai dân tộc cũng đều muốn thấy đất nước một ngày được sống trong tự do dân chủ. Nhưng mơ ước cũng chỉ là mơ ước nếu không được cụ thể hóa bằng hành động yểm trợ cho các sinh hoạt của tuổi trẻ, góp công, góp sức vào các phong trào dân chủ của tuổi trẻ. Đừng đợi tuổi trẻ tìm mà hãy đứng đậy đi về phía tuổi trẻ, gõ cửa tâm hồn họ, thắp lên ngọn lửa tin yêu và hy vọng trong lòng họ, nuôi dưỡng truyền thống độc lập và tự chủ trong nhận thức họ như cha ông của Lina Lagunaite đã làm ở Latvia.

SUY NGHĨ BÊN QUẢNG TRƯỜNG ANH HÙNG Ở BUDAPEST

Bên kia chỗ tôi đứng là Quảng trường Anh Hùng (Heroes' Square) nổi tiếng của Hungary, nơi chứng kiến nhiều biến cố trọng đại của lịch sử quốc gia này. Cách đây ba năm, tôi có dịp đến đó và nhớ lại những gì đã đọc về đất nước đầy thay đổi, nhất là cuộc cách mạng năm 1956.

Hôm nay ngồi nhớ lại, cũng vào tuần lễ này, 61 năm trước, từ ngày 4 đến ngày 10 tháng 11, 1956, hàng trăm xe tăng T-54 và nhiều sư đoàn Liên Xô tấn công vào Hungary để tiêu diệt cuộc cách mạng vì tự do dân chủ của nhân dân Hung.

Máu của hàng ngàn người dân Hung vũ trang bằng súng đạn thô sơ đã nhuộm thắm đường phố thủ đô Budapest. Imre Nagy, người vừa lên làm thủ tướng và tuyên bố thành lập chính phủ đa đảng, bị bắt và hai năm sau bị xử bắn.

János Kádár, một lãnh tụ CS Hung thân Liên Xô lên nắm quyền và tái lập chế độ CS mãi cho đến năm 1989. Cuộc chiến không cân sức giữa nghĩa binh Hung và 17 sư đoàn thiện chiến Liên Xô dẫn đến kết quả cuộc khởi nghĩa bị dập tắt bằng máu. Điều đáng nói, ngoại trừ một số rất ít sĩ quan thân Liên Xô, đa số các đơn vị quân đội Hung đều đứng về phía chính phủ cách mạng. Theo nghiên cứu của Liên Hiệp Quốc, không có đơn vị nào của quân đội Hung đã đàn áp chính nhân dân họ. Họ bị quân Liên Xô bao vây và giải giới. Không Quân của Hung cũng bị vô hiệu hóa sớm.

Trước và trong khi Liên Xô tấn công Hungary, chính phủ Imre Nagy đã liên tục cầu cứu Liên Hiệp Quốc và các chính phủ tự do can thiệp. Ngoại trừ các hoạt động có tính cách tình báo chiến thuật, các bản tin qua đài phát thanh Châu Âu Tự Do, tuyên cáo đòi hỏi Liên Xô rút quân, các nước Mỹ, Anh, Pháp và Châu Âu dân chủ không có một phản ứng nào cụ thể.

TT Eisenhower, theo tài liệu trong Văn khố Quốc Gia (National Security Archive Electronic Briefing Book), không muốn đẩy thế giới vào một chiến tranh có khả năng nguyên tử toàn cầu chỉ vì biến cố tại Hungary.

Số người Hungary bị quân Liên Xô giết ước lượng khoảng 2,500 người và 20,000 người khác bị thương. Khoảng một nửa số người bị thương là thanh niên dưới 30 tuổi và hơn một nửa số người bị giết là công nhân. Nhiều ngàn người đã bị chế độ CS do Liên Xô dựng lên bắt giam và trong số đó 229 người bị xử bắn.

Quảng trường Anh Hùng, ngoài các lễ nghi CS, đã im vắng suốt 31 năm cho đến tháng Chín, 1987, Diễn Đàn Dân Chủ Hungary (Hungarian Democratic Forum) được thành lập.

Diễn đàn trở thành đầu tàu của nhiều cuộc biểu tình nhằm áp lực nhà cầm quyền CS thực thi các quyền tự do căn bản, trong đó quyền ứng cử và bầu cử là những quyền ưu tiên. Trước sức mạnh của dân, János Kádár, người nắm trọn quyền hành suốt

31 năm phải từ chức và được thay thế bởi những lãnh tụ CS có đầu óc cải tiến.

Cũng tại Quảng trường Anh Hùng, ngày 16 tháng Sáu, 1989, lễ cải táng Imre Nagy, người bị János Kádár xử bắn 31 năm trước đã được tổ chức một cách trang trọng với sự tham dự của hàng trăm ngàn người dân Hung. Theo báo chí quốc tế, lễ tưởng niệm cũng là ngày đánh dấu sự sụp đổ không thể nào tránh khỏi của chế độ CS tại Hungary.

Ngày 6 tháng Bảy sau đó, một đạo luật do Quốc Hội có khuynh hướng cải cách được ban hành để phục hồi danh dự cho Imre Nagy. Đặc biệt hơn, đó cũng là ngày János Kádár, người đã phản bội lời hứa bảo vệ an toàn nếu Imre Nagy đầu hàng, qua đời vì bịnh ung thư.

Lịch sử cho thấy, dù trong một điều kiện vô cùng khó khăn, tinh thần tranh đấu của người dân Hungary không chết, không tàn rụi trong cô đơn và không ngồi đó chờ đợi bàn tay Anh, Mỹ.

Ngọn lửa tự do vẫn cháy âm ỉ trong lòng người dân Hung để rồi 31 năm sau bộc phát thành cuộc cách mạng dân chủ đầu tiên của Đông Âu.

Để nhắc nhở các thế hệ sau về bài học đầy cay đắng, chính phủ Hungary thay vì phá hủy các tượng đài CS, đã tập trung các "Bác Hồ", "Nguyễn Thị Minh Khai", "Lê Hồng Phong", "Phan Đăng Lưu", "Võ Thị Sáu" v.v. của nước họ vào một công viên gọi là Memento Park.

Như Bộ trưởng Giáo Dục Hungary Zoltán Pokorni phát biểu khi giới thiệu công viên này: "*Tôi thấy đây là một kế hoạch đầy hứa hẹn để giữ ký ức lịch sử còn sống và tăng cường ý thức của công dân về trách nhiệm và cam kết để giữ gìn nền dân chủ... Công viên sẽ được sinh viên học sinh, những em không có kinh nghiệm và ký ức riêng tư, thăm viếng thường xuyên, nhờ đó có cái nhìn sâu xa và ấn tượng của một thời đại được biểu hiện trong công viên".*

Người dân Hungary không đợi ông tổng thống Mỹ nào đến để khuyên họ phải biết yêu nước, phải biết đấu tranh. Họ viết lịch sử bằng máu xương của chính họ và dạy cho các thế hệ sau giá trị của sự hy sinh.

Người dân Hungary không đợi một Bill Clinton đến Budapest như ông đã đến Hà Nội ngày 17 tháng 11, 2000 để nhắc nhở "Tương lai của các bạn nên nằm trong đôi bàn tay của mình, đôi bàn tay của nhân dân Việt Nam."

Họ không chờ một Barack Obama đến để chỉ cho thấy "Vận mệnh Việt Nam nằm trong tay người Việt" hay hôm 10 tháng 11 mới đây TT Donald Trump đến để kết luận giùm "Cuối cùng, đừng bao giờ quên rằng thế giới có nhiều nơi, nhiều ước mơ, và nhiều con đường. Nhưng trên khắp thế giới, không có nơi nào như nhà mình."

Các tổng thống Mỹ mỗi vị có một lối diễn đạt khác nhau nhưng cùng một ý và ý đó cũng chẳng phải là mới lạ mà đã có từ ngàn xưa: "Con người phải biết đứng trên đôi chân của mình."

Câu nói của người xưa mà các tổng thống Mỹ nhắc lại cũng không chỉ nhắm vào đảng CS mà cho tất cả người Việt biết thao thức vì đất nước.

Như các nhà sử học đã chứng minh sau khi phong trào CS thế giới sụp đổ, sức mạnh để lay chuyển chế độ độc tài không bắt đầu từ tinh thần tự nguyện của các lãnh tụ độc tài mà bắt đầu từ sức mạnh của người dân. János Kádár của Hungary, Gustáv Husák của Tiệp, Erich Honecker của Đông Đức, Todor Zhivkov của Bulgaria và cả Mikhail Gorbachev của Liên Xô đều phải tránh sang bên nếu không muốn bị cày nát dưới bánh xe lịch sử.

NẾU BIẾN CỐ THIÊN AN MÔN XẢY RA HÔM NAY

Một sinh viên đứng trên bục cao trong tang lễ Hồ Diệu Bang ngày 24 tháng Tư 1989, phát biểu: "Đồng chí Hồ Diệu Bang vừa qua đời. Ông là một lãnh đạo trong sạch. Ông không có một chương mục ngân hàng ở nước ngoài. Con cái ông không thăng quan tiến chức chỉ vì cha là lãnh đạo đảng CS. *Hôm qua chúng ta nói về minzhu, dân chủ. Vậy minzhu nghĩa là gì? Min* là "nhân dân" và *Zhu* là "làm chủ". Chúng tôi muốn nhận trách nhiệm làm chủ !"

Lời phát biểu của anh được đáp lại bằng những tràng pháo tay nồng nhiệt của hàng trăm ngàn người như được ghi lại trong cuốn phim tài liệu nổi tiếng *The Gate of Heavenly Peace* của Long Bow Group.

Và đó cũng là một trong hàng loạt các hoạt động của phong trào dân chủ Trung Quốc đã kéo dài suốt bảy tuần lễ tại quảng trường Thiên An Môn. Kết quả, một thiên hùng ca được viết bằng máu của nhiều ngàn sinh viên Trung Quốc yêu dân chủ và được thế giới biết đến hôm nay và mãi mãi về sau như Tàn Sát Thiên An Môn. Một điều cần lưu ý, nguyện vọng của nhân dân bị đáp lại bằng máu chẳng phải chỉ phát xuất từ quan điểm CS cứu cánh biện minh phương tiện thôi mà còn là đặc tính riêng của văn hóa Trung Quốc. Ngay từ 1926, Lỗ Tấn đã phát biểu "*Thỉnh nguyện lên chính phủ xảy ra tại mọi nước. Điều đó không cần thiết phải kết quả bằng cái chết, ngoại trừ, dĩ nhiên tại Trung Quốc*".

Lý tưởng CS được Marx, Engel và các môn đệ ở Trung Cộng điểm tô như một thiên đàng tuyệt hảo, có khả năng thỏa mãn mọi nhu cầu của loài người tự giác. Lý thuyết đó cuốn hút hàng triệu nông dân Trung Cộng nghèo khó bỏ gia đình, vợ con, ruộng vườn, đi theo Mao Trạch Đông tìm chân lý. Từ vỏn vẹn 12 đại biểu đại diện cho 57 đảng viên cả nước trong đại hội thành lập đảng 1921 tại Thượng Hải, đảng CS Trung Quốc có trên 10 triệu trong đại hội lần thứ Tám vào 1956, chưa tính số đảng viên bị giết trong thời kỳ nội chiến và trong chiến tranh chống Nhật.

Tuy nhiên, sau khi tóm thâu toàn lục địa Trung Hoa, đảng CS Trung Quốc đã lộ nguyên hình là một đảng độc tài toàn trị, chăn dân chẳng khác gì chăn trâu ngựa. Thiên đàng đâu không thấy, chỉ có một chế độ nô lệ mới ra đời trong địa ngục trần gian Trung Cộng. Giới lãnh đạo Trung Cộng đã phản bội khát vọng của nhân dân, bỏ chết đói nhiều chục triệu người qua các chính sách kinh tế vô cùng ngu xuẩn trong những năm từ 1958 đến 1961, và sáng sớm ngày 5 tháng Sáu 1989 đã tàn sát thêm nhiều ngàn thanh niên vô tội.

Trong lúc phong trào Thiên An Môn 1989 là một thiên hùng ca về khát vọng dân chủ tự do của con người sẽ mãi mãi được hát lên trên khắp địa cầu, nguyên nhân, diễn tiến và hậu quả thảm khốc của biến cố đã để lại những bài học hữu ích cho các phong trào sinh viên dân chủ thế giới, đặc biệt đối với các phong trào sinh viên dân chủ tại các quốc gia có hoàn cảnh chính trị tương tự như Trung Cộng trong những ngày trước mắt.

Trước hết cần sơ lược những diễn biến chính của phong trào Thiên An Môn. Tại Trung Cộng, các buổi tập hợp nhằm mục đích biểu dương sức mạnh quần chúng đã trở thành một tập quán lâu đời. Có thể vì nhiều lần và có nội dung trùng hợp, nhất là trong thời "Cách Mạng Văn Hóa" nên các biến cố thường được gọi bằng ngày tháng mà biến cố đó phát sinh thay vì nguyên nhân tạo nên biến cố. Ví dụ, Phong Trào 4 tháng Năm để nhắc nhở cuộc nổi dậy chống đế quốc qua các hiệp ước bất bình đẳng do sinh viên Bắc Kinh phát động ngày 4 tháng Năm 1919 hay biến cố 5 tháng Tư với hàng trăm ngàn người tập trung để kỷ niệm một năm ngày cố Thủ Tương Chu Ân Lai qua đời. Biến cố 4 tháng Sáu, hay còn được báo chí quốc tế gọi là biến cố Thiên An Môn, diễn ra từ 14 tháng Tư đến 5 tháng Sáu 1989, được quan tâm nhiều nhất, không những vì phong trào kéo dài nhiều tuần lễ, số người chết cao, được hàng ngàn nhà báo quốc tế theo dõi mà còn gây tác dụng mạnh mẽ đối với vị thế chính trị của Trung Cộng trong bang giao quốc tế.

Biến cố Thiên An Môn phát sinh sau khi cựu Tổng Bí Thư Đảng CS Trung Quốc Hồ Diệu Bang, nguyên là một lãnh tụ CS có khuynh hướng cải cách ôn hòa, qua đời sáng sớm 15 tháng Tư 1989. Sáng hôm đó, hàng trăm ngàn người thuộc nhiều giới, trong đó có các đảng viên CS trẻ, các nhóm CS có khuynh hướng cải cách, các nhóm CS thuộc phe đệ tứ tập trung để thương tiếc cựu tổng bí thư và phản đối chính sách trung ương tập quyền của đảng, đòi hỏi các cải cách chính trị, kinh tế. Trong những ngày đầu này sinh viên chưa thực sự tham gia mặc dầu có một số đã có mặt, trong đó có Chai Ling, người sẽ đóng vai trò quan trọng trong nhiều tuần sau đó. Ngày 15 tháng Tư cũng là ngày sinh nhật của cô sinh viên 23 tuổi này và như cô ta nhìn lại sau này: *"Phong trào là một biểu lộ ý thức dân chủ tự nhiên của người dân và sinh viên"*.

Sau tuần lễ đầu không có một lãnh tụ nào nổi bật và cũng không có mục đích cụ thể, sáng 17 tháng Tư, ba ngàn sinh viên từ Đại Học Bắc Kinh tiến về quảng trường Thiên An Môn, và tiếp theo sau, nhiều ngàn sinh viên khác từ Đại Học Thanh Hoa (Tsinghua) nổi tiếng cũng tham gia cuộc biểu dương lực lượng. Cuộc biểu tình nhận được sự ủng hộ của các trường đại học khác ở Bắc Kinh và bắt đầu lan tràn sang các thành phố khác.

Ngày 19 tháng Tư, một liên hiệp sinh viên các trường đại học tại Bắc Kinh ra đời. Ba ngày sau, sinh viên tham dự lễ tưởng niệm cựu Tổng Bí Thư Hồ Diệu Bang tại Nhân Dân Đại Sảnh. Vào thời điểm này, một bản thỉnh nguyện bảy điểm được sinh viên công bố, gồm (1) Khẳng định quan điểm dân chủ và tự do của cố Tổng Bí Thư Hồ Diệu Bang; (2) thừa nhận chiến dịch chống sa đọa tinh thần và giải phóng tư sản là sai lầm; (3) công khai hóa lợi tức của các lãnh đạo nhà nước và gia đình họ; (4) chấm dứt việc ngăn cấm báo chí tư nhân và cho phép tự do ngôn luận; (5) tăng ngân sách giáo dục và tăng lương cho trí thức; (6) chấm dứt hạn chế biểu tình tại Bắc Kinh; (7) tổ chức các cuộc tuyển cử dân chủ để thay thế các viên chức chính phủ đã thực hiện các quyết định sai lầm. Ngoài ra, các lãnh tụ phong trào Thiên An Môn còn đòi hỏi các phương tiện truyền thông nhà nước phải công bố các yêu sách của họ cho dân chúng biết.

Ngày 26 tháng Tư, tờ *Nhân Dân Nhật Báo* trong bài bình luận đã tố cáo "một nhóm nhỏ âm mưu" tạo sự xáo động nhằm lật đổ đảng CS và hệ thống xã hội chủ nghĩa. Sinh viên đã phản ứng bằng một cuộc biểu dương lực lượng của 40 trường đại học để phản đối nội dung của bài bình luận trên báo Nhân Dân. Ngày 13 tháng Năm sinh viên bắt đầu cuộc tuyệt thực trước Nhân Dân Đại Sảnh, trụ sở của Ủy Ban Thường Trực Hội Đồng Đại Biểu Nhân Dân. Hơn một ngàn người tham gia chiến dịch này. Trong lúc đó, nhiều ngàn sinh viên khác bao vây khu Trung Nam Hải, trụ sở của các cơ quan nhà nước. Tại cả hai nơi, các lãnh tụ sinh viên yêu cầu chính phủ phải công bố bản thỉnh nguyện bảy điểm. Các lực lượng công an phòng vệ giải tán bằng gậy gộc. Sinh viên phản ứng bằng cách kêu gọi đình công, bãi trường. Cả Tổng Bí Thư Triệu Tử Dương lẫn Thủ Tướng Lý Bằng đều có gặp sinh viên để tìm cách chấm dứt cuộc tuyệt thực nhưng không có kết quả. Trong các lãnh đạo đảng, Triệu Tử Dương có khuynh hướng mềm dẻo, trong lúc Lý Bằng và Đặng Tiểu Bình thiên về các phương pháp cứng rắn. Đặng Tiểu Bình trong một phiên họp mật của trung ương đảng đã cảnh giác một mối đe dọa thực sự đang xảy ra. Mặc dù vị trí nhà nước của họ Đặng tương đối thấp so với các lãnh đạo khác, y lại là Chủ Tịch Quân Ủy Trung Ương và là người có quyết định ban hành luật quân sự nhân danh các lãnh đạo nhà nước, phần lớn chỉ có tính cách lễ nghi.

Trong lúc cuộc tuyệt thực đang tiến hành, ngày 15 tháng Năm, Tổng Bí Thư ĐảngCSLX Mikhail Gorbachev đến Bắc Kinh trong ngày đầu của chuyến viếng thăm cực kỳ quan trọng giữa hai nước. Đây là chuyến viếng thăm chính thức đầu tiên trong 30 năm và hy vọng sẽ tái lập mối quan hệ ngoại giao vốn bị rạn nứt từ thời Nikita Khrushchev. Hơn một ngàn đại diện báo chí quốc tế, trong đó rất đông do chính nhà nước Trung Cộng mời, để tường thuật chuyến viếng thăm của Mikhail

Gorbachev. Luật quân sự được ban hành ngày 20 tháng Năm. Ngày 24 tháng Năm, Tổng Hành Dinh Bảo Vệ Quảng Trường Thiên An Môn được thành lập và sinh viên bậc cao học Chai Ling được bầu làm Tổng Chỉ Huy. Một bức tượng Nữ Thần Tự Do cao mười mét được dựng lên vào tuần lễ sau đó.

Lúc 5 giờ chiều ngày 2 tháng Sáu, Lưu Hiểu Ba và hai người khác bắt đầu tuyệt thực. Trường hợp Lưu Hiểu Ba rất đặc biệt vì khi mới bắt đầu xảy ra vụ Thiên An Môn ông còn ở New York. Như ông trả lời trong một cuộc phỏng vấn truyền hình sau đó, các hình ảnh trên TV Mỹ đã có tác dụng sâu sắc vào nhận thức của ông và ngày 26 tháng Tư, ông quyết định trở lại Trung Cộng qua ngả Tokyo. Ngày 2 tháng Sáu, Trung Ương Đảng dứt khoát đồng ý dọn sạch quảng trường Thiên An Môn bằng võ lực. Ngày 3 tháng Sáu, các đơn vị Quân Giải Phóng Nhân Dân Trung Quốc bắt đầu tấn công vào quảng trường. Binh đoàn 27 được báo chí ghi nhận là chủ chốt gây thương vong cho sinh viên và dân chúng. Vào lúc 5 giờ 40 sáng 4 tháng Sáu, quảng trường Thiên An Môn nằm trong tay kiểm soát của quân đội. Số người bị giết được ước tính khác nhau tuy theo nguồn tin. Tình báo của NATO ước lượng 7 ngàn người bị giết trong lúc tin của Liên Xô có khoảng 10 ngàn và theo tin của cơ quan Hồng Thập Tự Trung Cộng có 5 ngàn người bị giết và 30 ngàn bị thương.

Dưới các chế độ CS những cuộc thảm sát thường không được tiết lộ ra ngoài. Các chính sách kinh tế sai lầm tệ hại của Mao dẫn đến hàng nhiều chục triệu người dân vô tội chết oan, chết đói cũng không được thế giới biết đến một cách chi tiết. Cuộc Tàn Sát Thiên An Môn là biến cố được các hãng truyền hình ghi nhận nhiều nhất và đã có tác hại trầm trọng đến uy tín chính trị của đảng và nhà nước Trung Cộng trong bang giao quốc tế một thời gian khá dài vì hai lý do. (1) Các cơ sở truyền thông quốc tế đến Trung Cộng như một trùng hợp ngẫu nhiên để đưa tin về chuyến viếng thăm Trung Cộng của Tổng Bí Thư Liên Xô Michail Gorbachev nhưng lại có cơ hội hiếm hoi ghi nhận các hậu quả của biến cố Thiên An Môn, và (2) các hãng truyền thông truyền hình của đảng trong lúc chỉ trích cuộc biểu tình qua các tin tức, phóng sự truyền hình đã vô tình tiếp tay giúp loan tin đến các tầng lớp quần chúng và kích động quần chúng tham gia biểu tình.

Dù gây một tiếng vang lớn, phong trào Thiên An Môn của sinh viên Trung Quốc đã không đạt được mục đích như đã đề ra trong tuyên bố bảy điểm và để lại cho các phong trào dân chủ trẻ thế giới nói chung và tại các quốc gia CS nói riêng những bài học cần thiết:

Đoàn kết nội bộ: Theo ký giả Robert Gifford của đài BBC nhận xét nhân dịp đánh dấu 10 năm Tàn Sát Thiên An Môn, một trong những lý do dẫn đến sự thất bại của phong trào Thiên An Môn là sự thiếu đoàn kết trong lãnh đạo phong trào sinh viên. Phần lớn các lãnh tụ sinh viên tham gia một cách tự phát cuộc biểu tình chỉ vì bất mãn trước tình trạng lạc hậu kinh tế, tham nhũng xã hội và độc tài chính trị nhưng không có một nghị trình rõ ràng cần phải làm gì để chuyển hóa một tập thể đầy cảm tính sang một phong trào có tổ chức. Sự chia rẽ không những vì quan điểm mà còn cục bộ đến mức theo mỗi trường, mỗi khoa, mỗi nhóm đã diễn ra rất sâu sắc trong hàng ngũ lãnh đạo phong trào.

Ý thức về dân chủ: Tất cả sinh viên Trung Quốc trong lứa tuổi hai mươi trưởng thành dưới mái trường xã hội chủ nghĩa, ở đó các lý thuyết dân chủ hoàn toàn không được giảng dạy đừng nói chi đến việc ứng dụng vào một hoàn cảnh xã hội đa văn hóa vô cùng phức tạp như Trung Cộng. Bản thân của những lãnh tụ sinh viên chẳng những không phải phát xuất từ thành phần chống đảng mà còn được rèn huấn bằng lý luận CS. Cha mẹ của Chai Ling, lãnh tụ hàng đầu của phong trào là đảng viên CS và bản thân cô là thành viên của Đoàn Thanh Niên CS Trung Ương.

Phong trào kéo dài quá lâu nhưng không thực hiện các biện pháp có tính quyết định: Các lãnh tụ sinh viên lẽ ra ngay từ đầu phải đặt chỗ dựa vững chắc trong lòng nhân dân, tìm mọi cách nối kết với các phong trào lao động, nhưng theo nhiều nguồn tin quốc tế, họ đã tỏ ra do dự không chịu sự hợp tác đấu tranh với tầng lớp công nhân. Thái độ thiếu dứt khoát và tầm nhìn chiến lược quá giới hạn của sinh viên đã dẫn phong trào đến chỗ bế tắc. Căn cứ vào lời phát biểu của các lãnh tụ sinh viên, dù vụ tàn sát Thiên An Môn không diễn ra, phong trào Thiên An Môn sớm muộn cũng tự giải tán. Tác giả Eddie Chang trong tác phẩm *Standoff at Tiananmen* mô tả tâm trạng tuyệt vọng của các lãnh tụ sinh viên trong những ngày cuối trước khi cuộc tàn sát xảy ra như trường hợp Chai Ling: "*Ngoại trừ những khi thật cần để phát biểu để sinh viên lên tinh thần, Chai Ling ít khi xuất hiện và giao phó hết công việc cho phụ tá của cô*".

Đó là chưa kể các khó khăn về thông tin, vệ sinh, thực phẩm, nước uống, y tế, trật tự trong quảng trường bao la với nhiều trăm ngàn người tập trung suốt nhiều tuần lễ.

Vào thời điểm 1989, phần lớn những khó khăn đó là những khó khăn khách quan bị quy định bởi hoàn cảnh xã hội, ý thức chính trị và giới hạn thông tin tại Trung Cộng.

Nếu biến cố Thiên An Môn xảy ra hôm nay, những khó khăn đó chắc chắn sẽ được vượt qua khá dễ dàng bởi vì, về mặt chủ quan thế hệ trẻ ngày nay có một nhận thức dân chủ rõ ràng và vững chắc, và về mặt khách quan thế giới đã chuyển mình sang một thời đại thông tin rộng mở mà không nhà nước nào, không một kỹ thuật nào có khả năng bưng bít được hoàn toàn, kể cả tại Trung Cộng. Cuộc cách mạng tin học bùng nổ đầu thập niên 1990 đã giúp mang con người không phân biệt giàu, nghèo, sang, hèn, khác biệt về tôn giáo đến gần nhau trong một căn nhà. Trái đất mỗi ngày một nhỏ dần. Những hàng rào ngăn cách giữa người và người đã bị giới hạn nhiều. Nhân loại ngày nay cần được sống trong một xã hội mở, không bị bao bọc trong bốn bức tường độc tôn hay độc tài.

Một số nhà phân tích tình hình Trung Cộng cho rằng những gì đang xảy ra tại Quảng Trường Tahrir ở Cairo không thể xảy tại Quảng Trường Thiên An Môn ở Bắc Kinh như giới lãnh đạo Trung Cộng đang lo lắng quá xa. Xin đừng quên, trước ngày Thiên An Môn bùng nổ 1989 không ai nghĩ biến cố đó có thể xảy ra. Các lãnh đạo nhà nước Trung Cộng được Đặng Tiểu Bình đưa lên trong giai đoạn đó như Triệu Tử Dương, Lý Bằng là những chuyên viên có đầu óc thực dụng. Chính sách bốn hiện đại hóa đang chứng tỏ thành công. Nền kinh tế Trung Cộng đang bước vào thời kỳ phát triển thứ hai với các kết quả vượt kế hoạch dự trù. Hệ thống tập thể hóa nông nghiệp đã bị xóa bỏ. Công nghiệp tư doanh phát triển một cách nhanh chóng. Giá cả hàng hóa không còn bị quy định bởi nhà nước mà theo nhu cầu thị trường. Nhưng tất cả những phát triển đó đã không đáp ứng được đòi hỏi của thế hệ thanh niên đã tiến xa hơn thực tế xã hội.

Sau ngày thảm sát Thiên An Môn tháng Sáu 1989, một nhà văn Trung Quốc giấu tên đã viết những lời tưởng niệm và dán lên bức tường Thiên An Môn chưa khô hết máu, trong đó có đoạn: "*Chúng tôi vững tin tưởng rằng, sẽ có một ngày khi chúng tôi có thể hát bài hát vui mừng và chiến thắng cho những người đã chết hôm qua, cho những người đang chết hôm nay, và sẽ chết ngày mai, và cho những người gặp nhau đây rồi vĩnh biệt hôm sau.*"

Đúng vậy, phong trào Thiên An Môn bùng nổ và đã bị dập tắt nhưng chắc chắn một Thiên An Môn khác đang được hình thành tại Trung Cộng bởi vì khát vọng tự do dân chủ là ngọn lửa thiêng âm thầm cháy trong lòng người dù đang sống ở đâu trên mặt đất này. Nơi nào có độc tài đảng trị nơi đó sẽ có cách mạng dân chủ. Không ai biết thời điểm nào một cách mạng sẽ diễn ra nhưng không thể phủ nhận hay trốn tránh quy luật xã hội đó.

Nếu biến cố Thiên An Môn xảy ra hôm nay, ý thức dân chủ trong thệ hệ trẻ Trung Cộng đã trưởng thành cộng với các phương tiện thông tin đang có, cuộc tranh đấu sẽ không dừng lại ở những điều thỉnh nguyện suông mà có thể dẫn đến sự sụp đổ toàn bộ hay ít nhất làm thay đổi căn bản cơ chế chính trị tại Trung Cộng. Bắc Kinh sẽ ngăn chặn Internet như họ đã ngăn chặn Twitter, Facebook, Flickr, Youtube, Blogspot v.v. nhân dịp kỷ niệm 20 năm Tàn Sát Thiên An Môn cách đây hai năm, nhưng phe dân chủ vẫn còn rất nhiều cách để thông tin trong nội địa cũng như chuyển và nhận tin từ nước ngoài. Một chuyên viên kỹ thuật Trung Cộng giấu tên khi được hỏi những gì sẽ xảy ra nếu biến cố Thiên An Môn đang diễn tiến hôm nay, đã thừa nhận rằng với số lượng người được nối kết vào Internet mỗi ngày tăng hàng triệu, việc chận đứng toàn bộ và lâu dài không phải là chuyện dễ dàng.

Một bằng chứng điển hình, theo The Wall Street Journal Asia phát hành hôm 31 tháng Giêng 2011, chính phủ Trung Cộng chặn hai chữ Egypt và Cairo từ các nguồn tìm kiếm internet. Hành động trẻ con đó của giới lãnh đạo Trung Cộng cho thấy họ luôn sống trong bất an, bị động và luôn nằm trong thế thủ hơn là thế công. Hơn ai hết, giới lãnh đạo Trung Cộng biết vị trí của họ là vị trí của một quốc gia bị bao vây, bởi vì chung quanh họ hầu hết là kẻ thù, không chỉ thù kinh tế, chính trị mà cả về văn hóa, lịch sử, địa lý. Ngoài ra, Trung Cộng ngày nay không phải là một quốc gia đang phát triển, không có gì để mất như hai chục năm trước mà là một cường quốc, dù muốn hay không, họ cũng phải đóng vai trò cường quốc với tất cả trách nhiệm quốc tế để bảo vệ quyền lợi của Trung Cộng. Nếu không, một khi phong trào dân chủ thế giới qua đi, Mỹ sẽ xuất hiện trên trường quốc tế như một cường quốc có lợi nhất, ngay cả còn mạnh hơn một nước Mỹ sau thế chiến thứ hai.

Và cho dù chế độ có thể ngăn chặn được thông tin trong lục địa Trung Cộng, Bắc Kinh cũng không thể làm gì được để ngăn chặn thông tin quốc tế được truyền đi qua hàng trăm phương tiện internet nhanh nhất và có tác dụng tạo nên một làn sóng công phẫn trên phạm vi toàn thế giới. Sinh viên Trung Quốc, nhân dân Trung Quốc sẽ không cô đơn như 1989 mà cả nhân loại sẽ đứng về phía họ. Hàng trăm cuộc biểu tình trước các tòa đại sứ Trung Cộng ở nước ngoài sẽ tạo nên một áp lực quốc tế thường trực không kém gì tại lục địa Trung Hoa. Thượng Nghị Sĩ John McCain phát biểu trên CNN tuần này "*Chúng ta không thể chấp nhận một Tiananmen Square xảy ra tại Cairo*". Điều đó có nghĩa nếu Thiên An Môn xảy ra hôm nay, giới lãnh đạo Mỹ, vì cả hai lý do nhân đạo cũng như kinh tế, sẽ không đứng bàng quan nhìn hàng ngàn thanh niên vô tội bị nghiền nát dưới lằn xích sắt như đã diễn ra trong 1989.

Giống như cơ chế nhà nước tư bản là hệ quả khoa học của cuộc cách mạng kỹ nghệ vào thế kỷ 18, các chế độ dân chủ mở rộng ngày nay là hệ quả khoa học của một nền kinh tế đang được toàn cầu hóa. Ánh sáng tự do đang rọi vào những nơi mà trước đây không mấy ai quan tâm đến như Tunisia, Sudan, Yemen, Morocco và lần lượt sẽ đến nhiều nơi khác đang sống dưới chế độ độc tài.

Tham khảo:

Documentary film: *The Gate of Heavenly Peace* - Transcript©1995, Long Bow Group Inc.

Eddie Cheng, *Standoff At Tiananmen* (Sensys Corp.: March 2009).

Rob Gifford, "Student division leads Tiananmen failure," BBC Special Report 1999.

Turmoil At Tiananmen: A Study Of U.S. Press Coverage of The Beijing Spring of 1989 (The Joan Shorenstein Barone Center on the Press, Politics and Public Policy, John F. Kennedy School of Government, Harvard University, 1992).

Wikipedia tiếng Việt "Sự Kiện Thiên An Môn"

Wikipedia tiếng Anh, "Tiananmen Square protests of 1989"

Geremie Barmé, "Beijing Days, Beijing Nights," từ The Pro-Democracy Protests In China: Reports From The Provinces. ed. Jonathan Unger (East Gate Book: 1991).

chinasupport.net

Robin Munro, "The Bloody Road to Tiananmen," The Nation, June 2, 2009.

CÁCH MẠNG DÂN CHỦ QUA KINH NGHIỆM MÔNG CỔ

Cách mạng dân chủ từ Âu sang Á đều phát xuất từ sức mạnh của các tầng lớp nhân dân lựa chọn sự dứt khoát với quá khứ, đồng hành về phía tương lai tự do dân chủ của dân tộc và thời đại. Trong lịch sử hiện đại chưa có sự thay đổi căn bản của một xã hội từ độc tài CS sang dân chủ tự do bằng những lời van xin, những thư thỉnh nguyện.

Người viết đã trình bày khá nhiều về các cuộc cách mạng Liên Xô, Đông Âu, các nước Bắc Phi và gần đây là Miến Điện, nơi đó các lãnh tụ cách mạng là những nhân vật được thế giới quan tâm theo dõi và độc tài lo ngại khi phải nặng tay với họ. Lần này, xin giới thiệu với bạn đọc một lãnh tụ dân chủ còn khá xa lạ với chúng ta.

Tsakhiagiin Elbegdorj và cách mạng dân chủ Mông Cổ

Anh tên là Tsakhiagiin Elbegdorj, sinh năm 1963, lãnh tụ của phong trào dân chủ Mông Cổ. Năm 1989, Elbegdorj, người được ca ngợi như là Thomas Jefferson của Mông Cổ còn là một thanh niên 26 tuổi mới từ Liên Xô trở lại quê hương sau khi hoàn tất chương trình đại học báo chí và triết học Mác Lê.

Trên đường từ Moscow về lại Ulaanbaatar, hành trang của Elbegdorj không phải là sách vở về chủ nghĩa CS mà anh học ở trường đảng nhưng là những đổi thay từ chính sách Glasnost (Cởi mở) của Mikhail Gorbachev. Anh đã suy nghĩ rất nhiều khi nhìn những hạt mưa dân chủ đang bắt đầu nhỏ giọt xuống vùng đất bảy mươi bốn năm hạn hán trong độc tài CS và mơ ước những đổi thay sẽ đến cho dân tộc anh ta.

Mông Cổ có một vị trí địa lý chính trị rất khó khăn. Quốc gia vùng trái độn này nằm giữa hai siêu cườngCSLX và Trung Quốc, phía tây là một nhóm các quốc gia Trung Á độc tài và xa hơn phía Đông là một Bắc Hàn cô lập. Trung Cộng có thể sẽ áp lực chính trị và ngay cả có khả năng can thiệp bằng quân sự để ngăn chặn phong trào dân chủ như vết dầu loang.

Trong các giáo trình kinh tế chính trị của các trường đảng CS trung ương, Mông Cổ thường được dùng làm ví dụ để chứng minh cho quan điểm "đột biến cách mạng" của Lenin khi ông ta cho rằng một nước lạc hậu, phong kiến có thể nhảy vọt lên xã hội chủ nghĩa không phải qua giai đoạn tư bản. Điều đó cho thấy, ngay cả các nước CS cũng thừa nhận Mông Cổ còn trong vòng lạc hậu.

Tuy nhiên, nỗi lo lắng lớn nhất của Elbegdorj là hơn suốt 71 năm, quê hương của Đại Đế Thành Cát Tư Hãn chưa hề nghe đến hai chữ "tự do," "dân chủ." Ngoại trừ nền độc lập ngắn ngủi năm 1911, chiều dài lịch sử của Mông Cổ hiện đại bị che phủ trong bóng đen của tư tưởng độc tài CS. Nhưng anh cũng tin rằng nếu nhân dân Mông Cổ đoàn kết vì tương lai dân chủ, Mông Cổ sẽ vượt qua được những khiếm khuyết bên trong cũng như đe dọa từ bên ngoài.

Những "đổi mới" tại Liên Xô hay một số nước CS Đông Âu chỉ là những biện pháp vá víu tạm thời. Theo Elbegdorj chỉ có dân chủ mới cứu được Mông Cổ. Dân chủ là đôi cánh đưa Mông Cổ ra khỏi vòng nghèo đói, độc tài, bế tắc của một quốc gia vùng độn. Trong diễn văn ngày 28 tháng 11, 1989, Elbegdorj phát biểu "Mông Cổ cần dân chủ và minh bạch" và kêu gọi các tầng lớp nhân dân ủng hộ mục đích này.

Từ quan điểm đó, thay vì viết thư thỉnh nguyện lãnh đạo CS Mông Cổ thực hiện các chính sách tương tự như Glasnost của Mikhail Gorbachev, Elbegdorj và các bạn chủ trương Mông Cổ phải dứt khoát thay đổi từ CS sang dân chủ bằng một cuộc cách mạng bất bạo động. Tờ báo Elbegdorj phát hành đầu tiên năm 1989 được anh đặt tên là Dân Chủ.

Nhóm bạn của Elbegdorj tổ chức các cuộc biểu tình, các buổi tuyệt thực đòi dân chủ và minh bạch. Cuộc biểu tình tuyệt thực đầu tiên ngày 10 tháng 12 năm 1989 chỉ vỏn vẹn 13 người. Ngày nay lịch sử Mông Cổ gọi họ một cách kính trọng là "13 nhà dân chủ Mông Cổ đầu tiên" nhưng dĩ nhiên trong năm 1989, bộ máy tuyên truyền CS Mông Cổ gọi họ là "mười ba tên phản động."

Nhưng những nhà dân chủ Mông Cổ đầu tiên đó không phải là những người làm nên lịch sử. Cuộc cách mạng dân chủ không làm rơi một giọt máu nào ở Mông Cổ là do đại đa số trong số 2.8 triệu dân Mông Cổ chọn đứng về phía tương lai, chọn dứt khoát với quá khứ, chọn đi trên con đường thời đại, trong số đó có cả Tổng Bí Thư CS thức thời Jambyn Batmönkh.

Sau cách mạng dân chủ thành công, năm 1998, Elbegdorj được bầu vào chức vụ Thủ Tướng Cộng Hòa Mông Cổ và lần nữa nhiệm kỳ 2004-2006, và năm 2009, ông được bầu làm Tổng thống Cộng Hòa Mông Cổ.

Có một Elbegdorj Việt Nam?

Việt Nam chẳng những có một mà rất nhiều Elbegdorj đang sống khắp nơi, một số đang ở trong tù, một số vừa ra khỏi tù, một số đang đấu tranh tích cực dù chưa bị tù.

Hành trang nhận thức cũng thế. Không giống như Elbegdorj sau cách mạng dân chủ thành công mới sang Mỹ học về lãnh đạo, Việt Nam có rất nhiều nhà dân chủ trẻ đã được trang bị những kiến thức sâu rộng về kinh tế, tài chánh, khoa học, luật pháp và lãnh đạo chính phủ. Đó là chưa tính khối chuyên viên khổng lồ về mọi lãnh vực đang chờ cơ hội để cùng phục hưng và phát triển Việt Nam.

Chỉ riêng Trần Huỳnh Duy Thức, trẻ hơn Elbegdorj và Lưu Hiểu Ba (một trong những lãnh tụ Phong trào Thiên An Môn) nhưng về kiến thức khoa học, nhận thức chính trị, lý luận dân chủ, đức tính can đảm và lòng yêu nước đều không thua kém Lưu Hiểu Ba hay Elbegdorj nếu không muốn nói vượt qua. Trần Huỳnh Duy Thức đã gác qua nhiều cơ hội để thành một người giàu có và gác qua cơ hội để có tự do cho bản thân mình, bởi vì không có gì quan trọng hơn là đất nước. Một con người, một cuộc sống không thể đặt trên sự lầm than khốn khó của chín chục triệu đồng bào. Nếu có cơ hội, Trần Huỳnh Duy Thức và các bạn chắc chắn sẽ đóng một vai trò quan trọng và tích cực trong tiến trình dân chủ hóa Việt Nam.

Việt Nam đang thiếu ai?

Không được như Mông Cổ, Việt Nam đang thiếu thành phần những người dứt khoát với quá khứ để cùng đi với dân tộc và thời đại. Họ chiếm một số khá đông và đa số đều có học. Đặc điểm của thành phần chưa dứt khoát này là chỉ tập trung phê bình hiện tượng nhưng tránh nhắc đến bản chất, chỉ trích hậu quả nhưng cố tình bỏ qua nguyên nhân và không tìm đưa ra những biện pháp giải quyết.

Nhan nhản trong các bài viết, họ tập trung vào các mặt xấu trong xã hội để chứng tỏ họ cũng biết đau cái đau của ngư dân, đồng bào, đồng loại nhưng chỉ dừng lại ở chỗ nỗi đau mà thôi. Đừng quên, nỗi đau không bao giờ dứt nếu không biết tại sao đau.

Một người có hiểu biết căn bản nào cũng phải hiểu chính cơ chế độc tài đảng trị CS đã biến con người Việt Nam vốn hiền hòa, chơn chất, yêu thương trong tinh thần "lá lành đùm lá rách", "chị ngã em nâng" thành những kẻ tham lam, hẹp hòi, kiếm tiền bằng cách đầu độc đồng bào cùng máu mủ với mình.

Không ít trong số những người không dứt khoát này là sản phẩm của nền giáo dục CS. Họ sẽ không thừa nhận nhưng chính những cây đinh tuyên truyền đóng vào nhận thức sâu đến mức làm họ hoài nghi tất cả những đổi thay không đến từ chủ trương của đảng.

Họ đồng ý rằng đảng CS đang có nhiều khiếm khuyết nhưng trong đường dài đảng có thể thay đổi. Sau bao nhiêu năm bị trui rèn, lòng tin đó đã bị điều kiện hóa và nở to thành một thói quen lệ thuộc vào đảng CS, trông chờ nơi đảng. Thành phần đó đang là vật cản đường cho cách mạng dân chủ tại Việt Nam.

Niềm hy vọng Elbegdorj

Học bài học đấu tranh dân chủ của Elbegdorj và nhân dân Mông Cổ để củng cố niềm tin và hy vọng cho cuộc đấu tranh của dân tộc Việt Nam. Anh Elbegdorj đã không cô đơn khi ngồi tuyệt thực đòi minh bạch giữa mùa đông Mông Cổ và rồi người Việt cũng sẽ không cô đơn khi xuống đường đòi minh bạch trên khắp nẻo đường Việt Nam.

Elbegdorj không phải là con của khai quốc công thần như Aung San Suu Kyi, không phải là luật sư nổi tiếng như Nelson Mandela, không phải là lãnh tụ của phong trào Solidarity Ba Lan được cả Đức Giáo Hoàng và TT Reagan ủng hộ như Lech Wałęsa, không phải là người được trao giải Nobel Hòa Bình như cả ba người được nhắc trên đây. Trước 1989 không ai biết gì về Elbegdorj vì anh ta chỉ là một người thợ mỏ, con trai của một người dân du mục chăn cừu trên thảo nguyên Mông Cổ.

Nhưng Elbegdorj có tình yêu sâu đậm dành cho đất nước và khát vọng tự do cho quê hương. Tình yêu nước và lương tri thời đại đã là ngọn đuốc thắp sáng quê hương anh và sáng cả tâm hồn người Việt cùng khát vọng như anh.

Trong buổi phỏng vấn dành cho báo *The New York Times* năm 2004, Thủ tướng Elbegdorj nhắc lại kỷ niệm buổi tuyệt thực đầu tiên "Chúng tôi muốn cho thế giới thấy rằng các giá trị thường được gọi là giá trị Tây phương không phải thuộc về Hoa Kỳ, châu Âu, Nam Hàn và Nhật Bản thôi nhưng còn thuộc về Mông Cổ." Và hôm nay, các thế hệ trẻ Việt Nam đang tiếp lời Elbegdorj, "Giá trị tự do dân chủ không phải thuộc về Hoa Kỳ, châu Âu, Nam Hàn và Nhật Bản hay Mông Cổ mà còn là của Việt Nam nữa."

NGÀY CUỐI CÙNG CỦA CHẾ ĐỘ CỘNG SẢN LIÊN XÔ

"*Merry Christmas!*" Một viên chức trong đoàn tùy tùng của Tổng Bí Thư Mikhail Gorbachev chào Ted Koppel và nhóm phóng viên của hãng tin ABC đang đứng chờ trước bậc thềm điện Kremlin. Ted Koppel chào lại nhưng anh chàng Rick Kaplan, phụ tá của Ted Koppel, phản đối, "*Với tôi anh phải chúc là Happy Hanukkah mới phải.*" Rick Kaplan nói thế chỉ vì anh ta gốc Do Thái. Viên chức Liên Xô không hiểu Hanukkah nghĩa là gì và tưởng là Honecker nên hỏi ngược, "*Tại sao tôi phải chào Happy Honecker chứ nhỉ?*"

Thật ra, thắc mắc của viên chức Liên Xô không phải là không có lý do. Ngày 25 tháng 12, 1991 không chỉ là ngày cuối cùng của hệ thốngCSLX mà có thể cũng là ngày cuối của Erich Honecker nữa. Tên lãnh tụ CS Đông Đức này bị truy tố tại Đức và được Gorbachev cho phép tỵ nạn chính trị tại Liên Xô. Erich Honecker sợ bị Boris Yeltsin tống cổ về Đức nên hôm qua đã chạy sang tòa đại sứ Chile ở Moscow xin tỵ nạn. Báo chí loan tin sáng hôm đó Erich Honecker vừa xin tỵ nạn chính trị lần nữa nên viên chức trong đoàn tùy tùng Gorbachev liên tưởng đến y khi nghe "*Happy Hanukkah.*"

Ngày 25 tháng 12 là ngày nhiều tỉ tín đồ Thiên Chúa Giáo trên thế giới kỷ niệm ngày Chúa Jesus giáng trần nhưng tại Moscow, ngày 25 tháng 12, 1991 là ngày chính thức cáo chung của chế độ CS. Thật khó tin nhưng đang diễn ra trước mắt nhân loại. Ngày cuối cùng của chế độCSLX được tường thuật theo từng giờ trong tác phẩm *Moscow, December 25, 1991, the last day of Soviet Union* của Conor O'Clery mà người viết tham khảo.

Tối ngày 24

Thời tiết Moscow lạnh xuống gần 0 độ F. Những lớp tuyết dày trên dưới chân tường điện Kremlin là dấu vết của cơn bão tuyết ba ngày trước. Nửa đêm 24 tháng 12, một đoàn hành hương đến cầu kinh dưới chân tháp Thánh Nicholas. Từ khi chính sách Glasnost ra đời, việc tiếp xúc tôn giáo có phần cởi mở. Nhiều đoàn hành hương có cơ hội đến thăm viếng các nhà thờ lớn ở Liên Xô. Phần đông người trong đoàn đến từ Hoa Kỳ. Dù Giáng Sinh theo lịch Julian do Giáo Hội Chính Thống Giáo Nga dùng là ngày 7 tháng Giêng, những người hành hương này muốn đón Giáng Sinh theo lịch Mỹ ở Moscow. Những ngọn đèn cầy được thắp lên trong đêm đông tại quốc gia CS hàng đầu thế giới. Những người hành hương không biết một cách chi tiết những gì sắp xảy ra trên đất nước này trong vài giờ nữa.

Sáng sớm ngày 25

Mikhail Sergeyevich Gorbachev, Tổng Bí Thư đảng CS kiêm Chủ tịch Cộng Hòa Liên Bang Xô Viết thức dậy sớm. Ông ta ý thức ngay rằng, tất cả những gì ông sắp sửa làm từ bữa ăn sáng do đầu bếp Shura phục vụ và cả biệt điện nguy nga mà vợ chồng ông ta nghỉ trước đó sẽ ở cho đến chết đều sẽ là lần cuối. Chiếc xe đặc biệt ZIL-41047 chờ ông. Hai viên đại tá có khuôn mặt lạnh như tiền ngồi trên chiếc Volga theo sau xe của Gorbachev. Họ không phải là cận vệ nhưng là người mang chiếc cặp trong đó chứa các thông tin tuyệt mật để phát động chiến tranh nguyên tử. Hai đại tá này biết chiều tối nay họ sẽ chào từ biệt Mikhail Gorbachev để phục vụ lãnh đạo Cộng Hòa Nga Boris Yeltsin.

Mikhail Sergeyevich Gorbachev được thế giới ca ngợi như là người đã thổi vào không khí chính trị Liên Xô làn gió mới và được trao tặng giải Nobel Hòa Bình 1990 nhưng trong nước dân chúng đổ hết công phẫn lên ông ta. Tên Gorbachev đồng nghĩa với suy thoái, thất nghiệp, vật giá leo thang, tem phiếu. Người dân thường dĩ nhiên vội biết và cũng không cần biết, Gorbachev là lãnh đạo CS thứ bảy từ Lenin và cũng là người kế thừa một gia sản lạc hậu, ung thối từ trong máu của chế độ.

Nhiều câu chuyện cười ở Moscow về thái độ bất mãn của người dân đối với Gorbachev. Ví dụ, trong một tiệm rượu, một người khách đứng dậy bỏ đi, các bạn anh ta hỏi đi đâu, anh chàng đáp đi giết Gorbachev chứ đi đâu, anh ta mở cửa ra đi thật nhưng trở lại ngay, bạn bè hỏi sao giết Gorbachev mà nhanh thế, anh chàng đáp không giết được vì phải sắp hàng dài quá.

9 giờ sáng ngày 25

Mikhail Gorbachev và đoàn tùy tùng đến dinh chủ tịch ở điện Kremlin hơi trễ hơn thường lệ chút ít. Hãng tin Mỹ ABC gồm Ted Koppel và Rick Kaplan có mặt ngay tại chỗ dừng xe. Họ được Gorbachev cho phép tường thuật biến cố lịch sử này. Theo lời kể lại của Ted Koppel, Gorbachev rất trầm tĩnh. Nhân viên làm việc trong điện Kremlin vẫn tới đủ nhưng không có việc nào làm khác hơn là dọn dẹp. Thời khóa biểu tiếp khách trước đây được tính từng phút, hôm đó trống không. Mặc dù theo thỏa thuận, Gorbachev có đến cuối năm để dời ra khỏi điện nhưng thực tế Yeltsin đã tóm thu hết quyền hành và các phương tiện thông tin. Đơn vị phòng vệ điện Kremlin vẫn túc trực nhưng không đặt dưới quyền chỉ huy của Gorbachev mà trực thuộc thẳng Yeltsin. Chiếc điện thoại màu trắng trên bàn làm việc của Gorbachev còn hoạt động nhưng không ai gọi vào.

10 giờ sáng ngày 25

Trong lúc điện Kremlin chìm trong im lặng, Tòa Nhà Trắng Nga lại sôi nổi với hàng loạt chương trình hoạt động trong ngày mới của nền Cộng Hòa. Tòa nhà quốc hội Nga này là biểu tượng của trận chiến chống chế độ toàn trị khi Yeltsin đứng trên xe tăng thách thức đám lãnh đạo CS cực đoan hồi tháng Tám trước đó. Boris Yeltsin lãnh đạo Nga đến văn phòng làm việc. Ông lên văn phòng đặt trên tầng thứ năm bằng cầu thang riêng phía sau. Trên bàn làm việc hàng loạt sắc lịnh chờ ông ký. Một chế độ hình thành bằng máu, dao búa và súng đạn đang được giải thể bằng sắc lịnh. Một trong những sắc lịnh ông phải ký hôm nay là giải tán cơ quan KGB và thay bằng Federalnaya Sluzhba Bezopasnosti gọi tắt là FSB tức Cơ Quan An Ninh Liên Bang Nga. Không chỉ trong ngành an ninh, mật vụ mà cả sắc lịnh về các hí viện, nhạc viện, các viện hàn lâm, trường đại học, viện bảo tàng... từ nay đều trực thuộc Cộng Hòa Nga.

Các cơ quan ngoại giao quốc tế cũng vậy. Bộ trưởng Ngoại Giao Eduard Shevardnadze nổi tiếng thời Gorbachev bị trục xuất ra khỏi nhiệm sở và thay bằng Bộ trưởng Ngoại Giao Nga Andrey Kozyrev. Tại tất cả nhiệm sở ngoại giao khắp các múi giờ trên toàn thế giới, cờ Liên Xô bị hạ xuống và cờ Cộng Hòa

Nga ba màu được kéo lên. Nhiều đại sứ vội vã đánh điện cho Yeltsin tuyên bố trung thành. Tòa đại sứ lớn nhất của Liên Xô là tòa đại sứ tại Washington DC với hơn 300 nhân viên thuộc nhiều sắc tộc. Các nhân viên chia thành nhiều nhóm theo sắc dân và tự tuyên bố họ là đại diện cho cộng hòa của họ tại Hoa Kỳ.

Gần 11 giờ sáng Tổng thống Nga Boris Yeltsin qua phòng họp quốc hội Nga ở lầu 1. Tổng cộng 252 đại biểu quốc hội đang tập trung để chứng kiến ngày lịch sử. Nhân dịp này, Boris Yeltsin thông báo tin vui rằng 11 quốc gia cựu Liên Xô trong phiên họp tại Kazakhstan đã đồng ý thành lập Khối Thịnh Vượng chung.

12 giờ trưa ngày 25

Mikhail Gorbachev ăn trưa xong. Phía sau phòng ăn có một phòng nhỏ bỏ trống. Tổng bí thưCSLX vào, đóng cửa lại và nằm nghỉ. Các phụ tá của ông hớt hải đi tìm. Gorbachev phải có mặt để ký thư từ biệt gởi các lãnh đạo thế giới mà ông có quan hệ tốt. Một danh sách khá dài từ Tổng thống Hoa Kỳ George H. W. Bush cho đến Thủ tướng Anh John Major và cả các ông hoàng như Vua Juan Carlos và Nữ Hoàng Sofia của Spain.

Bài bình luận trên báo Nga buổi sáng hôm đó chẳng tốt lành gì cho lãnh tụ CS Mikhail Gorbachev. Tờ Rossiyskaya Gazeta tiết lộ các cam kết mật Yeltsin dành cho Gorbachev khi về hưu bao gồm số phụ cấp bằng với mức lương hiện nay của ông ta có điều chỉnh theo mức lạm phát, hai chiếc xe riêng và một đoàn tùy tùng 20 người kể cả tài xế và an ninh. Đây là thỏa thuận kín giữa Gorbachev và Yeltsin nhưng đã bị cánh Yeltsin tiết lộ cho báo chí biết. Các báo còn cho rằng Gorbachev đòi hỏi một đoàn phục vụ lên đến 200 người. Thật ra, theo Chernyaev, phụ tá của Gorbachev, ông ta chưa bao giờ đòi hỏi một số lượng nhân viên phục vụ đông như thế. Phe Yeltsin chỉ bịa ra để làm nhục Gorbachev.

4 giờ chiều ngày 25

Gorbachev và phụ tá Andrei Grachev xem lại diễn văn mà 4 giờ nữa ông sẽ đọc và quyết định thay chữ "từ chức" bằng chữ "ngưng các hoạt động" trong chức vụ chủ tịch Liên Bang Xô Viết. Diễn văn được sửa tới sửa lui nhiều lần chung quanh các điểm xung khắc giữa Yeltsin và Gorbachev.

Cũng trong buổi chiều cuối cùng này, Gorbachev gọi điện thoại chào từ giã tổng thống Hoa Kỳ George H. W. Bush. Buổi điện đàm được truyền hình ABC thu. Gorbachev mở đầu trước bằng gọi một cách thân mật "*George thân mến, chúc mừng Giáng Sinh đến anh và Barbara!*" và nói tiếp "*George, tôi muốn báo anh biết một tin quan trọng. Trước mặt tôi là diễn văn từ nhiệm. Tôi sẽ rời khỏi chức vụ tổng tư lịnh và chuyển giao quyền sử dụng vũ khí nguyên tử sang tổng thống Liên Bang Nga.*" Buổi điện đàm diễn ra trong không khí rất thân mật và tổng thống Hoa Kỳ mời Gorbachev viếng thăm Hoa Kỳ lần nữa. Cả hai đều tránh nhắc tới tên Yeltsin.

Trời đã về chiều. Gorbachev và hai phụ tá thân cận nhất của ông ngồi quanh nhau bên ly cà phê cuối cùng. Cả ba đồng ý, sau khi đọc diễn văn, Gorbachev sẽ ký quyết định từ nhiệm thay vì ký trước như dự tính.

Trong lúc nhấp cà phê, câu chuyện về số phận Nicolae Ceausescu của Romania được nhắc đến. Mặc dù Gorbachev ví Ceausescu như là Hitler của Romania, cả hai đã duy trì một quan hệ lãnh đạo các quốc gia trong khối CS. Chỉ ba tuần trước khi vợ chồng Nicolae Ceausescu bị xử bắn, Gorbachev đã tiếp y tại điện Kremlin. Trong dịp đó Gorbachev khuyên Ceausescu đừng ngại thực hiện các cải cách dân chủ và tiên đoán "*đồng chí sẽ còn sống trong dịp hội nghị các lãnh đạoCSLX và Đông Âu*" tổ chức ngày 9 tháng Giêng, 1991. Ngày đó không bao giờ đến và Nicolae Ceausescu cũng đã chết rồi.

7 giờ tối ngày 25

"*Kính thưa toàn thể nhân dân,*"giọng Mikhail Gorbachev hơi lạc đi vì xúc động, gò má ông rung lên. Trong chốc lát, ông lấy lại bình tĩnh và đọc tiếp "*Số phận đã quyết định rằng, khi tôi trở nên lãnh đạo đất nước, hiển nhiên đã có những sai trái trầm trọng trong quốc gia này. Chúng ta có đầy đủ mọi thứ, đất đai, dầu khí, tài nguyên thiên nhiên và Tạo Hóa đã ban cho chúng ta trí tuệ và tài năng - Tuy nhiên, mức sống của chúng ta tệ hại hơn nhiều so với các quốc gia kỹ nghệ khác và khoảng cách mỗi ngày rộng thêm. Lý do rõ ràng vì xã hội bị bóp ngặt trong tay của một hệ thống quan quyền được tạo ra để phục vụ một ý thức hệ, và phải chịu gánh nặng chạy đua vũ trang, căng thẳng tột cùng. Tất cả cố gắng để thực hiện các cải cách nửa vời đều lần lượt dẫn đến thất bại. Đất nước không còn hy vọng gì nữa.*"

Gorbachev tiếp tục nói về các cải cách ông thực thi từ 1985, dù sao, đã là những viên gạch cần thiết lót lên con đường dẫn đến chế độ dân chủ và theo ông "*xã hội đã đạt được tự do, tự do về chính trị và tự do về tinh thần.*"Gorbachev chấm dứt diễn văn lúc 7:12 phút tối. Ông nhìn lên ống kính truyền hình và thêm vào câu nữa "*Chúc quý vị mọi điều tốt đẹp.*"

Tại sao Liên Xô sụp đổ?

Các lý do làm Liên Xô sụp đổ là nguồn thúc đẩy sự nghiên cứu của nhiều sử gia, nhà nghiên cứu, nhà phân tích và vẫn còn đang được nghiên cứu, phân tích. Tuy nhiên, như nhiều người đồng ý, nguyên nhân sâu xa vẫn là (1) những mâu thuẫn có tính triệt tiêu trong bản chất của chế độ CS độc tài toàn trị, (2) sự chuyển hóa không ngừng của xã hội và (3) các nguyên nhân trực tiếp gồm tình trạng tham nhũng thối nát, chạy đua vũ trang và trung ương không giữ được địa phương.

Mâu thuẫn có tính triệt tiêu của chế độ CS

Nếu chỉ nhìn từ bên ngoài, chế độ CSLX không thể nào sụp đổ. Sau Thế Chiến thứ Hai, Liên Xô có một đạo quân khổng lồ gồm 500 sư đoàn trong đó có 50 sư đoàn thiết giáp. Trong thời kỳ Chiến tranh Lạnh với Mỹ và Tây phương, Liên Xô duy trì một đạo quân từ 3 triệu người đến 5 triệu người. Khoảng thời gian Liên Xô sụp đổ, Liên Xô có 210 sư đoàn với một phần tư là các sư đoàn thiết giáp. Kho vũ khí hạt nhân Liên Xô có 27 ngàn đầu đạn nguyên tử trong đó 11 ngàn đầu đạn có tầm bắn xa đến tận nước Mỹ. Mỗi đầu đạn nguyên tử có thể tàn phá một thành phố của Mỹ.

Bên ngoài hùng mạnh nhưng bên trong, Liên Xô là một cơ chế chính trị chứa đựng các mâu thuẫn nội tại dẫn đến thối rữa. Chủ nghĩa Marx-Lenin đề cao "Cách mạng là sự nghiệp của quần chúng" nhưng thật sự từ Cách mạng CS tại Nga, Trung Cộng, Cu Ba, Bắc Hàn, Việt Nam… đều phát xuất từ một nhóm nhỏ cán bộ CS biết vận dụng các lý do lịch sử và bất đồng nhất thời trong xã hội để phát động chiến tranh và sau đó tiếp tục cai trị nhân dân bằng súng đạn, nhà tù, sân bắn. Người dân không có quyền chọn lựa. Mâu thuẫn đối kháng mang tính triệt tiêu nhau giữa chế độ độc tài toàn trị và quyền sống, quyền tự do chọn lựa của con người vì thế đã bắt đầu ngay khi cách mạng CS thành công và sâu sắc dần theo thời gian.

Sự chuyển hóa tri thức xã hội

Như người viết đã có dịp phân tích bài *Trung Cộng không đáng sợ*, sự chuyển hóa tri thức của xã hội là nguồn lực chính thúc đẩy cách mạng dân chủ tại các quốc gia CS. Nguồn lực đó nhanh hay chậm tùy theo điều kiện mỗi nước nhưng là một tiến trình không thể bị ngăn chặn bởi bất cứ một cơ chế độc tài nào. Những nguồn đối kháng từ bên trong các nước CS đã âm thầm lớn mạnh chỉ chờ cơ hội là bùng vỡ. Sức sống của đất nước cũng như của xã hội là một dòng chảy không bao giờ ngừng nghỉ, các thế lực cầm quyền độc tài chỉ là những khe đá, có thể làm chậm dòng thác văn minh nhưng không thể nào ngăn chặn được.

Khi nhận thức con người được mở rộng, sự sợ hãi sẽ giảm dần. Điều này thể hiện không chỉ ở người dân Liên Xô lúc đó mà cả các cấp lãnh đạo CSLX cũng không còn sợ các biện pháp chế tài của trung ương đảng. Chưa bao giờ trong lịch sử đảng CSLX có một ủy viên bộ chính trị từ chức. Không cần phải tìm hiểu cũng biết điều gì sẽ xảy ra cho Boris Yeltsin nếu ông ta từ chức trong thời kỳ Lenin, Stalin.

Yếu tố chính tác động vào sự sụp đổ của Liên Xô, hệ thống CS tại châu Âu và sẽ diễn ra tại Trung Cộng cũng như Việt Nam chính là nội lực phát xuất từ xã hội, kết quả của các phong trào xã hội và sự chuyển hóa không ngừng của xã hội. Các quốc gia CS còn lại như Trung Cộng, Việt Nam tìm mọi cách để ngăn chặn sự phát triển tự nhiên của văn minh con người, cố tình che đậy, bưng bít thông tin nhưng chỉ làm chậm lại tiến trình cách mạng dân chủ một thời gian ngắn mà thôi. Cuộc chiến tranh xói mòn từng mảnh nhỏ này đang diễn ra từng giờ, từng phút và phần thắng đang nghiêng dần về phía người dân.

Tham nhũng thối nát, chạy đua vũ trang và trung ương không giữ được địa phương

Thập niên 1970 Liên Xô có vẻ trong vị trí ổn định và có ảnh hưởng quốc tế nhất. Vị trí của Liên Xô lên cao tại Phi Châu, Trung Đông và Á Châu. Tuy nhiên sau cuộc gặp thượng đỉnh Vladivostok giữa Leonid Brezhnev và Tổng thống Hoa Kỳ Gerald Ford tình hình bắt đầu đổi khác. Nền kinh tế Liên Xô suy sụp dần vì hơn 30%, nhiều phân tích cho rằng hơn một nửa, ngân sách quốc gia phải đổ vào cuộc chạy đua vũ trang với Mỹ. Giống như đòn kinh tế Mỹ đang áp dụng hiện nay đối với Vladimir Putin, thập niên 1980, Hoa Kỳ cũng thỏa thuận với Saudi Arabia để giữ giá dầu thấp nhằm đánh vào nền kinh tế sống nhờ xuất cảng dầu khí của Liên Xô.

Gorbachev kế thừa một "sự nghiệp cách mạng" nhưng trong thực tế một gánh nặng của chủ nghĩa độc tài toàn trị kéo dài từ 1917 cho đến tháng 3 năm 1985, thời gian ông được chọn làm tổng bí thư đảng. Cơ chế chính trị trung ương không giữ được các cộng hòa địa phương. Trước Giáng Sinh 1991 vài ngày, 11 nước cộng hòa Xô Viết gồm Ukraine, Liên Bang Nga, Belarus, Armenia, Azerbaijan, Kazakhstan, Kyrgyzstan, Moldova, Turkmenistan, Tajikistan và Uzbekistan tuyên bố họ không còn là những tiểu quốc trong Liên Bang Xô Viết. Bốn nước Estonia, Lithuania, Latvia, Georgia chọn nghiêng hẳn về phía Tây Phương thay vì theo Nga.

Không có con đường nào khác dành cho các lãnh đạo CS

Chế độ CS là một chế độ đi ngược dòng phát triển văn minh nhân loại và quyền con người như Mikhail Sergeyevich Gorbachev xác nhận trong diễn văn từ chức "*hệ thống toàn trị đã ngăn chặn một quốc gia để trở nên giàu có và thịnh vượng, hệ thống đó phải bị giải thể.*" Điều đó đã xảy ra tại Nga, Đông Âu, Phi Châu và đương nhiên sẽ xảy ra tại Trung Cộng và Việt Nam. Cách mạng dân chủ là một tiến trình không thể nào đảo ngược. Các lãnh đạo CSVN chỉ có một trong hai chọn lựa, hoặc như Mikhail Gorbachev hoặc như bị lật đổ như Nicolae Ceausescu, Erich Honecker chứ không có chọn lựa thứ ba nào.

ESTONIA VÀ CÁCH MẠNG HÁT HÙNG CA

Lịch sử thế giới cận đại đã diễn ra nhiều cuộc cách mạng dân chủ đầy màu sắc: Cách mạng Nhung (Velvet Revolution) do Giáo sư Rita Klimova đặt tên ở Tiệp Khắc, Cách mạng Hoa Hồng (Rose Revolution) ở Georgia phát xuất từ những bó hoa hồng lãnh tụ đối lập Saakashvili mang đến quốc hội, Cách mạng Cam (Orange Revolution) tại Ukraine dựa theo màu chiến dịch tranh cử của ứng cử viên Tổng thống Viktor Yushchenko, *Cách mạng Hoa Lài* ở Tunisia đặt tên từ loại hoa quốc gia của Tunisia nhằm lật đổ nhà độc tài Zine El Abidine Ben Ali...

Thế nhưng, có một cuộc cách mạng đóng vai trò tiên phong mà ít được viết về là *Cách mạng Hát hùng ca* (Singing Revolution) diễn ra tại Estonia, một quốc gia vùng Baltic, trong thời gian 1987-1988. *Cách mạng Hát hùng ca* thật sự đã dẫn đến sự sụp đổ của chế độ CS tại Estonia và chính phủ dân chủ đầu tiên được thành lập vào ngày 20 tháng 8 năm 1991.

Estonia là một nước nhỏ có diện tích 45,226 kilômét vuông, nằm bên bờ biển Baltic trong vùng Đông Bắc Âu và có một lịch sử rất dài bắt đầu từ nhiều ngàn năm trước Công Nguyên. Dân số Estonia theo thống kê 2014 cũng chỉ 1 triệu 200 ngàn người nhưng dân tộc này đã trải qua những chặng đường lịch sử đầy bi tráng.

Vì giữ vị trí chiến lược nên suốt dòng lịch sử lãnh thổ Estonia đã là bãi chiến trường giữa các nước lớn trong vùng như Đan Mạch, Đức, Nga, Thụy Điển, Ba Lan. Estonia bị xâm lăng, chiếm đoạt và sang tay nhiều đế quốc. Đan Mạch cai trị Estonia suốt thế kỷ 13. Thế kỷ 14 Estonia trở nên một phần của Liên Bang Livonia. Thế kỷ 16 Estonia rơi vào tay Thụy Điển. Thế kỷ 17 Estonia bị nhượng cho đế quốc Nga sau chiến tranh Nga-Thụy Điển. Dù chịu đựng âm mưu đồng hóa, sang nhượng, lệ thuộc, dân tộc nhỏ nhoi vùng Baltic này vẫn không mất gốc.

Estonia độc lập

Vào thế kỷ 18, tinh thần dân tộc Estonia thức tỉnh và gần cuối Thế Chiến thứ Nhất, Estonia tuyên bố độc lập vào ngày 24 tháng 2 năm 1918.

Mười tháng sau, ngày 12 tháng 12 năm 1918 là ngày trọng đại đối với dân tộc Estonia sau nhiều thế kỷ bị xâm lăng. Hôm đó nhân dân Estonia chính thức được chào quốc kỳ ba màu xanh, đen, trắng đại diện cho Cộng Hòa Estonia và hát quốc ca "*Mu isamaa, mu õnn ja rõõm*" (Quê hương, niềm kiêu hãnh và vui mừng). Một điểm đặc biệt, quốc ca Estonia cùng giai điệu với quốc ca Phần Lan được nhạc sĩ Fredrik Pacius phổ từ bài thơ Đất nước tôi (Our Land) của nhà thơ Johan Ludvig Runeberg. Vì Estonia và Phần Lan chia sẻ nhiều yếu tố văn hóa chung nên Cộng Hòa Estonia khi thành lập 1918 cũng đã dùng bản nhạc này làm quốc ca.

Estonia dưới chế độ CS

Độc lập hòa bình không được bao lâu. Tháng 8 năm 1939, Stalin và Hitler ký thỏa ước bất can thiệp Molotov-Ribbentrop Pact với những điều khoản bí mật trong đó Hitler đồng ý để Liên Xô chiếm Estonia cùng với Lithuania và Latvia. Sau khi hiệp ước được hai tên độc tài ký kết, Stalin đưa quân đội và xe tăng chiếm đóng Estonia. Như kết quả, quốc kỳ ba màu xanh, đen, trắng cùng với quốc ca Cộng Hòa Estonia bị nghiêm cấm. Cộng Hòa Xã Hội Chủ Nghĩa Estonia được dựng lên ngày 21 tháng Bảy năm 1940 và đặt dưới sự cai trị trực tiếp bởi đảng CS Estonia, một chư hầu của Liên Xô.

Hitler xé bỏ hiệp ước Molotov-Ribbentrop qua việc phát động mặt trận miền Đông tấn công Liên Xô ngày 22 tháng 6 năm 1941 và chiếm đóng Estonia từ tháng 7 năm 1941.

Cuối Thế Chiến thứ Hai, niềm hy vọng phục hồi nền độc lập vừa sáng lên một thời gian rất ngắn đã vụt tắt khi Estonia lần nữa bị Liên Xô chiếm với sự làm ngơ của Mỹ và Anh tại hội nghị Yalta. "Cờ tổ quốc" Estonia khi trở thành một tiểu quốc trong Cộng Hòa Liên Bang Xô Viết được thêm một ngôi sao vàng lòng đỏ bên cạnh búa liềm có sẵn từ lá cờ dưới chế độ CS Estonia 1940.

Tại sao các nước CS đều dùng cờ nền đỏ?

Màu đỏ là màu máu của những người CS. Nền đỏ có một lịch sử khá dài từ những thành viên cánh tả trong cách mạng Pháp 1789. Trong Cách mạng Pháp 1848, nhà thơ và nhà chính trị Pháp nổi tiếng Alphonse de Lamartine chống lại việc dùng cờ đỏ vì đó là biểu tượng của bạo động đã gây ra máu đổ trong ba năm từ 1791 đến 1793. Trong cuộc nổi dậy Công Xã Paris từ

18 tháng Ba năm 1870 tới 28 tháng năm 1871, lá cờ đỏ là biểu tượng của phong trào. Các đơn vị quân tình nguyện của phe Công Xã dưới sự lãnh đạo của Louis Charles Delescluze dùng cờ nền đỏ để phân biệt với cờ ba màu của Cộng Hòa Pháp.

Từ đó về sau, nền đỏ luôn được dùng làm màu cờ đại diện cho nhà nước CS. Trung Cộng còn đi xa hơn khi đặt tên cho công ty chế tạo xe sang của họ là Cờ Đỏ (Hồng Kỳ).

Estonia hồi sinh

Trở lại với Estonia. Hai chính sách *Glasnost* (Cởi mở) và *Perestroika* (Cải tổ) do Mikhail Gorbachev giới thiệu vào năm 1985 đã tạo cơ hội cho nhân dân Estonia đứng lên đòi độc lập. Nhiều chương trình văn nghệ ngoài trời được tổ chức tại thủ đô Tallinn trong đó bài quốc ca bị cấm cũng đã được nhân dân tự động hát.

Trong cuộc biểu tình vào tháng 10, 1987 tại Voru, Estonia, quốc kỳ ba màu xanh đen trắng của Cộng Hòa Estonia lần đầu tiên xuất hiện sau 69 năm vắng bóng. Trong chương trình văn nghệ được gọi là *Các ca khúc Estonia* quy tụ một phần tư dân số Estonia tham dự, được tổ chức ngày 11 tháng Chín, 1988 và kéo dài 6 đêm liên tục. Nhiều nhạc phẩm yêu nước, trong có cả quốc ca của Cộng Hòa Estonia đã được hát. Rừng cờ Cộng Hòa Estonia ra đời 70 năm trước được giương cao. Các lãnh đạo độc lập Estonia chính thức công bố lời kêu gọi độc lập Estonia khỏi ách thống trị của Liên Xô. *Cách mạng Hát hùng ca* được phát động từ những ngày đêm lịch sử đó.

Gorbachev cố gắng xoa dịu phong trào độc lập và dân chủ Estonia bằng cách thay đổi thành phần CS lãnh đạo ngoan cố, cứng rắn bằng một thành phần lãnh đạo ôn hòa nhưng đã quá trẽ, *Cách mạng Hát hùng ca* đã trở thành cơn sóng lớn đánh sụp lâu đài CS xây trên bờ cát phía đông biển Baltic.

Thời gian từ khi quốc kỳ ba màu xanh, đen, trắng của Cộng Hòa Estonia chính thức ra đời 1918 cho đến ngày lá cờ này lần nữa được phất lên ở thủ đô Tallinn đúng 70 năm. Một đời người trôi qua. Tất cả các bậc cha ông khai sáng nền Cộng Hòa và chọn lá quốc kỳ thiêng liêng đó làm đại diện đều đã chết theo tuổi già hay chết trong các cuộc chiến tranh phục hồi lá quốc kỳ đầy hy sinh gian khổ.

Hầu hết thanh niên, sinh viên, học sinh Estonia ở tuổi hai mươi trong các cuộc biểu tình vào những năm 1987, 1988 chưa bao giờ thấy lá cờ thiêng liêng của dân tộc Estonia trước đó lần nào.

Các em sinh ra và lớn lên dưới lá cờ đỏ CS và bị nhồi sọ rằng lá cờ ba màu xanh, đen, trắng ngày xưa là sản phẩm của thực dân, đế quốc. Sinh viên học sinh Estonia được dạy chỉ có đảng CS Estonia mới là những người yêu nước và lãnh đạo chiến tranh chống phát xít Đức, còn tất cả đều theo chân phát xít và sau đó là đế quốc Mỹ, ám chỉ chính phủ Estonia lưu vong.

Nhưng dù mưa sa, bão tố suốt 70 năm, lá cờ Cộng Hòa Estonia không chìm khuất trong góc tối lãng quên của con người và lịch sử. Khát vọng độc lập tự do mà lá cờ Cộng Hòa chuyên chở như ánh mặt trời soi sáng, xua đi bóng đen dối trá và lọc lừa. Một dân tộc chỉ hơn một triệu dân đã đứng lên đương đầu với một đế quốcCSLX mạnh gấp trăm lần ngay cả trước khi Bức tường Bá Linh sụp đổ, và cuối cùng đã chiến thắng.

Chiến thắng của văn hóa và lịch sử dân tộc

Nhiều sử gia đồng ý, chiến thắng của dân tộc Estonia là chiến thắng của niềm tin sâu xa vào lịch sử và văn hóa dân tộc. Chiến thắng đó là bài học vô giá cho những quốc gia nhỏ có nền văn hóa lâu đời nhưng phải chịu đựng âm mưu đồng hóa của đế quốc cùng biên giới và chủ nghĩa CS độc tài.

Dòng lịch sử không phải chỉ chảy qua những năm tháng con người đang sống hôm nay nhưng đã bắt nguồn từ hàng ngàn năm trước và sẽ chảy cho hàng ngàn năm sau. Giống như Phạm Hồng Thái của Việt Nam, August Sabbe của Estonia cũng nhảy xuống sông tuẫn tiết. Không phải vì họ sợ hãi, không phải vì họ chỉ biết căm thù, cũng không phải vì họ can đảm hơn người khác mà chỉ vì họ mang một niềm tin quá lớn vào sự trường tồn của dân tộc họ.

Tham khảo:

Flag of Estonia *http://en.wikipedia.org/wiki/Flag_of_Estonia*

Flag of the Estonian Soviet Socialist Republic from 1953 to 1990 *http://en.wikipedia.org/wiki/Flag_of_the_Estonian_Soviet_Socialist_Republic*

History of Estonia *http://en.wikipedia.org/wiki/History_of_Estonia#Republic_of_Estonia*

Forest Brothers *http://en.wikipedia.org/wiki/Forest_Brothers*

Red Flag *http://en.wikipedia.org/wiki/Red_flag_%28politics%29*

French revolution 1848 *http://en.wikipedia.org/wiki/French_Revolution_of_1848*

Alphonse de Lamartine *http://en.wikipedia.org/wiki/Alphonse_de_Lamartine*

Singing revolution *http://www.singingrevolution.com/cgi-local/db_images/files/uploads/15-filename.pdf*

Movie Singing revolution *http://www.singingrevolution.com/cgi-local/content.cgi?pg=1*

Estonian government-in-exile *http://en.wikipedia.org/wiki/Estonian_government-in-exile*

Yalta Conference *http://en.wikipedia.org/wiki/Yalta_Conference*

LÝ QUANG DIỆU VÀ CHÍNH SÁCH NGĂN NGỪA CỘNG SẢN TẠI SINGAPORE

Cựu Thủ tướng Cộng Hòa Singapore Lý Quang Diệu được đưa vào bệnh viện hôm 5 tháng 2, 2015 vì bệnh viêm phổi trầm trọng. Chỉ vài hôm sau, ông được chuyển qua hệ thống duy trì sự sống (life support). Theo nhiều nguồn tin, hai năm trước đây ông đã thêm vào di chúc một đoạn trong đó ông không muốn kéo dài sự sống vô nghĩa bằng cách này. Theo thông báo của chính phủ Singapore "ông qua đời trong thanh thản" tại Tổng Y Viện Singapore lúc 03:18 sáng, giờ địa phương thứ Hai 23 tháng 3, 2015, thọ 91 tuổi. Lý Quang Diệu là Thủ tướng đầu tiên của Singapore và mất vào năm kỷ niệm 50 năm độc lập của quốc gia này.

Các thành tựu kinh tế

Về đối ngoại, hầu hết các chính trị gia thế giới từ Margaret Thatcher của Anh trước đây đến Barack Obama của Hoa Kỳ hiện nay đã từng ca ngợi Thủ tướng Lý Quang Diệu. Ông có một tầm nhìn rất xa không chỉ vào tương lai Singapore mà cả chính trị khu vực Á Châu và Thái Bình Dương. Từ đầu năm 1994, Lý Quang Diệu đã thấy trước sự căng thẳng trong vùng Biển Đông.

Về đối nội, mặc dù nhiều chính sách cứng rắn của Lý Quang Diệu tạo nên nhiều tranh luận và phê bình, ông có một niềm tin vững chắc vào khả năng lãnh đạo của chính mình và tiềm năng của người dân Singapore để cùng đưa quốc gia rất nhỏ bé và bị bao quanh bởi các quốc gia không thân thiện thành một trong những nước giàu có nhất thế giới. Ngày nay, Singapore, quốc gia có dân số 5.5 triệu, là một trong những trung tâm thương mại lớn nhất thế giới, một trong năm cảng thương mại bận rộn nhất thế giới và có lợi tức đầu người cao thứ ba trên thế giới.

Có một danh sách dài của những bảng danh dự mà các thống kê, các tổ chức kinh tế, tài chánh, thương mại quốc tế dành cho Singapore trong nhiều lãnh vực. Chẳng hạn, World Bank từ 2006 đến 2016 xếp Singapore vào hạng nhất trên thế giới về sự dễ dàng làm thương mại (The ease of doing business) và giữ vị thứ này suốt 10 năm liền; năm 2015 Singapore được xếp hạng nhì trên thế giới về quốc gia cạnh tranh nhất (Most competitive country in the world); năm 2011, Singapore đứng hạng nhất về bảo vệ tài sản trí tuệ (The best protection of intellectual property); WHO (World Health Organization) năm 2010 xếp Singapore hạng nhì về tỉ lệ tử vong thấp trong thiếu nhi; Tổ chức Minh Bạch Quốc Tế (Transparency International: Corruption Perceptions Index) năm 2010 xếp Singapore vào hạng quốc gia trong sạch nhất. Và rất nhiều bảng danh dự quốc tế khác.

Thành tựu lớn nhất của Lý Quang Diệu chưa hẳn là thành tựu kinh tế

Reihan Salam, Chủ bút điều hành của tờ National Review Institute và tác giả nhiều tác phẩm chính trị, trong phân tích và cũng là kết luận Thành Tựu Lớn Nhất Của Lý Quang

Diệu Chưa Hẳn Là Thành Tựu Kinh Tế của Singapore (Lee Kuan Yew's Greatest Accomplishment May Not Have Been Singapore's Economic Success) đăng trên National Review sáng 23/3/2015 vừa qua.

Theo Reihan Salam, trong những năm trước 1959, xã hội Singapore chịu đựng tình trạng xung đột chủng tộc giữa các sắc dân Ấn, Mã Lai và Trung Hoa không chỉ về kinh tế mà trong cả văn hóa, tôn giáo. Ngoài ra, sự phân liệt trầm trọng diễn ra trong sinh hoạt chính trị với đa số thành phần CS và thân Cộng là người gốc Hoa, trong khi đa số thành phần chống Cộng là gốc Mã Lai. Thế nhưng, ngày nay có thể nói không một quốc gia nào mà nơi đó người dân thuộc thành phần thiểu số cảm thấy an toàn hơn tại Singapore và gần một nửa số người đang sống yên ổn tại Singapore vốn sinh ra tại nước ngoài. Sự an toàn, ổn định và hòa hợp đó sẽ không xảy ra nếu quốc gia này nằm trong tay CS. Thành tựu lớn nhất của cố Thủ tướng Lý Quang Diệu, do đó, phải là thành tựu ngăn chặn được sự phát triển của phong trào CS tại Singapore.

Lịch sử phong trào CS tại Mã Lai và Singapore

Năm 1927, năm cán bộ CS Trung cộng được phái tới Mã Lai để thành lập đảng CS Nanyang (Mã Lai, Singapore) với tầm hoạt động bao gồm cả Thái Lan, Đông Dương và các thuộc địa Đông Ấn thuộc Hòa Lan. Năm 1930, Đệ Tam Quốc Tế CS (1919-1943) tổ chức một hội nghị tại Singapore, giải tán đảng CS Nanyang và thành lập đảng CS Mã Lai. Cùng thời gian này, đảng CSVN cũng thuộc Đệ Tam Quốc Tế được thành lập.

Địa bàn hoạt động của đảng CS Mã Lai bao gồm Mã Lai, Singapore và lan rộng sang tận Thái Lan. Chương trình hành động của đảng CS Mã Lai gắn liền với điều kiện chính trị tại Trung cộng và đảng CSTQ bởi vì đa số đảng viên CS Mã Lai là người gốc Hoa. Những năm hòa hoãn giữa đảng CSTQ và Quốc Dân Đảng Trung Hoa để chống Nhật, đảng CS Mã Lai có cơ hội hoạt động mạnh hơn. Năm 1939, đảng CS Mã Lai có khoảng 40 ngàn đảng viên với một nửa số đó hoạt động tại Singapore. Tài liệu của đảng CSVN không ghi thống kê của năm 1939 nhưng trong giai đoạn 1935 đảng chỉ có 600 đảng viên. So sánh để thấy, hoạt động của đảng CS Mã Lai lúc bấy giờ mạnh đến dường nào.

Các đảng CS thuộc Đệ Tam Quốc Tế, trong đó có Việt Nam và Mã Lai, thực thi một chiến lược giống nhau do Lenin vạch ra trong Cương lĩnh của Quốc tế CS được chấp thuận tại Đại hội Đệ Tam Quốc Tế lần thứ nhất vào năm 1919 và Luận Cương về Vấn đề Dân Tộc và Thuộc Địa do Lenin đọc tại Đại hội Đệ Tam Quốc Tế CS lần thứ hai vào năm 1920. Chấp hành đường lối quốc tế đó, đảng CS tại các nước thuộc địa dùng cơ hội hợp tác với chính quyền chống ngoại xâm để phát triển đảng một cách công khai. Mã Lai-Singapore chống Anh, Trung Hoa chống Nhật và Việt Nam chống Pháp. Đảng CS mượn chiếc cầu chống thực dân, phát xít và lợi dụng lòng yêu nước của các tầng lớp nhân dân để đạt mục đích tối hậu là thiết lập chế độ CS trên phạm vi cả nước.

Lai Teck, Tổng bí thư đảng CS Mã Lai có dòng máu Việt Nam

Khi Thế Chiến thứ Hai bùng nổ, đảng CS Mã Lai tuyên bố hợp tác với chính quyền bảo hộ Anh để bảo vệ Singapore. Nhiều đảng viên CS Mã Lai được Anh huấn luyện quân sự. Lai Teck là Tổng bí thư đảng CS Mã Lai nhưng thực chất lại là một gián điệp làm việc cho nhiều cơ quan tình báo chống CS. Y có dòng máu Việt Nam với cha là người Việt và mẹ là người Hoa. Lai Teck sinh tại Việt Nam và có tên thật là Trương Phước Đạt. Đạt từng làm việc cho cơ quan mật thám Pháp và xâm nhập đảng CSVN. Sau khi toàn thành nhiệm vụ, Pháp chuyển Lai Teck sang cho tình báo Anh và tình báo Anh chỉ thị y xâm nhập vào đảng CS Mã Lai năm 1935. Lai Teck có một tiểu sử đầy kỳ bí và nhiều câu hỏi về nhân vật này vẫn chưa được ai trả lời thỏa mãn.

Khi Singapore rơi vào tay Nhật, Tổng bí thư Lai Teck bị Nhật bắt và trong giai đoạn này y lại bí mật hợp tác với Nhật. Sau Thế Chiến thứ Hai, Lai Teck vẫn tiếp tục hoạt động trong đảng CS. Mãi cho đến 1947, khi quá khứ bị phanh phui, Lai Teck bỏ trốn sang Thái. Chin Peng, Tổng bí thư mới của đảng CS Mã Lai yêu cầu các đảng viên CS Thái vàCSVN đang hoạt động trên đất Thái truy lùng Lai Teck. Cuối cùng, một tổ ám sát CS Thái tìm ra và siết cổ y chết tại Bangkok. Xác của Lai Teck được ném xuống sông Chao Phraya năm 1947. Năm đó Lai Teck 44 tuổi.

CS Mã Lai và Singapore sau Thế Chiến thứ Hai

Giống như tại Việt Nam, khi Nhật rút lui nhưng Đồng Minh chưa đến, các nhóm CS Mã Lai xuất hiện, nhất là trong các khu người Hoa. Các đảng viên CS này được chào đón như những anh hùng cứu tinh dân tộc. Đảng CS tịch thu vũ khí do Nhật để lại và tuyển dụng đảng viên một cách công khai. Những "trung đoàn" CS trong thời chiến mỗi đơn vị chỉ hơn một trăm lính đã lên đến con số 6 ngàn trong một thời gian ngắn.

Khi chính quyền bảo hộ Anh được tái lập tại Singapore, họ đã ra lệnh đảng CS Mã Lai phải giao nạp vũ khí và giải tán các "trung đoàn" CS. Đảng CS buộc phải đồng ý giải tán nhưng cũng giấu đi nhiều vũ khí. Theo lịch sử đảng CS Mã Lai, các "trung đoàn" phải giải tán vì thiếu hàng ngũ cán bộ chính trị viên để nắm vững phần tư tưởng của đảng viên, nhưng dù sao đó cũng là một quyết định sai lầm của đảng. Trong khi đó tại Việt Nam, đảng CS lợi dụng khoảng trống cuối Thế Chiến thứ Hai để chiếm Hà Nội và vài thành phố khác qua biến cố gọi là "Cách mạng Mùa Thu" năm 1945.

Sau thời kỳ Lai Teck, Chin Peng, 27 tuổi, một lãnh đạo CS Mã Lai gốc Hoa lên nắm quyền Tổng bí thư vào năm 1938 và sau đó chuyển sang đấu tranh bạo động, bao gồm ám sát và khủng bố. Chính quyền phản ứng mạnh qua các chiến dịch truy lùng các lãnh đạo đảng nhưng Chin Peng trốn thoát. Đảng CS Mã Lai thành lập một tổ chức ngoại vi có tên Mặt Trận Giải Phóng Dân Tộc Mã Lai. Chính quyền Mã Lai áp dụng chính sách cắt nguồn tiếp tế cho CS bằng cách đưa dân về các "Khu tân lập" được bảo vệ an ninh chặt chẽ. Sau lần đàm phán thứ nhất để giải quyết xung đột trong hòa bình thất bại, các lực lượng CS rút lui dần về biên giới Thái. Theo ước đoán của Bộ Ngoại giao Hoa Kỳ, số đảng viên CS Mã Lai trong giai đoạn này chỉ còn vào khoảng 2 ngàn người. Anh trao trả độc lập hoàn toàn cho Mã Lai ngày 31 tháng 8 năm 1957 nhưng vẫn tiếp tục bảo hộ Singapore.

Lý Quang Diệu và CS Singapore

Năm 1950, sau khi học xong ngành luật tại Fitzwilliam College, Cambridge, Anh, và hoàn tất chương trình thực tập Luật, Lý Quang Diệu được nhận vào luật sư đoàn Anh nhưng ông đổi ý định hành nghề ở Anh và về nước. Chàng luật sư 27 tuổi trở lại quê hương mang theo một tấm lòng yêu nước với tầm nhìn xa trông rộng, một lý tưởng công bằng xã hội, một quyết tâm đóng góp xây dựng Singapore thành một đất nước hùng cường, thịnh vượng, phát triển về mọi mặt.

Lý Quang Diệu là một trong ba người thành lập Đảng Hành động Nhân dân Singapore (People Action Party, gọi tắt là PAP) vào ngày 21 tháng 11, 1954. Mục đích chính của PAP là bảo đảm an ninh quốc gia mà không phải sử dụng bạo lực và xác định trong tuyên ngôn thành lập "PAP sẵn sàng hợp tác một cách thành thật với các đảng phái chính trị khác để đạt đến mục tiêu độc lập thật sự cho đất nước."

TrongcuộcbầucửthángNăm1959,PAPthắnglớn.Singapore thành quốc gia tự trị trong khuôn khổ Commonwealth và Lý Quang Diệu là Thủ tướng đầu tiên với Thống đốc Sir William Allmond Codrington Goode là Quốc trưởng. Theo kết quả của cuộc trưng cầu dân ý 1962, Singapore sáp nhập vào Liên Bang Mã Lai. Việc chọn gia nhập Liên Bang Mã Lai phát xuất từ mối lo ngại thiếu tài nguyên và ngoài ra, một số chính trị gia cũng quan tâm đến việc Singapore có thể trở thành một quốc gia CS. Tuy nhiên chỉ trong vòng 3 năm, Quốc hội Mã Lai với số phiếu 126 trên 126 loại Singapore ra khỏi liên bang. Thủ tướng Lý Quang Diệu đứng trước một tương lai Singapore đầy bất ổn. Ngay cả trong nội bộ PAP, vài năm trước, các thành viên sáng lập cũng đã chọn con đường tả khuynh cho riêng họ.

Các thành phần CS và tả khuynh trong lãnh đạo PAP

Hai thành viên sáng lập khác là Fong Swee Suan và Lim Chin Siong có lập trường tả khuynh trong lúc Lý Quang Diệu quyết tâm ngăn chặn mầm mống CS phát sinh trong xã hội Singapore. Lý Quang Diệu biết rõ rất đông lãnh đạo và đảng viên PAP bị ảnh hưởng CS và việc chấp nhận sự ủng hộ của cánh CS chẳng khác gì ngồi trên lưng cọp, nhưng ông tin tưởng vào khả năng và có một niềm tin kiên định vào mục đích sống của đời mình. Muốn đưa Singapore trở thành một quốc gia cường thịnh, trước hết phải xóa bỏ mọi tàn tích CS còn tồn đọng từ quá khứ và ngăn chặn mọi mầm mống phát sinh của ý thức hệ CS tại Singapore. Tất cả chính sách đối nội của Lý Quang Diệu đều tập trung vào mục đích đó.

Đảng PAP tập hợp những thanh niên Singapore trẻ, có tinh thần độc lập và liên kết với các nghiệp đoàn, nhưng như Lý Quang Diệu giải thích, sự liên kết này chẳng khác gì một loại "hôn nhân hợp đồng" vì ông chỉ biết nói tiếng Anh nên cần các đảng viên biết nói tiếng Tàu trong giới lao động thân CS.

Lim Chin Siong, một trong ba người thành lập, có giọng nói hùng hồn và thu hút người nghe đã đắc cử Dân biểu Quốc Hội đơn vị Bukit Timah khi chỉ mới 22 tuổi. Năm 23 tuổi Lim Chin Siong và Lý Quang Diệu đại diện cho Singapore để thảo luận về hiến pháp tại London.

Những hoạt động tả khuynh quá khích của Lim Chin Siong đã làm cho hai lãnh đạo PAP xa nhau rất sớm. Lý Quang Diệu tố cáo Lim Chin Siong là CS và dựa vào Sắc Luật An Ninh Quốc Nội (Internal Security Act) bỏ tù đồng chí sáng lập PAP này nhiều năm không xét xử.

Mặc dù Lim từ chối là CS, các hành vi của y như việc đọc diễn văn trong lễ tưởng niệm Joseph Stalin và kế hoạch lật đổ chính phủ Lý Quang Diệu sau khi Singapore sáp nhập vào Mã

Lai cho thấy chủ trương CS hóa Mã Lai bao gồm cả Singapore nằm trong ý định của Lim và mục tiêu của đảng Barisan Sosialis do y thành lập. Dù sao, sau khi Lim Chin Siong chết ngày 5 tháng Hai 1996, Lý Quang Diệu bày tỏ sự kính trọng về quyết tâm, tận tụy với lý tưởng dành cho đồng chí sáng lập PAP vừa qua đời.

Fong Swee Suan, một thành viên sáng lập khác của PAP cũng có lập trường thân CS. Không giống Lý Quang Diệu học hành đỗ đạt, Fong Swee Suan bị trục xuất ra khỏi trường trung học vì tham gia đình công. Fong dành hết thời gian còn lại cho các hoạt động của giới thợ thuyền. Trong thời gian PAP lãnh đạo Singapore, Fong Swee Suan là Bộ trưởng Bộ Lao Động. Tháng Bảy 1961, Lý Quang Diệu yêu cầu Fong Swee Suan từ chức vì có liên can đến việc kêu gọi Singapore tự trị. Fong bị bắt tháng Hai 1963, giam tại Mã Lai và được phóng thích vào tháng Tám 1967. Fong có niềm tin sâu xa rằng giới công nhân là giới bị áp bức bóc lột và nghiệp đoàn là phương tiện để giới công nhân đấu tranh giải phóng áp bức bóc lột. Ông thừa nhận là một người xã hội chứ không phải là CS.

Sau khi giới hạn các thành phần CS và tả khuynh trong hàng ngũ lãnh đạo PAP, và ổn định chính trị quốc nội, Lý Quang Diệu thực hiện hàng loạt các chính sách kinh tế trong nước và mở rộng các quan hệ quốc tế. Singapore gia nhập Liên Hiệp Quốc 1965 và ASEAN 1967.

Lý Quang Diệu và CS Trung Quốc

Có lẽ không ai có ý thức rõ ràng và sâu sắc hơn Lý Quang Diệu về hiểm họa CSTQ tại Singapore. Hầu hết, nếu không muốn nói tất cả, đảng viên CS hoạt động tại Singapore là người

Hoa. Do đó, tách rời Singapore ra khỏi quỹ đạo của Trung Cộng càng xa càng tốt. Ông học về lý thuyết CS tại Anh một cách nghiêm túc và nhiều lần khẳng định chủ nghĩa CS không cần thiết phải là một phương tiện để giành độc lập và chủ nghĩa CS không thể xây dựng Singapore thành một nước cường thịnh về mọi mặt.

Vào những năm đầu thập niên 1960, trong lúc các nhà lãnh đạo CSVN phải sang chầu Trung Cộng hàng năm để xin súng đạn, Lý Quang Diệu từ chối ngay cả việc thừa nhận nước Cộng hòa Nhân dân Trung Hoa là một nước có chủ quyền toàn vẹn. Những biện pháp cứng rắn của chính phủ Lý Quang Diệu sau khi Singapore ra khỏi Liên bang Mã Lai là nhằm bảo vệ sự tồn tại mong manh của bán đảo này và ngăn chặn sự xâm nhập của CS với hậu thuẫn tích cực của Trung Cộng.

Khi Đặng Tiểu Bình phát động bốn hiện đại hóa, Lý Quang Diệu mở rộng các quan hệ kinh tế, thương mại với Trung Cộng vì lợi ích của Singapore nhưng vẫn chưa thiết lập các quan hệ chính trị trên tầm mức quốc gia. Mặc dù công khai bày tỏ sự kính phục dành cho Đặng Tiểu Bình và được mời thăm Trung Cộng nhiều lần, mãi đến tháng 10 năm 1990, khi Singapore đủ mạnh về kinh tế và ổn định về chính trị, Lý Quang Diệu mới thiết lập quan hệ ngoại giao hoàn toàn với Trung Cộng. Singapore là nước cuối cùng ở Đông Nam Á thừa nhận Cộng Hòa Nhân Dân Trung Hoa. Và mặc dù công nhận Trung Cộng, Lý Quang Diệu đồng thời cũng duy trì một quan hệ tốt với Đài Loan.

Quan hệ thương mại với Trung Cộng, tránh phê bình chế độ chính trị CS tại Trung Cộng không có nghĩa Lý Quang Diệu thừa nhận cơ chế CS là đúng. Lý Quang Diệu hiểu CS hơn nhiều lãnh đạo quốc gia khác vì chính ông đã từng tranh đấu một cách gian nan để ngăn chặn CS tại Singapore cũng như đã từng phát biểu về lâu về dài nền dân chủ Ấn Độ sẽ giúp cho quốc gia này vượt qua Trung Cộng.

Một số học giả Trung Cộng như Lu Qi gọi Lý Quang Diệu là hanjian (Hán Gian) khi kết án ông Lý đã buộc người dân Singapore sử dụng tiếng Anh như ngôn ngữ chính và kết quả làm cho đa số người dân Singapore gốc Hoa ngày nay không biết tiếng Tàu. Nhưng tên học giả này quên rằng Lý Quang Diệu là Singapore chứ không phải là Trung Hoa và lại càng không phải Hán. Quyết định duy trì tiếng Anh làm ngôn ngữ chính ngay từ thời gian mới độc lập là một phần trong tầm nhìn xa của họ Lý để chuẩn bị cho Singapore dễ dàng hội nhập vào thế giới toàn cầu hóa năm chục năm sau.

Trong thời kỳ chiến tranh Việt Nam, Lý Quang Diệu và nhiều lãnh đạo sáng suốt ở châu Á đã lợi dụng chính sách chống CS của Mỹ ở châu Á để hợp tác và phát triển kinh tế với Hoa Kỳ. Nhờ đó, không chỉ nền kinh tế Singapore mà nhiều nước nhỏ khác ở châu Á như Nam Hàn, Đài Loan cũng đã lần lượt cất cánh và trong một thời gian ngắn được thế giới ca ngợi như là những con rồng châu Á.

"Vâng, nếu tôi không làm thế, chúng ta có thể không có mặt ở đây hôm nay"

Như Joseph Chinyong Liow, thuộc Viện Nghiên Cứu Brookings, phân tích trong bài bình luận Lý Quang Diệu, con người và giấc mơ hôm 22 tháng 3 vừa qua, chính lý tưởng và tầm nhìn đã giúp Lý Quang Diệu đưa Singapore từ một quốc gia bị trị, phân hóa chính trị, CS hoành hành, xung đột chủng tộc, thiếu thốn tài nguyên thiên thiên trở thành một nước hiện đại, được nhân loại khắp năm châu kính nể.

Lý Quang Diệu, một lần, thừa nhận đã có can thiệp vào đời sống riêng tư của người dân nhưng như ông biện luận: **"Vâng, *nếu tôi không làm thế, chúng ta có thể không có mặt ở đây hôm nay.*"** Đúng thế, lịch sử Singapore hiện đại đã chứng minh một cách hùng hồn rằng Lý Quang Diệu có lẽ là lãnh đạo có lập trường quốc gia duy nhất không những giành được độc lập mà còn xóa bỏ được cả một hệ thống CS tại Singapore và đưa đất nước ông thăng tiến vượt lên trên phần lớn nhân loại.

Tham khảo:

Josey, A. (2012). *Lee Kuan Yew: The Crucial Years.* Marshall Cavendish International 2012.

Lenin, V. (1920, June 5). National and Colonial Questions for the Second Congress of the Communist International. *https://www.marxists.org/archive/lenin/works/1920/jun/05.htm*

The Cold War in Asia (1945-1990). National Archives of Australia.

Malayan Communist Party

http://en.wikipedia.org/wiki/Malayan_Communist_Party

Workers' Party of Singapore

http://en.wikipedia.org/wiki/Workers%27_Party_of_Singapore

Internal Security Act (Singapore) *http://en.wikipedia.org/wiki/Internal_Security_Act_(Singapore*

Salam, R. (2015, March 24). Lee Kuan Yew's Greatest Accomplishment May Not Have Been Singapore's Economic Success. *National Review.*

http://www.nationalreview.com/article/415871/lee-kuan-yews-greatest-accomplishment-may-not-have-been-singapores-economic-success

Barisan Sosialis *http://en.wikipedia.org/wiki/Barisan_Sosialis*

Lim Chin Siong *http://en.wikipedia.org/wiki/Lim_Chin_Siong*

Lee Kuan Yew, Early Political Career http://en.wikipedia.org/wiki/Lee_Kuan_Yew#Early_political_career.C2.A0.E2.80.93_1951_to_195

Fong Swee Suan *http://eresources.nlb.gov.sg/infopedia/articles/SIP_2013-07-29_173512.html*

Lai Teck

http://en.wikipedia.org/wiki/Lai_Teck

Singapore

http://en.wikipedia.org/wiki/Singapore

Malaysia

http://en.wikipedia.org/wiki/Malaysia

Wain, B. (2011, January 21). Lai Teck - the traitor of all traitors. *http://heresthenews.blogspot.com/2011/01/lai-teck-traitor-of-all-traitors.html*

Lu, R. (2015, March 23). Was Lee Kuan Yew an Inspiration or a Race Traitor? Chinese Can't Agree. *http://foreignpolicy.com/2015/03/23/was-lee-kuan-yew-an-inspiration-or-a-race-traitor-chinese-cant-agree/*

TỪ CUỘC CHIẾN TẠI UKRAINE, NHÌN LẠI CHÍNH SÁCH QUỐC PHÒNG "BỐN KHÔNG" CỦA VIỆT NAM

Với tỉ số vượt trội gồm 141 nước kết án Nga và chỉ có 5 nước ủng hộ Nga trong Quyết Nghị LHQ ngày 2 tháng 3, 2022 là một kết quả rất ngạc nhiên và người ngạc nhiên nhất không ai khác hơn là Vladimir Putin.

Trước đó, ngày 25 tháng 2, Hội Đồng Bảo An LHQ họp để biểu quyết quyết nghị tố cáo Nga vi phạm Điều 2, phân đoạn 4 của Hiến Chương LHQ vì đã dùng võ lực xâm phạm chủ quyền và sự toàn vẹn lãnh thổ của Ukraine, quốc gia hội viên. Quyết nghị này bị Nga phủ quyết, nhưng ngoài TC, Ấn, United Arab Emirates bỏ phiếu trắng, không một quốc gia nào trong số 15 hội viên của Hội Đồng Bảo An ủng hộ Nga.

Cộng Hòa Kenya là thành viên không thường trực của Hội Đồng Bảo An LHQ. Buổi chiều tối trước giờ biểu quyết, đại sứ Martin Kimani đã đọc một diễn văn để bày tỏ lập trường của quốc gia ông. Dưới đây là vài đoạn trích từ diễn văn hùng hồn, đầy thôi thúc của Đại Sứ Martin Kimani:

"Kenya và hầu hết các quốc gia châu Phi ra đời bởi sự kết thúc của đế chế. Biên giới của chúng tôi không phải do chúng tôi vẽ mà được vẽ ở các mẫu quốc thuộc địa xa xôi của London, Paris và Lisbon, không liên quan gì đến các quốc gia thời cổ đại đã bị tách rời nhau."

"Chúng tôi bác bỏ chủ nghĩa phục hồi lãnh thổ và chủ nghĩa bành trướng trên bất kỳ cơ sở nào, bao gồm các yếu tố chủng tộc, dân tộc, tôn giáo hoặc văn hóa."

"Chúng tôi cũng lên án mạnh mẽ xu hướng trong vài thập niên gần đây của các cường quốc, bao gồm cả các thành viên của Hội Đồng Bảo An, vi phạm luật pháp quốc tế mà không được quan tâm."

"Đêm nay, chủ nghĩa đa phương nằm trên giường bệnh. Ngày nay cũng như trong quá khứ gần đây, chủ nghĩa đa phương đã bị các cường quốc tấn công."

Một người Việt Nam quan tâm nào đọc diễn văn của đại sứ Martin Kimani cũng đều cảm thấy gần gũi, xúc động và cảm thông. Số phận những nước nhược tiểu từng bị thực dân bóc lột ở đâu cũng giống nhau.

Giống như dân tộc Kenya, dân tộc Việt Nam không hề ký vào các Hòa Ước Nhâm Tuất 1862 (nhượng Nam Kỳ cho Pháp), Hòa Ước Giáp Thân (Patenotre) 1884, Hiệp định Geneva 1954 hay Hiệp định Paris 1973. Tất cả đều là tác phẩm của các thực dân và đế quốc để phân chia quyền lợi và quyền lực bằng máu xương người Việt.

Diễn văn của đại sứ Martin Kimani cũng cho thấy khuôn mặt mới của thế giới đang định hình và một xu hướng mới đang mở ra cho các quan hệ đối ngoại. Kết quả hai cuộc biểu quyết ở LHQ cũng cho thấy sự cần thiết phải đẩy mạnh chủ nghĩa đa phương để giải quyết các vấn đề chung của các quốc gia trong phạm vi một khu vực hay thế giới.

Chủ nghĩa đa phương (multilateralism) liên kết của các quốc gia qua hình thức của những tổ chức, những trung tâm, những cơ quan quốc tế, những nhóm liên kết của ba nước hay nhiều hơn. Khác với phương thức đơn phương (unilateralism) hay song phương (bilateralism), phương thức đa phương là cơ hội cho các quốc gia nhỏ có tiếng nói, có quyền hạn và trách nhiệm đối với cộng đồng nhân loại. LHQ hay WTO là những tổ chức đa phương.

TC rất sợ và từ chối cách giải quyết các tranh chấp trên nền tảng đa phương. Chiến lược đàm phán của TC từ nhiều năm nay là song phương nhưng thực chất cũng chỉ là đơn phương vì TC luôn giữ thế mạnh và quyết định kết quả của đàm phán.

Các lãnh đạo đảng CSVN thường xuyên lập lại hai chữ "ổn định" để diễn tả tình trạng Việt Nam. Nhưng đó chỉ cách nói dối, không chỉ dối với người dân mà còn tự dối với chính mình.

Hiểm họa TC là hiểm họa thường trực thì làm gì có ổn định.

Đọc lại vài biến cố nổi bật từ sau chiến tranh Biên Giới Việt-Trung 1979 tới nay để thấy tội ác của bá quyền TC đối với dân tộc Việt Nam gấp nhiều lần hơn so với tội các của Nga đối với Ukraine.

Cuộc chiến xâm lược Việt Nam của Đặng Tiểu Bình năm 1979 mang về cho TC một thảm bại nhục nhã nhưng đồng thời đó cũng là thời điểm đánh dấu những thay đổi lớn trong sách lược quốc phòng. Họ Đặng đẩy mạnh hiện đại hóa quốc phòng bằng cách trẻ trung hóa cấp chỉ huy và nâng cấp kỹ thuật chiến tranh trong quân đội. Hơn một triệu lính và sĩ quan già các cấp bị cho giải ngũ. Yếu tố phẩm chất được nhấn mạnh thay vì số lượng.

Mặc dù thua to, họ Đặng không từ bỏ tham vọng tấn công Việt Nam.

Những năm từ 1980 đến 1983, các trận pháo liên tục bắn vào lãnh thổ Việt Nam và các đụng độ nhỏ tiếp tục diễn ra dọc biên giới Việt-Trung. Theo Miles Maochun Yu, từng là cố vấn chính sách về Trung Quốc của Bộ Ngoại Giao Mỹ: "Chỉ trong năm 1985, Trung Quốc đã bắn một triệu quả đạn vào vùng Vị Xuyên của Việt Nam, sau đó là một loạt trận pháo kích dài ngày khác trong suốt hai năm sau đó, kèm theo các cuộc tấn công của Trung Quốc vào các vị trí của Việt Nam với sự tham gia của ít nhất 15 sư đoàn quân TC. Chỉ trong vòng 5 năm từ 1985 đến 1989, Trung Quốc đã bắn hơn hai triệu quả đạn pháo vào Việt Nam." (America's Pivot To Vietnam Miles Maochun Yu, Friday, May 27, 2016, Hoover Institution)

Hai triệu quả pháo là một con số khủng khiếp, không nhiều hơn nhưng chắc cũng không ít hơn so với số lượng pháo TC bắn vào hai đảo Kim Môn và Mã Tổ trong thập niên 1950.

Sau 5 năm cải tiến, Đặng Tiểu Bình muốn thử nghiệm hiệu quả của chính sách "hiện đại hóa quốc phòng" và lần nữa nơi thử nghiệm chẳng đâu khác là Việt Nam.

Ngày 24-12-1983, họ Đặng tiếp Norodom Sihanouk, lúc đó đang là chủ tịch của Chính phủ Liên Hiệp Ba Thành Phần gồm Khmer Đỏ, Campuchia Dân Chủ và Mặt Trận Giải Phóng Dân Tộc Khmer, tại Bắc Kinh. Trong buổi tiếp xúc này, Norodom Sihanouk yêu cầu Đặng can thiệp bằng quân sự vì phía CSVN đang thắng thế trong nhiều mặt trận trên khắp lãnh thổ

Cambodia. (Xiaoming Zhang, Deng Xiaoping's Long War: The Military Conflict between China and Vietnam, University of North Carolina Press, 2015)

Đặng Tiểu Bình đồng ý giúp nhưng thay vì mở một cuộc chiến tranh biên giới khác, họ Đặng nhắm hai căn cứ chiến lược Lão Sơn (Laoshan) và Núi Bạc (Zheyinshan). Sau nhiều trận đánh suốt mùa hè 1984, Lão Sơn của Việt Nam đã bị TC chiếm ngày 16 tháng 7, 1984. Nhiều ngàn thanh niên Việt Nam đã chết trên các đỉnh núi Lão Sơn. Đặng Tiểu Bình xem đây là một chiến thắng lớn. Viên tư lịnh sư đoàn tham dự mặt trận Lão Sơn được đặc cách lên chức Tư lịnh Binh Đoàn 11 của quân đội TC. ((1) Trần Trung Đạo, Đặng Tiểu Bình và Trận Lão Sơn Trong Chiến Tranh Biên Giới Trung – Việt Năm 1984 dịch từ China-Defense, (2) Charlie Gao, China's Loss That You Have Never Heard About, The National Interest, August 18, 2021)

Ngày 14 tháng 3, 1988, TC chiếm Gạc Ma. Cuộc thảm sát này hiện nay được được nhắc lại trong các báo khá nhiều. Báo Lao Động ngày 13/03/2022 viết: "Ngày 14.3.1988, nhằm ngày 27 tháng giêng âm lịch, Trung Quốc đã dùng vũ lực đánh chiếm đảo đá chìm Gạc Ma, thuộc quần đảo Trường Sa của Việt Nam. Trong một cuộc chiến không cân sức để bảo vệ đảo đá Gạc Ma, 64 chiến sĩ thuộc lực lượng Hải quân Nhân dân Việt Nam đã kiên cường chiến đấu và anh dũng hy sinh. Nhiều người trong số họ đã nằm lại mãi mãi nơi đáy biển sâu." Cũng theo báo Lao Động, mãi tới 11 năm sau "những bài báo viết về các anh, các cựu binh Gạc Ma mới bắt đầu xuất hiện rải rác. (*Lao Động*, Chủ nhật, 13-03-2022)

Chiếm Gạc Ma chỉ là đầu cầu cho chiến lược bành trướng Biển Đông của Đặng Tiểu Bình. Vào thập niên 1990, đối tượng cạnh tranh chiến lược của Đặng Tiểu Bình và các lãnh đạo TC sau ông ta là Mỹ, Nhật, Đức chứ không còn là Việt Nam.

Cuối năm 1990, LX đang trên đà sụp đổ. Sáu trong số mười lăm nước "Cộng Hòa Xã Hội Chủ Nghĩa" đã tuyên bố độc lập, nền kinh tế LX đang thời kỳ suy thoái, bức tường Bá Linh đã bị đập đổ. Boris Yeltsin từ bỏ đảng CS và trở thành lãnh đạo của phong trào dân chủ Nga. CSVN trở thành con thuyền không bến và chiếc phao duy nhất còn lại là TC. Hội nghị Thành Đô trong hai ngày 3 và 4 tháng 9 năm 1990 đánh dấu cho ngày trở về của đảng CSVN dưới ảnh hưởng TC.

Sau hội nghị Thành Đô, ngày 8 tháng 5 năm 1992 Trung Cộng ký hợp đồng khai thác dầu khí với công ty năng lượng Crestone của Mỹ, cho phép công ty này thăm dò khai thác dầu khí trong thềm lục địa của Việt Nam, nằm ở phía Tây Nam của quần đảo Trường Sa. Trung Cộng cũng hứa với công ty Creston sẽ bảo vệ bằng võ lực nếu Việt Nam can thiệp vào công việc của họ.

Ngày 25 tháng 2, 1992, TC thông qua Luật Lãnh Hải và Vùng Tiếp Giáp. Theo luật này, Biển Đông, trong đó có Hoàng Sa và Trường Sa, thuộc về TC. Văn bản này viết: "Lãnh hải của Cộng hòa Nhân dân Trung Hoa là vành đai biển tiếp giáp lãnh thổ đất liền và nội thủy của Cộng hòa Nhân dân Trung Hoa. Lãnh thổ trên đất liền của Cộng hòa Nhân dân Trung Hoa bao gồm đất liền và các đảo ven biển; Đài Loan và tất cả các đảo bao gồm quần đảo Điếu Ngư; quần đảo Penghu; quần đảo Đông Sa; quần đảo Tây Sa; quần đảo Trung Sa và quần đảo Nam Sa; cũng như tất cả các đảo khác thuộc Cộng hòa Nhân dân Trung Hoa."

Theo phân tích của Council On Foreign Relations, một trung tâm nghiên cứu lớn tại Mỹ, ý đồ của TC không chỉ là kinh tế nhưng chính là quân sự. TC muốn khóa Biển Đông khỏi sự hải hành quân sự của Mỹ.

Quan trọng nhất là việc TC quân sự hóa Biển Đông qua việc xây dựng hàng loạt "đảo nhân tạo" và các căn cứ quân sự trên quần đảo Hoàng Sa. Bảy đảo nhân tạo đó gồm Johnson Reef South (Đá Gạc Ma), Subi Reef (Đá Xu Bi), Gaven Reef (Đá Ga Ven), Hughes Reef (Đá Tư Nghĩa), Fiery Cross Reef (Đá Chữ Thập), Cuarteron Reef (Đá Châu Viên) và Mischief Reef (Đá Vành Khăn).

Tại hội nghị Shangri-La 2015 (The IISS Shangri-La Dialogue) với cấp bộ trưởng quốc phòng của 50 quốc gia, Bộ trưởng Quốc Phòng Mỹ Ash Carter chính thức yêu cầu TC ngưng xây dựng các căn cứ quân sự nổi qua hình thức các đảo nhân tạo. Tuy nhiên, ngoại trừ có các biện pháp cứng rắn của các quốc gia trực tiếp trong vòng tranh chấp, không một lời yêu cầu nào hay văn bản nào có thể làm thay đổi tham vọng của Tập Cận Bình.

Ngày 14 tháng 2, 2016, TC đặt các giàn hỏa tiễn địa đối không (surface-to-air missiles) và chiến đấu cơ J-11 trên đảo Phú Lâm (Hoàng Sa). Tờ The Wall Street Journal trích dẫn nguồn tin quân sự cho biết đây là loại hỏa tiễn HQ-9 dài 6 mét, nặng hai tấn, tầm bắn từ trung bình tới xa. (China Positions Missiles on Disputed South China Sea Island, The Wall Street Journal, Feb. 17, 2016)

Ngày 18 tháng 5, 2018, các oanh tạc cơ H-6 của TC cất cánh từ đảo Phú Lâm và đáp xuống một "đảo nhân tạo" của TC trên Biển Đông. Ấn bản điện tử của Nhân Dân Nhật Báo còn đăng cả một video ngắn cho thấy oanh tạc cơ H-6K có tầm bay xa 1900 hải lý hạ cánh xuống một trong những "đảo nhân tạo".

Với loại oanh tạc cơ này, tất cả các thành phố lớn, các quốc gia vùng Đông Nam Á đều nằm trong tầm oanh tạc của H-6K nói chi là Việt Nam chỉ cách Hoàng Sa 121 hải lý. (China lands bomber on South China Sea island for first time, CNBC, May 18, 2018).

Ngày 18 tháng 4, 2020, TC công bố thành lập hai đơn vị hành chánh mới gồm Tây Sa bao gồm Hoàng Sa và Nam Sa bao gồm Trường Sa của Việt Nam. Trụ sở của hai đơn vị hành chánh này đặt tại đảo Phú Lâm, trực thuộc tỉnh Hải Nam của TC. Nhiều người nghĩ tình trạng Covid-19 sẽ làm giảm chính sách bành trướng của Tập Cận Bình, nhưng không, họ Tập không những chậm mà còn lợi dụng khó khăn của thế giới để đẩy mạnh hơn tham vọng xâm thực chủ quyền của các nước chung quanh trong đó có Việt Nam.

Trên đây chỉ là vài sự kiện chính được các viện nghiên cứu, các hãng tin, các báo chí quốc tế ghi lại. Sự chịu đựng của ngư dân Việt Nam trong 47 năm qua không sách vở nào ghi hết như Nguyễn Trãi viết trong Bình Ngô Đại Cáo "Trúc Nam Sơn không ghi hết tội, nước Đông Hải không rửa sạch mùi".

Nhiều người có thể đặt câu hỏi nếu vậy thì làm gì?

Cuộc chiến tranh xâm lược của Nga vao Ukraine đã làm các nhà phác họa chính sách đối ngoại, từ các nước lớn như Mỹ, Đức, Anh cho tới những nước nhỏ xa xôi như Ghana ở Phi Châu hay Cambodia ở Á Châu suy nghĩ lại chính sách đối ngoại của nước mình và chọn lựa một hướng đi mới phù hợp với xu hướng mới đặt trên nền tảng đa phương.

Việt Nam không có khả năng đánh bại hải quân TC, không đủ không quân để làm chủ bầu trời Biển Đông nhưng không phải là tuyệt lộ. Ít nhất có một việc nên làm ngay, đó là hủy bỏ chính sách quốc phòng "Bốn Không".

Chính sách "Bốn Không" được xác định trong Sách trắng Quốc phòng Việt Nam 2019: "Việt Nam chủ trương không tham gia liên minh quân sự; không liên kết với nước này để chống nước kia; không cho nước ngoài đặt căn cứ quân sự hoặc sử dụng lãnh thổ Việt Nam để chống lại nước khác; không sử dụng vũ lực hoặc đe dọa sử dụng vũ lực trong quan hệ quốc tế". (Sách trắng Quốc phòng Việt Nam 2019)

Tại sao phải "Bốn không"? Thái Lan, Nam Dương, Mã Lai, Philippines, Cambodia và ngay cả nước nhỏ tí như Brunei cũng không tự cô lập khi đưa ra một chính sách tự trói tay như Việt Nam.

Một chính sách đối ngoại đúng là chính sách đặt quyền lợi của đất nước lên trên hết chứ không đặt quyền lợi của cường quốc nào lên trên hết. Chính sách "Bốn Không" thực chất là một chính sách "tiền đồn" nhằm phục vụ cho quyền lợi của TC để giữ "sân sau" Việt Nam làm hành lang an toàn cho TC khi có một xung đột giữa TC với Mỹ và Đồng Minh xảy ra.

Hủy bỏ "Bốn Không" không có nghĩa phải thay bằng "Bốn Có", không nhất thiết phải chọn đi với Mỹ nhưng để giải quyết các vấn đề thế giới trên nền tảng đa phương, không tự trói tay.

Hủy bỏ "Bốn Không" không có nghĩa là chống lại TC mà là giới hạn sự lệ thuộc vào TC và tạo điều kiện được đối xử bình đẳng trong quan hệ ngoại giao với TC.

Cuộc chiến tự vệ của Cộng Hòa Ukraine với sự ủng hộ của gần hết các quốc gia trên thế giới cho thấy tầm quan trọng của chủ nghĩa đa phương.

Chưa bao giờ trong lịch sử thế giới từ sau Thế Chiến Thứ Hai, sự liên kết và phụ thuộc hỗ tương giữa các quốc gia bất kể lớn nhỏ quan trọng như những ngày này. Một trong những quốc gia nhỏ nhất thế giới là Lục Xâm Bảo (Luxembourg) với dân số chỉ 640 ngàn người cũng gởi võ khí chống tăng đến giúp Ukraine. Con số tuy nhỏ nhưng tính đại diện rất quan trọng và ý nghĩa.

Sự thất bại của Putin là bài học cho Tập Cận Bình, đặc biệt là quan điểm chủ nghĩa dân tộc cực đoan của y đối với Đài Loan.

Khái niệm dân tộc ngày nay không chỉ được định nghĩa bằng quá khứ lịch sử, ngôn ngữ, giống nòi, tôn giáo mà quan trọng hơn là dựa vào khát vọng của con người sống trong thời đại họ. Khi thành phố Bucha của Ukraine bị san bằng, hàng ngàn người dân vô tội, kể cả phụ nữ mang thai bị giết, mọi lời rao về tình dân tộc Rus của Vladimir Putin đã trở thành những hạt muối xát vào vết thương của người dân Ukraine.

Sự thất bại của Putin cũng là bài học cho Tập Cận Bình về hậu quả của chủ nghĩa bành trướng. Lịch sử cận đại chứng minh các đế quốc bành trướng như Ottoman, Phổ, Nhật, Nga, Áo-Hung.. đều thất bại và sụp đổ.

Cái gọi là "quyền lịch sử" mà bộ máy tuyên truyền TC huênh hoang tối ngày thực chất chỉ là quyền ăn cướp. Nếu TC quả thật có đủ bằng chứng cụ thể và thuyết phục trước công pháp quốc tế thì họ đã không trốn khi bị Philippines kiện ra tòa.

Xin nhớ, chính phủ Philippines không hề giấu diếm ý định mà còn báo trước cho TC biết họ sẽ nộp đơn kiện để TC có thời gian chuẩn bị.

Nhắc lại, ngày 22 tháng 1, 2013 chính phủ Philippines trao cho đại sứ Trung Cộng tại Philippines một công hàm ngoại giao trong đó trình bày lý do Philippines kiện Trung Cộng lên Tòa Án Quốc Tế về Luật Biển (ITLOS). Chính phủ Philippines cũng cho đại sứ TC biết trọng tài thứ nhất Philippines chọn là luật gia người Đức Rüdiger Wolfrum.

Cộng Hòa Philippines dựa vào Điều 287 (chọn thủ tục) và Phụ lục số Bảy (Annex VII) của Công Ước Liên Hiệp Quốc Về Luật Biển (United Nations Convention on the Law of the Sea, UNCLOS) để nộp đơn lên kiện Trung Cộng vi phạm UNCLOS đối với Philippines và thách thức cái gọi là "Quyền lịch sử" của Trung Cộng trên Biển Đông.

Kẻ cướp chỉ có súng chứ làm gì có bằng chứng sở hữu vì của cải, đất đai, nhà cửa là của chủ nhà. Sau gần một tháng họp bàn, ngày 19 tháng 2, 2013 TC thông báo cho chính phủ Philippines biết sẽ không tham gia vụ kiện. Vì không tham gia nên TC không có quyền đề cử thẩm phán trọng tài. Kết quả như cả thế giới đều biết hôm nay, Philippines chẳng những thắng phần mình mà còn làm cho lý luận gọi là "quyền lịch sử" chỉ để đun nóng chủ nghĩa dân tộc cực đoan tại lục địa chứ hoàn toàn vô nghĩa trước công pháp quốc tế. (The South China Sea Arbitration. The Republic of Philippines v. The People's Republic of China, Case 2013-19 PCA)

Thay vì "Bốn Không", quan điểm quốc phòng chỉ nên viết một cách tổng quát: Chính sách quốc phòng Việt Nam phục vụ cho mục đích duy nhất là bảo vệ chủ quyền và sự toàn vẹn lãnh thổ của Việt Nam, và do đó, trong mỗi tình huống của thế giới, chính sách có thể sẽ được linh động áp dụng một cách thích nghi.

Hủy bỏ "bốn không" chưa hẳn là "thoát Trung" nhưng ít nhất cũng phá vỡ tình trạng tự cô lập, bế tắc để mở ra một không gian mới thúc đẩy đa phương hóa trong tranh chấp Biển Đông.

Im lặng là góp phần nuôi dưỡng tội ác.

Nhìn bức ảnh đính kèm theo bài viết độc giả sẽ thấy không phải một sáng, một chiều, một tháng, hay ngay cả một năm mà TC xây xong bảy căn cứ quân sự trên Biển Đông.

Các hình ảnh chụp năm 1988 và 1995 cho thấy những "căn cứ" của TC trên Trường Sa vừa chiếm được của Việt Nam đơn sơ không khác gì những chòi giữ vịt ở Cao Lãnh. Tuy nhiên, chính sách quốc phòng tự cô lập của Việt Nam đã khuyến khích TC biến những chòi giữ vịt đó thành những phi trường cho các oanh tạc cơ, chiến đấu cơ, các giàn phóng hỏa tiễn tầm xa được đặt, đồn trú hay trang bị như ngày nay.

TC có kho ngoại hối dự trữ (foreign-exchange reserves) lớn nhất thế giới nhờ mấy chục năm bán sức lao động của mấy trăm triệu dân và kho võ khí hiện đại một phần không nhỏ do ăn cắp kỹ thuật. Tuy nhiên, như bài học Putin cho thấy võ khí và tiền bạc không đem lại chiến thắng.

Nga có nguồn dự trữ lớn thứ tư trên thế giới với 611 tỷ dollar nhưng ngoại trừ 13% số tiền đó ký thác trong các ngân hàng Trung Cộng và sẽ sử dụng được, số lớn còn lại đã bị "đóng băng". Kỹ thuật chiến tranh của Nga chưa phải là đối thủ của Mỹ và NATO.

Yếu tố còn lại và cũng là yếu tố quyết định là con người. Đây cũng là nỗi lo của Tập Cận Bình. Chính họ Tập đã gọi quân đội TC đang mắc một bệnh dịch gọi là "bệnh hòa bình". Lý do, từ sau chiến tranh biên giới với Việt Nam, quân đội TC chưa tham dự một cuộc chiến nào. (Charlie Lyons Jones Xi believes a 'peace disease' hampers China's military modernization, Australian Strategic Policy Institute, 26 Aug 2019)

TC không đáng sợ nhưng nếu CSVN tiếp tục theo đuổi các chính sách tự cô lập, tách rời khỏi hướng đi của thời đại, không liên kết với các quốc gia có cùng quyền lợi để ngăn chặn kịp thời tham vọng bành trướng của TC, Việt Nam, một quốc gia bán đảo bên bờ Thái Bình Dương, có nguy cơ trở thành một nước không có biển.

Cuộc chiến xâm lược của Nga tại Ukraine là một trường hợp nghiên cứu cho tất cả học viện quân sự, các "think tank" (trung tâm nghiên cứu chiến lược) tại mọi quốc gia, mọi chính phủ nhất là những nước có vị trí địa lý chính trị tương tự như Ukraine.

Nếu Ukraine cũng theo đuổi chính sách "bốn không" như Việt Nam chắc chắn đã không có sự viện trợ quân sự của 36 quốc gia, và hậu quả ai cũng có thể hình dung được thủ đô Kyiv hôm nay là một đống tro tàn.

Qua hai cuộc bỏ phiếu vừa rồi tại LHQ, người viết không kỳ vọng giới cầm quyền CSVN thay đổi chính sách quốc phòng, nhưng chẳng qua nói phải nói cho hết, viết phải viết cho hết.

Biển vô cùng quan trọng. Phải giữ cho được biển. Nhiều ngàn năm trước, tổ tiên dòng giống Việt vượt núi, băng rừng từ bỏ vùng đất nằm sâu trong đất liền để di dân về phương Nam và đã dừng lại ở Việt Nam chỉ vì nơi đây có biển. Đừng vì sự "ổn định" tạm thời của đời mình hay của đảng mình mà quên đi nền hòa bình, thịnh vượng và ổn định thật sự của cả dân tộc trong nhiều đời sau.

UKRAINE ĐÁNH THỨC NHÂN LOẠI NGOẠI TRỪ CỘNG SẢN VIỆT NAM

Cuộc chiến tranh xâm lược Ukraine của Nga đã làm thay đổi vị trí chiến lược của nhiều quốc gia trên chính trường thế giới cũng như buộc nhiều quốc gia phải thay đổi đường lối đối ngoại để thích nghi với xu hướng thời đại.

Xu hướng của thời đại ngày nay là phát triển dân chủ và hòa bình chống lại các cơ chế độc tài chuyên chính với tham vọng bành trướng.

Ngày 17, tháng 3, 1948, phát biểu trước lưỡng viện quốc hội Mỹ, TT Harry Truman giải thích lý do phải "bao vây Liên Xô". Theo tổng thống thứ 33 của Mỹ, "nguyên nhân chính là do một quốc gia đã không chỉ từ chối hợp tác để thiết lập một nền hòa bình công bằng và danh dự mà thậm chí tệ hại hơn, đã tích cực tìm cách ngăn chặn điều đó." (Special Message to the Congress on the Threat to the Freedom of Europe, March 17, 1948, Truman Library)

Mặc dù quốc hội Mỹ lần thứ 80 do đảng Cộng Hòa chiếm đa số nhưng họ cũng đã ủng hộ TT Truman (Dân Chủ).

Ngoại trừ năm nước CS theo chủ nghĩa Lenin không Mác, phong trào CS thế giới đã qua và câu nói của TT Truman dường như cũng đã bị lảng quên đi. Nhưng không. Mới đây cũng tại quốc hội Hoa Kỳ, nhiều phát biểu gần như lập lại nguyên văn câu nói của TT Truman chỉ thay chữ Liên Xô bằng chữ Nga và kết quả đạo luật "Bảo Vệ Chủ Quyền Ukraine" ra đời. Điều thứ hai trong đoạn hai của đạo luật viết "Sự xâm lược và ảnh hưởng có ý định thù địch của Chính phủ Liên bang Nga và các tổ chức thân cận của họ ở Ukraine là mối đe dọa đối với chủ quyền dân chủ của Ukraine." (Defending Ukraine Sovereignty Act of 2022)

Một ngày không xa, câu nói của TT Truman cũng sẽ được nghe lần nữa tại một phiên họp khoáng đại của quốc hội Hoa Kỳ và nhóm chữ "một quốc gia" sẽ được hiểu là "Trung Quốc".

Chính trường quốc tế là một không gian đầy sinh động. Những quan điểm "bạn và thù", "đồng minh và đối nghịch" thay đổi theo từng hiệp định và ngay cả theo từng chọn lựa chính trị của lãnh đạo một quốc gia.

Những ai học môn sử lịch sử thế giới bậc trung học ở miền Nam trước 1975 chắc còn nhớ bài học sau đây. Ngày Chủ Nhật, 28 tháng 6, 1914, Đại Quận Công Archduke Franz Ferdinand, người sẽ kế vị bác của mình để trở thành hoàng đế Đế Quốc Áo-Hung bị một sinh viên người Bosnia Serb tên là Gavrilo Princip bắn chết tại Sarajevo. Sự kiện này được lịch sử thế giới ghi nhận như điểm khởi đầu cho Đại Chiến hay còn gọi là Thế Chiến Thứ Nhất.

Tuy nhiên, giống như hỏa diệm sơn, biến cố đó chỉ là điểm vỡ của những xung đột gây tác động dây chuyền suốt nhiều thế kỷ. Trong hai thế kỷ trước đó, nhiều liên minh quân sự được ký kết giữa các quốc gia lớn nhỏ như Liên Minh Nga-

Ottoman 1700, Liên Minh Ba Nước Đức, Áo-Hung, Ý (Triple Alliance)1882 chẳng hạn.

Vô số bài học trên thế giới cho thấy không phải nước lớn nào cũng chiếm đoạt nước nhỏ dễ dàng. Nếu một quốc gia có được hai yếu tố (1) nội lực vững mạnh và (2) quốc tế ủng hộ quốc gia đó dù thua những trận đầu vẫn sẽ thắng trận cuối cùng quyết định.

Năm 1939, Phần Lan dân số chỉ vỏn vẹn 3.6 triệu người nhưng chiến đấu anh dũng trong Chiến Tranh Mùa Đông (Winter War) chống lại quân đội LX đông gấp trăm lần. Lòng yêu nước, yêu tự chủ và dân chủ của dân tộc Phần Lan giành được cảm tình của đa số nhân loại. Hội Quốc Liên (League of Nations) chẳng những lên án LX xâm lược Phần Lan mà còn trục xuất LX ra khỏi tổ chức quốc tế này. Chiến Tranh Mùa Đông 1939 đã làm Stalin lo ngại và từ bỏ tham vọng chiếm Phần Lan lần nữa sau Thế Chiến Thứ Hai dù đã nuốt hết vùng Baltics và Đông Âu.

Chính sách đối ngoại của một quốc gia chỉ đạo cho các mục tiêu chung của quốc gia đó trong quan hệ với các quốc gia khác bằng phương tiện ngoại giao.

Tại Việt Nam, Phạm Minh Chính thủ tướng CSVN, một thời gian ngắn trước khi Nga xâm lăng Ukraine đã phát biểu về chính sách đối ngoại của CSVN như sau: "Chúng ta không "chọn bên" mà chọn lẽ phải, xu hướng thời đại là hòa bình, hợp tác và phát triển." ("Chúng ta không chọn bên mà chọn lẽ phải", Thanh Niên, 16-12-2021)

Sau khi Nga xâm lăng Ukraine cuối tháng 2, 2022, CSVN vẫn giữ quan điểm "chọn lẽ phải" này.

"Lẽ phải" của ông Phạm Minh Chính phải chăng là bốn triệu người Ukraine chỉ trong vòng hai tháng đã bị Nga đẩy ra khỏi căn nhà riêng của họ để sống chen chúc và thiếu thốn trong các trại tị nạn ở Ba Lan, Romania, Hungary và các quốc gia lân cận?

"Lẽ phải" của ông Phạm Minh Chính phải chăng là hàng trăm ngàn ngôi nhà Ukraine bị thiêu rụi, nhiều thành phố Ukraine bị san bằng, nhiều ngàn người Ukraine bị bom đạn Nga giết và chôn chung trong các ngôi mộ tập thể, nhiều em bé Ukraine chưa sinh đã chết khi còn trong bụng mẹ?

Dù với tiêu chuẩn đạo đức nào, hành động của Nga đối với Ukraine là hành động xâm lược trắng trợn và bản thân Putin theo tinh thần của Geneva Convention và nội dung "8 vi phạm" được LHQ nêu ra là một tội phạm chiến tranh.

Nhưng CSVN đã gạt qua bên mọi phản ứng từ phía người dân, mọi giá trị, tiêu chí đạo đức căn bản, mọi công pháp quốc tế và viễn ảnh một Việt Nam bị cô lập theo Nga chỉ để lấy lòng quan thầy Trung Cộng (TC).

CSVN rập khuôn theo cách bỏ phiếu của TC còn trơ trẽn hơn so với cách Tajikistan, Uzbekistan, Kazakhstan, Kyrgyzstan đối xử với Nga.

Dù trong cùng một tổ chức Tổ Chức Liên Minh An Ninh Tập Thể (Collective Security Treaty Organization) do Nga chế ngự, bốn quốc gia cận biên giới này đã không ủng hộ Putin trong quyết nghị LHQ ngày 2 tháng 3, 2022. Đó là những cái tát vào mặt Putin kiêu ngạo. Ít ra lãnh đạo bốn nước nhỏ này còn có chút ý thức về chủ quyền đất nước dù sự nghiệp chính trị và cả sinh mạng cá nhân của họ nằm trong tay Putin. Hành động vắng mặt tại buổi bỏ phiếu ngày 2 tháng 3, 2022 của Turkmenistan, Uzbekistan và Azerbaijan là một cách phản đối mà Putin chưa bao giờ nghĩ tới.

Công bằng mà nói không phải 141 quốc gia lên án Nga đều vì Ukraine. Không ít trong số họ nhận thấy đây là cơ hội tốt để hội nhập vào khối dân chủ tự do. Argentina, Saudi Arabia, Thổ Nhĩ Kỳ, Chile tham gia phe Đồng Minh chỉ hơn hai tháng trước khi Thế Chiến Thứ Hai chấm dứt nhưng vẫn được xem là quốc gia Đồng Minh và hãnh diện là thành viên sáng lập ra Liên Hiệp Quốc.

Chọn trường hợp Kampuchea láng giềng để phân tích cái khôn của Hun Sen và cái dại của đảng CSVN.

Kampuchea ngày nay thừa hưởng gia tài chính trị hai mặt (Flip-flop politics) của Norodom Sihanouk để lại nên cũng đã chọn cách bỏ phiếu hai mặt. Sihanouk đi với bất cứ ai kể cả tên diệt chủng Pol Pot miễn là giữ được chiếc ngai vàng.

Hun Sen chọn phỏ phiếu ủng hộ Ukraine "đòi Nga rút ngay lập tức, hoàn toàn và vô điều kiện tất cả các lực lượng quân sự của mình khỏi lãnh thổ Ukraine trong các biên giới được quốc tế công nhận" trong nghị quyết quan trọng của Đại Hội Đồng LHQ ngày 2 tháng 3, 2022 nhưng chọn bỏ phiếu trắng trong nghị quyết ít quan trọng hơn loại Nga ra khỏi Hội Đồng Nhân Quyền LHQ ngày 7 tháng 4, 2022.

Với chọn lựa khôn khéo này, Hun Sen muốn nói lớn cho Mỹ nghe rằng (1) Kampuchea không tham khảo Tập Cận Bình trước khi bỏ phiếu, (2) Kampuchea chưa quên vai trò chính yếu của Mỹ trong công cuộc phục hồi Kampuchea sau thời kỳ Pol Pot diệt chủng, (3) Kampuchea nhận thấy vai trò mới của Mỹ trong bàn cờ chính trị thế giới, nhất là Á Châu và muốn có một sự cân đối trong mặt trận ngoại giao trong thời gian tới.

Chính phủ Mỹ chắc chắn đã lưu ý quan điểm đối ngoại của Kampuchea nổi bật trong khối các nước Đông Nam Á. Sau cuộc bầu phiếu, hai tòa đại sứ Pháp và Mỹ công bố lời cám ơn lãnh đạo Kampuchea đã có lập trường cứng rắn chống lại hành động xâm lược Ukraine của Nga.

Không có thù vặt trong chính trị. Quan hệ giữa hai quốc gia không chỉ đặt cơ sở trên quyền lợi chung mà còn trên quan điểm của mỗi quốc gia trước một vấn đề chung.

Cùng một mối quan tâm, chính sách đối ngoại của Ấn Độ vừa qua đã làm ba quốc gia còn lại lo lắng cho tương lai của Đối Thoại An Ninh Bốn Bên (Quadrilateral Security Dialogue, QUAD) và sẽ ảnh hưởng đến quan hệ Mỹ Ấn sau này.

Điều này thể hiện ngay trong tổng kết phiên họp của QUAD ngày 3 tháng 3, 2022 vừa qua. Phiên họp diễn ra khá nhạt nhẽo so với hai phiên họp năm 2020 đầy phấn khởi với hàng loạt mục tiêu từ Covid-19 đến tự do và an ninh hải hành. Lần này, mặc dù phiên họp ở cấp nguyên thủ quốc gia không có một chương trình nào cụ thể ngoài việc cứu trợ nhân đạo cho Ukraine. QUAD được thành lập với ý định bao vây TC nhưng với chính sách hàng hai của Ấn Độ, với ngân sách dành cho quốc phòng chỉ 1% GDP (47 tỷ dollar) của Nhật Bản và quốc gia nhỏ (21 triệu dân) như Úc còn khá lâu mới dựng nổi một hàng rào ở Ấn Độ - Thái Bình Dương.

Đây không phải lần đầu. Sự lo ngại của Mỹ trước chính sách đối ngoại tả khuynh của Ấn phản ảnh trong thái độ của Mỹ trước xung đột giữa Ấn và Trung Cộng 1967 cũng như giữa

Ấn và Pakistan năm 1971. Năm 1967, Mỹ đứng ngoài và trong xung đột 1971 Mỹ ủng hộ Pakistan. Sau sự sụp đổ của LX, các nhà làm chính sách đối ngoại Mỹ muốn lôi kéo Ấn, một nước dân chủ, về phe tự do trong cuộc đấu tranh lâu dài nhằm cô lập TC. Đây là lối đi đúng nhưng đường còn dài.

Để biện minh cho chính sách đối ngoại rập khuôn TC, các lãnh đạo CSVN biện hộ rằng cách bỏ phiếu của họ là biểu hiện thái độ trung lập trong xung đột Nga-Ukraine.

Trung lập là gì? Trích từ các văn bản của LHQ: "Tính trung lập - được định nghĩa là tình trạng pháp lý phát sinh từ việc một quốc gia không tham gia vào một cuộc chiến giữa các quốc gia khác." Cũng theo tuyên bố của LHQ về tính trung lập: "Trước tình hình căng thẳng chính trị và khủng hoảng leo thang, điều hết sức quan trọng là phải giữ vững các nguyên tắc chủ quyền và bình đẳng của các quốc gia, toàn vẹn lãnh thổ, quyền tự quyết, không can thiệp vào công việc nội bộ của bất kỳ quốc gia nào cũng như bảo vệ, thúc đẩy, khuyến khích giải quyết các tranh chấp quốc tế bằng các biện pháp hòa bình sao cho hòa bình và an ninh quốc tế không bị đe dọa." (United Nations, International Day of Neutrality, 12 December)

Nhưng trung lập không có nghĩa chỉ tuyên bố "tôi đứng ngoài" là xong mà còn phải được các cường quốc nằm trong quỹ đạo xung đột công nhận.

Khi Đệ nhị Thế Chiến vừa bùng nổ hàng loạt quốc gia như Estonia, Ireland, Latvia, Lithuania, Bồ Đào Nha, Tây Ban Nha, Thụy Điển,Thụy Sỹ... tuyên bố trung lập. Tuy nhiên, không phải quốc gia nào tuyên bố trung lập cũng tránh được tai họa chiến tranh. Hitler tấn công các nước "trung lập" Na Uy, Đan

Mạch, Bỉ, Hòa Lan và Stalin, lúc đó là đồng minh của Hitler, thu gọn ba nước "trung lập" nhỏ vùng Baltics chỉ trong vài ngày.

Lịch sử các cuộc xung đột quân sự trong thế kỷ qua cho thấy, mục đích tối hậu của giới lãnh đạo một quốc gia khi tuyên bố trung lập là để bảo vệ sự "bình đẳng chủ quyền của các quốc gia, toàn vẹn lãnh thổ, quyền tự quyết".

Gần nửa thế kỷ từ ngày cưỡng chiếm miền Nam 1975, đảng CSVN bảo vệ được gì về chủ quyền và toàn vẹn lãnh thổ theo đúng định nghĩa trung lập của LHQ?

Câu trả lời không chỉ là con số không mà là một số âm to lớn.

Không cần phải là một nhà nghiên cứu địa lý hay theo dõi chính trị hàng ngày, trong thời đại internet này, chỉ cần vào google gõ từng tên đảo Việt Nam như Gạc Ma, Đá Xu Bi, Đá Ga Ven, Đá Tư Nghĩa, Đá Chữ Thập, Đá Châu Viên, Đá Vành Khăn sẽ thấy đó là những căn cứ quân sự TC hiện đại đầy đủ các phương tiện chiến tranh từ phi trường với nhiều phi cơ chiến đấu trang bị hỏa tiễn tầm xa có thể đạt tới Hà Nội, Huế, Đà Nẵng, Sài Gòn trong một vài chục giây.

Những địa danh Vành Khăn, Tư Nghĩa, Gạc Ma.. chỉ còn trong các diễn văn, nghị quyết. Những quần đảo Việt Nam được nhắc tới trong thơ, trong nhạc đang còn sờ sờ trước mặt mà nghe xa xôi như từ thời Bắc thuộc vọng về.

"Trung lập" của CSVN đặt nền tảng trong chính sách gọi là "bốn không" được xác định trong Sách trắng Quốc phòng Việt Nam 2019: "Việt Nam chủ trương không tham gia liên minh quân sự; không liên kết với nước này để chống nước kia; không cho nước ngoài đặt căn cứ quân sự hoặc sử dụng lãnh thổ Việt

Nam để chống lại nước khác; không sử dụng vũ lực hoặc đe dọa sử dụng vũ lực trong quan hệ quốc tế". (Sách trắng Quốc phòng Việt Nam 2019)

Trung Cộng muốn gì ở CSVN? Một điều mà những ai theo dõi quan hệ giữa CSVN và TC đều biết TC muốn CSVN (1) hoàn toàn lệ thuộc vào Trung Cộng về chế độ chính trị và (2) không được tách rời khỏi chiến lược an ninh châu Á của Trung Cộng.

Cách hành xử của các lãnh đạo đảng CSVN cho thấy họ đang nghiêm chỉnh thỏa mãn các yêu sách đó của TC bằng tài nguyên và xương máu của nhiều đời dân tộc Việt.

Tại sao cần phải "ba không" hay "bốn không"?

Hội nghị quốc tế nào, cường quốc nào chính thức tuyên bố chấp nhận nguyên tắc "bốn không" của CSVN?

Không một quốc gia nào trong số các quốc gia tranh chấp chủ quyền các đảo trên Biển Đông đưa ra những nguyên tắc đối ngoại một chiều và bị động như CSVN.

Sau đây là nguyên tắc đối ngoại chỉ đạo của Cộng hòa Philippines, từng đưa TC ra tòa án quốc tế và thắng, được ghi trong Điều II Mục 7 của Hiến pháp Philippines năm 1987: "Cộng hòa Philippines theo đuổi một chính sách đối ngoại độc lập. Trong quan hệ với các quốc gia khác, điều quan hệ tối thượng sẽ là chủ quyền quốc gia, toàn vẹn lãnh thổ, lợi ích quốc gia và quyền tự quyết."

Khẳng định của Philippines rất linh động, uyển chuyển, rõ ràng và tổng quát thích hợp cho mọi hoàn cảnh, mọi đối tác với đồng minh và cả kẻ thù.

CSVN cũng có thể nói một cách công khai như vậy nhưng nếu nói như Philippines các lãnh đạo đảng lại lo TC hiểu sai lòng dạ của họ.

Chiến tranh là tai họa không tránh khỏi. Đại đa số nhân loại, nhất là dân tộc Việt Nam, không muốn chiến tranh nhưng ngày nào trái đất còn chia ra những biên giới ngày đó nhân loại còn có chiến tranh.

Người viết hình dung Tập Cận Bình vừa dán lên tường trong phòng làm việc của ông ta lời dặn dò cho các thế hệ lãnh đạo TC tương lai rút ra từ cuộc chiến Nga xâm lược Ukraine: "Nếu phải trừng phạt Việt Nam lần nữa nhớ đừng đổ bộ mà hãy tận dụng tối đa mọi hỏa lực từ xa."

Với kỹ thuật chiến tranh hiện có, TC thừa khả năng "trừng phạt CSVN" bằng hải lực và không lực từ Hải Nam, Hoàng Sa, các căn cứ quân sự trên đảo Chữ Thập, Xu Bi, Vành Khăn, từ hạm đội Nam Hải mà không cần phải đổ nửa triệu quân như 1979.

Nếu tình huống đó xảy ra, ai sẽ cứu Việt Nam? Trả lời theo lối bình dân là "chẳng có ma nào cứu".

Lãnh đạo CSVN thường "nổ" cái gì cũng nhất. Đúng, một người không thể đứng thứ hai nếu chỉ chạy đua với chính mình, thi đua với chính mình, cạnh tranh với chính mình.

Về kinh tế, những quốc gia cựu CS thoát ra được và tự do phát triển, kể cả Mông Cổ, đều bỏ xa CSVN. GDP tính theo đầu người của Mông Cổ tăng gấp 10 lần kể từ cuộc bầu cử tự do chính thức 1993.

Nhưng những gì người dân Mông Cổ và các nước cựu CS có được không chỉ là lợi tức kinh tế, tài chánh mà là quyền được bầu cử, ứng cử, tự do phát biểu, tự do đi lại, tự do tôn giáo, quyền biểu tình, quyền phê bình lãnh đạo mà không bị ai bắt bỏ tù và rất nhiều quyền khác mà người dân Việt Nam không có.

Giữa các cuộc chiến tranh, ngoài việc lo cải tiến và hiện đại hóa bộ máy quốc phòng, các nhà tư tưởng của mỗi quốc gia luôn cố gắng nghĩ ra một con đường đất nước sẽ phải đi qua, các thế hệ trẻ tập trung dùi mài kinh sử của nước mình và của thế giới để qua đó phác họa những chính sách dài hạn ngắn hạn thích nghi cho đất nước.

Tư tưởng vô cùng quan trọng và phải đi trước. John Adams, tổng thống thứ hai của Mỹ viết thư cho Thomas Jefferson, tổng thống thứ ba của Mỹ ngày 24-8-1815 "Cuộc Cách mạng đã ở trong ý thức của người dân, và điều này đã có hiệu quả, từ năm 1760 đến năm 1775, trong vòng mười lăm năm trước khi một giọt máu đổ xuống tại Lexington." (Exhibition, Creating the United States, The Library of Congress)

Những lời phát biểu của Phạm Minh Chính cho thấy sau 47 năm, Việt Nam vẫn còn là một nước với những tư tưởng lỗi thời, già nua và lạc hậu đã được nhân loại xếp vào ngăn tủ. Bộ Lenin toàn tập cũ, bìa cứng, in năm 1974 được bán ở Mỹ với giá rất cao vì đó là sách xưa dành cho các nhà sưu tập, thế nhưng tại Việt Nam, chủ nghĩa Mác-Lê trên danh nghĩa vẫn còn là cây kim chỉ nam cho đất nước đi lùi.

CÂY HOA CỦA THOMAS JEFFERSON VÀ NGUYỄN THÁI HỌC

Phim "Léon: The Professional" là một phim hành động của Pháp nhưng có một tình tiết rất dễ thương và rất nhân văn. Tay sát thủ chuyên nghiệp Leon (Jean Reno đóng) yêu cây xanh và sở hữu một chậu cây. Đi tới đâu anh chàng cũng mang theo chậu cây đó và mỗi ngày đều đem cây ra chỗ có ánh nắng. Leon báo bọc cô bé Mathilda Lando (Natalie Portman đóng), 12 tuổi, sau khi người cha buôn á phiện, người mẹ ít quan tâm đến con cái và em trai của cô bị một toán cảnh sát gian tham giết chết. Khi một mình phải đương đầu với đám cảnh sát gian tham đông đảo, sát thủ Leon mở lựu đạn đeo trên người để cùng chết với chúng. Cô bé Mathilda Lando thoát được và trở lại trường học cũ mang theo chậu cây Aglaonema (Cây Vạn Lộc) của Leon. Phim chấm dứt với cảnh Mathilda Lando trồng chậu cây xanh trong vườn sau trường học và nói nhỏ một câu cảm động "Leon, tôi nghĩ chúng tôi sẽ yên ổn ở đây." (I think we'll be okay here, Leon.)

Trên internet có nhiều người trồng hoa Sứ (Plumeria) ở miền lạnh cũng làm giống như anh chàng sát thủ Leon, tức là sáng mang Sứ ra ngoài chỗ nắng và tối mang vào nhà. Hoa Sứ trồng ở Hawaii, Florida hay các vùng ấm không có gì đáng nói.

Những nơi đó, Sứ được trồng dưới đất hay trong chậu và để ngoài vườn quanh năm. Đến đầu mùa hè Sứ trổ bông rất đẹp. Tuy nhiên ở vùng lạnh như Boston hay Minnesota thì khác. Muốn Sứ có ánh nắng sáu giờ một ngày là chuyện gian nan. Tháng Tư tuyết vẫn còn rơi và đầu tháng Năm ban đêm có khi lạnh dưới không độ C.

Một người ở vùng lạnh mở một blog trên internet để thử tính kiên nhẫn của mình bằng cách mỗi sáng thứ Hai chụp một bức ảnh nhánh Sứ của anh mới mua và đăng trên blog. Nhiều người tò mò ghé xem cây Sứ của anh lớn thế nào. Anh cũng mang Sứ ra chỗ có ánh nắng mỗi ngày và khi trời lạnh lại mang vô nhà. Anh kiên nhẫn làm vậy suốt nhiều tháng cho đến một ngày Sứ có nụ và nở một chùm hoa. Anh rất vui và những người theo dõi blog của anh cũng vui theo.

Năm ngoái tôi có mua một nhánh Sứ của một bà ở California mang cây Sứ về từ Hawaii hai chục năm trước. Tôi cũng bắt chước anh chàng kia đem Sứ ra ngoài vào ngày nắng và tối mang vào nhà khi trời trở lạnh. Công việc lặp đi lặp lại một từ mùa hè năm ngoái tới nay, ngoại trừ mùa đông. Tháng trước những nụ hoa đã bắt đầu tượng hình và tuần trước Sứ trổ hoa. Hôm đi chơi xa về, vài bông Sứ trắng nhụy vàng mỉm cười chào ông bà chủ. Hôm nay cả chùm hoa Sứ nở rộ. Tôi không phải là mẫu người có đức tính kiên nhẫn. Đem chậu Sứ ra vào mỗi ngày chẳng qua là để tập dù ở tuổi này có thể đã trễ tràng.

Nhiều loại Sứ màu hồng, màu đỏ tươi rất đẹp. Sứ nhà tôi, giống như Quê Hương tôi, mộc mạc và đơn giản nhưng thơ mộng với hàng tre bên bờ sông Thu Bồn. Tôi tự an ủi hoa Sứ nhà mình không rực rỡ nhưng là của mình. Tôi chợt nhớ tới bài hát sinh hoạt quen thuộc chúng tôi thường hát “Ta không chê của người, ta không khen của ta, nhưng dù sao đi nữa, ta về ta tắm ao ta, dù trong dù đục ao nhà vẫn hơn." Trưởng Huỳnh Ái Tông cho biết bài hát của nhạc sĩ Trần Văn Bùi.

Tôi mượn chuyện phim và chuyện nhánh hoa Sứ ở nhà để nói đến một loại cây hoa khác cũng có vài đặc tính giống hoa Sứ.

Loại cây khác này trồng ở Mỹ, Anh, Pháp hay các nước Châu Âu... không có gì đáng để nói. Những nơi đó khí hậu điều hòa, đất tốt, mưa đều, ít lũ lụt, người dân có nhận thức cao, không bị ai uốn nắn thành những chiếc lò xo Bolsai, cây sẽ lớn và nở hoa một cách tự nhiên.

Nhưng ở Việt Nam loài cây này rất khó trồng. Thời tiết Việt Nam khắc nghiệt hơn nhiều, bão chưa ngưng nước đã dâng cao, nắng cháy suốt mùa hè và mưa dầm có khi kéo dài năm, sáu tháng. Những đặc điểm khách quan đó đòi hỏi người chăm sóc loại hoa này ở Việt Nam phải sở hữu một đức tính vô cùng quan trọng, đó là tính kiên nhẫn.

Có hai danh nhân, một Mỹ và một Việt, đã từng trồng loại hoa này: Thomas Jefferson, tổng thống thứ ba đồng thời là một trong những người soạn nên hiến pháp Mỹ và Nguyễn Thái Học, lãnh đạo Việt Nam Quốc Dân Đảng.

Cây hoa mà hai danh nhân Mỹ, Việt nói tới là Cây Hoa Tự Do.

Thomas Jefferson, trong lá thư gởi William Stephens Smith, con rể của tổng thống thứ hai Mỹ John Adam năm 1787, đã viết: " Cây tự do phải được chăm sóc tốt theo thời gian bằng máu của những người yêu nước và bạo quyền" (The tree of liberty must be refreshed from time to time with the blood of patriots and tyrants.)

Nguyễn Thái Học cũng nói một câu có ý nghĩa tương tự.

Chạng vạng ngày 16 tháng 6, 1930, nhà cách mạng Nguyễn Thái Học và mười hai đồng chí bị đưa từ ngục Hỏa Lò ra ga Hàng Cỏ để từ đó đi Yên Báy bằng xe lửa vào ban đêm. Giờ chia tay Nguyễn Thái Học nói lớn với các đồng chí còn ở lại: "Chúng tôi đi trả nợ nước đây, các anh em còn sống cứ công nào việc ấy nhé, cờ độc lập phải nhuộm bằng máu, hoa tự do phải tưới bằng máu! Tổ quốc còn cần đến sự hy sinh của con dân nhiều nữa! Nhiều nữa! Rồi thế nào cách mạng cũng thành công! Thôi kính chào các anh em ở lại!" (Việt Nam Quốc Dân Đảng, Lịch sử đấu tranh cận đại 1927-1954, Hoàng Văn Đào, trang 159-160)

Tôi không nghĩ nhà cách mạng Việt Nam Nguyễn Thái Học đọc được lá thư của Tổng thống Mỹ Thomas Jefferson. Nhưng những người mang lý tưởng cách mạng và lòng yêu nước ở đâu cũng có những suy nghĩ giống nhau.

Văn hóa là dòng chảy mang theo phù sa của cả nền văn minh nhân loại không phải của riêng ai hay của quốc gia nào. Hiến Pháp Mỹ chuyên chở khát vọng từ 'Bill of Rights' của Anh. Hiến pháp Nhật tham khảo nhiều từ các quyền cá nhân có trong hiến pháp Mỹ cộng với thể chế đại nghị của Anh do ba sĩ quan Mỹ soạn.

Không có người Nhật nào dự thảo hiến pháp Nhật 1947 nhưng không ai ăn cắp của ai cả, không ai bảo hiến pháp Nhật là của Mỹ. Văn minh nhân loại là của cải của con người. Trái tim, tâm hồn và Sức sống của một hiến pháp không phải từ văn bản mà từ con người thực thi, phát huy và bảo vệ hiến pháp.

Thomas Jefferson, Nguyễn Thái Học là những người làm nên lịch sử. Họ sống trong thời đại, đi cùng thời đại nhưng có tầm nhìn xa hơn thời đại. Họ không lấy cuộc đời ngắn ngủi của mình để đo chiều dài lịch sử bởi vì thời gian của họ là niềm tin vào sự trường tồn của quốc gia, dân tộc.

Nguyễn Thái Học bị chém khi mới 28 tuổi nhưng tuổi thật của nhà cách mạng Việt Nam này đến ngày 1 tháng 12 năm nay sẽ tròn 120 tuổi. Lý do, Nguyễn Thái Học không chết, ông vẫn còn sống và sẽ sống trong lòng dân tộc Việt Nam.

Cuộc tranh đấu cho tự do dân của dân tộc Việt hiện nay rất khó khăn và rất gian nan nhưng như Nguyễn Thái Học dặn dò "Hoa tự do phải tưới bằng máu! Tổ quốc còn cần đến sự hy sinh của con dân nhiều nữa! Nhiều nữa! Rồi thế nào cách mạng cũng thành công!"

Đúng vậy, Hoa Tự Do sẽ nở.

TẤT CẢ CHÍNH TRỊ MANG TÍNH ĐỊA PHƯƠNG

Một câu nói quen thuộc trong sinh hoạt chính trị Mỹ: "All politics is local" (Tất cả chính trị mang tính địa phương).

Không ai xác định được tác giả đầu tiên mặc dù Tip O'Neill, cố Chủ tịch Hạ Viện Mỹ là người hay dùng câu nói đó vì ông muốn nhắc nhở các ứng cử viên quốc hội rằng mọi thành công hay thất bại trong cuộc chạy đua chính trị bắt đầu từ địa phương.

Trong một nghĩa rộng khác, chính sách của một dân biểu thành công hay thất bại đều do họ đáp ứng hay không đáp ứng được các ước vọng, mong muốn, đòi hỏi hay nói chung là ý nguyện của người dân tại địa phương. Một dân biểu hay nghị sĩ đáp ứng được nguyện vọng của người dân phải là người trưởng thành từ địa phương đó.

"Địa phương" của các chính trị gia gốc Việt là các cộng đồng Việt Nam.

Nhìn qua các đặc tính chủng tộc và màu da trong quốc hội Mỹ. Sau lần bầu cử bán phần 8-8-2022 thuộc Quốc Hội Mỹ Thứ 118, đảng Cộng Hòa chiếm đa số tại Hạ Viện, 222 so với Dân Chủ 213.

Quốc Hội Lần Thứ 118 là Quốc Hội đa diện về sắc dân và chủng tộc (race and ethnic diversity) nhất trong lịch sử Mỹ và xu hướng đó đang trên đà gia tăng.

Các nghị sĩ và dân biểu không-da-trắng (non-white) chiếm 28% tại Hạ Viện và 12% tại Thượng Viện. Họ thuộc gốc Da Đen (Black), Mỹ La Tinh (Hispanic), Mỹ gốc Á Châu (Asian American), Mỹ bản địa (American Indian), Mỹ bản địa Alaska (Alaska Native) hay đa chủng. Đó là sự thay đổi lớn. Đừng quên, năm 1945, con số nghị sĩ và dân biểu da màu trong quốc hội Mỹ chỉ chiếm 1%. (PEW Research)

Từ trước tới nay, chỉ có 2 dân biểu gốc Việt Nam được bầu vào Hạ Viện Mỹ là ông Joseph Cao (Cao Quang Ánh) (2009-2011) và bà Stephanie Murphy (Đặng Thị Ngọc Dung) (2017-2023). Cả hai đều tự trưởng thành và độc lập trong chính trị không có hậu thuẫn mạnh của cộng đồng người Việt tại địa phương họ. Nhiều người Mỹ gốc Việt chỉ biết đến bà Stephanie Murphy sau khi bà đắc cử. Bà Stephanie Murphy không tái ứng cử và Joseph Cao sau lần thất cử 2011 chưa có các hoạt động tranh cử nào nổi bật.

Trong Quốc Hội Thứ 118 có 62 dân cử là da đen, tỉ lệ 11 phần trăm tương ứng với tổng số người Mỹ da đen là 41.57 triệu theo thống kê 2022.

Trong Quốc Hội Thứ 118 có 22 vị dân cử gốc Á Châu, Nam Á, hay các đảo Thái Bình Dương trong đó có Việt Nam. Số dân Mỹ trong nhóm này chiếm khoảng 22 triệu. Họ từ hơn 20 quốc gia Đông và Đông Nam Á, và lục địa Ấn Độ. Mỗi quốc gia có sắc thái văn hóa riêng biệt. (PEW, Key facts about Asian Americans, a diverse and growing population)

Người Mỹ gốc Á Châu là cộng đồng phát triển nhanh nhất tại Mỹ. Sáu nhóm lớn cấu thành gồm Trung Quốc, Ấn Độ, Phi Luật Tân, Việt Nam, Nam Hàn và Nhật Bản. Người Mỹ gốc Trung Quốc chiếm 24 phần trăm, 5.4 triệu người, và có những đại diện trong Quốc Hội như Judy Chu, Grace Meng (TQ Đài Loan). Cộng đồng các quốc gia khác như Ấn Độ, Phi Luật Tân, Nam Hàn và Nhật Bản đều có dân cử gốc quốc gia họ.

Dân số người Mỹ gốc Việt hiện có trên 2 triệu nhưng Quốc Hội Mỹ Thứ 118 không có một dân biểu hay nghị sĩ gốc Việt nào.

Cộng đồng Việt Nam trải qua những chặng đường đầy gian khổ. Cộng đồng các sắc dân khác như người Scotland, Ireland, Ý v.v.. khi giong buồm ra biển họ nghĩ nhiều về tương lai hơn quá khứ. Họ ra đi vì tránh áp bức tôn giáo hay để mưu sinh. Cộng đồng Việt Nam thì khác. Mỗi bước chân đi của người tỵ nạn Việt Nam có tiếng dội của nỗi lo về tương lai và nỗi đau trong quá khứ. Chúng ta ra đi để lại có khi phần lớn người thân trong gia đình, cả dòng họ và nhất là cả một dân tộc thân yêu trong xiềng xích độc tài CS.

Dù sao, sau gần nửa thế kỷ, cộng đồng Việt Nam đã bước những bước rất dài. Đồng hương Việt Nam đã biến những con đường đầy ổ gà thành xa lộ khang trang, biến những khu ổ chuột thành thị trấn sầm uất. Hai bên đường Bolsa ngày xưa chỉ là những khu đất ruộng, hôm nay hàng trăm ngàn cơ sở thương mại đã mọc lên.

Sự thành công đó không phải là con đường bằng phẳng mà rất gồ ghề. Sau lưng là biển cả và trước mặt là núi cao. Chúng ta không có đường lui ngoài việc phải vượt qua bằng mọi cách.

Một danh sách rất dài những người có công xây dựng nên những cộng đồng Việt Nam và bên cạnh đó còn một danh sách dài hơn những người đóng góp âm thầm.

Thế hệ Việt Nam đầu tiên đến Mỹ phần đông là hai bàn tay trắng. Họ phải làm hai hay ba công việc để xây dựng tương lai cho con cháu. Những kỹ sư, bác sĩ hôm nay được đầu tư từ những đồng lương 4 dollar một giờ của cha mẹ họ trong những ngày đầu.

Nhìn về quê hương Việt Nam từ đó cho tới hôm nay vẫn còn là đôi gánh nặng tinh thần. Đêm trên xứ người dù mệt mỏi sau ngày dài làm việc vẫn không quên theo dõi tin tức Việt Nam. Lòng đau nhói khi được tin quê nhà bị lũ lụt và xốn xang khi thêm một người tranh đấu bị bắt giam. Bao nhiêu người đã và đang chết, trong thiên tai, trong nghèo đói và trong ngục tù. Thời gian đó nhiều trăm ngàn sĩ quan và viên chức Việt Nam Cộng Hòa vẫn còn chịu đựng trong các trại tù CS trên khắp ba miền.

Dù còn nhiều khó khăn, chúng ta vẫn cùng nhau mơ về một đất nước Việt Nam tự do, ấm no, dân chủ và nỗ lực trong sức mình để đóng góp vào một Việt Nam dân chủ. Nếu không có phản ứng của đồng hương trong vụ Trần Trường vào tháng 1, 1999 thì hôm nay cờ CS đã phất phới bay trước các khu thương mại ở Little Sài Gòn.

Điều đó cho thấy, đồng hương Việt Nam dù có lúc không đồng ý về những chuyện nhỏ, mục tiêu tự do dân chủ cho dân tộc Việt vẫn giống nhau. Tự do và hạnh phúc không bao giờ đủ nghĩa nếu đó không phải là tự do và hạnh phúc chung, cùng chia ngọt sẻ bùi với đồng bào ruột thịt của mình. Dân tộc chưa có tự do, đồng bào chưa có hạnh phúc thì tự do và hạnh phúc của mỗi cá nhân chỉ là một thứ tự do hạnh phúc riêng tư và ích kỷ.

Đó là chưa kể những chuyến hải hành khủng khiếp kinh hoàng hơn các phim truyện Hollywood mà chính chúng ta phải trải qua vẫn còn trở về trong những đêm khuya khoắt. Tên những trại tỵ nạn Camp Pendleton, Palawan, Laem Sing, Pulau Bidong, Sungai Besi, Bataan, Whitehead, Phanat Nikhom, Galang như vẫn còn in trên trang báo.

Quả thật chúng ta mất quá nhiều và trả giá quá đắt để có ngày hôm nay.

Nhưng thay vì tiếp tục nỗ lực cho mục đích chung không ít người lại dành rất nhiều thời gian để tranh luận những vấn đề "đao to búa lớn" mà họ chưa chắc đã hiểu hết và bỏ qua những nguyện vọng bức thiết nhất của cộng đồng người Việt. Họ chạy theo những chiếc bóng người khác mà quên đi các giá trị đích thực của nhân quyền dân chủ, văn hóa, lịch sử Việt Nam. Chính những giá trị đó đã làm nên bản sắc của cộng đồng Việt Nam tỵ nạn CS hôm nay không giống một cộng đồng nào.

Cố Thượng Nghị Sĩ Joseph Lieberman thuộc đảng Dân Chủ và từng là ứng viên Phó Tổng Thống đảng Dân Chủ nhưng ông ta là một trong những thượng nghị sĩ đầu tiên ủng hộ TT George W. Bush đánh Iraq và được xem là "một diều hâu" trong các chính sách đối ngoại của Mỹ. Lý do? Thượng Nghị Sĩ Joseph Lieberman là người gốc Do Thái. Ông ủng hộ Mỹ đánh Iraq để ngăn ngừa việc Iraq tấn công Do Thái sau này. Đó là quan điểm của nhiều dân cử gốc Do Thái. Quan điểm đó là sai. Là một người Mỹ, đừng nói chi là Thượng Nghị Sĩ, phải đặt quyền lợi nước Mỹ lên trên. Dù sao sự kiện Thượng Nghị Sĩ Joseph Lieberman đứng về phía các dân biểu, nghị sĩ Cộng Hòa cho thấy quan điểm chung của cộng đồng người Do Thái tại Mỹ.

Các chính trị gia nổi tiếng của Mỹ thường tìm cách giúp cố quốc chẳng hạn như Henry Kissinger, Cố Vấn An Ninh Quốc Gia của TT Richard Nixon, giúp Do Thái hay Bigniew Brzezinski, Cố Vấn An Ninh Quốc Gia của TT Jimmy Carter, giúp phong trào dân chủ Ba Lan.

Trong hồ sơ còn lưu trữ tại Đại học George Washington, Tiến sĩ Bigniew Brzezinski hãnh diện đã đóng góp cho quê hương Ba Lan của ông: "Tất nhiên chúng tôi có những công cụ nhất định để tiếp cận Ba Lan, chẳng hạn như Đài Châu Âu Tự do; chúng tôi đã có một chương trình xuất bản rất toàn diện; chúng tôi cũng có những phương tiện khác để khuyến khích và ủng hộ những người bất đồng chính kiến. Và khi thời điểm quan trọng đến vào tháng 12 năm 1980, khi Liên Xô chuẩn bị can thiệp vào Ba Lan, chúng tôi đã làm mọi cách có thể để huy động dư luận quốc tế, gây áp lực quốc tế tối đa lên Liên Xô, để thuyết phục Liên Xô rằng chúng ta sẽ không thụ động."

Trong cùng ý nghĩa và áp dụng vào trường hợp cộng đồng Việt Nam, hơn bao giờ hết những người Việt quan tâm đến tương lai của cộng đồng Việt Nam đều trước hết nên ủng hộ để các những ứng cử viên gốc Việt thắng cử dù họ đứng dưới đảng nào, Cộng Hòa hay Dân Chủ.

Mỗi người dân hay mỗi ứng cử viên gốc Việt có thể có quan điểm khác nhau về thuế má, về các khoản tiêu dùng công cộng, về trách nhiệm cá nhân, về quyền hiến định, về ngân sách, về ngừa thai phá thai, về dùng súng v.v... nhưng chắc chắn chia sẻ những điểm chung về các giá trị lịch sử và văn hóa Việt Nam, về quyền lợi của người Mỹ gốc Việt cũng như về trách nhiệm của một người Mỹ gốc Việt Nam trước sự thịnh suy của dân tộc Việt Nam bên kia bờ Thái Bình Dương.

"Tất cả chính trị mang tính địa phương" là vậy. Địa phương của người Việt là cộng đồng Việt Nam và mục đích chung hiện nay là cùng nhau đi vào dòng chính để từ đó phát triển rộng hơn. Chúng ta tin tưởng một ngày không xa sẽ có những Bigniew Brzezinski Việt Nam, Joseph Lieberman Việt Nam. Mọi nỗ lực đều bắt đầu từ điểm khởi hành. Có đi rồi sẽ đến.

HOÀNG SA SẼ TRỞ VỀ VỚI DÂN TỘC VIỆT NAM

Ba điều kiện tiên quyết để một dân tộc tồn tại và phục hồi những lãnh thổ đã bị xâm chiếm bằng võ lực bởi một nước mạnh láng giềng là (1) niềm tin vào sự trường tồn của lịch sử dân tộc, (2) phát huy nội lực và (3) tận dụng mọi cơ hội quốc tế thuận tiện để giành lại chủ quyền. Đó không phải là những lời an ủi suông mà là những yếu tố quyết định.

Nhờ nuôi dưỡng ý chí và đấu tranh cho lý tưởng phục hưng dân tộc mà thế giới ngày nay có thêm những nước thịnh vượng như Ba Lan, Tiệp Khắc, Latvia, Estonia, Lithuania, Phần Lan, Thổ Nhĩ Kỳ và khá nhiều quốc gia khác. Những quốc gia này thoạt nghe tưởng đã có mặt từ xa xưa lắm, không, dân tộc họ có từ mấy ngàn năm nhưng chỉ chính thức hiện diện như những nước cộng hòa sau khi Đế quốc Nga, Đế quốc Đức và Đế quốc Ottoman tan rã.

Các thành phố Wrocław (trước đây là Breslau), Szczecin (trước đây là Stettin), Gdańsk (trước đây là Danzig) là những lãnh thổ bị Đức chiếm và sau Thế Chiến Thứ Hai đã được trả về Ba Lan. Nhiều nước gần với Việt Nam bị thực dân cưỡng chiếm đã được trả về cho dân tộc họ như Nam Dương (1945), Philippines (1946), Miến Điện (1948), Sri Lanka (1948).

Dù là đế quốc Akkadian (2300 BC) hay đế quốc CS LX (1917) đều dẫn đến sụp đổ. Nhưng lý do gì làm một đế quốc phải sụp đổ? Câu trả lời là (1) không thể bành trướng thêm và (2) rạn nứt dần do các mâu thuẫn không thể hóa giải từ bên trong.

Bành trướng là một đặc điểm có tính bản chất của mọi đế quốc dù Mông Cổ hay Mughal ở Á Châu, Roman hay Ottoman ở Âu Châu. Nhưng mọi chủ nghĩa bành trướng đều có giới hạn.

Đế quốc TC dưới thời Tập Cận Bình ngoài việc mang đầy đủ các đặc tính của các đế quốc đi trước còn phải đương đầu những mâu thuẫn mang tính triệt tiêu từ bên trong. Hiện nay Trung Cộng là xã hội tiêu thụ nhưng ít trẻ hơn người già. Theo thống kê của Tổ Chức Y Tế Thế Giới (WHO): "Trung Quốc là một trong những quốc gia có dân số già đi nhanh nhất thế giới. Dân số trên 60 tuổi ở Trung Quốc dự kiến sẽ đạt 28% vào năm 2040 do tuổi thọ cao hơn và tỷ lệ sinh giảm. Sự thay đổi nhân khẩu học to lớn này đặt ra nhiều thách thức và cơ hội mới cho phát triển y tế công cộng và kinh tế xã hội - đặc biệt là sự phát triển của một hệ thống tích hợp phục vụ nhu cầu sức khỏe và xã hội của người cao tuổi, với khả năng tiếp cận dịch vụ chăm sóc sức khỏe bình đẳng bất kể khu vực địa lý." (WHO, Ageing and health in China)

Tham nhũng xảy ra ở mọi quốc gia trên thế giới nhưng tại các nước do đảng CS cai trị căn bệnh truyền nhiễm này không chỉ trầm trọng mà còn có tính đảng. "Tính đảng" là một khái niệm do chính đảng CS đặt ra. Gọi là tính đảng bởi vì tình trạng tham nhũng phát sinh ngay trong lòng cơ chế chính trị CS, do cơ chế CS nuôi dưỡng, tràn lan sang các bộ phận khác của hệ thống và dần dần làm hư thối toàn xã hội. Các quốc gia khác cũng từng bị tham nhũng hoành hành, chiến đấu chống tham nhũng và đang từng bước thành công nhờ cơ chế dân chủ như Moldova, Fiji và Nam Phi. (12 Countries To Watch On The 2023 Corruption Perceptions Index, Transparency International 2023)

Tại Trung Cộng quyền con người không tồn tại ngay cả trong lý thuyết chứ đừng nói chi là thực tế. Mọi quyền hạn đều tập trung trong tay đảng CS nhưng không ai bầu đảng CS, không ai trao cho đảng CS quyền lãnh đạo. Trong thời kỳ mới mở cửa, người dân tập trung xây dựng cuộc sống sau khi vừa bước ra khỏi thời tem phiếu nên có khuynh hướng chấp nhận hay không quá quan tâm đến việc ai lãnh đạo mình nhưng thái độ đó đã thay đổi (Thiên An Môn 1989) và sẽ thay đổi nữa theo đà phát triển của văn minh nhân loại.

Quan điểm cho rằng người Á Đông không thích hợp với dân chủ Tây Phương là luận điệu của tuyên giáo và ngụy biện. Có thể khác nhau về hình thức, tốc độ thực hiện nhưng tự do dân chủ là quyền bẩm sinh của con người, như chim bay, cá lội, không phân biệt Âu, Á hay Phi.

Theo Gini Index, tiêu chuẩn dùng để đo lường mức độ mất cân xứng trong việc phân phối lợi tức gia đình, Trung Cộng là một trong số mười phần trăm mất cân xứng nhất trên thế giới. Xã hội bưng bít Trung Cộng không thể thích nghi với thế giới luôn đổi thay và sinh động. Các chính sách tự diễn biến (đổi mới kinh tế) đều có tính cách chiến thuật, phòng thủ, vá víu từng giai đoạn. Trung Cộng là một quốc gia kỹ nghệ giữ kỷ lục ô nhiễm môi trường sống hàng đầu thế giới. (Caroline Garrett, Most polluted countries in the world: 2022 ranking, Climate Consulting)

Các tiên đoán về thời điểm sụp đổ của TC không chính xác vì các chính sách tự diễn biến của giới cầm quyền TC đang giúp kéo dài sự sống của chế độ, tuy nhiên, các mâu thuẫn đối kháng bên trong Trung Cộng là đúng và đang dần dần hiện rõ nét.

Đừng nói chi các tư tưởng tự do, bình đẳng của Jean-Jacques Rousseau, Montesquieu, hay Voltaire là nguồn thôi thúc của cách mạng Pháp 1789 mà ngay cả Các Mác trong Tư Bản Luận và Mao trong Mâu Thuẫn Luận (các bài giảng tại Trường Đại học Quân chính kháng Nhật ở Diên An) cũng thừa nhận quy luật mâu thuẫn triệt tiêu giữa hạ tầng cơ sở (kinh tế) và thượng tầng kiến trúc (chính trị) sẽ dẫn tới cách mạng. Mao Trạch Đông phát biểu: "Theo quan điểm của phép duy vật biện chứng thì sự biến đổi của giới tự nhiên chủ yếu là do sự phát triển của mâu thuẫn bêntrong nó. Sự biến đổi của xã hội chủ yếu là do sự phát triển của mâu thuẫn bên trong nó, tức là sự mâu thuẫn giữa lực lượng sản xuất và quan hệ sản xuất, mâu thuẫn giữa các giai cấp, mâu thuẫn giữa cái mới và cái cũ ; sự phát triển của những mâu thuẫn đó đã đẩy xã hội tiến lên, đã đẩy xã hội mới thay thế xã hội cũ." (Mao Trạch Đông, *Bàn Về Mâu Thuẫn*, Nhà xuất bản Tháng Tám, 2024)

Để ngăn chặn, đúng ra là làm chậm, các mâu thuẫn đối kháng phát triển nhanh, về nội bộ, Trung Cộng áp dụng các kỹ thuật tuyên truyền phản nhân tính nhất, đặc biệt trong Thời Đại Số (The Digital Age) để "thuần hóa lịch sử", để làm tê liệt mọi khả năng đối kháng của người dân, và để biến con người thành những động vật chỉ biết sống theo bản năng.

Nhưng một chế độ chà đạp lên quyền con người sớm hay muộn phải sụp đổ, chỉ chưa biết chính xác sẽ đổ cách nào và khi nào. Một ngày, khi đứng trước cơn bão thời đại, Trung Cộng buộc phải chọn một trong hai, (1) giảm cường độ các xung đột và tranh chấp với các nước láng giềng để tập trung giải quyết các vấn đề nội bộ như Gorbachev đã làm, (2) hay sẽ phát động chiến tranh khu vực để có lý do củng cố quyền cai trị như Mao và Đặng Tiểu Bình đã làm.

Cả hai kịch bản đều là cơ hội cho các nước láng giềng dân chủ có chân trong các liên minh để đương đầu với Trung Cộng trong thế mạnh và qua đó phục hồi hay ít nhất quốc tế hóa các lãnh thổ đã bị Trung Cộng cưỡng đoạt, trường hợp của Việt Nam là Hoàng Sa.

Cục diện Châu Á đang diễn ra có nhiều nét giống với cục diện Châu Âu trước Thế Chiến Thứ Nhất, ở đó các liên minh đang dần dần hình thành và kết hợp. Những ai có đầu óc Lê Chiêu Thống hay Trần Ích Tắc cho rằng TC không bao giờ đổ thì không nói làm gì, tuy nhiên, nếu đồng ý Trung Cộng sẽ đổ thì việc giành lại Hoàng Sa không phải là ảo tưởng.

Đừng sợ TC. Bản đồ châu Âu được vẽ đi vẽ lại nhiều lần và nhiều vùng đất được trả lại cho chủ cũ do công pháp quốc tế, thỏa hiệp, nhượng bộ, áp lực hay trong nhiều trường hợp những kẻ cướp không có chọn lựa nào khác là trả lại những gì họ đã cướp. Đối với TC, Hoàng Sa quan trọng nhưng không quan trọng bằng Mãn Châu, Nội Mông, Tây Tạng. Bảo vệ trung tâm là chính sách truyền thống của mọi đế quốc độc tài.

Các công ước quốc tế có tính thời đại và tính lịch sử. Không thể tiên đoán những biến cố chưa xảy ra nhưng một lãnh đạo có tầm nhìn xa phải biết chuẩn bị cho mọi tình huống kể cả chiến tranh. Việc mất đất và lấy lại đất có khi diễn ra nhanh chóng ngoài tiên liệu. Tháng 3, 1918, phe Bolshevik còn yếu và để bảo vệ các thành quả của "Cách mạng tháng Mười Nga" Lenin ký thỏa hiệp Brest-Litovsk với Đức, qua đó Nga nhường phần lớn lãnh thổ thuộc các quốc gia Ba Lan, Phần Lan, Lithuania Estonia, Latvia, Belarus, Ukraine cho Đức để được rút ra khỏi Thế Chiến Thứ Nhất. Tuy nhiên chỉ tám tháng sau Đức bại trận, Hiệp ước Versailles buộc Đức phải trả lại quyền sở hữu trên các lãnh thổ này. Tất cả chỉ diễn ra trong một thời gian ngắn. Người dân Đức chưa kịp định cư lập nghiệp trên vùng đất mới chiếm được lại phải lo khăn gói dọn về quê.

Công pháp quốc tế không chỉ nhằm bảo vệ bên đúng mà quan trọng hơn bên đúng đó đứng về phe nào trong các xung đột quốc tế. Việt Nam có đúng về mặt pháp lý quốc tế đi nữa nhưng vì đứng về phía TC nên sẽ không có nhiều quốc gia bênh vực.

Đi với Mỹ không phải là đi với nước Mỹ mà là đi với xu hướng phát triển của thời đại. Nếu lãnh đạo các nước Hungary, Ba Lan, Tiệp Khắc cứ khư khư ôm mối hận lòng và không hợp tác với Mỹ vì đã từng bị Anh, Mỹ bỏ rơi sau 1945 thì hôm nay các quốc gia trên cũng cam chịu chung số phận của Ukraine hay nằm trong quỷ đạo của Putin. Nhưng không, lịch sử là lịch sử. Nhờ lãnh đạo sáng suốt và biết nhìn xa, Ba Lan, Hung và Tiệp đi gần với Mỹ và là ba nước đầu tiên trong Khối Warsaw tham gia NATO 1999. Sau Thế Chiến Thứ Hai, LX lớn hơn, đông hơn và vũ khí nhiều hơn Thổ Nhĩ Kỳ gấp nhiều lần nhưng không chia phần kiểm soát Eo Biển Thổ Nhĩ Kỳ được chỉ vì có Hoa Kỳ đứng sau lưng Thổ. Ngày 14 tháng 5, 1948 quốc gia Do Thái được thành lập với dân số chỉ 806,000 người nhờ có Mỹ bảo vệ, trong khi đó, dân tộc Kurds với dân số ước lượng từ 20 triệu đến 30 triệu sống rải rác khắp Châu Âu, Châu Phi và

Trung Á nhưng cho đến nay vẫn không có một miếng đất cắm ngọn cờ gọi là chủ quyền của dân tộc Kurds.

Yếu tố có ảnh hưởng quyết định cho một thỏa hiệp đa phương hay song phương không hẳn là luật quốc tế thôi mà là thực tế chính trị thế giới, vị trí của mỗi bên trên bang giao quốc tế và áp lực quốc tế ảnh hưởng đến cuộc tranh chấp tại thời điểm đó.

Những phân tích hay bàn cãi ngày nay chỉ dựa trên các điều kiện bang giao quốc tế ngày nay và ngày nay là một TC bành trướng hung bạo. Tuy nhiên thực tế chính trị và quân sự của thế giới và của TC có thể sẽ khác hẳn trong tương lai. Những nhà lãnh đạo quốc gia khôn ngoan không chỉ nhìn xa trông rộng mà còn phải có những chính sách cụ thể hướng đến các trường hợp có thể xảy ra trong tương lai.

TC đã qua đỉnh cao nhất của phát triển kinh tế và đang đứng trước viễn ảnh không mấy sáng sủa trong tương lai. Mức GDP gia tăng 15.2% năm 1984 không bao giờ trở lại. Bên trong, các thất bại kinh tế của TC mang tính hệ thống và bên ngoài biên giới bị bao vây bởi 14 nước phần đông không thân thiện. Ngoài ra, nhiều cường quốc không thân thiện như Mỹ, Nhật, Nam Hàn v.v.. chỉ cách lục địa một vùng biển hẹp. TC nhìn đâu cũng thấy kẻ thù.

Mọi người Việt quan tâm đến vận mệnh đất nước trong thời điểm vô cùng khó khăn và phức tạp này đừng nên gieo rắc các ý tưởng đầu hàng Trung Cộng và cũng không nên lấy chiều dài của đời mình để đo dòng lịch sử. Nhiều dân tộc chỉ bị thực dân chiếm đóng một trăm năm đã mất gốc, nói tiếng Anh, tiếng Pháp như trường hợp các nước Phi Châu, hay tiếng Tây Ban

Nha, tiếng Bồ Đào Nha như ở Nam Mỹ nhưng tổ tiên chúng ta chịu đựng hàng ngàn năm Bắc thuộc với bao cực hình đày đọa vẫn giữ được núi sông, giọng nói, tiếng cười và cả tiếng khóc Việt Nam.

Hãy cùng nhau kiên trì tranh đấu vì tương lai tự do, dân chủ và thịnh vượng cho con cháu mai sau. Hoàng Sa sẽ trở về với dân tộc Việt Nam.

ĐÀI LOAN BỊ LOẠI RA KHỎI LIÊN HIỆP QUỐC NHƯ THẾ NÀO?

Một người bạn Facebook hỏi "Đài Loan bị loại ra khỏi Liên Hiệp Quốc như thế nào?"

Trước áp lực, đe dọa của Trung Cộng (TC), không ít người có thể đã cảm thông với Đài Loan, một "quốc gia" đang giữ vị trí thành viên thường trực của Hội Đồng Bảo An bỗng nhiên bị hất văng ra khỏi LHQ và mang khăn gói về nhà trước sự làm ngơ của đồng minh Hoa Kỳ cũng có quyền phủ quyết.

Việc Đài Loan khăn gói ra về thật ra không đơn giản. Dưới đây là những lý luận chính và con đường dẫn tới việc Đài Loan bị loại ra khỏi LHQ:

1) Mỹ và Đài Loan không có cơ hội dùng quyền phủ quyết (veto power) đơn xin gia nhập LHQ của TC tại Hội Đồng Bảo An LHQ.

2) Việc chọn TC thay cho Đài Loan đại diện cho Trung Quốc là vấn đề thuộc về tư cách ủy nhiệm (credentials) chứ không phải tư cách hội viên (membership). Tư cách ủy nhiệm được thảo luận và biểu quyết tại Đại Hội Đồng trong khi hồ sơ xin gia nhập làm hội viên được quyết định trước tại Hội Đồng Bảo An. Đài Loan đã từng dùng quyền phủ quyết để phủ quyết

đơn xin gia nhập của một quốc gia khác nhưng không thể tự bảo vệ lấy mình.

3) Tham vọng độc tài và thiển cận về tương lai thế giới của Tưởng Giới Thạch đã để lại khó khăn cho các thế hệ lãnh đạo Đài Loan ngày nay. Họ Tưởng nghĩ rằng ông ta là tổng thống của toàn lục địa Trung Hoa cộng với Đài Loan chứ không phải tổng thống của một nhóm đảo chỉ rộng 14 ngàn dặm vuông và dân số chỉ gần 15 triệu.

4) Chủ thuyết Nixon, chính thức ra đời tại Guam ngày 25 tháng 7, 1969, có ảnh hưởng tới mức độ quyết tâm của Mỹ để bảo vệ Đài Loan.

Phân tích rộng hơn.

Khi Thế Chiến Thứ Hai chấm dứt tại Châu Âu, Liên Xô và Nhật vẫn bị quy định bởi Hiệp Ước Bất Can Thiệp (Soviet–Japanese Neutrality Pact) mà LX và Nhật ký kết ngày 3 tháng 4, 1941. Stalin tôn trọng và cần Nhật cũng tôn trọng hiệp ước này. Stalin cần để đưa quân đang bảo vệ phòng tuyến phía Mông Cổ, Mãn Châu về bảo vệ Moscow. Tương tự Nhật cũng cần rảnh tay để đương đầu với Mỹ trên Thái Bình Dương.

Số phận của Mãn Châu và Mông Cổ cũng được LX và Nhật tôn trọng như là hai quốc gia có chủ quyền và độc lập. Thực tế chính trị, Mãn Châu Quốc (1934) là sản phẩm chiến lược của Nhật, vua Phổ Nghi chỉ là vua bù nhìn. Mông Cổ (ngoại Mông) thì khác. Mông Cổ là một quốc gia độc lập chủ quyền.

Tại Hội Nghị Yalta, Stalin đồng ý mở mặt trận tấn công Nhật trong vòng ba tháng. Thế Chiến Thứ Hai tại Châu Âu chấm dứt vào tháng 5, 1945, thời gian ba tháng mà Stalin cam kết sẽ bắt đầu vào tháng 8, 1945. Việc đầu tiên Stalin làm là xé bỏ hiệp ước "bất can thiệp" (Soviet–Japanese Neutrality Pact) với Nhật trước khi tấn công Nhật tại Mãn Châu và Bắc Hàn.

Thế Chiến Thứ Hai chấm dứt tại Á Châu ngày 2 tháng 9, 1945.

Trước đó, ngày 26 tháng 6, 1945, Hiến Chương LHQ ra đời tại San Francisco. Hiến chương được viết bằng 5 thứ tiếng trong đó có Trung Quốc và có giá trị như nhau. Đại sứ của Đài Loan tại LHQ là Liu Chieh (劉鍇). Cộng Hòa Trung Hoa Dân Quốc, là một thành viên sáng lập của Liên Hiệp Quốc, và quan trọng hơn nữa, là thành viên thường trực của Hội Đồng Bảo An Liên Hiệp Quốc (HDDBALHQ). Vũ khi lợi hại nhất của thành viên thường trực Hội Đồng Bảo An là quyền phủ quyết.

Chiến tranh Quốc Cộng tại Trung Quốc chấm dứt cuối năm 1949 và nước Cộng Hòa Nhân Dân Trung Hoa tức Trung Cộng ra đời.

Ngay sau đó, mặc dù còn nghèo và yếu, TC bắt đầu tận dụng mọi cơ hội để gây ảnh hưởng trên chính trường quốc tế nhất là Phong Trào Phi Liên Kết (Non-Aligned Movement) với 120 quốc gia hội viên bắt đầu tại hội nghị Bandung, Nam Dương 1955. (Tom Fowdy ,China's foreign policy is rooted in non-alignment)

Các quốc gia CS Đông Âu và thiên tả Á Phi muốn thấy TC có mặt tại LHQ nhưng không thể có hai nước Trung Quốc cùng tuyên bố chủ quyền, toàn vẹn lãnh thổ và cùng là đại diện tại tổ chức quốc tế quan trọng nhất này.

Albany, các nước CS và một số nước vừa thoát ra khỏi chế độ thực dân có cảm tình với TC biện luận không có lý do gì một đất nước với 800 triệu dân lại không có quyền đại diện trong khi chính phủ Đài Loan với dân số chưa đến 15 triệu lại đại diện cho toàn thể Trung Hoa.

Các phiên họp dằng có giữa cánh ủng hộ Đài Loan và cánh ủng hộ TC kéo dài nhiều tháng trước Đại Hội Đồng LHQ. Nhiều dự thảo quyết nghị được đưa ra. Các dự thảo Mỹ ủng hộ như "Một Trung Quốc, một Đài Loan" bị đa số bác bỏ.

Ngày 25 tháng 10, 1971, dự thảo do Albany đệ trình được đem ra biểu quyết. Nội dung của dự thảo:

"Nhận xét việc phục hồi các quyền hợp pháp của Cộng hòa Nhân dân Trung Hoa là điều cần thiết cho cả việc bảo vệ Hiến chương Liên hợp quốc và vì lý do mà Liên hợp quốc phải phục vụ theo Hiến chương.

Công nhận rằng các đại diện của Chính phủ Cộng hòa Nhân dân Trung Hoa là những đại diện hợp pháp duy nhất của Trung Quốc tại Liên Hợp Quốc và Cộng hòa Nhân dân Trung Hoa là một trong năm thành viên thường trực của Hội đồng Bảo An.

Quyết định phục hồi các quyền đối với Cộng hòa Nhân dân Trung Hoa và công nhận các đại diện của chính phủ nước này là đại diện hợp pháp duy nhất của Trung Quốc tại Liên Hợp Quốc, đồng thời trục xuất ngay các đại diện của Tưởng Giới Thạch khỏi nơi mà họ chiếm giữ bất hợp pháp tại Liên Hợp Quốc và trong tất cả các tổ chức liên quan."

(Considering the restoration of the lawful rights of the People's Republic of China is essential both for the protection of the Charter of the United Nations and for the cause that the United Nations must serve under the Charter.

Recognizing that the representatives of the Government of the People's Republic of China are the only lawful representatives of China to the United Nations and that the People's Republic of China is one of the five permanent members of the Security Council.

Decides to restore all its rights to the People's Republic of China and to recognize the representatives of its Government as the only legitimate representatives of China to the United Nations, and to expel forthwith the representatives of Chiang Kai-shek from the place which they unlawfully occupy at the United Nations and in all the organizations related to it.) (UN Digital Library 1971)

Quyết nghị kết quả với 76 phiếu thuận, 35 phiếu chống và 17 phiếu trắng. Dự thảo chính thức trở thành Quyết Nghị 2758. Nhiều đồng minh chiến lược của Mỹ như Canada, Anh, Pháp, Do Thái, cũng bỏ phiếu ủng hộ TC thay thế Đài Loan. Đại sứ Hoa Kỳ tại LHQ trong thời gian này là George H.W. Bush, người sau này là tổng thống thứ 41 của Mỹ. (United Nations GENERAL ASSEMBLY TWENTY-SIXTH SESSION Official Records, Monday, 25 October 1971)

Phái đoàn Đài Loan tiên đoán kết quả xấu nên đã rời LHQ trước khi cuộc biểu quyết tiến hành.

Một yếu tố có lẽ quan trọng nhất ảnh hưởng đến việc Đài Loan phải rời LHQ là Chủ thuyết Nixon.

Trong thời gian tranh luận về quyền đại diện, các cuộc thảo luận song phương về tái lập bang giao giữa Mỹ và TC cũng đang được tiến hành. Bắt tay với TC là một điểm tối cần thiết trong chiến lược toàn cầu của Chủ thuyết Nixon. Trước đó, chính sách đối ngoại của Mỹ đặt trên tầm nhìn lưỡng cực, tức Mỹ và LX. Tuy nhiên, Chủ thuyết Nixon đặt quá nặng lá bài Trung Quốc vì quyền lợi lâu dài của Mỹ và đặt liên minh Mỹ-Trung Quốc đối trọng với LX nặng hơn mức cần thiết. Nixon và Kissinger xem Đài Loan dù có phải mất cũng có thể chấp nhận.

James Mann, giáo sư đại học Johns Hopkin, trong bình luận trên Los Angles Times nhắc lại bài viết của sử gia Mỹ Nancy Bernkopf Tucker có mặt trong chuyến viếng thăm TC của Nixon: "Nixon và Kissinger muốn thực hiện mục tiêu của mình một cách mãnh liệt đến mức họ nhượng bộ nhiều hơn mức cần thiết để đạt được mục tiêu, và cái giá phải trả không phải là trước mắt bởi Tòa Bạch Ốc của Nixon mà là trong dài hạn bởi người dân Đài Loan và bởi Ngoại giao Hoa Kỳ. Tổng thống [Richard Nixon] và cố vấn an ninh quốc gia của ông ấy [Henry Kissinger] coi Đài Loan là thứ có thể tiêu xài được." (James Mann, How Nixon's fabled trip to China, 50 years ago this week, led to today's Taiwan crisis, Los Angles Times , Feb. 21, 2022)

Nhiều quốc gia như Iran, Do Thái, Nam Hàn, Cambodia và nhất là Việt Nam Cộng Hòa đã bị ảnh hưởng trực tiếp bởi Chủ thuyết Nixon.

Viết thêm về quyền phủ quyết (veto power) của Đài Loan.

Suốt thời gian từ 1945 đến 1971, Đài Loan chỉ sử dụng quyền phủ quyết một lần, đó là việc phủ quyết không cho Cộng Hòa Mông Cổ (ngoại Mông) gia nhập LHQ vào năm 1955. Lý do, theo quan điểm Đài Loan, Mông Cổ là một phần của Trung Quốc. Mãi tới 1960, khi LX tuyên bố nếu Mông Cổ không được chấp nhận vào LHQ, LX sẽ phủ quyết tất cả các quốc gia Á và Phi vừa được độc lập vào LHQ. Khi đó Đài Loan mới chịu nhượng bộ.

Mặc dù thua và rút ra Đài Loan, Tưởng Giới Thạch vẫn nghĩ chế độ Mao chỉ là một "chế độ bù nhìn" của LX. Họ Tưởng chủ trương "Một Trung Quốc" nhưng là một Trung Quốc do ông ta đại diện. Họ Tưởng không muốn thấy mình từ một lãnh đạo toàn thể Trung Hoa trở thành tổng thống của vài ngọn đảo.

Bộ Trưởng Ngoại Giao Đài Loan Shen Chang-huan giải thích quan điểm của Tưởng Giới Thạch: "Việc chúng tôi kiên quyết phản đối thuyết "hai Trung Quốc" đã được thể hiện rõ ràng trong các tuyên bố công khai vào nhiều thời điểm. Bất kỳ sự sắp xếp nào nhằm mục đích giải quyết vấn đề đại diện của Trung Quốc tại Liên Hợp Quốc trên cơ sở "hai Trung Quốc" đều không thể được Trung Hoa Dân Quốc chấp nhận, cũng như không dung thứ. Chế độ CS Trung Quốc là một bù nhìn do Nga Xô Viết tạo ra và là sản phẩm của sự xâm lược của Nga đối với Trung Quốc." (DOCUMENTS: Foreign Minister Shen Chang-huan's report on the question of Outer Mongolia before the plenary session of the Legislative Yuan on June 16, 1961. The Question of China's Representation; The Question of Outer Mongolia, Taiwan Review, July 01, 1961)

Nếu thức thời, họ Tưởng sớm khai thác giải pháp "hai Trung Quốc cùng tồn tại", có thể bằng cách nào đó, đã dẫn đến một giải pháp trung hòa. Tưởng Giới Thạch quên rằng Albany và một số nước CS đã vận động TC thay thế Đài Loan suốt 20 năm chứ không chỉ riêng 1971. Con số quốc gia ủng hộ dự thảo của Albany ngày càng tăng. Pháp cũng đã công nhận TC từ 1964.

Người Việt Nam xin nhớ "Đường Lưỡi Bò" không phải phát xuất từ thời TC mà đã có từ thời Tưởng Giới Thạch năm 1947. Tàu nào cũng Tàu, tham vọng bành trướng nào cũng là tham vọng bành trướng. Khác chăng, khi đương đầu với một Tàu dân chủ, mọi kết quả sẽ được đặt trên cơ sở công pháp quốc tế, khác với đương đầu với Tàu CS bành trướng bằng bạo lực bất chấp mọi tập quán và luật pháp quốc tế như Tập Cận Bình đang làm hiện nay.

Năm 1947, khi được đồng minh giao trách nhiệm chiếm đảo Itu Aba (Taiping) của Nhật, họ Tưởng mới luôn tiện chỉ thị thuộc cấp vẽ bản đồ 11 đoạn theo mô phỏng chứ không dựa vào kết quả đo đạc tân tiến nào. Bản đồ của Tưởng Giới Thạch năm 1947 cũng chẳng thu hút nhiều chú ý mãi cho tới đầu thập niên 1960 khi đo lường về dự trữ dầu khí trong vực này được tiết lộ.

Đài Loan, về cơ chế chính trị, đã thay đổi toàn diện và hiện là một quốc gia tự do dân chủ hiện đại. Các lý do lịch sử, văn hóa mà TC đưa ra để chứng minh "Một Trung Quốc" chỉ là ngụy biện và lỗi thời. Quyền quyết định tối hậu cho tương lai Đài Loan không ai khác hơn là nhân dân Đài Loan.

Tóm lại, qua bài học Đài Loan, (1) biết đặt quyền lợi dân tộc lên trên hết, (2) thức thời với xu hướng phát triển của thế giới trong từng giai đoạn, và (3) có tầm nhìn xa là ba đặc tính cần thiết mà một lãnh đạo cũng như những ai quan tâm đến vận nước đều phải có.

"SÁU BẢO ĐẢM" CỦA TỔNG THỐNG REAGAN ĐỐI VỚI ĐÀI LOAN ĐƯỢC BẠCH HÓA

Chúng ta thường nghe câu "phú quý sinh lễ nghĩa" (giàu có giúp con người tử tế). Câu này chỉ đúng với con người vốn đã có căn thiện nhưng không đúng với những kẻ độc tài như Hitler, Stalin, Mao, Tập.

Một Trung Cộng (TC) ăn thịt người để sống vào thập niên 1960 hay một TC có Tổng Sản Lượng Nội Địa 13.6 ngàn tỷ dollar và 3,200 tỷ dollar dự trữ ngoại hối ngày nay, bản chất cũng không khác nhau, vẫn tham vọng bất nhân, tàn bạo và ti tiện như Tập đang đối xử với dân tộc Duy Ngô Nhĩ và dân tộc Tây Tạng.

Tập cũng đang hăm he nuốt chửng Đài Loan. Đối với chính phủ Đài Loan, vì thế, có vũ khí của Mỹ để bảo vệ 23.816.775 người yêu chuộng tự do là quan tâm cụ thể và hàng đầu của chính phủ Đài Loan.

Hoa Kỳ cũng ý thức điều đó từ lâu nên việc bán vũ khí cho Đài Loan luôn là chính sách lâu dài không mang tính đảng phái của Hoa Kỳ.

TT Jimmy Carter (DC) và kế tiếp bởi TT Reagan (CH) khác nhau nhiều về phương pháp đối ngoại nhưng đều xem việc cung cấp vũ khí cho Đài Loan là cần thiết, không chỉ bởi vì phù hợp với Đạo Luật Quan Hệ Đài Loan (Taiwan Relations Act, 1979) mà còn bởi vì Đài Loan là một thành trì chiến lược quân sự tại Á Châu.

Nhìn vào bản đồ mười khu vực xung đột đang diễn ra tại Á Châu, Đài Loan và Biển Đông là hai điểm nóng nhất.

Trong số các tổng thống Mỹ, TT Ronald Regan là người đã thấy rõ dã tâm của Trung Cộng và là người cương quyết bảo vệ Đài Loan. Các tổng thống trước ông và sau ông đều nói, nhưng TT Reagan có ra văn bản rõ ràng.

Văn bản được gọi là Sáu Bảo Đảm (Six Assurances) được xem như văn bản chỉ đạo của hành pháp cho các chính sách đối với Đài Loan. Dù nội dung đã đươc biết rộng rãi, mãi cho tới tháng 9, 2020, bản điện tín gốc của văn bản "Sáu Bảo Đảm" vẫn còn là "tài liệu tối mật".

Khi quan sát chính sách đối ngoại của TT Reagan, người ta thường nghĩ ông đặt quan tâm quá lớn đối với Liên Xô và Nam Mỹ. Thật ra ông có quan tâm tương xứng dành cho Á Châu chỉ khác là ưu tiên hóa các mục tiêu trong mỗi thời kỳ.

Khi cuộc đàm phán về một thông cáo chung giữa Hoa Kỳ và Trung Cộng vấn đề "bán vũ khí cho Đài Loan" gặp phải bế tắc. Thay vì nhân nhượng, tổng thống Reagan chủ trương thừa nhận bế tắc và hứa hẹn sẽ được giải quyết sau.

Dưới đây là điều 2 của Thông Cáo Chung ngày 17 tháng 8, 1982 giữa Hoa Kỳ và Trung Cộng:

"Vấn đề Hoa Kỳ bán vũ khí cho Đài Loan không được giải quyết trong quá trình hai nước đàm phán về việc thiết lập quan hệ ngoại giao. Hai bên giữ quan điểm khác nhau và phía Trung Quốc tuyên bố rằng họ sẽ nêu lại vấn đề sau khi bình thường hóa. Ý thức rằng vấn đề này sẽ cản trở nghiêm trọng đến sự phát triển của quan hệ Hoa Kỳ-Trung Quốc, hai bên đã tổ chức các cuộc thảo luận sâu hơn về vấn đề này, trong và kể từ cuộc gặp gỡ giữa Tổng thống Ronald Reagan và Thủ tướng Triệu Tử Dương [Zhao Ziyang] và giữa Ngoại trưởng Alexander M. Haig, Jr. và Phó Thủ tướng kiêm Bộ trưởng Ngoại giao Hoàng Hoa [Huang Hua] vào tháng 10 năm 1981."

Tuy nhiên trong điều 6, Thông Cáo Chung lại thòng thêm một câu làm Đài Loan giận dữ: "Hoa Kỳ có ý định giảm dần việc bán vũ khí cho Đài Loan, dẫn đến giải pháp cuối cùng trong một khoảng thời gian."

Đài Loan cho rằng chính phủ Mỹ quá ngây thơ khi tin tưởng vào lòng thành của TC.

Thật ra, TT Reagan không ngây thơ mà còn khẳng định điều 6 tùy thuộc vào thái độ của TC. Nếu TC không thành thật như đã hứa mà đe dọa hay tăng cường các biện pháp quân sự chống lại Đài Loan thì Mỹ sẽ cung cấp cho Đài Loan nhiều vũ khí hơn.

Điều đó phù hợp với Đạo Luật Quan Hệ Đài Loan: Hoa Kỳ "sẽ cung cấp cho Đài Loan những phương tiện và dịch vụ quốc phòng với số lượng cần thiết để cho phép Đài Loan duy trì khả năng tự vệ đầy đủ."

Theo giải thích của chính phủ Hoa Kỳ, điều 6 của Thông Cáo Chung không đi ngược với tinh thần của Đạo Luật Quan Hệ Đài Loan.

Dù sao, đoán trước sự lo lắng của TT Tưởng Kinh Quốc, TT Reagan chỉ thị James Lilley, Giám Đốc Viện Hoa Kỳ tại Đài Loan, tương tự như chức vụ Đại Sứ Mỹ tại Đài Loan trao cho tổng thống Đài Loan văn bản ngày nay được gọi là "Sáu Bảo Đảm" vào ngày 14 tháng 7, 1982, tức khoảng một tháng trước khi có thông cáo chung ra đời. TT Reagan cũng đồng ý để chính phủ Đài Loan công bố nội dung của điện tín.

Dưới đây là nội dung điện tín của chính phủ Hoa Kỳ gởi chính phủ Đài Loan:

1. Hoa Kỳ chưa đồng ý ấn định ngày chấm dứt bán vũ khí cho Đài Loan

2. Hoa Kỳ chưa đồng ý tham vấn với Cộng Hòa Nhân Dân Trung Hoa về việc bán vũ khí cho Đài Loan

3. Hoa Kỳ sẽ không đóng vai trò hòa giải giữa Đài Loan và Bắc Kinh

4. Hoa Kỳ chưa đồng ý sửa đổi Đạo luật Quan hệ Đài Loan

5. Hoa Kỳ không thay đổi lập trường của mình về chủ quyền đối với Đài Loan

6. Hoa Kỳ sẽ không gây áp lực để Đài Loan tham gia đàm phán với Cộng Hòa Nhân Dân Trung Hoa.

Để Đài Loan yên tâm, TT Reagan cả thảy ba lần chỉ thị Bộ Ngoại Giao Hoa Kỳ liên lạc với TT Tưởng Kinh Quốc và nhắc lại "Sáu Bảo Đảm". Từ đó đến nay qua nhiều đời tổng thống

Mỹ, về đại thể chính sách của Hoa Kỳ đối với Đài Loan không thay đổi nhiều.

Mặc dù nội dung đã được biết rộng rãi. Bản gốc của điện tín chỉ được bạch hóa vào tháng 9, 2020.

Lý do bản điện tín được bạch hóa trong thời điểm này?

Như Ngoại trưởng Mike Pompeo có nhắc đến, là để cảnh cáo TC biết bảo vệ Đài Loan là chính sách trước sau như một của Hoa Kỳ trong đó có hai điểm quan trọng gồm tiếp tục bán vũ khí cho Đài Loan và tôn trọng quyết định của Đài Loan về tương lai của họ kể cả độc lập.

CHÍNH SÁCH "MỘT TRUNG QUỐC" ĐÃ LỖI THỜI

Chính Sách "Một Trung Quốc" (One China Policy) bắt nguồn từ chiến lược hòa hoãn với Trung Quốc của TT Richard Nixon và Cố Vấn An Ninh Quốc Gia Henry Kissinger.

Trong tiểu luận quan trọng "Á Châu Sau Việt Nam" (Asia After Vietnam) đăng trên tạp chí uy tín Foreign Affairs tháng 10, 1967, Richard Nixon cho rằng song song với việc giải quyết chiến tranh, phát triển kinh tế trong khu vực cũng quan trọng không kém. Theo tác giả, nói đến Á Châu không thể bỏ qua vai trò của bốn quốc gia ảnh hưởng gồm Trung Quốc, Nhật Bản, Ấn Độ và Hoa Kỳ (cường quốc Thái Bình Dương). Tất cả nên được bắt đầu bằng việc thiết lập quan hệ với Trung Cộng. (Foreign Affairs, Vol. 46, No. 1, Oct., 1967))

Khi được bầu vào tòa Bạch Ốc, TT Nixon tiến hành hai mục đích nầy. Chuyến viếng thăm Trung Quốc của TT Nixon, kết thúc bằng Thông Cáo Chung Thượng Hải, 27 tháng 2, 1972, đã mở ra một thời kỳ mới trong quan hệ quốc tế chưa từng có tại Á Châu.

Theo nội dung của Thông Cáo Chung Thượng Hải, Trung Cộng khẳng định: (1) Chính phủ Cộng hòa Nhân dân Trung Hoa là chính phủ hợp pháp duy nhất của Trung Quốc; (2) Đài Loan là một tỉnh của Trung Quốc; (3) việc giải phóng Đài Loan là việc nội bộ của Trung Quốc mà không nước nào có quyền can thiệp; và (4) tất cả các lực lượng và cơ sở quân sự của Hoa Kỳ phải được rút khỏi Đài Loan."

Phía Hoa Kỳ: (1) thừa nhận Đài Loan là một phần của Trung Quốc, (2) khẳng định mối quan tâm của Hoa Kỳ đối với việc giải quyết vấn đề Đài Loan một cách hòa bình bởi chính người Trung Quốc, (3) đồng ý mục tiêu cuối cùng là việc rút tất cả các lực lượng và cơ sở quân sự của Hoa Kỳ khỏi Đài Loan. (Wilson Center, Joint Communique between The United States and China, 1972)

Đòi hỏi của Trung Cộng rất rõ ràng nhưng đáp ứng của Hoa Kỳ lại khá mơ hồ.

Năm 1979, chính phủ Jimmy Carter bước thêm một bước nữa trong quan hệ ngoại giao với Trung Cộng khi thừa nhận "Chính phủ Cộng Hòa Nhân Dân Trung Hoa là chính phủ hợp pháp duy nhất". Điều này có nghĩa Trung Hoa Dân Quốc không phải là một quốc gia có chủ quyền độc lập. TT Jimmy Carter tuyên bố ý định thiết lập quan hệ ngoại giao hoàn toàn với Trung Cộng vào ngày 1 tháng 1, 1979 và hai nước sẽ trao đổi đại sứ vào ngày 1 tháng 3 cùng năm.

Đặng Tiểu Bình viếng thăm thiện chí Hoa Kỳ vào tháng Giêng, 1979. Đặc biệt, ngoài việc thảo luận các quan hệ giữa hai nước, họ Đặng tiết lộ cho TT Carter biết Trung Cộng sẽ đánh Việt Nam. TT Carter thuyết phục Đặng Tiểu Bình không nên dùng biện pháp võ lực, nhưng không thành công.

Trong văn kiện tái lập quan hệ ngoại giao 1979, Hoa Kỳ thừa nhận quan điểm của Trung Cộng khi Trung Cộng cho rằng chỉ có một Trung Quốc và Đài Loan là một phần của Trung Quốc. Tuy nhiên, điều đó không có nghĩa là chính phủ Hoa Kỳ công nhận Trung Cộng có chủ quyền trên Đài Loan. Nguyên văn tiếng Anh của mệnh đề quan trọng này: "The government of the United States of America acknowledges the Chinese position that there is but one China and Taiwan is part of China."

"Thừa nhận" (acknowledge) khác với "công nhận" (recognize). Chính phủ Hoa Kỳ "thừa nhận" quan điểm của Trung Quốc cho rằng Đài Loan là một phần của Trung Quốc nhưng không hàm ý "công nhận" Đài Loan là một phần của Trung Quốc. Chính phủ Hoa Kỳ mong muốn tranh chấp giữa Trung Cộng và Đài Loan được giải quyết bằng phương pháp hòa bình.

Phái đoàn Trung Cộng muốn sửa lại nội dung văn kiện để thay từ "thừa nhận" thành "công nhận" nhưng phái đoàn Hoa Kỳ không đồng ý. Vì muốn thỏa hiệp được ký kết nhanh, phái đoàn Trung Cộng không tiếp tục giằng co với trò chơi chữ của Mỹ. (Michael J. Green, What Is the U.S. "One China" Policy, and Why Does it Matter?, Center for Strategic and International Studies, 2017)

Trong thời điểm đó, Dân biểu Clement John Zablocki, Chủ Tịch Ủy Ban Ngoại Giao Hạ Viện Hoa Kỳ là người có quan điểm chống CS cứng rắn thuộc đảng Dân Chủ, quận 4 tiểu bang Wisconsin. Ông rất nhạy bén khi hình dung viễn ảnh không sáng sủa của Đài Loan nên đã bảo trợ một dự luật nhằm bảo vệ an ninh của Hoa Kỳ và quyền lợi kinh tế Đài Loan sau này. Dự luật là một hợp tác lưỡng đảng và được hoàn thành trong một thời gian rất ngắn. Dân biểu Zablocki giới thiệu dự luật ngày 28 tháng 2, 1979.

Đạo luật có tên là Đạo Luật Quan Hệ Đài Loan (Taiwan Relations Act) ra đời. Mặc dù Mỹ đã đóng tòa đại sứ tại Đài Loan nhưng đạo luật này cho phép thiết lập Viện Hoa Kỳ tại Đài Loan, một hình thức khác của tòa đại sứ. Đạo luật này yêu cầu tổng thống phải tức khắc thông báo với quốc hội mọi biến cố có ảnh hưởng đến an ninh của Đài Loan. Quan trọng nhất, đạo luật nhấn mạnh Hoa Kỳ sẽ cung cấp Đài Loan với võ khí có đặc tính phòng thủ và sẽ duy trì khả năng của Hoa Kỳ chống lại bất cứ biện pháp nào dùng vũ lực hay hình thức cưỡng bách nào khác có thể gây nguy hiểm cho an ninh hay hệ thống xã hội hoặc kinh tế của nhân dân Đài Loan". (H.R.2479 — 96th Congress (1979-1980))

Dĩ nhiên Trung Cộng phản đối Đạo Luật Quan Hệ Đài Loan và xem đó là hành động đơn phương của Mỹ, vi phạm các nguyên tắc ngoại giao quốc tế và nhất là "vi phạm những cam kết của Hoa Kỳ với Trung Cộng".

Hoa Kỳ không vi phạm các cam kết với Trung Cộng. Các lãnh đạo Trung Cộng quên rằng, bộ máy độc tài chuyên chính tập trung CS không chạy giống như bộ máy của các nền dân chủ phân quyền. Trong chính trị Mỹ, ba ngành hành pháp, lập pháp và tư pháp hoạt động độc lập, sinh động, chẳng những không mâu thuẫn nhau mà có tác dụng bổ khuyết nhau tạo nên sức mạnh tổng hợp của nền dân chủ để đáp ứng mọi tình huống trước mắt cũng như lâu dài.

Cơ chế dân chủ Mỹ là cánh đồng phì nhiêu có nhiều thảo mộc, cây trái, hoa màu. Trên cánh đồng đó từng có một George F. Kennan, một viên chức cấp thấp làm việc tại tòa đại sứ Hoa Kỳ ở Liên Xô đã trở thành cha đẻ của "lý thuyết ngăn chặn" kéo dài 45 năm qua nhiều thời tổng thống. Nếu làm việc dưới chế độ quan liêu CS, các đề nghị của anh cán bộ George F. Kennan đã đi vào ngăn kéo hay thùng rác.

Nếu không có Đạo Luật Quan Hệ Đài Loan, số phận Đài Loan ngày nay cũng chẳng khác gì Hong Kong. Đạo luật này mở ra nhiều cánh cửa cho quan hệ giữa Đài Loan và Hoa Kỳ đồng thời dự phòng nhiều trường hợp để các chính phủ Hoa Kỳ sau đó có thể giải thích và áp dụng tùy theo tình huống.

Nhắc lại, trong Thông Cáo Chung thứ ba giữa Hoa Kỳ và Trung Cộng ngày 17 tháng 8, 1982, Hoa Kỳ nhấn mạnh rằng "Hoa Kỳ không tìm kiếm một chính sách dài hạn bán vũ khí cho Đài Loan". Tuy nhiên, TT Ronald Reagan lại gởi riêng cho TT Tưởng Kinh Quốc "sáu bảo đảm" trong đó khẳng định Hoa Kỳ chỉ giảm việc bán vũ khí cho Đài Loan với điều kiện Trung Cộng cam kết theo đuổi một giải pháp hòa bình cho xung đột Eo Biển Đài Loan. Lần nữa, TT Reagan áp dụng Đạo Luật Quan Hệ Đài Loan. Văn bản của TT Reagan gởi Tưởng Kinh Quốc đã được giải mật năm 2020.

Hôm 23 tháng 5, 2022 tại Tokyo, khi được hỏi liệu Hoa Kỳ có dùng vũ lực để bảo vệ Đài Loan trong trường hợp Đài Loan bị tấn công, TT Joe Biden trả lời ngay "Yes" và sau đó giải thích thêm cũng trong tinh thần của Đạo Luật Quan Hệ Đài Loan: "Chúng tôi đồng ý với chính sách 'Một Trung Quốc'. Chúng tôi ký vào đó, và các bên đồng ý từ đó, nhưng ý tưởng thực hiện bằng vũ lực là không thích hợp."

Điều đó cho thấy quan điểm "Một Trung Quốc" của Hoa Kỳ khác với quan điểm "Một Trung Quốc" của các lãnh đạo Trung Cộng từ Đặng Tiểu Bình tới Tập Cận Bình.

Các tổng thống Mỹ dù Jimmy Carter, Dân Chủ, hay sau đó là Ronald Reagan, Cộng Hòa, đều xem việc bảo vệ Đài Loan là quan trọng không chỉ về quyền lợi kinh tế mà quan trọng hơn là an ninh tại Á Châu.

Quan điểm lưỡng đảng về Đài Loan đó từ 1979 đến nay không thay đổi.

Mở ngoặc một chút về sinh hoạt lưỡng đảng của Mỹ. Khái niệm đảng trong sinh hoạt chính trị Hoa Kỳ hoàn toàn khác với khái niệm đảng dưới chế độ CS. Tổng thống thuộc đảng Cộng Hòa đã đánh gục Liên Xô trong Chiến Tranh Lạnh là Ronald Reagan nguyên là một đảng viên đảng Dân Chủ. Nhà chính trị nổi tiếng và từng là ứng cử viên tổng thống đại diện cho đảng Dân Chủ là Hillary Clinton nguyên là đảng viên đảng Cộng Hòa. TT Donald Trump nguyên là đảng viên đảng Cộng Hòa, sau đổi sang đảng Cải Cách (Reform Party), rồi đổi tới đảng Dân Chủ và đổi về lại Đảng Cộng Hòa. Trong lịch sử chính trị Hoa Kỳ hai đảng Cộng Hòa và Dân Chủ từng thay đổi toàn bộ nguyên tắc chỉ đạo (platforms). Đảng Cộng Hòa bảo thủ ngày nay trước đây là đảng có tinh thần tự do, cấp tiến. Tổng thống thuộc đảng Cộng Hòa Abraham Lincoln là người chủ trương giải phóng nô lệ và bảo vệ người da đen trong khi đảng Dân Chủ lại chống đối việc mở rộng quyền của chính phủ liên bang. Chủ thuyết Monroe (Monroe Doctrine) mang tên tổng thống James Monroe do lúc đó là Ngoại trưởng John Quincy Adams soạn, chủ trương "Mỹ châu của người Châu Mỹ" ra đời năm 1823. Gần 200 năm sau qua nhiều đời tổng tống dân chủ lẫn cộng hòa nhưng mỗi khi có một biến động chính trị ở châu Mỹ, chẳng hạn khủng hoảng chính trị của Venezuela hiện nay, chủ thuyết này vẫn còn được đem ra bàn. Do đó, một người Việt trong nước hay gốc Việt ngoài nước nếu thật sự quan tâm đến tương lai dân chủ của Việt Nam thì nên tính táo, khôn ngoan để vận dụng mọi chính sách đối ngoại của các cường quốc dân chủ vào cuộc đấu tranh chung và không nên quá đặt nặng việc tổng thống Mỹ thuộc đảng nào.

Trở lại với chuyện "Một Trung Quốc". Đài Loan, về mặt lãnh thổ, có thể là một phần của Trung Quốc (Trung Hoa) nhưng 23.6 triệu người Đài Loan không phải là dân của nước Cộng Hòa Nhân Dân Trung Hoa dưới sự cai trị của đảng CS Trung Quốc đứng đầu là Tập Cận Bình.

Đất nước không chỉ là núi, đồi, sông, biển, ruộng, vườn, cây, trái... mà trên tất cả là con người với những khát vọng, ước mơ và lý tưởng của thời đại họ. Và do đó, không ai có quyền định đoạt sinh mệnh của 23.6 triệu người dân Đài Loan ngoài chính họ.

Con người hôm nay là con người đang bước đi trong thời đại với các giá trị đạo đức và văn minh được chính họ sáng tạo, phát minh hay chọn lựa. Nếu tách rời đặc tính thời đại ra khỏi định nghĩa một dân tộc thì dân tộc đó chẳng khác gì một bộ lạc sống đời sống nguyên thủy trong các rừng nhiệt đới ở Ba Tây.

Chính vì phát triển phù hợp với xu hướng thời đại mà Tây Đức trở nên một cường quốc ngay trong thời kỳ bị chia cắt. Thủ tướng Konrad Adenauer, giống như nhiều người dân Đức khác, rất mong được thấy một nước Đức thống nhất sau Thế Chiến Thứ Hai. Tuy nhiên, ông khẳng định nếu thống nhất để rồi nước Đức trở thành một nước CS hay "trung lập dẫn đến CS" đi ngược với xu hướng thời đại ông sẽ chống.

Khát vọng của con người xác định cho tương lai họ chứ không phải do ý thức hệ áp đặt từ bên ngoài hay do sức mạnh của một nhóm người từ bên trong giữ chìa khóa nhà tù.

Adenauer nhận ra rằng nước Cộng Hòa Liên Bang Đức chỉ có thể giành lại tự do và thịnh vượng nếu là một phần của châu Âu rộng lớn hơn với sự hậu thuẫn của Hoa Kỳ. Tây Đức nhận của Mỹ gần 1.4 tỷ dollar trong Kế Hoạch Marshall (Marshall Plan)để giúp nước Đức đứng lên từ đống tro tàn nhưng không ai tố cáo Hoa Kỳ là "thực dân mới đế quốc Mỹ" như mấy cái loa tuyên truyền rỉ rả suốt ngày ở Việt Nam.

Chỉ sau một thời gian ngắn phát triển Tây Đức được xem như là một phép lạ kinh tế, trở thành hội viên của NATO và Cộng đồng kinh tế Âu Châu. Konrad Adenauer viếng thăm Liên Xô năm 1955 với tư cách một nguyên thủ quốc gia chứ không phải đại diện cho một nước Đức bại trận hay một chư hầu của Mỹ.

Hai nước Bắc Hàn và Việt Nam cũng bị chia cắt trong thời gian đó. Kim Nhật Thành thăm Liên Xô tháng 3, 1949 để cố thuyết phục Stalin cho phép ông ta xua quân chiếm Nam Hàn và thiết lập chế độc tài CS trên toàn cõi Triều Tiên. Cái gật đầu của Stalin ngày 30 tháng 5, 1950 dẫn đến ít nhất 3 triệu người bị giết. Tương tự, Hồ Chí Minh và Lê Duẩn thăm Trung Cộng và Liên Xô nhiều lần cũng chỉ với mục đích duy nhất là mong Trung Cộng và Liên Xô cung cấp súng đạn để họ đưa quân vào cưỡng chiếm miền Nam và thiết lập chế độ CS trên phạm vi cả nước.Tham vọng CS hóa đó đi ngược lại ước vọng của người dân miền Nam. Hậu quả là nhiều triệu người chết trong chiến tranh và đất nước đi vòng quanh trong ngõ cụt lạc hậu và chậm tiến từ đó đến nay.

"Thiết Quân Luật" (Martial Law) được hủy bỏ năm 1987 mặc dù "Các Điều Khoảng Tạm Thời chống lại Cuộc Nổi Dây Của CS" (Temporary Provisions against the Communist Rebellion), cơ sở pháp lý của "Thiết Quân Luật" vẫn còn trong hiến pháp cho tới lần tu chỉnh 1991.

Sau thời kỳ "Thiết Quân Luật" chính phủ và người dân Đài Loan đã đưa đất nước vươn lên cao trong nhiều lãnh vực nhất là tự do, dân chủ và nhân quyền.

Theo kết quả xếp hạng của Economist Intelligence Democracy Index 2021, Đài Loan là một trong 21 quốc gia dân chủ toàn diện (full democracy) trên thế giới. Một quốc gia được xếp vào hạng dân chủ toàn diện phải đạt số điểm cao nhất trong 5 lãnh vực: (1) đa đảng và bầu cử tự do, (2) tự do dân sự, (3) chức năng chính phủ, (4) tham gia chính trị và (5) văn hóa chính trị. Với kết quả vượt trội đó, Đài Loan còn dân chủ hơn cả Mỹ, Pháp, Tây Ban Nha, Bồ Đào Nha, Bỉ và nhiều nước tiên tiến khác.

Cũng theo Economist Intelligence Democracy Index 2021, Trung Cộng cùng với CSVN, Bắc Hàn, Lào, Cuba, Afghanistan và một số nước Phi Châu độc tài bị liệt vào nhóm "Chuyên chế" (Authoritarian).

Economist Intelligence dành một phần khá dài để phân tích trường hợp Trung Cộng. Trung Cộng là quốc gia có nền kinh tế lớn thứ hai trên thế giới, nhưng nền kinh tế lớn không đem lại hạnh phúc cho con người. Giá trị của một quốc gia khi đem ra so sánh với các quốc gia khác không đặt trên cơ sở nền kinh tế mà là đạo đức và đời sống của người dân. Một con người phải có quyền sống một cuộc đời đáng sống.

Trong tiêu chuẩn "đa đảng và bầu cử tự do", Trung Cộng và CSVN đều lãnh ba trứng gà (0.00). Với sỉ nhục quốc tế đó, Trung Cộng không có quyền gì, không có tư cách gì để áp đặt một chế độ phi nhân, lạc hậu lên 23.6 triệu người tự do tại Đài Loan. (Democracy Index 2021, The China challenge, Economist Intelligence)

Hôm 1 tháng 8, 2022, Chủ tịch Hạ Viện Hoa Kỳ Nancy Pelosi thăm Đài Loan. Chuyến viếng thăm ngắn nhưng đã gây nhiều tiếng vang khắp thế giới và phản ứng quyết liệt kèm theo nhiều đe dọa từ phía Trung Cộng. Nhưng ngoài việc gởi một số chiến đấu cơ xâm phạm không phận Đài Loan, Trung Cộng không thể có một hành động trả đũa nào cụ thể.

Trung Cộng làm gì với những chiến đấu cơ đó? Dám bắn không? Hình ảnh quân đội Nga đang khốn đốn ở Ukraine là một nhắc nhở hãi hùng cho quân đội Trung Cộng, một quân đội đang mắc "bệnh hòa bình" vì 43 năm chưa ra trận.

Như người viết đã phân tích trước đây, quan hệ và mậu dịch kinh tế chằng chịt, không chỉ giữa Trung Cộng và Đài Loan mà còn Trung Cộng, Đài Loan, Mỹ, Châu Âu và khối các nước đang phát triển. Vì thế, dù có đánh nhau với Đài Loan và ngay cả trong trường hợp Mỹ đứng ngoài, nền kinh tế Trung Cộng cũng sẽ thiệt hại nặng nề nếu không muốn nói là phá sản. Bài học Liên Xô cho họ Tập thấy, phá sản kinh tế sẽ tức khắc dẫn tới phá sản cơ chế chính trị.

Nhưng tại sao Tập hung hăng? Hai lý do. Thứ nhất, Tập muốn tạo một không khí chiến tranh để áp đảo tinh thần các thành phần chống Tập còn mạnh trong nội bộ đảng CSTQ trước khi ông ta bước vào nhiệm kỳ 3 tại đại hội đảng lần thứ 20 vào tháng 11 này. Thứ hai, Tập tiếp tục đun sôi chảo dầu đại Hán để giữ "niềm tin vào đảng" và để đánh lạc hướng lòng công phẫn của người dân sang phía Mỹ thay vì tập trung vào ông ta.

Việc làm ồn lên của Tập chỉ làm trò cười cho thiên hạ và góp phần quảng cáo cho chuyến viếng thăm Đài Loan của bà Nancy Pelosi. Công ty Aviation-tracking vừa cho biết chuyến bay của bà Pelosi thu hút lượng người theo dõi trực tuyến chưa từng có. Nếu Tập khôn ngoan hơn có lẽ nên im lặng hay lấy một bài bình luận từ một tờ báo cũ ra đăng rồi cho qua.

Tập Cận Bình chỉ giỏi ăn hiếp những nước cô thế, không đồng minh, lệ thuộc tư tưởng như CSVN hay các con nợ nghèo như Sri Lanka, Kyrgyzstan, Pakistan nhưng với Mỹ thì Trung Cộng chưa phải là đối thủ.

Thời đại ngày nay là thời đại tự do dân chủ và tự quyết. Người dân Ukraine đang chiến đấu vì quyền tự quyết của họ và người dân Đài Loan chắc chắn sẽ đứng lên chiến đấu cho quyền tự quyết của mình nếu bị tấn công.

Các cuộc cách mạng tại Đông Âu và Bắc Phi cho thấy dân chủ là khúc khải hoàn ca đang được phần đông nhân loại cất lên và là xu hướng của thời đại.

Chính sách "Một Trung Quốc" là sản phẩm của Chiến Tranh lạnh và với đà tiến văn minh ngày nay, chính sách đó đã lỗi thời.

BÀI HỌC JIMMY CARTER VÀ VIỄN ẢNH XUNG ĐỘT Á CHÂU

Trước khi TT Jimmy Carter và Phó Thủ tướng TC Đặng Tiểu Bình gặp nhau buổi sáng ngày 30 tháng 1, 1979, TT Carter yêu cầu thông dịch viên đọc trực tiếp bằng miệng lá thư của ông gởi với Phó Thủ tướng Trung Quốc Đặng Tiểu Bình.

Bản viết tay của TT Carter vẫn còn được lưu giữ tại Thư Viện Jimmy Carter. Theo nội dung lá thư, TT Carter nghĩ rằng việc TC xâm lăng Việt Nam là một sai lầm nghiêm trọng vì nhiều lý do, trong đó gồm (1) Nếu mục đích của cuộc tấn công là nhằm gián đoạn hoạt động xâm lược của Việt Nam hiện nay ở Kampuchea thì mục đích đó sẽ khó thành công. (2) Một hành động mang tính cách biểu hiện như thế sẽ không được xem là một "trừng phạt" đáng kể. (3) Hành động xâm lăng sẽ làm vị trí của CSVN và TC hoán chuyển. CSVN hiện đang bị thế giới kết án xâm lược nhưng sẽ khác hơn dưới mắt dư luận nếu TC xâm lăng Việt Nam. (4) Ngoài ra, xung đột từ hai quốc gia có nguy cơ trở thành xung đột khu vực. Kết luận, TT Carter đề nghị "một nỗ lực phối hợp thông qua Liên Hợp Quốc hoặc các diễn đàn quốc tế khác có thể gây tổn hại nhiều hơn cho Việt Nam và các đồng minh của họ."

Đặng Tiểu Bình lắng nghe không ngắt lời người thông dịch.

Sau khi nghe xong, Đặng Tiểu Bình trả lời rằng TC vẫn sẽ "trừng phạt Việt Nam giới hạn" để ngăn chặn LX trong việc sử dụng Cuba, Việt Nam và rồi Afghanistan như những chư hầu. Nhưng để vớt vát, Đặng Tiểu Bình yêu cầu Mỹ viện trợ cho các lực lượng chống CSVN qua trung gian Thái Lan.

TT Carter hỏi lại liệu Thái Lan có đồng ý không, Đặng Tiểu Bình trả lời Thái đã đồng ý.

Đặng Tiểu Bình thất bại trong mục đích được Mỹ công khai ủng hộ nhưng thành công trong các mục đích nhỏ khác như được Mỹ hứa cung cấp tin tức tình báo và đóng góp cụ thể trong việc giúp phe chống CSVN tại Cambodia. Cáo già CS Đặng Tiểu Bình không đi Mỹ để đánh bạc theo kiểu được ăn cả ngã về không mà được phần nào cũng tốt. (Foreign Relations of the United States, 1977-1980, Volume XIII, China)

Mặc dù không ủng hộ Đặng Tiểu Bình, TT Jimmy Carter đã ủng hộ chính sách của Đặng tại Đông Nam Á.

Các nguồn viện trợ của Mỹ cho các thành phần không CS trong Chính Phủ Liên Hiệp Campuchia Dân Chủ cũng lọt khá nhiều qua phía Khmer Đỏ. Mặc dù các nhà làm chính sách đối ngoại Mỹ như Cố vấn An ninh Quốc Gia Zbigniew Brzezinski có chối cãi hay biện hộ, một sự thật hiển nhiên là nếu không có sự ủng hộ của Mỹ, Chính Phủ Liên Hiệp Campuchia Dân Chủ trong đó Khmer Đỏ đóng vai chính không thể giữ chiếc ghế tại Liên Hiệp Quốc cho tới 1993.

Những lời tố cáo Mỹ ủng hộ Pol Pot của Norodom Sihanouk cũng không phải là không căn cứ. Ngay trước khi Chính Phủ Liên Hiệp Campuchia Dân Chủ ra đời 1982, thay vì vận động để bỏ trống ghế hội viên LHQ của Cambodia cho tới khi có một chính phủ hợp luật quốc tế, Mỹ đã bỏ phiếu duy trì chiếc ghế của Pol Pot tại LHQ: "Hoa Kỳ sẽ ủng hộ việc đưa chế độ "Kampuchea dân chủ" của Pol Pot vào Liên Hợp Quốc một lần nữa trong năm nay bất chấp hồ sơ đáng ghê tởm về nhân quyền, Ngoại trưởng Edmund S. Muskie tuyên bố hôm qua." (Washing Post, September 16, 1980)

Họ Đặng dùng xung đột Cambodia như bàn đạp cho các chính sách đối ngoại bành trướng tại Á Châu. Vai trò của TC có ảnh hưởng ngày càng mạnh đến cục diện Đông Nam Á từ đó đến nay.

Chiếc bẫy nợ tại Lào và sự hiện diện quân sự của TC tại Cambodia là hai bằng chứng. Lào thiếu nợ nước ngoài 14.5 tỷ dollar và hơn một nửa trong số đó là nợ TC. TC gia tăng sự hiện diện tại Cambodia bằng việc xây dựng các căn cứ hải quân được dùng vào các mục đích quân sự. Xin nhớ TC không có một căn cứ hải quân nào lớn ở nước ngoài ngoại trừ tại các đảo Hoàng Sa và Trường Sa chiếm được của Việt Nam và một căn cứ duy nhất tại Cộng hòa Djibouti tận Đông Phi Châu.

Việc TC hiện diện tại Cambodia là một lợi thế chiến lược trên Biển Đông và đe dọa trực tiếp đến an ninh của Việt Nam.

Trở lại với các chính sách của Mỹ và thủ đoạn của Đặng Tiểu Bình.

Để hiện đại hóa Đặng Tiểu Bình biết TC phải dựa vào Mỹ. Sau bình thường hóa với Mỹ, một kỷ nguyên hợp tác Mỹ-TC đã phát khởi với các phát triển kinh tế vượt bực mà thế giới coi là "Trung Quốc Kỳ Diệu" (China Miracle) với mức gia tăng trung bình 9.5% từ 1978 đến 2003.

TC đi với Mỹ để hiện đại hóa và khi được hiện đại hóa TC xoay trở lại chống Mỹ. Mỹ nuôi lớn kẻ thù.

Giáo sư Sergey Radchenko, nhà nghiên cứu tại Woodrow Wilson Center for International Scholars nhận xét rằng Carter và nhóm an ninh quốc gia của ông có thể hy vọng rằng một ngày nào đó Trung Quốc sẽ trở nên dân chủ và cởi mở hơn. Nhưng mười năm sau khi đưa xe tăng sang xâm lược Việt Nam, Đặng Tiểu Bình đưa xe tăng vào Quảng trường Thiên An Môn để trấn áp các nhà hoạt động dân chủ Trung Quốc. Tập Cận Bình hiện nay không khác gì Đặng trước đây thể hiện sự chán ghét đối với những khái niệm tự do và bình đẳng, ở Trung Quốc và ngay cả ngoài Trung Quốc. ('Sergey Radchenko, We're Very Sexy People': How the U.S. Miscalculated Its Allure to China, 2019)

Các chính trị gia Mỹ thời đó hiểu một cách đơn giản về ý thức hệ CS khi cho rằng nếu lôi kéo giới lãnh đạo đảng CS vào các hoạt động kinh tế tư bản, tiến bộ và tự do rồi dần dần các lãnh vực khác của đời sống xã hội cũng thay đổi theo. Một số khác lại cho rằng việc thay đổi ý thức hệ là con đường dài trong khi hợp tác kinh tế và mậu dịch để cùng có lợi là mục tiêu trước mắt. Cả hai suy nghĩ đều góp phần dẫn đến tai họa TC ngày nay.

Thật ra lý luận xung đột quyền lợi vật chất và tinh thần giữa các thành phần xã hội dẫn đến cách mạng như trường hợp Cách Mạng Pháp 1789, không sai. Tuy nhiên, thời gian để các mâu thuẫn chín muồi khác rất xa trong mỗi thời kỳ văn minh của loài người. Thời đại ngày nay với nền kinh tế toàn cầu hóa và các quan hệ kinh tế phụ thuộc vào nhau sâu sắc, các mâu thuẫn đối kháng cần thời gian rất lâu để triệt tiêu nhau.

Mặc dù là một chính khách đáng kính đặt nặng trên các giá trị tự do dân chủ nhân quyền và được giải Nobel Hòa Bình về các nỗ lực xã hội, khi làm tổng thống, Jimmy Carter lại rất ít khi đưa yếu tố nhân quyền ra để mặc cả với giới lãnh đạo TC trong các đàm phán kinh tế.

Giáo sư Ryan Hass thuộc Brookings Institution kể lại rằng các nhà đàm phán Mỹ nếu nhắc đến "dân chủ, nhân quyền" chẳng qua là để thuyết phục người dân Mỹ ủng hộ chính sách mậu dịch của Mỹ với TC, trong thực tế những vấn đề dân chủ và nhân quyền "chưa bao giờ là mục đích" của Mỹ. (Ryan Hass, Every President Since Reagan Was Wrong About China's Destiny, Bloomberg Opinion, July 23, 2019)

Viễn ảnh nào cho tương lai Á Châu?

Mỹ học một bài học dài trên 40 năm, nhưng học để làm gì, liệu có thay đổi được gì không?

Câu trả lời là có.

Thế giới chưa tận diệt và cuộc đấu tranh giữa thiện và ác sẽ còn tiếp tục. Julius Caesar không phải là nhà độc tài đầu tiên và Tập Cận Bình không hẳn là nhà độc tài cuối cùng. Những bài học được học và những chọn lựa mới sẽ được chọn. Mỗi giai đoạn trong lịch sử nhân loại luôn có những thách thức mới của thời đại và luôn có những con người mới để lãnh đạo thời đại mình. Nước Anh có một Neville Chamberlain chủ hòa nhưng ngay sau đó đã có một Winston Churchill cứng rắn bước ra thay thế.

Trục xung đột của thế giới đang chuyển về hướng Á Châu.

Dù sớm hay muộn Nhật Bản cũng cần tái võ trang để bảo vệ

quyền lợi của họ tại Á Châu nhưng với ngân sách quốc phòng tài khóa 2022 chỉ 42 tỷ dollar hay 1.1 phần trăm GDP, quân đội Nhật vẫn còn là một quân đội nặng về phòng thủ. Tầm nhìn đó sẽ phải thay đổi.

Năm 2021 Ấn Độ gia tăng ngân sách quốc phòng lên tới 76 tỷ dollar đứng hàng thứ ba thế giới sau Mỹ và TC nhưng chính sách ngoại giao của Ấn Độ từ thời thành lập nền Cộng Hòa 1947 chưa đủ cứng rắn và dứt khoát khi đáp ứng các thách thức mới từ Trung Cộng. Lập trường đó sẽ phải thay đổi.

Biển Đông và Đài Loan sẽ là hai điểm nóng trong Chiến Tranh Lạnh Á Châu. Các chuyến viếng thăm Đài Loan dồn dập của các giới chức lập pháp và hành pháp Mỹ vừa qua cho thấy quần đảo chiến lược này đã trở thành một Do Thái phương đông. Vị trí của Đài Loan đang thay đổi.

CSVN vì tham vọng quyền lực của đảng CS nên cho tới nay vẫn còn co ro trong chiếc áo rách lủng bốn lỗ to mà họ gọi là "quốc phòng bốn không".

Ông Nguyễn Phú Trọng nhận xét về thời kỳ này: "Nguyên tắc là độc lập chủ quyền, thống nhất toàn vẹn lãnh thổ nhưng đồng thời phải giữ ổn định. Chưa có thời kỳ nào đất nước đang có không khí ổn định tốt như thế này. Phải giữ lấy nó" (Đại biểu Quốc hội Nguyễn Phú Trọng nói chuyện với cử tri 3 quận Ba Đình, Hoàn Kiếm, Tây Hồ sáng 15/10/2019)

Ông Trọng thử dùng một cây bút màu đen và tô đậm các vùng đất, các khu vực biển và các quốc gia nằm trong ảnh hưởng của TC tại Đông Nam Á, ông sẽ thấy một Việt Nam đang nằm trong rọ, không có một cửa ngõ nào để thoát thân dù trên bộ hay trên biển. Nằm co ro trong rọ là ổn định sao?

Đọc lời phát biểu của ông Nguyễn Phú Trọng người viết chợt nghĩ đến "Hội chứng Ếch Luộc" (Boiling frog) được dùng trong nhiều trong tâm lý học.

Hội chứng Ếch Luộc là một ví dụ rất cụ thể và dễ hiểu để chứng minh sự sai lầm của những người chỉ thấy sự ổn định trước mắt mà không lo cho hiểm họa lâu dài.

Hội chứng này được giải thích như sau: Nếu đặt một chú ếch vào nồi nước nóng đương nhiên chú sẽ nhảy ra ngay, nhưng nếu đặt chú vào nồi nước ấm và đun sôi từ từ trong điều kiện nhiệt độ được kiểm soát, ếch ta sẽ rất lấy làm khoan khoái. Khi nóng tăng cao chút xíu cũng không sao vì ếch có thể tự điều chỉnh cơ thể để thích nghi với độ nóng. Nhưng khi nóng tăng cao nữa thì than ôi đã quá trễ rồi, độ nóng vượt giới hạn chịu đựng làm chú ếch ngất xỉu và hậu quả là bị luộc chết.

Khó có thể trả lời bao giờ hay khi nào số phận của 4.7 tỷ người sống trên các lục địa Á Châu sẽ bị ảnh hưởng trực tiếp hay gián tiếp từ xung đột võ trang do TC gây ra. Nhưng chắc chắn sẽ xảy ra.

Những bài học từ hai cuộc thế chiến cho thấy, nếu có chuẩn bị, một quốc gia có thể thoát ra hay ít bị ảnh hưởng hơn các quốc gia khác. Ngược lại, nếu các nhà lãnh đạo chỉ vì tham vọng quyền lực, vì nồi cơm chén gạo của cá nhân và gia đình, vì quyền lợi đảng phái mà không thực hiện các thay đổi cấp bách, đất nước sẽ rơi vào vực thẳm.

Nhật Bản trở nên thịnh vượng trong một thời gian ngắn không chỉ nhờ vào tinh thần đoàn kết dân tộc, văn hóa lâu dài hay lòng yêu nước sâu đậm. Nhật Bản đoàn kết từ lâu và có một nền văn hóa dài mấy ngàn năm trước công nguyên chứ không phải mới đây. Nhưng trước Thế Chiến Thứ Hai, Nhật Bản là một nước thực dân, quân phiệt, chà đạp lên quyền tự quyết của nhiều dân tộc, không được nhân loại kính trọng. Chính cơ chế dân chủ qua hiến pháp 1947 đã giúp nước Nhật vượt qua điêu tàn đổ nát của chiến tranh, thoát khỏi quá khứ thực dân, quân phiệt và cất cánh bay cao để được thế giới kính trọng như ngày nay.

Chỉ số Dân Chủ (Democracy Index) 2021 do công ty uy tín quốc tế Economist Intelligence Unit (EIU) thực hiện xếp Đài Loan hạng thứ 8 (Full democracy), Nam Hàn hạng 16 (Full democracy), Nhật hạng 17 (Full democracy), nhưng Việt Nam bị xếp vào hạng 131 cùng nhóm với những quốc gia chuyên chế và lạc hậu như Bắc Hàn, Afghanistan, Congo, Cuba và đương nhiên trong đó có cả đàn anh Trung Cộng được xếp thứ 148 gần chót bảng.

Các nhà phân tích thời sự thường dùng Thế Chiến Thứ Hai để phân tích các xung đột thế giới nhưng đúng ra nên dùng Thế Chiến Thứ Nhất. Thế Chiến Thứ Hai chỉ là hậu quả của những nguyên nhân bắt nguồn từ Thế Chiến Thứ Nhất chưa được giải quyết rốt ráo.

Thế Chiến Thứ Nhất là cuộc chiến giữa các liên minh quân sự và được hâm nóng từ lâu trước khi có biến cố ám sát Quận Công Franz Ferdinand ngày 28 tháng 6, 1914. Một trong những lý do sâu xa dẫn đến Thế Chiến Thứ Nhất (1914) là Đức cảm thấy bị bao vây khi đối diện với liên minh thù địch Anh, Pháp, Nga (Triple Entente).

TC ngày nay cũng thế. Mối lo lớn nhất của Tập Cận Bình giống như các lãnh đạo TC trước đây và sau này là mối lo bị bao vây. Họ Tập đang tìm mọi cách xây dựng các liên minh quân sự để làm đối lực.

Cuộc chiến chống xâm lăng của Ukraine là một trường hợp nghiên cứu (case study), đặc biệt đối với lãnh đạo có tham vọng bành trướng như Tập Cận Bình.

Tập Cận Bình phải hiểu rằng các xung đột tương tự trong tương lai không còn là mạnh hiếp yếu mà sẽ được giải quyết trên cơ sở luật pháp quốc tế.

Tập Cận Bình phải hiểu rằng các khái niệm về quyền tự quyết, chủ quyền, toàn vẹn lãnh thổ, ý chí toàn dân, công pháp quốc tế v.v.. không còn là những lời nhập đề hoa mỹ nhưng rỗng tuếch trong các thông cáo chung hay quyết nghị mà sẽ được đem ra áp dụng từng điều khoản một.

Tập Cận Bình phải hiểu rằng dù mạnh bao nhiêu, lớn bao nhiêu, một nước cũng không thể đương đầu với cả thế giới.

Tập Cận Bình phải hiểu rằng nếu một cuộc xung đột võ trang xảy ra, các nước dân chủ dù thiệt hại nhiều hơn vẫn có cơ hội phục hồi, trong khi đó chế độ CS tại Trung Quốc vốn xây dựng trên một cơ cấu mong manh dễ vỡ sẽ phải sụp đổ.

Chính vì vậy, buổi gặp gỡ của Tập và Putin hôm 15 tháng 9 vừa qua tại Uzbekistan không đem lại và cũng không thể đem lại một kết quả cụ thể nào. Tập Cận Bình chỉ muốn đích thân giải thích cho Putin hiểu các mục tiêu và chính sách ngoại giao dài hạn của TC đối với Mỹ và Châu Âu. Do đó, không ngạc nhiên khi Putin tuyên bố: “Chúng tôi đánh giá cao lập trường cân bằng của Trung Quốc khi nói đến cuộc khủng hoảng Ukraine. Chúng tôi hiểu những thắc mắc và lo lắng của Trung Quốc về điều này.” (Reuters, September 15, 2022)

Nhưng việc gặp gỡ cũng có nghĩa Trung Cộng không muốn bỏ rơi Nga. Cơ hội hợp tác giữa TC, Nga và khối Hồi Giáo chống Mỹ có thể sẽ diễn ra trong tương lai ngay cả trong trường hợp Putin ra đi nhưng quan điểm đế quốc Nga chưa được xóa bỏ trong nhận thức của tầng lớp lãnh đạo Nga sau Putin.

Khác với liên minh Đức, Đế quốc Áo Hung và Ý (Triple Alliance) trong Thế Chiến Thứ Nhất, TC khó có thể xây dựng một liên minh quân sự vững chắc tương tự ở Á Châu, ngoại trừ liên minh với nước CS đàn em là CSVN. Nhưng với phương tiện và kỹ thuật chiến tranh nghèo nàn của mình, CSVN không đóng vai trò gì quan trọng ngoài là một bãi chiến trường.

Phân tích để thấy mọi thay đổi đều cần thời gian và với điều kiện kinh tế chính trị thế giới hiện nay sự thay đổi sẽ diễn ra rất chậm. Nhưng đó lại là một điều may mắn hiếm hoi cho dân tộc Việt Nam. Việt Nam vẫn còn có thời gian để thay đổi chính mình trước khi đương đầu với những đổi thay của thế giới.

Đừng đợi đến khi chảo dầu Á Châu phát hỏa mới nhúng tay vào mà ngay trong thời điểm này, những người Việt Nam có ý thức, biết quan tâm về tiền đồ dân tộc dù đang ở đâu cũng phải làm mọi cách trong điều kiện của mình để góp phần thay đổi hướng đi của đất nước.

CHUYỆN TỪ VÙNG BIÊN GIỚI BẮC - NAM HÀN

Tháng 6, 2016, người viết có dịp thăm vùng phi quân sự giữa biên giới Bắc và Nam Hàn. Người hướng dẫn du lịch là một sĩ quan quân đội Nam Hàn về hưu và nói tiếng Anh lưu loát. Ông vừa làm việc thiện nguyện tại đài tưởng niệm Chiến Tranh Triều Tiên ở thủ đô Seoul và vừa làm hướng dẫn viên cho du khách nên có hiểu biết rộng rãi về lịch sử và thời sự Nam Hàn. Người viết cũng đọc khá nhiều sách vở về đời sống của người dân Bắc Hàn và hiểu chính sách tẩy não thâm độc của chế độ họ Kim áp đặt lên người dân Bắc Hàn từ khi sinh ra cho đến tuổi trưởng thành nên không lấy làm lạ. Chuyến xe du lịch chỉ có bốn người nhưng người hướng dẫn lẫn người viết đều quan tâm đến những vấn đề lịch sử, chiến tranh, thời sự nên thảo luận sôi nổi suốt đoạn đường từ thủ đô Seoul lên vùng biên giới.

"Làng Hòa Bình" bên kia sông Imjin

Buổi sáng trời mưa trên sông Imjin, máy hình chụp không rõ lắm nhưng nhờ ống nhòm đặt trên trạm quan sát dành cho du khách gần vùng phi quân sự nên thấy khá rõ sinh hoạt của người dân Bắc Hàn dọc biên giới. Nhiều nhóm nông dân đang làm ruộng trên cánh đồng, một số chăn bò, một số khác cấy mạ. Ngoài ra, bên kia sông còn một dãy chung cư tương đối sang trọng.

Khu nhà sang trọng này được Bắc Hàn đặt cho một cái tên rất cao quý: Làng Hòa Bình (Kijŏng-dong). Khu vực có điện đàng hoàng và mỗi đêm đèn được bật sáng khi trời vừa tối. Nhưng không lâu sau khi được xây dựng, các cơ quan truyền thông quốc tế khám phá ra không ai sống trong những khu nhà đó. Nhà không có cửa kiếng và đèn được mở tắt tự động đúng giờ. Những người duy nhất hoạt động trong khu vực là phu quét đường, nhưng chính họ cũng chỉ làm công việc tuyên tuyền để gây ấn tượng "Làng Hòa Bình" đang sinh hoạt bình thường.

Cách một dòng sông hẹp nhưng đời sống vật chất và nhất là tinh thần giữa Nam và Bắc Hàn xa như thiên đàng và địa ngục. Trong lòng người viết chợt dâng lên niềm thương cảm cho số phận những con người bất hạnh bên kia.

Với chính sách trồng người thâm độc của bộ máy tuyên truyền Bắc Hàn, cái nhìn của người dân Bắc Hàn về mọi lãnh vực đã hoàn toàn bị thay đổi. Họ có thể không còn biết tủi thân cho cuộc đời nô lệ của mình mà trái lại lại cảm thấy vui và hãnh diện với "chân lý" "không có gì quý hơn độc lập, tự do" đã đóng đinh vào nhận thức họ từ khi mới ra đời. Cũng chính "chân lý" đó đã giết khoảng ba triệu người Việt Nam và đang tàn phá một dân tộc có hơn bốn ngàn năm văn hiến.

Trong trường học, học sinh Bắc Hàn được dạy người dân Nam Hàn nghèo đến nỗi không có nhà để ở, phải sống trong gầm cầu và ăn mặc rách rưới. Mỗi khi nhìn sang bờ nam sông Imjin, người dân Bắc Hàn bị tẩy não cảm thấy xót thương cho dân Nam Hàn khốn khổ đang chịu đựng "dưới gót giày đế quốc Mỹ." Họ hãnh diện vì hạt lúa họ gieo, nắm mạ họ cấy là chính từ bàn tay "độc lập, tự do" của họ chứ không phải "ăn bám đế quốc Mỹ" như mấy chục triệu người miền Nam. Họ được dạy Bắc Hàn là xứ sở thần tiên nhất trên đời. Không ít người dân Bắc Hàn sinh ra, lớn lên, già nua và chết đi trong "niềm kiêu hãnh" đó.

Trong tất cả các nước từng chịu đựng chiến tranh do chủ nghĩa CS xâm lăng, có lẽ Triều Tiên là gần gũi và dễ so sánh với Việt Nam nhất nên nghĩ đến Triều Tiên không khỏi cùng lúc liên tưởng đến Việt Nam.

Bên kia sông Bến Hải

Đa số người Việt bên kia sông Bến Hải một thời đã nghĩ về miền Nam giống như người dân Bắc Hàn đang nghĩ về Nam Hàn. Ngay cả hôm nay không ít trong số họ vẫn chưa gạt bỏ hẳn nhận thức đó. Tệ hơn Bắc Hàn ở chỗ, tại Việt Nam, không chỉ những người dân sống trong các vùng rừng núi xa xôi hẻo lánh mà ngay cả những người có trình độ học vấn cao, mang hàm phó giáo sư, giáo sư, tiến sĩ cũng bị nhiễm loại vi trùng "không có gì quý hơn độc lập tự do" tương tự.

Sau 41 năm, một số đã biết đó không phải là sự thật và biết mình bị lừa gạt nhưng vẫn cố tìm một số lý do "khách quan" để biện minh, để lý giải cho nhận thức sai lầm của mình. Họ không đủ can đảm để chống lại chế độ và cách lý giải dễ dàng nhất là đổ thừa cho hoàn cảnh, cho số phận, cho lịch sử thay vì cho đảng CSVN.

Khi được hỏi "Nếu Mỹ không can thiệp bằng quân sự kịp thời, theo anh, liệu tình huống sẽ ra sao?" Người hướng dẫn chỉ về phía Bắc Hàn và nói "Nếu Mỹ không can thiệp, miền Nam không thể ngăn chặn được CS miền Bắc", "Rồi sao?" "Còn sao nữa, hôm nay chỉ có một Triều Tiên CS như Bắc Hàn vậy đó," anh trả lời nhanh và gọn.

Mỹ cũng can thiệp để ngăn chặn CS tại miền Nam Việt Nam nhưng trong một tình huống khác. Thế Chiến thứ Hai chấm dứt từ lâu và một cuộc chiến tranh, dù quy ước hay du kích, cũng không thể thắng bằng chiến lược chỉ tập trung phòng thủ miền Nam.

Mối liên hệ giữa Chiến tranh Triều Tiên và Chiến tranh Việt Nam

Nếu không có Chiến tranh Triều Tiên, cục diện chiến tranh Việt Nam có thể đã khác. Chiến tranh Triều Tiên để lại cho cả Trung Cộng lẫn Mỹ một bài học về giới hạn sử dụng phương tiện chiến tranh, hỏa lực và nhân lực. Đối với Trung Cộng, Bắc Hàn và Bắc Việt là vòng đai an ninh (buffer zone) của Trung Cộng và Mỹ chỉ muốn ngăn chặn CS từ vĩ tuyến 17 chứ không muốn tái diễn cuộc chiến trực tiếp với Trung Cộng dù thắng cũng vô cùng tốn kém một lần nữa.

Dân Nam Hàn may mắn hơn VNCH vì Kim Nhật Thành sau khi không nuốt được Nam Hàn đã chấp nhận ngưng chiến. Họ Kim độc tài tàn bạo nhưng còn biết dừng lại, Hồ Chí Minh và lãnh đạo CSVN thì không. CSVN nhất định "chống Mỹ cứu nước" cho đến khi nào CS hóa toàn cõi Việt Nam. Sinh mạng của nhiều triệu người Việt, tương lai bao nhiêu thế hệ Việt Nam, viễn ảnh một Việt Nam nghèo nàn thua sút phần lớn nhân loại không nằm trên bàn tính của Bộ Chính trị đảng CSVN. Bài học chiến tranh Triều Tiên chưa phai mùi thuốc súng với hơn 3 triệu người thiệt mạng chỉ trong vòng 37 tháng đánh nhau không làm họ phân vân. Khả năng Mỹ trực tiếp đưa quân tham chiến và nhiều triệu tấn bom sẽ được ném xuống hai miền đã không làm họ phải do dự. Lãnh đạo CSVN chỉ cần chiến thắng, dù chiến thắng trên máu xương của đồng bào ruột thịt, trên xác đám trẻ thơ vừa mới chào đời, trên cảnh tương tàn phân hóa tận cùng của đất nước.

Trường hợp giáo sư Oh Kil-nam

Hiện có mấy chục ngàn người dân Bắc Hàn đào thoát sang Nam Hàn bằng nhiều cách và thật khó tin nhưng cũng có người từ Nam Hàn đào thoát sang Bắc Hàn. Nổi tiếng nhất là trường hợp đào thoát đi và đào thoát về của giáo sư kinh tế Oh Kil-nam.

Oh Kil-nam là một trí thức Nam Hàn có đầu óc tả khuynh và tham gia các cuộc biểu tình chống chính phủ Nam Hàn trong đầu thập niên 1980. Ông ta bị ảnh hưởng bởi tư tưởng CS khi học tại Đức và những lời tuyên truyền đường mật của Bắc Hàn nên đã đưa cả gia đình gồm vợ và hai con gái đào thoát sang Bắc Hàn năm 1985 qua ngả Đông Đức rồi Liên Xô. Khi đến Bắc Hàn, Oh Kil-nam mới biết đó không phải là thiên đường mà là địa ngục trần gian. Mỗi ngày ông ta phải học tập tư tưởng Juche của Kim Nhật Thành và ban đêm phải đọc những tin tức, bài vở tuyên truyền trên đài phát thanh phát sóng sang Nam Hàn.

Năm sau, 1986, Oh được Bắc Hàn cử sang Đức để tìm cách lôi kéo thêm các trí thức Nam Hàn khác đang du học tại Đan Mạch. Khi vừa bước xuống phi trường, Oh đi thẳng đến văn phòng di trú tại phi trường để xin tỵ nạn chính trị mặc dù vợ và hai con gái vẫn còn bị giữ lại tại Bắc Hàn.

Năm 1992, Oh Kil-nam trình diện tòa đại sứ Nam Hàn và trở lại Nam Hàn. Sự ngu xuẩn của Oh Kil-nam, như chính ông thừa nhận, khiến ông ta chịu đựng đau khổ đã đành nhưng kéo theo sự chịu đựng của ba phụ nữ vô tội. Từ khi Oh Kil-man đào thoát khỏi Bắc Hàn, vợ con ông ta bị tống giam vào trại tập trung và sống trong điều kiện vô cùng đau khổ. Bà Oh Kil-nam cuối cùng đã chết trong trại tập trung năm 2012 và số phận hai con gái của ông ta cũng bặt tin.

Người viết chợt nhớ đến câu nói của Yuri Alexandrovich Bezmenov, một chuyên viên tình báo Liên Xô đào thoát sang phía tự do, diễn tả tình trạng tinh thần của những người bị tẩy não: "Ngay cả mang anh ta tới tận Liên Xô và chỉ cho anh ta thấy trại tập trung, anh ta cũng không tin… cho đến lúc anh ta bị đá ngay vào đít, khi bị giày đinh đạp lên anh, rồi anh ta mới hiểu. Nhưng không phải trước đó. Đó là thảm kịch của trình trạng bị băng hoại về đạo đức trong con người." Câu nói của Yuri Alexandrovich Bezmenov là một chứng minh hùng hồn cho trường hợp của "nhà trí thức" Oh Kil-nam. Ông ta chắc đã đọc rất nhiều sách vở về CS nhưng không thấy được bộ mặt thật của chế độ độc tài dã man Bắc Hàn cho đến khi đặt chân sang Bình Nhưỡng.

Những Oh Kil-nam Việt Nam nên sống ở "Làng Hòa bình" một thời gian

Việt Nam có rất nhiều Oh Kil-nam.

Sự kiện "Tôn Nữ Thị Ninh chống Bob Kerrey" vừa qua cũng cho thấy tầng lớp "băng hoại về đạo đức" như Alexandrovich Bezmenov phát biểu còn đầy dẫy tại Việt Nam.

Giống như Oh Kil-nam Nam Hàn đã phó mặc số phận vợ con trong trại tập trung Bắc Hàn, những Oh Kil-nam Việt Nam là những người có kiến thức nhưng thiếu đạo đức. Đạo đức mà họ có chỉ là đạo đức giả. Tại sao? Họ học các nguyên tắc dân chủ, từng sống trong chế độ dân chủ, rao giảng các lý thuyết dân chủ cho học trò, khoe khoang kiến thức về dân chủ nhưng lại cong lưng làm nô bộc cho một chế độ độc tài lạc hậu đã bị xếp vào quá khứ đau thương tang tóc của nhân loại. Không có tầng lớp xăng nhớt này, bộ máy già nua CS sẽ phải ngừng hoạt động.

Nhiều tác giả phê bình bà Tôn Nữ Thị Ninh và phe cánh đề nghị họ nên mở mắt nhìn xa sang các nước tự do, dân chủ và thịnh vượng để biết Việt Nam cần phải vượt qua và đi lên với phần đông nhân loại. Không. Bà Tôn Nữ Thị Ninh và phe cánh đâu cần phải nhìn sang châu Âu, Nhật Bản, Nam Hàn vì họ đã học ở đó, đã sống ở đó hay đã đến đó nhiều lần. Nhưng họ có mắt mà không thấy. Bởi vì, nỗi khổ đau và sự chịu đựng của con người không thể thấy được bằng đôi mắt thường mà bằng đôi mắt lương tri.

Và người viết chợt nghĩ, biết đâu nếu họ sống trong "Làng Hòa Bình" của Kim Jong-un một thời gian với hy vọng như Yuri Alexandrovich Bezmenov nhận xét cho đến khi "bị đá ngay vào đít, bị giày đinh đạp lên" như Oh Kil-nam, đôi mắt lương tâm và đạo đức trong con người họ sẽ có dịp mở ra.

KIM JONG-UN THỬ BOM NGUYÊN TỬ VÀ PHẢN ỨNG CỦA TẬP CẬN BÌNH

Ngày 6 tháng Giêng 2016, phát ngôn nhân quân đội Bắc Hàn tuyên bố đã thử thành công loại bom nguyên tử nhiệt hạch (thermonuclear bomb). Thể loại chính xác của bom vẫn còn đang được các chuyên viên phân tích nhưng đa số đồng ý là bom nguyên tử.

Thoạt đầu, nhiều người nghĩ việc thử nghiệm nhắm vào Mỹ. Thật ra là nhắm vào Trung Cộng.

Douglas H. Paal, Giám đốc Chương trình Hòa Bình Quốc Tế thuộc Carnegie Endowment tại Washington DC cho rằng "Bắc Hàn vừa chế nhạo Trung Quốc, và điều đó sẽ tạo ra phản ứng."

Đúng vậy. Hoa Xuân Oánh, Phát ngôn viên Bộ Ngoại Giao Trung Cộng tuyên bố ngay sau đó rằng "Trung Quốc phản đối mạnh mẽ việc Bắc Hàn thử bom nguyên tử và cương quyết thúc đẩy việc giải giới nguyên tử trên bán đảo Triều Tiên."

Người khó chịu nhất là Tập Cận Bình.

Mới tháng 10 năm 2015, Bắc Hàn đồng ý với Tập Cận Bình sẽ ngưng thí nghiệm vũ khí nguyên tử. Họ Tập cần một bán đảo

Triều Tiên ổn định để hoàn thành các mục tiêu khác ở Biển Đông. Bất ổn tại bán đảo Triều Tiên sẽ làm cho Nhật, Nam Hàn và Mỹ có cớ để tăng cường quân sự.

Tuy nhiên, Hoa Xuân Oánh không trả lời câu hỏi liệu Trung Quốc sẽ trừng phạt kinh tế Bắc Hàn. Bởi vì, tuy khó chịu, Tập Cận Bình cũng không làm gì được Bắc Hàn một cách cụ thể.

Hai đảng CS mà Trung Cộng tìm mọi cách để giữ chặt là Bắc Hàn và Việt Nam.

Trong bài viết "Tranh chấp Mỹ–Trung, một cảnh giác cho lòng yêu nước" đăng trên talawas sáu năm trước, người viết có nhận xét rằng không ai biết rõ, hiểu rõ Bắc Hàn và Việt Nam hơn đàn anh Trung Cộng và cũng không ai hiểu thế mạnh thế yếu của đàn anh Trung Cộng hơn Bắc Hàn và Việt Nam.

Như lịch sử chứng minh, Trung Cộng phải làm tất cả những gì có thể làm, kể cả hy sinh mạng sống của nhân dân họ để duy trì ảnh hưởng với đảngCSVN và Đảng Lao động Bắc Hàn. Trung Cộng từng gởi một triệu "chí nguyện quân" sang Bắc Hàn và gởi 320 ngàn quân sang Bắc Việt để bảo vệ hai nước độn (buffer states) này. Mối lo lớn nhất trong đầu các lãnh đạo Trung Cộng là lo bị bao vây.

Trung Cộng hàng năm đã dành một nguồn tài nguyên, của cải lớn để nuôi dưỡng Bắc Hàn.

Mặc dù không có tài liệu chính thức nào cho biết tổng số viện trợ Trung Cộng dành cho Bắc Hàn là bao nhiêu nhưng cả thế giới đều biết nguồn viện trợ chính của Bắc Hàn không đến từ đâu khác hơn là Trung Cộng. Theo báo Korea Times, Trung Cộng cung cấp gần hết nguồn năng lượng cho Bắc Hàn và một nửa số thực phẩm người dân Bắc Hàn đang dùng mang nhãn hiệu Trung Cộng. Một số nhà phân tích chính trị cho rằng hành vi và cách cư xử bất thường của các lãnh tụ Bắc Hàn từ Kim Chính Nhật trước đây và bây giờ con y là Kim Jong-un trong quan hệ ngoại giao quốc tế nhiều khi đặt giới lãnh đạo Trung Cộng vào vị thế khó xử. Vâng, nhưng dù sao, với Trung Cộng, một Kim Jong-un bất bình thường vẫn tốt hơn là một Kim Jong-un bình thường, một Bắc Hàn tự cô lập vẫn tốt hơn là một Bắc Hàn mở rộng.

Giả thiết, vì bất cứ lý do gì, Bắc Hàn trở mặt với Trung Cộng, quay sang bắt tay với Mỹ, hòa giải với Nam Hàn, mở cửa ngoại thương, hội nhập vào thế giới v.v... quả thật vô cùng bất lợi cho Trung Cộng. Nếu một ngày nào đó Kim Jong-un bỗng dưng "buông đao đồ tể" lên tiếng kết án khủng bố, xin lỗi nạn nhân, Trung Cộng sẽ phải lo lắng nhiều hơn là mừng rỡ.

Nếu một biến cố quân sự xảy ra giữa Nam Bắc Hàn, làn sóng tỵ nạn khổng lồ sẽ tràn ngập biên giới phía đông bắc Trung Quốc, hạ tầng kinh tế gầy dựng bấy lâu nay của Trung Cộng sẽ lung lay và có thể cả toàn bộ thượng tầng kiến trúc chính trị cũng sẽ tiêu vong theo.

Không có Kim Jong-un, chung quanh Trung Cộng sẽ còn lại toàn là kẻ thù. Ngoài mấy chục ngàn quân Mỹ và Hạm đội thứ Bảy hùng hậu đặt bản doanh ở Yokosuka, Trung Cộng còn bị bao vây bởi hai anh khổng lồ Nhật Bản và Ấn Độ.

Kim Jong-un biết rõ thế yếu của Trung Cộng nên sử dụng vị trí sân sau và lá bài vũ khí nguyên tử của mình một cách có lợi cho việc duy trì quyền lãnh đạo tuyệt đối trên bán đảo Triều Tiên.

Không có tài trợ từ Trung Cộng, Bắc Hàn sẽ sụp đổ; nhưng không có Bắc Hàn, phòng tuyến an ninh của Trung Cộng dài 1400km phía Đông Bắc sẽ bị phá vỡ.

Trung Cộng ưa thích Kim Jong-un? Chắc là không, nhưng cần thì quá cần.

BRUCE SPRINGSTEEN VÀ BARACK OBAMA, HAI CÁNH ÉN TỰ DO

Nhìn ánh mắt hân hoan, bàn tay dang rộng, nụ cười miềm nở của người dân Sài Gòn khi đón chào TT Hoa Kỳ Barack Obama chiều 24 tháng 5, 2015 trừ phi lãnh đạo CSVN đui mù câm điếc hết, họ phải biết chế độ độc tài toàn trị CS diễn ra suốt 41 năm trên đất nước Việt Nam đang vào đoạn kết.

Ngày nào, tháng nào hay năm nào chế độ sẽ sụp có thể không ai trả lời chính xác nhưng chắc chắn bức màn tuyên truyền lừa dối sẽ bị xé nát, mọi tội ác của CSVN từ năm 1930 sẽ được phơi bày ra ánh sáng, nước mắt sẽ ngừng rơi và cây tình thương dân tộc sẽ hồi sinh trên quê hương khốn khổ.

Người viết tiên đoán một cách quá lạc quan chăng? Không. Lịch sử nhân loại và lịch sử tranh đấu của nhân dân Việt Nam suốt 41 năm qua đã chứng minh điều đó một cách hùng hồn.

Đông Bá Linh đêm 19 tháng 7, 1988

Bruce Springsteen và E Street Band của ông được phép trình diễn một chương trình nhạc tại Đông Bá Linh.

Số người tham dự theo ước lượng của chính phủ Đông Đức là 160 ngàn người có vé và một số gần tương đương tràn vào không vé.

Thay vì dùng chương trình "Bruce Springsteen and E Street Band" như tại Hoa Kỳ hay nhiều nơi khác, chính phủ CS Đông Đức lợi dụng cơ hội để tuyên truyền nên đổi tên thành "Concert for Nicaragua" để ủng hộ chế độ CS Sandinista ở Nicaragua, Nam Mỹ.

Bruce Springsteen rất giận khi nghe tin chương trình nhạc của ông bị dán chồng lên bằng một nhãn hiệu tuyên truyền CS nhưng không phản ứng. Vào giữa chương trình, Springsteen bất chấp những hạn chế mà lãnh đạo CS Đông Đức đưa ra trước, đã rút ra một mảnh giấy và đọc lớn bằng tiếng Đức "Tôi đến đây không phải vì chính quyền hay chống chính quyền. Tôi đến để chơi nhạc "rock and roll" tặng các bạn, với niềm hy vọng rằng một ngày mọi rào cản sẽ bị phá bỏ." Chữ "rào cản" mà Bruce Springsteen muốn nói không gì khác hơn là Bức tường Bá Linh.

Chương trình được phép truyền hình sau vài phút kiểm duyệt nên câu nói của Springsteen bị khám phá và cắt bỏ nhưng tiếng vỗ tay của 300 ngàn khán giả, đa số là thanh niên, có mặt tại chỗ vang dội một góc trời.

Có nguồn tin cho rằng chính quyền CS Đông Đức cho phép Bruce Springsteen trình diễn là để đo lường thái độ và lòng tin của người dân vào đảng CS và qua đó có những biện pháp trấn áp cũng như các chính sách tuyên truyền thích nghi.

Chương trình nhạc của Bruce Springsteen là điềm báo cho lãnh đạo CS Đông Đức biết chế độ sụp đổ chỉ là vấn đề thời gian. Sau những cuộc biểu tình của dân chúng, Egon Krenz lên thay thế Erich Honecker và hứa sẽ đem lại nhiều "đổi mới" từ trung ương đến địa phương nhưng những con cá gỗ "đổi mới" đã không còn lừa gạt được người dân Đông Đức. Chỉ hơn một năm sau, Bức tường Bá Linh sụp đổ.

Sài Gòn chiều 24 tháng 5, 2016

Hàng trăm ngàn dân Sài Gòn đứng dọc hai bên đường từ phi trường Tân Sơn Nhất vào trung tâm thành phố để chào đón TT Barack Obama bằng mắt sáng ngời, nụ cười rạng rỡ và bàn tay vẫy gọi ân cần. Tất cả đều phát xuất từ tấm lòng trong sáng, không hận thù, không sợ hãi. Eric Schultz, phụ tá báo chí Tòa Bạch Ốc xúc động nhận xét "hàng trăm nghìn người tập trung trên các tuyến phố chào đón TT Hoa Kỳ" và "tôi chưa từng chứng kiến điều này trong 5 năm làm việc tại Tòa Bạch Ốc." Đoạn phim do phóng viên Pete Souza đăng lên Instagram của ông cho thấy hàng hàng lớp lớp người dân chào đón TT Obama. Ben Rhodes, Phụ Tá Cố Vấn An ninh Quốc gia Hoa Kỳ ngạc nhiên và cho biết họ sẽ không bao giờ quên sự chào đón mà người dân Sài Gòn đã dành cho họ.

Những hiện tượng đó rất hiếm thấy trong những buổi đón tiếp các lãnh đạo ngoại quốc.

Người dân Sài Gòn hiếu khách? Không đúng hẳn. Người dân Sài Gòn hiếu tự do và họ chào mừng TT Hoa Kỳ nồng nhiệt bởi vì ông ta là đại diện của thế giới tự do.

"Bầu cử Quốc Hội" tại Đông Đức và Việt Nam

Giống như tại Việt Nam, sau khi Bruce Springsteen đến, Đông Đức cũng có một cuộc "bầu cử quốc hội" tổ chức vào tháng 5, 1989. Các nhà phân tích chính trị châu Âu ngày đó cho rằng cuộc" bầu cử quốc hội" tại Đông Đức là một thất bại của đảng CS vì chỉ có 98.5% "cử tri" đi bầu. Trùng hợp một cách thích thú, tháng 5, 2016, Việt Nam cũng có một cuộc "bầu cử quốc hội" và kết quả gần giống như Đông Đức với chỉ có 98.7% "cử tri" đi bầu. Dưới chế độ CS toàn trị, một phần trăm "cử tri" không đi bầu là đã quá nhiều và là một thất bại của đảng.

Mục đích của lãnh đạo CS khi tổ chức bầu cử quốc hội, Đông Đức hay CSVN, không phải để bầu nên một cơ quan lập pháp mới mà là một công việc thuần túy tuyên truyền. Chính sách tuyên truyền thay đổi theo chủ trương của đảng, bằng chứng tại Việt Nam, sau lần "bầu cử" 1946, đảng CSVN không thấy cần có quốc hội nên suốt 14 năm sau đó, họ chẳng màng nghĩ đến chuyện bầu bán làm gì. Nhưng chính 300 ngàn người dự chương trình nhạc của Bruce Springsteen và mấy trăm ngàn dân Sài Gòn sắp hàng chào đón TT Obama mới thật sự đã đi bầu. Sự có mặt của người dân là một hình thức bỏ phiếu công khai, cụ thể và rõ rệt nhất. Người dân hai nước đã bầu cho tự do dân chủ. Đông Đức bầu cho Bruce Springsteen và Việt Nam bầu cho Barack Obama. Hai đại biểu tự do đắc cử tại Đông Đức và Việt Nam đều là người Mỹ.

Ẩn ý của TT Obama

Trong thời gian thăm viếng Việt Nam tuy ngắn ngủi, TT Obama đã nhiều lần nhấn mạnh đến quan điểm "vận mệnh Việt Nam nằm trong tay người Việt."

Đây không phải là câu nói riêng của TT Obama và chỉ mới nghe được lần đầu. Nhiều người, quốc tế cũng như Việt Nam, trong nước cũng như ngoài nước quan tâm đến Việt Nam đã phát biểu tương tự. Không ai cứu được Việt Nam ngoài chính dân tộc Việt Nam.

Tuy nhiên có một điểm khác. TT Obama muốn nhấn mạnh rằng vai trò của Hoa Kỳ thông qua các chính sách hợp tác kinh tế và đối ngoại tại Á Châu là một cách góp phần tạo ra không gian và kéo dài thời gian để người Việt Nam có thêm cơ hội chọn lựa một cơ chế chính trị cho mình.

Trong cương vị tổng thống, TT Obama không thể kêu gọi người dân Việt Nam xuống đường hay đứng lên lật đổ chế độ độc tài nhưng trong ẩn ý, ông mong muốn nhân dân Việt Nam, bằng mọi cách thích nghi, hãy mạnh dạn chọn lựa một tương lai chính trị cho đất nước Việt Nam. TT Obama cam kết "Và trong khi các bạn theo đuổi tương lai mà các bạn muốn, tôi muốn các bạn biết rằng nước Mỹ sẽ ở ngay bên cạnh các bạn, như một đối tác, và một người bạn."

Hơn bất cứ một quốc gia nào khác, vì lý do lương tâm (58 ngàn người Mỹ đã chết để bảo vệ tự do của miền Nam Việt Nam), chính trị (góp phần tạo dựng cơ chế chính trị đối lập với Trung Cộng) và quân sự (lấp kín nút chặn trên cả đường bộ lẫn đường biển ra Biển Đông và Nam Á Châu của Trung Cộng), chính phủ Hoa Kỳ muốn thấy Việt Nam thật sự là nước tự do dân chủ, phát triển, hợp tác chiến lược với Hoa Kỳ.

TT Harry Truman đã không gởi chiến hạm lừng danh USS Missouri viếng thăm Thổ Nhĩ Kỳ năm 1946 nếu chính phủ Thổ không cam kết theo đuổi con đường dân chủ và chống lại Liên Xô. Thổ Nhĩ Kỳ dân chủ đã làm cán cân sức mạnh quân sự nghiêng hẳn về phía Tây Phương và quốc gia có lợi nhất cũng chính là Thổ Nhĩ Kỳ.

Trong Thông Cáo Chung của G7 (Canada, Pháp, Đức, Anh, Ý, Nhật và Hoa Kỳ) tại Nhật vừa được công bố hôm 27 tháng 5, Hoa Kỳ và sáu cường quốc đồng minh khẳng định sẽ tiếp tục duy trì các nguyên tắc hàng hải phù hợp với UNCLOS (The United Nations Convention on the Law of the Sea) và xác định quyền của các quốc gia phải được dựa trên luật pháp quốc tế thay vì các hành động đơn phương.

Thông Cáo Chung cũng bày tỏ sự quan tâm một cách cụ thể và chi tiết của G7 về tình trạng tại Biển Đông. Thông Cáo Chung còn quá mới nên chưa đọc được phản ứng của Trung Cộng nhưng theo báo chí quốc tế đó là một cái tát vào mặt Tập Cận Bình.

Mặc dù lợi thế quân sự của Mỹ vẫn còn trên rất cao so với Trung Cộng, với quan hệ kinh tế vô cùng phức tạp và tinh tế trong thời đại toàn cầu hóa hiện nay, ngoài việc tạo không gian, điều kiện và kéo dài thời gian như đang làm qua TPP hay tại hội nghị G7 vừa bế mạc, chính phủ Mỹ, trước đây, hiện nay và trong tương lai gần, sẽ không thể can thiệp trực tiếp vào nội bộ chính trị Việt Nam hay đương đầu trực tiếp với Trung Cộng về quân sự.

Chỉ có sức mạnh của người dân Việt Nam mới là yếu tố quyết định. Một Việt Nam dân chủ sẽ làm thay đổi hẳn khuôn mặt chính trị tại Á Châu và giống như Thổ Nhĩ Kỳ trước đây sẽ rất có lợi cho Việt Nam.

Chuyển động xã hội làm thay đổi cơ chế chính trị

Như người viết đã trình bày trong bài "Để thắng được Trung Cộng" chính sự chuyển động đi lên của nhận thức con người là lý do chính dẫn đến sự sụp đổ của chế độ CS. Sự chuyển hóa tri thức nhanh hay chậm tùy theo điều kiện mỗi nước nhưng là một tiến trình không thể bị ngăn chặn bởi bất cứ một cơ chế độc tài nào.

Giáo sư Archie Brown thuộc đại học Oxford, Anh quốc, trong tác phẩm Sự vươn lên và sụp đổ của chủ nghĩa CS (The Rise And Fall Of Communism) nêu ra 8 lý do khiến chủ nghĩa CS sụp đổ, trong đó lý do hàng đầu không phải là kinh tế hay quân sự mà là sự thay đổi nhận thức xã hội.

Người Việt quan tâm đến vận mệnh đất nước có lý do chính đáng để nóng lòng nhưng nếu nhìn lại sẽ thấy các phong trào xã hội, phong trào dân chủ tại Việt Nam đã lớn lên, tuy chậm nhưng không ngừng lớn lên và mở rộng.

Dây chùm gởi CSVN ăn bám quá lâu và quá sâu vào thân cây Việt Nam nên phải cần nhiều thời gian hơn những nước khác để gỡ chúng ra.

Thật vậy, nếu chọn thời điểm Bác sĩ Nguyễn Đan Quế chính thức công bố "Lời Kêu Gọi của Cao Trào Nhân Bản" vào năm 1990 làm mốc thời gian, sau 26 năm Việt Nam đã có hàng trăm, hàng ngàn đoàn thể xã hội, từ dân oan, báo chí, phụ nữ, lao động được hình thành. Khu vườn dân chủ ngày đó chỉ có một bông hoa nở ra trong mưa bão. Hôm nay đã khác. Mưa bão chưa qua nhưng khu vườn đã có nhiều bụi hoa thơm nở ra từ hy vọng và niềm tin vào tương lai dân tộc.

Khát vọng của con người dù Đông Đức hay Việt Nam giống như những mạch nước nhỏ chảy một cách khó khăn xuyên qua bao kẽ đá nhưng không hề ngưng chảy. Và các lãnh đạo phong trào dân chủ cũng thế, có người bước xuống nhưng đã có người khác bước lên, chuyến tàu lịch sử vẫn tiếp tục tiến về phía trước.

Lịch sử nhân loại cho thấy không bạo lực nào có thể ngăn được sự chuyển động đi lên của nhận thức con người. Như người viết đã mở đầu, trừ phi lãnh đạo CSVN đui mù câm điếc hết, họ phải biết chế độ độc tài CSVN diễn ra trên đất nước Việt Nam sắp sửa cáo chung.

Bruce Springsteen và Barack Obama là hai cánh én tự do nhưng mùa xuân không đến từ cánh én ghé qua một đôi ngày mà phải được mang về bằng bầy én Việt Nam. Mùa xuân rồi sẽ đến.

KHÔNG PHẢI NƯỚC MẮT NÀO CŨNG MẶN

Hai sự kiện "chuyến bay giải cứu" và 'concert BLACKPINK' có một hiện tượng giống nhau là khóc nhưng hoàn toàn mang ý nghĩa khác nhau. Các cháu khóc khi nghe Blackpink hát vì đam mê âm nhạc và các cán bộ tham nhũng khóc "xin lỗi đảng" chỉ để nhẹ tội.

Khóc khi nghe nhạc là một đáp ứng giao cảm tích cực phát xuất từ khu vực "phần thưởng" (mesolimbic system) của não bộ. Theo Frances Wilson, một nhạc sĩ dương cầm và nhà phê bình âm nhạc trong bài viết Rơi Nước Mắt (Moved to tears), khoảng 25% người nghe trải qua phản ứng này với âm nhạc.

Do đó, phê bình các cháu nặng lời là không đúng. Tâm hồn của các cháu trong trắng. Các cháu tiếp nhận âm nhạc theo cách của thế hệ các cháu. Họ không tìm một nơi vắng vẻ để thả lòng về quá khứ với những tình khúc tiền chiến mà sống với âm nhạc của thời đại họ bằng hết nhiệt tình và xúc động của tuổi trẻ.

Trong lúc đó, tâm hồn của Nguyễn Anh Tuấn, cựu Phó Giám đốc Công an Hà Nội hay Phạm Trung Kiên, cựu Thư ký

Thứ trưởng Y tế và trên 50 cán bộ CS trong vụ án "chuyến bay giải cứu" là những vũng đen đầy tội lỗi.

Không phải nước mắt nào cũng mặn. Nước mắt của những kẻ làm giàu trên nỗi khổ đau của hàng triệu người Việt trong cơn đại dịch vừa qua có mùi thối tha như chính con người họ.

Thật không thể tưởng tượng. Cháu Hồng Hạnh, 25 tuổi ở Bắc Ninh làm chui ở Nhật, bị đuổi khỏi nhà thuê, không tiền để sống phải tá túc trong chùa và nhất là khi đó cháu đang mang thai nhưng vẫn không được cấp vé vì không có đủ 20 triệu đồng để mua vé với giá gấp ba giá bình thường.

Tham nhũng, đặc biệt tại các nước không có hệ thống phân quyền rõ rệt như Việt Nam, hoạt động gần giống với phương pháp thương mại nhiều tầng (Multi-level marketing hay được gọi tắt là MLM), qua đó lợi tức của cấp trên là một phần trích ra từ lợi tức của các cấp dưới. Chức vụ càng cao lợi tức càng nhiều, và nhất là càng ít người biết đến.

Phạm Trung Kiên làm ăn gần như ngang nhiên và thu được 42,6 tỷ đồng tổng cộng 253 lần, trong đó 228 lần bằng chuyển khoản. Dù lòng tham không đáy hay có "gan trời", ông ta cũng không dám và không thể nào ăn hết một mình. Phạm Trung Kiên là một phần của hệ thống thương mại nhiều tầng. Nhưng Phạm Trung Kiên nộp cho ai trong hệ thống thì chỉ ông ta biết. Phạm Trung Kiên không khai và cả viện kiểm sát có thể cũng không muốn ông khai. Phạm Trung Kiên biết mình chỉ là "dê tế thần" nhưng chấp nhân ngồi tù thay vì mở ra "một hộp đầy giòi".

Việt Nam là một đất nước băng hoại, tắc nghẽn, không lối thoát từ đối nội đến đối ngoại nhưng không phải phát xuất từ những mạch nước nhỏ hay những dòng sông nhỏ. Ở tuổi hai mươi, các cháu sinh ra khi ngọn núi lửa đã phun rồi.

Đừng trách các cháu sao không biết nghĩ tới Hoàng Sa của Việt Nam chỉ cách Đà Nẵng 315 km nhưng ngày nay là một thành phố hiện đại của Tàu, đơn giản chỉ vì các cháu không được dạy.

Đừng trách các cháu xả rác vì, theo nghĩa đen lẫn nghĩa bóng, từ trung ương đến địa phương đều xả rác chứ không phải riêng thế hệ các cháu.

Sự thối nát trong xã hội Việt Nam ngày nay là thành quả 93 năm hoạt động của ngành tuyên giáo nhằm xây dựng con người mới Xã Hội Chủ Nghĩa cỡ như Tô Anh Dũng, cựu thứ trưởng Bộ Ngoại Giao, Vũ Hồng Nam, cựu Đại sứ Việt Nam tại Nhật Bản, Nguyễn Quang Linh, cựu Trợ lý Phủ Thủ tướng...

Nhân dịp đảng CSVN đang tổ chức mừng 93 năm thành lập ngành tuyên giáo tức ngành tẩy não, 1-8-1930 đến 1-8-2023, mời đọc lại bài viết Đừng Trách Dòng Sông Không Chảy người viết đăng trên Facebook vài năm trước khi xảy ra vụ án:

Một lần, trong buổi họp báo khi nhậm chức "Chủ tịch quốc hội" ngày 23-7-2016, bà Nguyễn Thị Kim Ngân phát biểu: "Bảo vệ hòa bình không phải hô hào cho thật to, kích động thế này thế khác là có được chủ quyền, không có đâu. Một số tổ chức, cá nhân lên tiếng hô hào thế này thế nọ nhưng những người đó, tổ chức đó làm gì cho đất nước? Chưa làm gì cả..."

Làm gì cho đất nước là một câu nói quen thuộc được biết là của cố Tổng Thống John F. Kennedy: "Đừng hỏi tổ quốc đã làm gì cho bạn, mà hãy hỏi bạn đã làm gì cho tổ quốc" (Ask not what your country can do for you, ask what you can do for your country).

Tuy nhiên, theo Chris Matthews trong tác phẩm Jack Kennedy: Elusive Hero, nhóm chữ "đừng hỏi" thật ra phát xuất từ những lời cảnh cáo của ông George St John, hiệu trưởng trường trung học Choate ở Connecticut thường dùng để căn dặn học sinh và nhập tâm vào cậu học trò Kennedy. Nhưng ông hiệu trưởng George St John cũng không phải là người đầu tiên nói câu nói đó mà chính Tổng thống thứ 29 của Mỹ Warren G. Harding trong diễn văn trước đại hội đảng Cộng Hòa 1916 đã nói một câu tương tự như câu của Tổng thống Kennedy.

Dù ai nói, vấn đề là làm gì cho tổ quốc, cho đất nước.

Vâng nhưng trong trường hợp Việt Nam, trước hết là tổ quốc nào, là đất nước nào?

Cho đến nay, đối với đa số các em đang ngồi trong trường học tại Việt Nam, Việt Nam mà các em được dạy là "xứ sở của anh hùng, độc lập, tự do, hạnh phúc, một đất nước, dưới sự lãnh đạo của đảngCSVN, đã liên tục đánh gục ba tên đế quốc đầu sỏ Pháp, Nhật và Mỹ".

Ý thức của các em là bản sao của một bài hát tuyên truyền được lặp đi lặp lại suốt hơn bốn chục năm qua, nhiều đến nỗi thấm vào trong các em thành một tính bẩm sinh.

Nền giáo dục nhồi sọ CS có khả năng đầu độc và làm thay đổi toàn bộ ý thức của con người về lịch sử, nhân sinh và vũ trụ.

Việt Nam có trên 600 tờ báo nhưng báo chí Việt Nam chỉ được phép khai thác những ham muốn vật chất, những thú vui sa đọa, truỵ lạc thay vì cổ võ cho các giá trị cao đẹp của quyền sống, quyền tự do dân chủ của con người.

Ý thức của các em khi sinh ra giống như một tờ giấy trắng, đảng CS vẽ lên đó hình gì, sẽ hiện lên hình đó, chế độ độc tài sơn lên màu gì, sẽ hiện ra màu đó.

Một dòng sông không chảy không còn là sông nữa mà chỉ là một ao tù.

Thực trạng Việt Nam đặt ra cho những ai còn nghĩ đến tương lai dân tộc những trách nhiệm lương tâm và đạo đức.

Đừng trách dòng sông sao không chảy mà hãy kiên nhẫn chứng minh và phân tích cho các em thấy đất nước mà các em sống bị cai trị bởi một nhóm người già nua, cực đoan, bảo thủ bám vào chiếc ghế quyền lực ngay cả khi biết mình đang chờ chết.

Đừng trách dòng sông không chảy mà hãy chứng minh cho các em thấy Việt Nam mà các em biết là một trong năm nước trên thế giới vẫn tiếp tục bám vào chủ nghĩa CS, một ý thức hệ một thời bành trướng nhờ chiến tranh, đấu tố, ám sát, đang lùi xa vào quá khứ.

Đừng trách dòng sông không chảy mà hãy chỉ ra cho các em thấy Việt Nam mà các em biết là quốc gia có 100 ngàn phụ nữ chỉ vì chén cơm manh áo mà phải bán thân lưu lạc xứ người, bị đánh đập, xô đuổi, ném ra đường phố như những nô lệ tình dục thời Trung Cổ.

Đừng trách dòng sông không chảy hãy phân tích cho các em biết Việt Nam là quốc gia có 50 triệu thanh niên nhưng đa số không còn sức sống, không có hoài bão cho tương lai của đời mình và cho đất nước mình.

Thay vì trách dòng sông không chảy, hãy chung tay dời tảng đá độc tài, lạc hậu ra khỏi lòng sông. Các thế hệ cha chú nếu không vượt qua được những hiện tượng tiêu cực rẽ chia, phân hóa nhiều khi rất nhỏ và tập trung sức mạnh tổng hợp của dân tộc để tháo gỡ cơ chế chính trị, kinh tế và văn hóa độc quyền CS thì lời trách cứ kia chẳng qua là tự trách mình.

Thay vì so sánh các em, các cháu sinh dưới chế độ CS với tuổi trẻ Nhật, Mỹ, Nam Hàn, Hong Kong v.v.. hãy làm tất cả những gì làm được để tuổi trẻ thấy rằng Việt Nam là một dân tộc đáng yêu nhưng cũng là đất nước đang cần một cuộc thay đổi toàn diện để hy vọng có thể hội nhập vào dòng tiến hóa của loài người.

May mắn thay, trong các thế hệ sinh ra sau 1975, một số nhờ nhiều các yếu tố tôn giáo, gia đình và nội lực bản thân, đã thoát ra khỏi được nhà tù bao bọc bằng bốn bức tường dày của tuyên truyền CS và dấn thân cho lý tưởng cao cả phục hưng dân tộc. Họ vẫn còn khá ít nhưng là biểu tượng của tương lai.

Các em, dù đang ở trong tù hay ngoài tù cũng đều đang đấu tranh và tiếp tục đấu tranh theo nhiều cách khác nhau.

Hãy gởi cho nhau những bài hay, chuyền cho nhau những tin tức mới, giúp đỡ nhau khi công an trấn áp, nương tựa nhau khi gặp khó khăn... Tất cả đều cần thiết.

Sự chuyển động của núi rừng bắt đầu từ từng chiếc lá, và nếu cùng cất lên theo cùng một nhịp sẽ trở thành một khải hoàn ca.

VIỆT NAM, MỘT ROMANIA TRONG CHIẾN TRANH LẠNH II?

Tháng 12 Dương lịch là tháng có những ngày lễ lớn nhưng cũng là tháng đánh dấu nhiều biến cố quan trọng đã xảy ra trong lịch sử nhân loại hiện đại. Ngày 25 tháng 12 là ngày Liên Xô chính thức cáo chung (1991) và ngày 25 tháng 12 cũng là ngày chế độ CS Romania sụp đổ (1989)

Ai lật đổ Nicolae Ceausescu?

Không ai khác hơn là nhân dân Romania. Họ là những người đã viết nên trang sử cách mạng đầu tiên ở thành phố Timisoara vào ngày 16 và những trang sử đẫm máu nhưng quyết định ở thủ đô Bucharest từ ngày 21 đến 25.

Nhắc lại, ngày 21 tháng 12, 1989, Nicolae Ceaușescu đọc diễn văn trước hàng trăm ngàn người dân Romania tại Bucharest. Những người tham dự đã được cơ quan tuyên truyền chọn lọc. Họ được lịnh khi nào cần đả đảo các thế lực thù địch đang xâm phạm nội bộ Romania và khi nào cần phải vỗ tay tung hô lãnh tụ Ceausescu. Dĩ nhiên các cán bộ tuyên truyền làm "cò mồi"cài sẵn trong đám đông.

Theo lời kể của một cựu công an CS Mircea Gheorghe với nhóm phóng viên của hãng Bloomberg, mười phút trước khi

Ceausescu đọc diễn văn đã có một người dân đứng trên tầng ba của tòa nhà bên cạnh và hô lớn "Tên độc tài đáng chết!" (Death to the dictator!). Anh ta bị công an bắt. Không ai biết số phận của người dân can đảm đó ra sao.

Khi Ceaușescu đọc diễn văn mới được hai phút và đám "cò mồi" chưa kịp chuẩn bị hoan hô lãnh tụ, một nhóm công nhân nhà máy điện bỗng la lớn "Timisoara! Timisoara!" để phản đối sự kiện công an CS đàn áp các cuộc biểu tình của hàng ngàn người ở thành phố Timisoara.

Như một làn sóng, những người dân đến lẽ ra để ủng hộ Ceausescu lại là những người đầu tiên khai tử chế độ. Bốn ngày sau vợ chồng Ceausescu bị xử bắn.

Người muốn xử bắn Nicolae Ceausescu nhanh chóng là tướng Victor Stanculescu, Bộ trưởng Quốc Phòng tin cẩn của Ceausescu. Ba người lính bắn vợ chồng Ceausescu trước đó cũng đã ký giấy cam kết trung thành với Ceausescu.

Bịnh ung thư quyền lực ăn sâu vào ý thức đã làm Ceausescu quên rằng khái niệm trung thành không có trong xã hội CS.

Ceausescu cũng mù lòa lý trí đến mức trong buổi gặp gỡ Gorbachev chỉ mười ngày trước đó y vẫn nghĩ chế độ CS tại Romania không thể nào sụp đổ bất chấp lời khuyên "đổi mới" của Gorbachev.

Hơn một ngàn người chết trong các cuộc biểu tình và xung đột bạo động giữa phe cách mạng và phe ủng hộ Ceausescu. Dù sao, cách mạng dân chủ Romania đã thành công. Các lãnh đạo thế giới trong đó có Mỹ gởi điện văn hay tuyên bố mừng chính phủ mới.

TỘI ÁC LỚN NHẤT CỦA CEAUSESCU

Ceausescu ngăn cấm việc phá thai không phải vì lý do tôn giáo hay nhân đạo nhưng vì y muốn gia tăng dân số Romania. Điều này dẫn tới tình trạng trẻ em sinh ra nhưng cha mẹ không thể nuôi và được nhà nước khuyến khích gởi con đến các trại mồ côi do nhà nước điều hành.

Bên cạnh các vi phạm nhân quyền trầm trọng mà các chế độ CS đều có, tội đày đọa trẻ em là một tội ác không thể dung tha cho vợ chồng Nicolae Ceausescu.

Khoảng 100 ngàn trẻ em bị suy dinh dưỡng, bịnh tật và không được chăm sóc tại các trung tâm mồ côi. Với số nhân viên nhà nước điều hành các trại mồ côi, trung bình mỗi em được chăm sóc vỏn vẹn 6 phút trong một ngày. Phóng sự điều tra của ký giả Katie Silver ước lượng có tới 170 ngàn trẻ em mồ côi trong tổng số nửa triệu trẻ mồ côi trong cả nước đã bị chế độ bỏ rơi.

VIỆT NAM CÓ THỂ TRỞ THÀNH MỘT ROMANIA CỦA CHIẾN TRANH LẠNH II

Ngoài vợ chồng Nicolae Ceausescu và chế độ CS còn ai khác gián tiếp chịu trách nhiệm cho thảm cảnh của trẻ em Romania?

Có và đó là các nước dân chủ Tây phương.

Các nước dân chủ Tây phương biết rõ tình trạng tại Romania nhiều năm trước cách mạng 1989 nhưng không can thiệp.

Bao vây Liên Xô chứ không phải nhân quyền là mục đích hàng đầu của Mỹ, Anh, Pháp trong quan hệ với Romania.

Khai thác chính sách đối ngoại tương đối độc lập của Romania đối với Liên Xô, một thời gian rất dài các tổng thống Mỹ cả Cộng Hòa lẫn Dân Chủ đều xem Ceausescu là con cờ cần thiết trong ván cờ Chiến Tranh Lạnh với Liên Xô. TT Richard Nixon viếng thăm chính thức Romania tháng 6, 1969 và ban cho chế độ độc tài này đặc quyền Tối Huệ Quốc (Most-Favored-Nation).

Chính quyền Nixon cũng đã kêu gọi các ngân hàng Mỹ cho Romania vay với điều kiện rộng rãi. Số tiền nhiều tỷ đô la các ngân hàng Mỹ cho Romania vay không tạo nên một hiệu quả kinh tế đáng kể và đã trở thành lãng phí do quản trị kém, tham nhũng, phẩm chất hàng hóa thiếu tiêu chuẩn bán trên thị trường quốc tế.

Khi nợ đến kỳ trả Ceausescu không đủ tiền nên đã áp dụng một chính sách tem phiếu vô cùng hà khắc trên đời sống của người dân Romania.

Dưới chế độ Ceausescu, gia đình nào dự trữ thực phẩm để dùng hơn một tháng sẽ bị phạt từ sáu tháng đến năm năm tù. Chocolate, Cà Phê và thuốc xì gà được xem như xa xí phẩm. Đài truyền hình chỉ phát hai giờ mỗi ngày. Mùa đông không được mở máy sưởi ấm cao hơn 16 độ C. Các tiệm không được phép bán bóng đèn mạnh hơn 40 watts và các biện pháp khác nhằm kiểm soát đời sống người dân.

Mặc dù hai tổ chức Amnesty International và Helsinki Watch công bố những vi phạm nhân quyền trầm trọng tại Romania, Nicolae Ceausescu vẫn được các chính phủ Mỹ từ Richard Nixon đến Jimmy Carter tiếp đón một cách trang trọng qua ba lần viếng thăm Mỹ vào những năm 1970, 1973 và 1978.

TT Jimmy Carter giới thiệu Nicolae Ceausescu như "một lãnh tụ vĩ đại" trong buổi tiếp đón y ngày 12 tháng 4, 1978.

Mỹ cần một CSVN tôn trọng nhân quyền trong Chiến Tranh Lạnh Thái Bình Dương?

Bài học Romania cho những ai quan tâm đến tương lai Việt Nam biết câu trả lời là không.

Ưu tiên hàng đầu của Mỹ và đồng minh là bao vây Trung Cộng và tất cả mục đích khác đều là thứ yếu.

Trong chuyến viếng thăm của Ceausescu đến Mỹ, TT Jimmy Carter có nhắc khéo vấn đề nhân quyền nhưng Ceausescu thẳng thừng đáp lại "Tất cả quyền của con người phải bắt đầu với quyền lao động."

Ceausescu biết TT Carter đưa vấn đề nhân quyền ra để giữ thể diện của một quốc gia đặt trên nền tảng trên các giá trị tự do dân chủ chứ không nhằm trừng phạt Romania. Điều này đang xảy ra cho CSVN.

TT Carter là một trong những vị tổng thống nhân từ và đạo đức nhất trong các tổng thống Mỹ nhưng cũng chính TT Carter đã từng viện trợ cho chính phủ liên hiệp Cambodia, trong đó có Pol Pot để chống CSVN.

Chính trị và đạo đức là hai lãnh vực không phải lúc nào cũng song hành. Không thể trách Mỹ nhưng cũng đừng quá trông đợi nơi bàn tay Mỹ.

Trong Chiến Tranh Lạnh lần này. Để dựng một phòng tuyến chặn phía nam Trung Quốc, Mỹ và đồng minh có thể sẽ chấp nhận vai trò của đảng CSVN trong vị trí tương tự như CS Romania trong Chiến Tranh Lạnh trước.

Có một điểm khác giữa Romania và Việt Nam

Tuy nhiên, có một điểm khác giữa Romania và Việt Nam. Phong trào dân chủ Việt Nam mạnh hơn và đông hơn phong trào quần chúng mang tính tự phát của Romania.

Thoạt nhìn, hoạt động của các nhà đấu tranh, các tổ chức đấu tranh Việt Nam còn rời rạc, phân tán và ngay cả chia rẽ. Nhưng những điểm yếu đó cũng là những điểm mạnh. Tổ chức hóa không đúng lúc chỉ giúp cho đảng CS dễ nhận ra và dễ bề tiêu diệt. Các nhóm xã hội dân sự, các đoàn thể văn hóa giáo dục, khoa học kỹ thuật khác nhau về phương pháp đấu tranh nhưng nếu có một mục đích tối hậu chung nhằm giới hạn bộ máy cầm quyền của đảng CSVN thì trước sau gì họ cũng sẽ gặp nhau.

Điều kiện chính trị thế giới thay đổi nhanh chóng và ảnh hưởng đến các hoạt động đấu tranh vì tự do dân chủ Việt Nam nhưng không phải vì thế mà dòng thác tự do ngừng chảy. Những Lê Đình Lượng, Trần Huỳnh Duy Thức, Hoàng Đức Bình, Nguyễn Trung Trực, Nguyễn Trung Tôn, Trương Minh Đức, Nguyễn Bắc Truyển, Phạm Văn Trội và trên 240 người khác hiện đang ở trong tù và vô số ở ngoài tù vẫn ngày đêm tranh đấu dưới rất nhiều cách, nhiều hình thức vì một mục đích chung mang lại tự do dân chủ cho dân tộc và bảo vệ chủ quyền đất nước.

Những ai quan tâm đến vận mệnh đất nước dù đang sống ở đâu hãy nỗ lực cho một Timisoara Việt Nam, một Bucharest Việt Nam sớm xảy ra.

BÀI HỌC TRANH CHẤP BIÊN GIỚI GIỮA TRUNG CỘNG VÀ BẮC HÀN

Ngoài Việt Nam, Trung Cộng chia sẻ biên giới với 13 quốc gia khác gồm Ấn Độ, Pakistan, Afghanistan, Tajikistan, Kyrgyzstan, Kazakhstan, Mông Cổ, Bhutan, Nepal, Miến Điện, Nga, Lào và Bắc Hàn.

Nếu chỉ nhìn sự phụ thuộc kinh tế của Bắc Hàn vào Trung Cộng, người ta dễ dàng đi đến kết luận Trung Cộng muốn gì được nấy, muốn đóng cọc chỗ nào đóng, muốn vẽ biên giới đâu thì vẽ, cần gì phải đưa ra bàn hội nghị, mà có đưa ra cũng chỉ là hình thức dàn cảnh ngoại giao. Không. Bắc Hàn tự cô lập khỏi thế giới văn minh, trong nhiều năm đã lệ thuộc vào Trung Cộng từng chén cơm manh áo, nhưng họ nhất định không nhượng cho Trung Cộng một tấc đất nào qua các hội nghị về đường biên giới giữa hai nước.

Mặc dù cai trị đất nước bằng một lý thuyết ngu dân hoang tưởng, bằng một chính sách độc tài sắt máu bị phần lớn nhân loại rẻ khinh, xa lánh, ba thế hệ họ Kim ít ra có một điểm mà giới lãnh đạo đảng CSVN không làm được, đó là quyết tâm giữ đất của tổ tiên họ để lại.

Vùng biên giới tranh chấp

Trung Cộng và Bắc Hàn chia sẻ biên giới dài 1,416 kilômét Các vùng tranh chấp thuộc khu vực sông Yalu, sông Tumen và Bạch Đầu Sơn (Paektusan). Các hội nghị bí mật giữa hai nước diễn ra trước 1963 và đạt đến điểm đồng thuận vào 1963 với sự nhượng bộ từ phía Trung Cộng.

Khu vực bất đồng sâu sắc nhất là Bạch Đầu Sơn. Phía Trung Quốc cho rằng vùng núi lửa Bạch Đầu Sơn rộng 33 kilômét vuông trước đây là đất Mãn Châu, do đó ngày nay thuộc lãnh thổ Trung Quốc. Phái đoàn Trung Quốc còn viện dẫn lịch sử khi cho đó là nơi dòng tộc Mãn Thanh bắt nguồn.

Bắc Hàn không đồng ý và cũng viện dẫn các dữ kiện lịch sử để chứng minh Bạch Đầu Sơn thuộc về Triều Tiên từ nhiều ngàn năm lịch sử. Đối với dân tộc Triều Tiên, Bạch Đầu Sơn là nơi Thần Hwanung kết duyên với một phụ nữ và hạ sinh con trai Tangun, và chính Tangun đã sáng lập nên Vương Quốc Choson đầu tiên trong lịch sử Triều Tiên. Một khu vực tranh chấp khác là vùng Hồ Chongji. Trung Cộng cho là thuộc lãnh thổ Trung Quốc. Bắc Hàn cũng không đồng ý.

Tuy nhiên, theo nội dung thỏa hiệp biên giới 1963, hai nước đồng ý phân chia Bạch Đầu Sơn từ đỉnh và ba phần năm vùng Hồ Chongji thuộc Bắc Hàn. Vùng đất Trung Cộng nhượng cho Bắc Hàn rộng đến mức chính quyền thuộc các tỉnh biên giới như Cát Lâm (Jilin) và Liêu Ninh (Liaoning) phản đối chính quyền trung ương.

Lý do Trung Cộng nhượng bộ Bắc Hàn

1. Bắc Hàn có chung ngã ba chiến lược với Trung Cộng và Liên Xô. Khu vực biên giới giữa Bắc Hàn, Liên Xô (hiện nay thuộc Nga) và Trung Cộng giữ một vai trò chiến lược vô cùng quan trọng đối với Trung Cộng. Đây là cửa ngõ Liên Xô dùng để qua Thái Bình Dương. Cách ngã ba không xa là thành phố Vladivostok, nơi đặt bộ tư lệnh Hạm Đội Thái Bình Dương của Liên Xô. Nhiều lần trong thế kỷ 19, thành phố cảng Vladivostok cũng là nơi diễn ra các đụng độ quân sự giữa Nga và Trung Quốc. Sau cách mạng CS 1917, Vladivostok là điểm đổ bộ của các lực lượng đồng minh tình nguyện trong đó có Tiệp, Anh, Mỹ, Canada với ý định lật đổ chính quyền CS của Lenin vừa mới được dựng lên. Thành phố này bí mật đến nỗi không cho phép một người nước ngoài nào thăm viếng. Nếu hai mặt của khu vực tam giác chiến lược này thuộc về Liên Xô sẽ là một đe dọa quân sự nghiêm trọng với Trung Cộng.

2. Đạo đức giả "Giết không được tha làm phước." Trong giai đoạn 1965, quan hệ giữa Mao và Kim Nhật Thành trở nên căng thẳng vì thái độ nghiêng về phía Liên Xô của họ Kim. Mao nổi giận tuyên bố đòi 160 kilômét vuông chung quanh Bạch Đầu Sơn phải giao nộp cho Trung Cộng để trả nợ cho các khoản chi dùng kinh tế, quân sự mà Trung Cộng đã cung cấp cho Bắc Hàn trong chiến tranh Nam-Bắc Triều Tiên 1950-1953. Bắc Hàn chẳng những không chịu mà còn đánh trả các xâm phạm quân sự gây ra từ phía Trung Cộng. Tháng 11 1970, cần phải dồn nỗ lực giải quyết các bất ổn nội bộ sau Cách Mạng Văn Hóa, Mao rút lại đòi hỏi về lãnh thổ. Bắc Hàn, một lần nữa, đạt thắng lợi mà không phải chịu đựng một thiệt hại nào.

3. Lấy lòng Bắc Hàn trong tranh chấp Trung-Xô. Rạn nứt về cả tư tưởng chính trị lẫn đường lối bang giao quốc tế giữa Liên Xô và Trung Cộng bắt đầu sau khi Nikita Khrushchev nắm quyền lãnh đạo đảngCSLX. Khi mâu thuẫn Trung-Xô gia tăng, phong trào CS quốc tế chia làm ba cánh, một cánh đa số ủng hộ Liên Xô, một cánh đóng vai trò trung lập như Nam Tư, Việt Nam và một số nhỏ khác như Albany ủng hộ Trung Cộng. Trung Cộng hơn bao giờ hết cần sự ủng hộ của Bắc Hàn. Chu Ân Lai, Thủ tướng Trung Cộng, chỉ thị phái đoàn đàm phán Trung Cộng tránh xung đột và chấp nhận yêu sách của phái đoàn Bắc Hàn. Đáp lại, trong hội nghị các đảng CS quốc tế tổ chức tại Moscow vào tháng 10, 1966, Bắc Hàn không tham dự.

4. Nỗi sợ bị bao vây. Như người viết đã trình bày trong nhiều loạt bài về Trung Cộng, tất cả các yếu tố nêu trên đều phát xuất từ mối lo truyền thống của các lãnh đạo Trung Cộng, là mối lo bị bao vây. Toàn bộ biên giới phía Bắc Trung Quốc, bao gồm vùng Ngoại Mông đều thuộc quyền kiểm soát của Liên Xô. Trong chiến tranh biên giới giữa Trung Cộng và Ấn Độ 1962, Liên Xô đứng về phía Ấn. Ngay cả khi Khrushchev bị hạ bệ 1964, rạn nứt cũng không có cơ hội hàn gắn, mâu thuẫn không có cơ hội giải quyết mà còn sâu sắc hơn. Chu Ân Lai tố cáo Liên Xô dưới thời Leonid Brezhnev là một loại chế độ "Khrushchev không có Khrushchev." Vùng độn quan trọng nhất Trung Cộng phải giữ là Bắc Hàn.

Bài học đàm phán biên giới giữa Bắc Hàn và Trung Cộng

- Nam Hàn ủng hộ Bắc Hàn trong tranh chấp biên giới với Trung Cộng: Như cả thế giới đều biết Nam và Bắc Hàn vẫn còn trong tình trạng chiến tranh nhưng có một lập trường họ luôn chia sẻ đó là bảo vệ lãnh thổ của tổ tiên. Khi Bắc Hàn và Trung Cộng tranh chấp biên giới Đông Bắc, Nam Hàn tuyên bố ủng hộ Bắc Hàn. Một lý do, vùng Bạch Đầu Sơn là chiếc nôi của dân tộc Triều Tiên và lý do khác, sự ủng hộ của Nam Hàn, một quốc gia dân chủ, sẽ gia tăng áp lực và đón nhận thêm cảm tình của khối tự do Tây Phương. Trung Cộng phải giải quyết xung đột nhanh chóng vì không muốn Nam Hàn liên quan sâu đến tranh chấp dù chỉ trên mặt trận ngoại giao và truyền thông. Điều mà Trung Cộng không muốn nhất là Bắc Hàn trở thành một nước dân chủ hay thống nhất dưới thể chế dân chủ.

- Khai thác yếu điểm của Trung Cộng: Chiến lược đàm phán biên giới của Trung Cộng bị chi phối bởi chính sách an ninh chung của cả nước trong từng thời kỳ. Theo tổng kết của M. Taylor Fravel trong biên khảo xuất sắc "Regime Insecurity and International Cooperation," từ 1949, Trung Cộng tham gia 23 cuộc hội nghị về biên giới với các nước láng giềng; trong số đó, Trung Cộng đã 19 lần phải chấp nhận phần lớn các đòi hỏi của các nước tranh chấp. Nghĩa là, nếu có sự phân chia vùng lãnh thổ tranh chấp, Trung Cộng nhận ít hơn 50 phần trăm. Yếu tố an ninh của Trung Cộng được đặt lên thứ tự ưu tiên trong đàm phán. Tại Trung Quốc, người Hán chiếm 90 phần trăm dân số và chỉ 10 phần trăm còn lại thuộc các dân tộc thiểu số nhưng 10 phần trăm này kiểm soát các vùng đất bao la dọc biên giới. Giống như Liên Xô, quyền lực của Trung Cộng mạnh ở trung tâm nhưng rất lỏng lẻo tại các địa phương xa. Chọn lựa của Trung Cộng là chọn lựa của thế yếu chứ không phải để hòa giải với láng giềng. Trong trường hợp đàm phán với Bắc Hàn, sự ổn định của vùng độn Bắc Hàn quan trọng hơn vài trăm kilômét đất vùng Bạch Đầu Sơn.

- Nước nhỏ chưa hẳn là nước yếu. Bang giao quốc tế là một cuộc đấu tranh chính trị cân não. Trong thời đại toàn cầu hóa, sự phụ thuộc giữa các quốc gia sâu sắc hơn thời kỳ Chiến tranh Lạnh và hai cuộc thế chiến trước đây, do đó, cuộc đấu tranh lại càng khó khăn, phức tạp và có thể phải chấp nhận nhiều rủi ro hơn. Cho dù theo đuổi bao nhiêu mục tiêu, đối với một quốc gia, tại mỗi thời kỳ nhất định, chỉ có một ưu tiên tối thượng. Bảo vệ sức mạnh trung tâm là ưu tiên tối thượng của Trung Cộng. Những nhân nhượng của Trung Cộng qua các tranh chấp về biên giới cho thấy rõ một điều quốc gia nào cũng cần ổn định để phát triển nhưng Trung Cộng cần ổn định hơn bất cứ quốc gia nào khác. Trong thời kỳ Liên Xô còn tồn tại, Bắc Hàn khai thác xung đột giữa hai đàn anh CS để có lợi cho mình và nay đang khai thác mâu thuẫn Mỹ-Trung để củng cố vị trí của Bắc Hàn trong bàn cờ địa lý chính trị vùng Nam Á.

Người viết không phân tích hay đối chiếu cách xử sự của lãnh đạoCSVN và Bắc Hàn bởi vì một người có hiểu biết chính trị căn bản nào cũng biết mục tiêu tối thượng của lãnh đạo CSVN là duy trì quyền cai trị trên đầu trên cổ nhân dân Việt Nam bất chấp đất đai, rừng, biển của tổ tiên để lại bị chiếm đoạt. Tập Cận Bình biết rõ gan ruột của lãnh đạo CSVN nên rất khinh thường họ. Sự kiện máy bay Trung Cộng vi phạm không phận Việt Nam không chỉ một lần mà mấy chục lần là một ví dụ điển hình. Nếu báo chí quốc tế không lên tiếng trước rồi lãnh đạo CSVN cũng tiếp tục "ngậm bồ hòn làm ngọt" như đã từng chịu nhục suốt 40 năm qua.

Tham khảo:

Fravel, M. (2005). Regime Insecurity and International Cooperation: Explaining China's Compromises in Territorial Disputes. *International Security*, 30(2), 46-83.

Tan, M. (2015, April 23). *North Korea, International Law and Dual Crises: Narrative and Constructive Engagement*. Routledge.

Elleman, B., Kotkin, S., Schofield, C. (2012, October 3). *Beijing's Power and China's Borders: Twenty Neighbors in Asia.* Routledge.

Pinilla, D. (2004). Border Disputes between China and North Korea. *China Perspectives.*

Conferences of the Communist and Workers Parties. (1979). The Great Soviet Encyclopedia.

Sino-Soviet Split. *https://en.wikipedia.org/wiki/Sino-Soviet_split.*

China–North Korea border *https://en.wikipedia.org/wiki/China%E2%80%93North_Korea_border.*

BÀI HỌC IRAQ CHO NGƯỜI VIỆT QUAN TÂM

Qasem Soleimani không đơn thuần là một tướng lãnh quân đội. Ngoài trách nhiệm bảo vệ "thành quả cách mạng Iran bằng mọi giá" y còn là người điều hành các hoạt động bí mật của Iran bên ngoài lãnh thổ Iran. Vài bằng chứng cụ thể như chỉ huy các hoạt động cung cấp võ khí cho chính phủ Syria, huấn luyện quân phiến loạn Yemen và phối hợp các kế hoạch tấn công lực lượng Hoa Kỳ tại Iraq.

Qasem Soleimani cũng không phải là nhân vật mới lạ. Quyết Nghị 1747 của Hội Đồng Bảo An Liên Hiệp Quốc trừng phạt Iran từ năm 2007 đã nhắc đến Qasem Soleimani. Trong thời điểm đó, Mỹ cũng đã kết luận lực lượng Quds Force do Soleimani chỉ huy là khủng bố.

Dù sao, cái chết của Iran Qasem Soleimani là một dấu chấm sang trang trong quan hệ nhiều thù địch hơn hòa bình giữa Mỹ và Iran, và cũng ảnh hưởng quan trọng đến vai trò của Mỹ tại Iraq trong thời gian tới.

Xung đột Iraq cùng với sự thất bại của nền dân chủ Iraq là một nghiên cứu tình huống (case study) rất quan trọng cho người Việt quan tâm đến tương lai dân chủ Việt Nam.

Trở lại một chút với cuộc Chiến tranh Iraq (Iraq War) 2003.

Ngày 19 tháng 3, 2003, cuộc chiến Iraq do TT George W. Bush phát động bằng cuộc hành quân mang tên Operation Iraqi Freedom với mục đích lật đổ chế độ Saddam Hussein chính thức bắt đầu.

Saddam Hussein bị bắt ngày 13 tháng 12 cùng năm và ngày 5 tháng 11, 2006 bị xử treo cổ.

Chế độ cộng hòa được thiết lập với hiến pháp 2005.

Theo John McGarry, giáo sư Chính trị học tại Queen's University, Candada, hiến pháp cộng hòa Iraq "phản ánh hình thức tự do qua hợp tác của các cộng đồng Iraq".

Giáo sư John McGarry và người cộng tác Brendan O'Leary trong nghiên cứu đăng trên tạp chí Luật Hiến Pháp Quốc Tế (International Journal of Constitutional Law) tháng 7, 2007 đồng ý với phương thức xây dựng nền dân chủ dựa trên hiến pháp Iraq 2005.

Nhưng hiến pháp dù hoàn hảo bao nhiêu cũng chỉ là một khung sườn, một mô thức, một văn bản chứ không phải là một nền dân chủ.

Nền dân chủ của một quốc gia bao gồm nhiều lãnh vực không chỉ chính trị, kinh tế mà còn văn hóa, xã hội phải được thực thi từ chính con người trong giai đoạn chuyển tiếp đầy khó khăn từ chiến tranh sang hòa bình, từ độc tài sang dân chủ.

Như giáo sư John McGarry cảnh báo, thất bại của "hợp tác" sẽ dẫn đến nội chiến và tạo cơ hội cho nước ngoài can thiệp. Thực tế chứng minh lời cảnh báo của ông là đúng khi bạo động vẫn tiếp tục diễn ra và ảnh hưởng ngày càng gia tăng của Iran tại Iraq.

Sự ra đời của tổ chức khủng bố Nhà Nước Hồi Giáo Iraq (The Islamic State of Iraq, ISI) năm 2006 đã biến xung đột nội bộ Iraq thành một loại chiến tranh ủy nhiệm (proxy war) giữa các bên có quyền lợi trong vùng.

Tròn 15 năm trước khi hiến pháp Iraq còn trong vòng thảo luận, người viết, trong một tiểu luận đăng trên talawas cho rằng yếu tố quyết định trong giai đoạn chuyển tiếp tại Iraq tùy thuộc vào người dân Iraq, trong đó bao gồm cấp lãnh đạo, có đủ khôn ngoan, nhìn ra khỏi những hàng rào đang làm cách ngăn họ hay không.

Đoạn sau đây trích từ bài viết ngày 15 tháng 1, 2005:

"Vai trò của các cường quốc trong đời sống chính trị của các quốc gia nhược tiểu thời nào cũng thế. Những ai theo dõi cuộc tranh chấp Iraq đều biết rằng sự quyết tâm của các chính phủ Mỹ, Anh, Nhật để lật đổ Saddam Hussein bằng võ lực và sự chống đối phương pháp đó của Pháp, Anh, Nga, Trung Quốc, nói cho cùng, cũng chỉ vì quyền lợi của quốc gia họ.

Chính phủ Mỹ chẳng căm thù gì Saddam Hussein và chính phủ Pháp, Nga cũng chẳng thương xót gì cho số phận hẩm hiu của ông ta. Tấm hình cụt hai tay trong thân hình lở loét của em bé Ali, nạn nhân của cuộc chiến, chắc chắn không treo trong phòng phác thảo chiến lược quân sự của Ngũ giác Đài và cũng chẳng bao giờ làm động lòng trắc ẩn của Putin hay Chirac khi họ nghĩ đến những mỏ dầu ở Iraq sắp rơi vào tay Mỹ.

Tôi cũng không nghĩ người chăn cừu trên cánh đồng cỏ Iraq có khả năng thay đổi chính sách đối ngoại của Mỹ hay Anh, nhưng đồng thời tương lai của Iraq không hẳn nằm trong bàn tay quyết định của Anh hay Mỹ. Tương lai của Iraq tùy thuộc vào lòng yêu nước của nhân dân Iraq và sự khôn ngoan của các nhà lãnh đạo chính phủ dân cử Iraq sắp được bầu ra.

Nhân đạo nhiều khi chỉ là những gì anh cho tôi trong lúc tôi đang cần, còn tại sao anh cho, anh nhân danh ai, Phật, Chúa, Allah, xăng, dầu,... không phải là quan tâm của tôi, ít ra trong lúc này.

Ngày nào quyền lợi của anh và tôi tương hợp, chúng ta là bạn, nếu không sẽ chia tay nhau và có thể trở thành đối nghịch.

Trong chính trị bạn hay địch chỉ là cách gọi, nhưng cơ hội lại là điều có thật. Một nhà lãnh đạo sáng suốt là người biết nắm lấy cơ hội do các biến chuyển quốc tế tạo ra để phục vụ cho sự tồn vinh của đất nước họ.

Tôi hy vọng các nhà lãnh đạo của nước Iraq Mới sẽ vận dụng một cách hữu hiệu chính sách của các cường quốc vào công cuộc phục hưng và phát triển đất nước họ, tuy không được như Nhật Bản, Tây Đức, Nam Hàn, Đài Loan, Singapore trước đây, thì ít ra cũng gần với Ai Cập, Jordan, Pakistan, Thổ Nhĩ Kì trong thế giới Hồi giáo hiện nay.

Như một người đến từ một nước chiến tranh và nghèo khó, tôi chỉ muốn nhấn mạnh đến cơ hội hiện đang có cho người dân Afghanistan, Iraq sau nhiều năm chịu đựng dưới các chế độ độc tài hà khắc."

Lý luận trên được người viết đưa ra từ 15 năm trước. Hôm nay nếu cần phải viết lại chắc cũng không thêm bớt điểm nào bởi vì không ai trách nhiệm cho sự thịnh suy của một dân tộc ngoài chính dân tộc đó.

Như chúng ta đều thấy, cơ hội đã đến nhưng nền Cộng Hòa Iraq thất bại.

Lý do trước hết vẫn là con người.

Thành phần lãnh đạo Iraq từ cấp trung ương không biết nắm bắt cơ hội quốc tế vàng son vừa được đem lại phối hợp với nguồn tài nguyên phong phú vốn có để xây dựng một quốc gia mới cường thịnh cho mình và cho các thế hệ Iraq mai sau. Dự trữ dầu hỏa của Iraq lớn vào hàng thứ năm trên thế giới nhưng bài học làm giàu của Nhật Bản, Tây Đức không phải là sách gối đầu giường của những lãnh đạo Iraq sau chiến tranh.

Dù là nơi phát xuất của nền văn minh Mesopotamia với tám ngàn năm lịch sử, nhưng đúng như Loren Thompson viết trên Tạp Chí Forbes, một trong những lý do Cộng Hòa Iraq thất bại vì Iraq không có bản sắc dân tộc (national identity) riêng cho mình mà chỉ là những tập thể ô hợp do các cường quốc Châu Âu tạo ra như kết quả sự tan rã của Đế Quốc Ottoman. Người theo giáo phái Shiite không muốn để bị cai trị bởi người theo giáo phái Sunni. Người gốc Kurds không muốn bị cai trị bởi người Á Rập.

Một quốc gia không thể vươn lên nếu không có đặc tính chung làm nên quốc gia đó.

Nền dân chủ tại Cộng Hòa Iraq sau hiến pháp 2005 đã và đang chịu đựng sự phân hóa trầm trọng. Những vụ đặt bom giết người hàng loạt không phân biệt phụ nữ hay trẻ em của tổ chức cuồng tín ISI, mâu thuẫn giữa các phần tử cơ hội, tranh giành quyền lực trong chính quyền, phân hóa sâu sắc giữa các sắc dân đã và đang làm phân liệt Iraq.

Thời gian tới, với sự can thiệp của Iran vào nội bộ chính trị Iraq qua ngã tông phái Hồi Giáo Shia chiếm đa số tại Iraq sẽ làm sự phân hóa đang có trầm trọng và đẫm máu hơn.

Ngoài ra, hai "ngư ông" Nga và Trung Cộng đồng minh của Iran đang ngồi chờ trục lợi sẽ có cơ hội bán vũ khí, khai thác các mâu thuẫn Trung Đông tương tự như chính sách của Liên Xô sau Chiến Tranh Sáu Ngày (Six-Day War) giữa Do Thái và ba nước Ai Cập, Jordan và Syria 1967.

Khác với mười năm trước, tuần này cả Nga lẫn Trung Cộng đều kết án Hoa Kỳ. Riêng Trung Cộng còn tố cáo Hoa Kỳ theo đuổi chủ nghĩa can thiệp và sẽ dẫn tới "những hậu quả trầm trọng cho hòa bình và ổn định của khu vực". Chỉ vài tuần trước, hai "ngư ông" này đã ngăn cản không cho Hội Đồng Bảo An Liên Hiệp Quốc chính thức lên tiếng phản đối việc tấn công tòa đại sứ Hoa Kỳ tại Iraq.

Thất bại của Iraq có gợi lên những điều gì cho viễn ảnh Việt Nam?

Có chứ và có rất nhiều.

Việt Nam sớm hay muộn cũng sẽ có dân chủ và sự sống còn của nền dân chủ Việt Nam sẽ đặt trên vai những người Việt có ý thức và quan tâm đến tiền đồ đất nước.

Iraq không thiếu tài nguyên hay tiền bạc mà thiếu con người.

Chỉ riêng trong hơn mười năm từ cuối năm 2003 đến 2014, không tính chi phí quân sự, Hoa Kỳ đã viện trợ phi quân sự tổng cộng lên tới 90 tỷ Mỹ kim để tái thiết Iraq. Kết quả thu lại được quá khiêm nhượng so với khoản viện trợ khổng lồ nước Mỹ đã đổ ra. Nguyên nhân để đổ thừa thì vô số. Chỉ riêng tệ nạn tham nhũng, năm 2018, theo Transparency International, Iraq thuộc vào nhóm cuối bảng, hạng 168 trong 180 nước được điều tra.

Sự tan rã của phong trào CS thế giới cho thấy cách mạng dân chủ diễn ra trong bốn dạng: (1) bất bạo động như Baltics, Hungary, Ba Lan, (2) bạo động như Romania, (3) có sự can thiệp của nước ngoài như trường hợp Ethiopia và (4) không có sự can thiệp của nước ngoài như trường hợp Mông Cổ.

Cách mạng dân chủ tại Việt Nam sẽ đến bằng một trong bốn hình thức vừa nêu.

Nhưng dù đến cách nào đi nữa, thực tế Iraq gợi ý cho những người Việt trong vài trò lãnh đạo và những người Việt quan tâm những điểm cần phải học: (1) đặt quyền lợi đất nước trên quyền lợi tôn giáo, (2) lấy trong sạch và đạo đức làm tiêu chí lãnh đạo, (3) vận dụng ngoại lực có lợi cho kế hoạch phục hưng, hiện đại hóa và chiến lược hóa đất nước, và (4) đừng bao giờ tin nhưng khéo léo bang giao với Trung Quốc ngay cả sau khi chế độ CS tại Trung Quốc sụp đổ.

TẬP CẬN BÌNH SẼ KHÔNG DÁM ĐỤNG TỚI ĐÀI LOAN

Trong thời gian qua, thỉnh thoảng Tập Cận Bình lại hăm he sáp nhập Đài Loan kể cả bằng vũ lực và điều này tạo nên nhiều bàn tán trong giới phân tích chính trị và quân sự Á Châu.

Ngày 14 tháng 10, 2020, khi thăm viếng một căn cứ quân sự tại Quảng Đông, Tập Cận Bình chỉ thị cho quân đội "phải tập trung hết tinh thần và năng lực để chuẩn bị cho chiến tranh." Nhưng hăm he là một chuyện, đánh là chuyện khác. Dưới đây là một số trường hợp và lý do khiến Tập chỉ hăm he nhưng không dám đụng tới Đài Loan:

VIỄN ẢNH MỘT CHIẾN TRANH CHÂU Á

Nếu nhìn theo mười bước đi của Hitler từ khi rút ra khỏi Hội Quốc Liên 1933 đến Thế Chiến Thứ Hai 1939, về mặt địa lý Đài Loan có nhiều nét giống với Áo. Đức và Áo có nhiều điểm tương đồng về ngôn ngữ, văn hóa và biên giới. Hitler sáp nhập Áo năm 1938 không tốn một viên đạn.

Nhưng lợi thế đó của Hitler không áp dụng được trong trường hợp Đài Loan. Giả thiết có một Thế Chiến Thứ Ba hay

Chiến Tranh Á Châu bùng nổ, lần này Tập thay vào chỗ Hitler, Đài Loan sẽ giống Ba Lan hơn là giống Áo.

Tập không "trung lập hóa" được kẻ thù như Đức ký hiệp ước không xâm lăng nhau với Ba Lan 1934, không ký được thỏa hiệp nhân nhượng như giữa Hitler và Neville Chamberlain 1938, không thông đồng được với kẻ thù tương lai như trường hợp Hitler ký hiệp ước bí mật với Stalin 1939, không có một đồng minh nào như Hitler có Mussolini và Hideki Tojo. Một Putin chủ nghĩa cơ hội sẽ tìm cách xa lánh Tập. Chung quanh Trung Cộng chỉ toàn là kẻ thù.

Điều này có nghĩa khi tấn công Đài Loan và tạo ra một xung đột kinh tế, chính trị và quân sự lớn, Trung Cộng có thể cũng cùng lúc châm ngòi cho một cuộc chiến Á Châu với sự tham gia ít nhất của Mỹ, Ấn, Nhật, Úc.

Tập Cận Bình không dám nghĩ tới đừng nói chi gây ra tai họa đó.

CHIẾN TRANH TOÀN DIỆN GIỮA TRUNG CỘNG VÀ ĐÀI LOAN

Cho dù không có Thế Chiến Thứ Ba hay chiến tranh châu Á mà chỉ "anh em thù địch" giữa Trung Cộng và Đài Loan, và ngay cả trong trường hợp không có sự can thiệp của Mỹ, Trung Cộng cũng vẫn phải "tắm máu" mới chiếm được Đài Loan bằng võ lực. Eo Biển Đài Loan sẽ ngập xác quân Trung Cộng không phải sáu trăm ngàn như chiến tranh Triều Tiên mà chắc chắn cao hơn.

Nhiều nhà phân tích ví chiến tranh giữa Đài Loan và Trung Cộng chẳng khác gì David và Goliath. Điều đó đúng nếu chỉ đem võ khí và dân hai nước ra đếm, nhưng thực tế chiến tranh có thể sẽ khác. Thắng bại không chỉ do quân số và võ khí mà còn do quyết tâm và chiến lược.

Trong Chiến Tranh Mùa Đông giữa Phần Lan và Liên Xô từ 1939 đến 1940, Phần Lan chỉ có vỏn vẹn 34 chiếc xe tăng chống cự với ít nhất 2500 xe tăng của Liên Xô và Phần Lan chỉ có 114 phi cơ chiến đấu đương đầu với 3800 phi cơ đủ loại của Liên Xô. Nhưng Phần Lan đã gây thương vong và thiệt hại lớn lao cho Liên Xô nhờ vào lòng yêu nước và quyết tâm gìn giữ quê hương.

Về chiến lược và chiến thuật, bài học từ các cuộc chiến tranh đảo quốc cho thấy bảo vệ đảo dễ hơn là chiếm đảo.

Các cấp chỉ huy quân sự Đài Loan biết rõ thế yếu của Đài Loan nên kế hoạch bảo vệ đảo là một trong những chiến lược được nghiên cứu và thực tập mấy mươi năm của quân đội Đài Loan. Trừ phi Trung Cộng dùng bom nguyên tử để xóa sạch Đài Loan trên bản đồ, muốn chiếm đảo, Trung Cộng không có chọn lựa nào khác ngoài đổ bộ. Nhưng đổ bộ và đánh bại được 250 ngàn quân tinh nhuệ bảo vệ quê hương bằng mọi giá không phải là chuyện một vài ngày hay một vài tuần.

Tập Cận Bình không thể không nghĩ đến viễn ảnh sa lầy trên đảo quốc Đài Loan.

QUAN HỆ KINH TẾ PHỨC TẠP VÀ CHẰNG CHỊT

Mạng lưới quan hệ và mậu dịch kinh tế chằng chịt, không chỉ giữa Trung Cộng và Đài Loan mà Trung Cộng, Đài Loan, Mỹ, Châu Âu và khối các nước đang phát triển. Vì thế, dù có thắng chiến tranh bằng quân sự nền kinh tế Trung Cộng sẽ thiệt hại nặng nề nếu không muốn nói là phá sản. Bài học Liên

Xô cho họ Tập thấy, phá sản kinh tế sẽ tức khắc dẫn tới phá sản cơ chế chính trị.

Sau trận Chiến Tranh Thương Mại tập một với Mỹ, Tập Cận Bình choàng tỉnh và ý thức rằng Trung Cộng từ nay sẽ phải thay đổi chính sách kinh tế để đáp ứng với những bước đi kế tiếp của các tổng thống Mỹ.

Dù tổng thống nào, xu hướng đối ngoại của Mỹ đối với Trung Cộng trong mọi lãnh vực đã thay đổi và sẽ không trở lại như thời kỳ trước "chiến tranh thương mại" nữa. Do đó, không ngạc nhiên khi Tập tuyên bố Trung Quốc đối diện với một cuộc Vạn Lý Trường Chinh khác và kêu gọi dân Trung Cộng chuẩn bị lên đường.

CHIẾN TRANH GIỚI HẠN

Giả thiết Tập không đánh chiếm Đài Loan mà chỉ pháo kích sang bên kia Eo Biển Đài Loan như Mao đã làm vào các năm 1954, 1955, hay dùng hạm đội bao vây, cô lập giao thông giữa Đài Loan và thế giới bên ngoài.

Tập cũng không dám tự gây ra những bất ổn đó. Bởi vì một nguyên tắc chính trị và quân sự cổ điển là mọi bất ổn chỉ làm cho những kẻ thù đoàn kết chặt chẽ hơn. Xung đột quân sự Trung Cộng Đài Loan sẽ giúp cho Nhật có lý do chính đáng để tái vũ trang toàn diện và QUAD (Quadrilateral Security Dialogue), một diễn đàn không chính thức của bốn quốc gia Nhật, Úc, Ấn Độ và Mỹ để trao đổi thông tin và bàn về các cuộc thực tập quân sự do Thủ tướng Nhật Shinzo Abe đề xướng năm 2007, trở thành chính thức. QUAD đang dự tính sẽ mở rộng thêm thành viên và đóng vai trò tiền trạm cho một "NATO Châu Á" ra đời khi cần thiết.

Phiên họp của QUAD 2020 vừa rồi cho thấy dù vẫn không chính thức nhưng các nước chống Trung Cộng đã mạnh miệng và quyết tâm hơn trước. Họ nắm được nhược điểm và khó khăn của Trung Cộng.

Xung đột Trung Cộng và Ấn vừa qua có lợi cho Indo-Pacific Strategy của Mỹ. Ấn thua Trung Cộng trong chiến tranh Trung-Ấn 1962 do sự sai lầm trong chính sách bang giao quốc tế của Nehru và vì Mỹ đứng ngoài. Bây giờ thì khác. Mỹ sẽ vận dụng các rạn nứt Trung Ấn để dùng 1.35 tỷ dân Ấn làm đối lực cho chủ trương "lấy thịt đè người" của Tập.

TAIWAN RELATIONS ACT

Mặc dù hành pháp và lập pháp của Mỹ đang chia rẽ trong nhiều vấn đề, ủng hộ Đài Loan là một vấn đề cả hai ngành đoàn kết.

Đạo luật Taiwan Relations Act được quốc hội Mỹ thông qua ngày 10 tháng 4, 1979 ghi rõ "Hoa Kỳ sẽ cung cấp cho Đài Loan các dụng cụ quốc phòng và dịch vụ quốc phòng với số lượng cần thiết để cho phép Đài Loan duy trì khả năng tự vệ đầy đủ."

Dụng cụ và dịch vụ quốc phòng đó là gì tùy thuộc vào sức mạnh quân sự của Trung Cộng lúc đó.

Tập không tiên đoán được phản ứng của Mỹ nếu Tập xâm lăng Đài Loan. Vì không tiên đoán được nên không dám ra tay.

NHƯNG TẠI SAO TẬP HĂM HE?

Tập thỉnh thoảng lại hăm he vì hai lý do: Thứ nhất, Tập muốn tạo một không khí chiến tranh để áp đảo tinh thần các thành phần chống Tập còn rất mạnh trong nội bộ đảng

CSTQ sau khi y tự phong làm hoàng đế Trung Cộng vào đầu năm 2018 như Đặng đã làm trong Chiến Tranh Biên Giới với CSVN 1979. Thứ hai, Tập tiếp tục đun sôi chảo dầu đại Hán để giữ "niềm tin vào đảng" và để đánh lạc hướng lòng công phẫn của người dân trước những khó khăn kinh tế sang phía Mỹ thay vì vào Tập.

MẢNH GIẤY LỘN CỦA CHURCHILL VÀ SỐ PHẬN BẢY NƯỚC ĐÔNG ÂU

Hôm đó là ngày 9 tháng 10, 1944, Thủ tướng Anh Winston Churchill đến Moscow gặp Joseph Stalin để bàn về tương lai của các quốc gia vùng Balkans.

Bán đảo Balkans là khu vực địa lý bao gồm các quốc gia ở phía nam Châu Âu giữa Biển Adriatic và Địa Trung Hải trong đó có những quốc gia nằm hẳn hay nằm một phần trong bán đảo như Albania, Bulgaria, Hy Lạp, Romania, Thổ Nhĩ Kỳ,v.v...

Chuyến viếng thăm lịch sử này được ghi lại trong cuốn thứ sáu của bộ sách về Thế Chiến Thứ Hai của Winston Churchill (The Second World War. Volume VI, Triumph and Tragedy by Winston Churchill).

Vào buổi tối ngày đầu sau khi đến Churchill nói với Stalin: "Cho đến nay, như Anh và Nga quan tâm, làm thế nào để Nga có được 90% ưu thế tại Romania, để chúng tôi có 90% Hy Lạp, và 50-50 Nam Tư?"

Trong khi chờ thông dịch viên dịch, Churchill viết ra những đề nghị đó chi tiết hơn trên nửa tờ giấy và đưa cho Stalin. Theo lời của Churchill: "Tôi chuyển mảnh giấy nhỏ cho Stalin. Ông ta cũng vừa nghe xong lời dịch. Có một khoảng im lặng ngắn.

Sau đó, Stalin lấy cây bút chì màu xanh của mình và đánh một dấu lớn trên nó, và chuyển lại cho tôi. Tất cả đã được giải quyết trong thời gian không quá lâu. Sau đó là một khoảng lặng dài. Tờ giấy và cây bút chì nằm ở giữa bàn."

Nội dung nửa tờ giấy như sau:

Romania:

. Nga 90%

. Các quốc gia khác 10%

Hy Lạp:

. Anh (cùng với Mỹ): 90%

. Nga: 10%

Nam Tư: 50-50%

Hungary: 50-50%

Bulgaria:

. Nga 75%

. Các quốc gia khác: 25%

Churchill cũng lo ngại một ngày mảnh giấy đó được tiết lộ ra ngoài sẽ tạo nên những hoài nghi trong những người mà số phận của họ đã bị những cường quốc bên ngoài quyết định. Nghĩ vậy, ông ta đề nghị với Stalin nên đốt mảnh giấy đó đi, nhưng Stalin không cho đó là quan trọng và đáp "Không, ông cứ giữ mảnh giấy đó."

Trong thời điểm 1944, các dân tộc vùng Balkans hoàn toàn không biết rằng dù có thắng Hitler số phận của họ cũng đã bị ký thác vào tay một đồ tể khác độc tài và tàn bạo không kém là Stalin.

Tài liệu đó dưới góc nhìn của các dân tộc Romania, Bulgaria, Hungary, Nam Tư và các nước Đông Âu như Ba Lan, Tiệp Khắc bị CS hóa dây chuyền là một bằng chứng cho sự phản bội của đồng minh.

Tuy nhiên, trong quan điểm của Churchill, Romania là một thảm kịch không tránh khỏi sau Thế Chiến Thứ Hai. Trong nhãn quan của các nhà nghiên cứu địa lý chính trị, Romania trong vị trí vùng độn giữa hai khối thế lực CS và Tự Do, đã không có con đường nào thoát. Churchill dù không đổi chác thì quân đội Stalin cũng đã chiếm Romania trước đó rồi.

Không có tài liệu cho thấy Stalin dựa vào những điểm lợi nào để đồng ý Hy Lạp thuộc về Anh và các nước vùng Balkans thuộc về Liên Xô. Tuy nhiên, về phía Churchill ý định của ông tương đối rõ ràng. Churchill đứng trước một chọn lựa: giữ các nước vùng Địa Trung Hải và hy sinh phần Đông Âu cho Stalin.

Anh và Mỹ ngoài một số nhân viên tình báo không có lực lượng quân sự nào đáng kể tại Đông Âu.

Nếu năm 1942, Đồng Minh đổ bộ Balkans thay vì đổ bộ Bắc Phi thì khuôn mặt thế giới sau Thế Chiến Thứ Hai đã khác, Bức Màn Sắt cũng như Chiến Tranh Lạnh có thể không có. Nhưng đó chẳng qua là bàn chuyện đã rồi.

Mảnh giấy mà chúng ta thường gọi là "giấy lộn" chỉ hơn mười chữ được Churchill giữ lại là một trong những tài liệu đổi chác lãnh thổ quan trọng nhất của Thế Chiến Thứ Hai.

Hành động đơn giản như trò chơi giữa hai đứa trẻ nhưng đã quyết định số phận của bảy quốc gia (Tiệp, Ba Lan, Romania, Albania, Bulgaria, Nam Tư, Hungary) chưa tính Đông Đức, suốt 46 năm với không biết bao nhiêu nghèo nàn, chết chóc, ngục tù và chịu đựng.

BÀI HỌC CHO VIỆT NAM

Về địa lý chính trị, vị trí Việt Nam cạnh Trung Cộng giống như vị trí của Romania cạnh Liên Xô trong Thế Chiến Thứ Hai.

Trong số mười xung đột nóng ở Á Châu hiện nay, Biển Đông và Đài Loan là hai điểm nóng nhất. Chiến tranh trong khu vực này sớm hay muộn cũng xảy ra.

Chính sách bành trướng bất chấp luật pháp quốc tế từ khi lên nắm quyền tới nay cho thấy Tập Cận Bình đang quyết tâm thôn tính vùng Biển Đông trù phú tài nguyên và kiểm soát đường hải hành huyết mạch của Á Châu. Y chạy đua với thời gian để thiết lập các "status quo" trên Biển Đông trước khi các liên minh quân sự trong vùng đủ mạnh để gây áp lực.

Theo tài liệu của Hội Đồng Quan Hệ Đối Ngoại (Council on Foreign Relations), một "think tank" chính trị đặt tại Washington D.C., cho tới năm 2018, Trung Cộng đã hoàn tất xây dựng bảy đảo nhân tạo, 20 căn cứ quân sự và chiếm 3,200 mẫu diện tích Biển Đông.

Mục đích chạy đua của Trung Cộng là Mỹ chứ không phải Nhật, Ấn hay các nước nhỏ trong vùng. Mặc dù miệng thỉnh thoảng đánh võ mồm, để đạt mục đích, Trung Cộng cần ổn định hơn quốc gia nào khác.

Nhưng trong tương lai nếu phải mở ra một cuộc chiến tranh giới hạn nhằm răn đe các nước nhỏ trong vùng, làm nguội chảo dầu Đại Hán tại lục địa và dập tắt các mâu thuẫn trong nội bộ đảng CSTQ như Mao đã làm trong Chiến Tranh Triều Tiên và Đặng đã làm trong Chiến Tranh Biên Giới Việt-Trung, Tập hay những kẻ cai trị kế y sẽ chọn kẻ thù nào?

Đài Loan chăng? Thôn tính Đài Loan, Tập không tiên liệu được hậu quả. Vì lý do có Mỹ đứng sau lưng và sẵn sàng can thiệp bằng các phương tiện chiến tranh hiện đại như đã được bảo đảm trong Đạo Luật Quan Hệ Đài Loan 1979, Trung Cộng chưa dám đụng đến quốc đảo này.

Đối tượng còn lại là CSVN.

Bài học Chiến Tranh Biên Giới 1979 cho giới cai trị Bắc Kinh biết dù chớp nhoáng và giới hạn, "trừng phạt" võ trang với CSVN trong lần tới phải sử dụng sức mạnh của không và hải lực. Khi Hội Đồng Bảo An LHQ nhóm họp để bàn về lá thư phản đối của CSVN thì Tập tuyên bố "cuộc trừng phạt giới hạn xong rồi".

Ai sẽ cứu Việt Nam? Khỏi cần tìm hiểu gần xa, một người có nhận thức chính trị căn bản nào cũng trả lời được ngay là không ai cứu cả. Không ai cứu một người mà người đó không muốn tự cứu lấy chính mình.

Tạm gác qua bên cuộc chiến nhuộm đỏ Việt Nam, CSVN có hơn 45 năm để đưa đất nước vừa chấm dứt chiến tranh thành một quốc gia vững mạnh ở Á Châu. Nhưng bao thế hệ giới cai trịCSVN đã không làm được.

Lý do chỉ vì cơ chế. Một con tàu to lớn đầy ắp tài nguyên thiên nhiên, lực lượng lao động và tiềm năng kinh tế, kỹ thuật lại chạy bằng chiếc máy cũ được chế tạo tại Nga tròn 103 năm trước. Đầu máy xe lửa đó đang được đặt trong các bảo tàng viện Đông Âu, riêng tại Việt Nam vẫn còn khói tuôn mù mịt mỗi ngày.

Sở dĩ Churchill bảo vệ Hy Lạp vì ngoài vị trí chiến lược, ông tin phe cộng hòa tại quốc gia này đủ mạnh để có thể thắng

CS. Nếu năm 1944, Hy Lạp đã là một nước CS và đặt dưới cai trị của một đảng CS chuyên chính, chỉ biết phục tùng đảng mẹ Liên Xô như đảng CSVN đối với Trung Cộng ngày nay, thì Churchill có thể đã phải tìm phương án khác.

Khi phân tích hoàn cảnh lịch sử thời Thế Chiến Thứ Hai, một số nhà sử học cho rằng nếu người dân Romania muốn đổ lỗi thì thay vì đổ lỗi cho Anh, Mỹ trước hết họ nên đổ lỗi lên đầu giới lãnh đạo Romania bán nước thời đó đứng đầu là Ion Antonescu.

Tên phản quốc Antonescu này là một tay sai trung thành của Hitler. Tháng Ba, 1944, y có cơ hội đầu hàng Anh trước khi Romania bị Liên Xô tấn công trên đường tiến qua Đức. Nhưng không. Tham vọng quyền lực đã làm Antonescu thành mù lòa và y đã theo lịnh Hitler để từ chối tối hậu thư của Anh.

Sau khi đánh bại Đức và chế độ Antonescu thân Đức, Liên Xô nắm toàn quyền sinh sát trên số phận của Romania. Antonescu bị bắt giữ và bị kết án xử bắn vì nhiều tội trong đó có trọng tội phản bội tổ quốc Romania. Trước khi trách người, dân tộc Romania nên tự trách mình đã để yên cho tên độc tài bán nước Antonescu "rước voi" Hitler "về giày mả tổ" Romania.

Romania chịu đựng dưới ách CS gần nửa thế kỷ là bài học cho người Việt quan tâm đến tương lai đất nước. Không chỉ sau Thế Chiến Thứ Hai mà cả Cách Mạng Hungary 1956, Mùa Xuân Prague 1968 đều bị Anh Mỹ làm ngơ ngoài những lời tố cáo Liên Xô lấy lệ tại Liên Hiệp Quốc. Nhưng các dân tộc Đông Âu không tuyệt vọng, không nản chí, không ngồi chờ mà đã bằng nhiều cách vươn lên và cuối cùng đã thoát ra khỏi xích xiềng CS.

JAWAHARLAL NEHRU ĐÃ BỊ MAO TRẠCH ĐÔNG LỪA NHƯ THẾ NÀO?

Mike Pompeo giữ chức vụ ngoại trưởng Hoa Kỳ cách John Foster Dulles, một ngoại trưởng khác của Hoa Kỳ, 67 năm.

Thời gian xa nhưng cả hai ngoại trưởng cùng có một tầm nhìn khá giống nhau về một yếu tố cần thiết để giữ thế cân bằng các lực đối trọng tại Á Châu, đó là vai trò của Ấn Độ trong Chiến lược Ấn Độ Dương-Thái Bình Dương (Indo-Pacific Strategy).

Không ngạc nhiên khi Chiến lược Ấn Độ Dương-Thái Bình Dương tuy đã được bàn trong giới phân tích và hàn lâm từ hơn mười năm trước đã được chính quyền Donald Trump bổ sung thêm hai đặc tính "tự do" và "mở" (free and open Indo-Pacific), theo đó các thành viên hợp tác sẽ đối xử theo cam kết và luật định quốc tế.

Rõ ràng chiến lược này nhằm tạo một đối lực thông qua các liên minh đa diện giữa Mỹ và các đồng minh Á Châu, cụ thể là Ấn Độ, quốc gia có dân số 1.3 tỷ người, để đáp ứng với chính sách bành trướng vô luật pháp của Trung Cộng (TC) cũng có dân số 1.3 tỷ người.

Điều này đã được John Foster Dulles hình dung ra 67 năm trước trong thời Jawaharlal Nehru (1889-1964) là thủ tướng Ấn. Nhưng Nehru thì không thấy. Tầm nhìn hạn hẹp của Nehru là nguyên nhân của một chuỗi những sai lầm và thất bại đắng cay.

Những bài học bang giao quốc tế của Ấn Độ thời Jawaharlal Nehru thỉnh thoảng được đem ra như một nhắc nhở cho các thế hệ lãnh đạo Ấn Độ thời nay.

Bài học đó có thể tóm tắt bằng câu vắn tắt sau đây: Đừng bao giờ tin lời hứa của những kẻ độc tài.

Thủ tướng Ấn Độ Jawaharlal Nehru là một chính khách Ấn Độ nhân cách, đức độ, yêu nước, yêu hòa bình và yêu dân chủ, nhưng có quan điểm đối ngoại đầy hoang tưởng, khuynh tả, đặc biệt qua lập trường đối với TC.

Những sai lầm chính trị của Jawaharlal Nehru không những để lại hậu quả thua trận trong chiến tranh với TC năm 1962, xung đột biên giới kéo dài từ đó cho tới hôm nay, số phận đau thương của Tây Tạng mà còn làm mất đi cơ hội ngàn năm một thuở để Ấn Độ trở thành hội viên thường trực của Hội Đồng Bảo An Liên Hiệp Quốc sau khi TC chiếm toàn lục địa.

Sau khi giành được độc lập 1947, thay vì xây dựng một hệ thống quốc phòng vững mạnh với vũ khí và kinh nghiệm chiến đấu từ hai triệu rưỡi thanh niên Ấn vừa chiến đấu trong Thế Chiến Thứ Hai, Nehru dành hết thời gian đi khắp nơi để rao giảng một chủ nghĩa hòa bình, sống chung với nhau trong một thế giới đầy tình huynh đệ bất kể chế độ chính trị và tham vọng gì trong tương lai.

Nhắc lại. Sau khi chiếm lục địa chính sách đối ngoại của Mao sau 1949 là gây ảnh hưởng và gia tăng vị trí của TC trên trường chính trị thế giới.

Muốn được vậy TC phải che giấu bộ mặt thật của mình bằng chiếc mặt nạ nhân hậu, hòa hoãn, yêu chuộng hòa bình.

Năm nguyên tắc "Sống chung hòa bình" được Mao đề ra gồm: (1) tôn trọng chủ quyền và toàn vẹn lãnh thổ của nhau, (2) không xâm lược nhau, (3) không can thiệp vào công việc nội bộ của nhau, (4) bình đẳng và cùng có lợi, (5) cùng chung sống hòa bình.

Nehru dễ dàng rơi vào "chiếc bẫy hòa bình" này của Mao Trạch Đông.

Nehru ký hỏa hiệp Năm Nguyên Tắc Sống Chung Hòa Bình với TC 1954, tức khắc theo sau đó Ấn Độ công nhận chủ quyền Tây Tạng thuộc về TC. Đó là cây đinh cuối cùng đóng xuống quan tài của quốc gia nhỏ bé vùng Hy Mã Lạp Sơn. Nehru đã dập tắt mọi cơ hội đứng lên của Tây Tạng trong thời kỳ đó.

Theo sử gia Claude Arpi, tác giả nhiều tác phẩm về Tây Tạng trong đó có Tibet: The Last Months of a Free Nation, chính Nehru vào năm 1950 đã cung cấp gạo cho các lực lượng TC chiếm đóng Tây Tạng. Quân TC không thể cướp gạo cơm của dân Tây Tạng vì người Tây Tạng không ăn cơm. Thực phẩm chính của họ là bánh bột Tsampa.

Một ngây thơ ngoài tưởng tượng của Nehru là từ chối ý định của Hoa Kỳ để Ấn trở thành Hội Viên Thường Trực Hội Đồng Bảo An Liên Hiệp Quốc thay thế cho Trung Hoa Dân Quốc đã bị TC đánh bại.

Không những thế chính Nehru còn tích cực ủng hộ TC vào LHQ và kiêm luôn cả vai trò Hội Viên Thường Trực Đồng Bảo An LHQ.

Theo tiết lộ của bà Vijaya LakshmiPandit, chị ruột của Nehru và cũng là Đại Sứ Ấn Độ tại Hoa Kỳ, Ngoại trưởng Hoa Kỳ John Foster Dulles có ý định mời Ấn Độ vào Hội Đồng Bảo An LHQ.

Thay vì bắt lấy cơ hội hiếm hoi này, Nehru trả lời cho Ngoại trưởng Hoa Kỳ John Foster Dulles : "Đó sẽ là một sự sỉ nhục rõ ràng đối với Trung Quốc và nó có nghĩa là một phần nào đó sẽ làm rạn nứt giữa Ấn và Trung Quốc… Chúng tôi sẽ tiếp tục thúc ép để Trung Quốc (TC) gia nhập LHQ và Hội Đồng Bảo An." (Theo "Not at the Cost of China: New Evidence Regarding US Proposals to Nehru for Joining the United Nations Security Council, Wilson Center, 2015").

Mãi cho đến khi thất bại cay đắng trong chiến tranh với TC 1962, Nehru mới thấy được bộ mặt thật của Mao Trạch Đông nhưng đã quá muộn màng.

Tây Tạng, vùng trái độn chiến lược nằm lót giữa biên giới phía bắc của Ấn Độ và TC, đã là đất TC. Cho đến khi qua đời Thủ tướng Nehru vẫn còn mang mối hận "bị Mao đâm sau lưng".

Các sự kiện lịch sử có thể không lặp lại một cách chính xác như đã xảy ra nhưng, ngoại trừ các bậc thánh nhân, suy nghĩ của con người dù thời đại nào thì vẫn không thoát ra khỏi những khuôn khổ, ước lệ và kinh nghiệm sống của con người.

Mối hận của Nehru là bài học cho những ai có trách nhiệm với sự thịnh suy của đất nước trước tham vọng của Tập Cận Bình ngày nay.

TƯƠNG LAI CỦA CHIẾN LƯỢC ẤN ĐỘ DƯƠNG - THÁI BÌNH DƯƠNG (INDO-PACIFIC STRATEGY)

Một câu hỏi khá dài được gởi đến Facebook Messenger của người viết, tóm tắt như sau: "Donald Trump thì sao và Joe Biden thì sao, liệu chính sách đối với Trung Cộng (TC) của họ có khác nhau không?"

Theo suy nghĩ của người viết, câu trả lời là không.

Những ai có hiểu biết kinh tế chính trị căn bản không ảo tưởng rằng TC sẽ sụp đổ trong vài năm hay ngay cả vài chục năm. Tuy nhiên, một điều rõ ràng là một trật tự mới đang được hình thành tại Á Châu dưới tên gọi Chiến lược Ấn Độ Dương-Thái Bình Dương (Indo-Pacific Strategy) và dù các tổng thống Mỹ là ai, chiến lược đó cũng sẽ không thay đổi.

Chiến lược Ấn Độ Dương-Thái Bình Dương (Indo-Pacific Strategy) là chiến lược của thời đại. Báo cáo của Bộ Quốc Phòng Hoa Kỳ tháng 6, 2019 khẳng định:" Ấn Độ Dương-Thái Bình Dương là khu vực mang lại nhiều hậu quả nhất cho tương lai của Mỹ."

Khái niệm Ấn Độ Dương-Thái Bình Dương (Indo-Pacific Strategy) đã được giới thiệu từ 2007 nhưng phần lớn được thảo luận trong giới hàn lâm và phân tích. Năm 2017, TT Mỹ Donald Trump chính thức đưa ra trong hội nghị của APEC tại Đà Nẵng và thêm hai mệnh đề chính "tự do và mở Ấn Độ Dương-Thái Bình Dương" (free and open Indo-Pacific).

Tháng 6, 2018, Bộ trưởng Quốc Phòng Hoa Kỳ James N. Mattis cam kết: "Hoa Kỳ cung cấp các quan hệ đối tác chiến lược, không phải phụ thuộc chiến lược. Cùng với các đồng minh và đối tác, Hoa Kỳ cam kết để duy trì an ninh của khu vực, sự ổn định và sự thịnh vượng kinh tế của nó. "

Tháng 6, 2020, một nghiên cứu chi tiết của Tiến sĩ Roger Cliff trong The National Bureau Of Asian Research cho thấy các quan tâm chính của Hoa Kỳ khi theo đuổi chiến lược này: (1) Bảo vệ Hoa Kỳ trước các mối đe dọa trực tiếp bắt nguồn từ Ấn Độ Dương-Thái Bình Dương. (2) Duy trì an ninh và sức mạnh của các đồng minh của Hoa Kỳ ở Ấn Độ - Thái Bình Dương. (3) Tiếp tục tiếp cận một Ấn Độ Dương - Thái Bình Dương năng động về kinh tế. (4) Hòa bình và ổn định khu vực. (5) Phòng chống sự lan rộng của vũ khí hạt nhân, sinh học và hóa học. (6) Nhân quyền, tự do và dân chủ. (7) Một môi trường thiên nhiên lành mạnh ở Ấn Độ Dương - Thái Bình Dương.

Giống như bang giao giữa Mỹ và Liên Xô trước đây, giọng điệu ngoại giao và một số các phương pháp ngắn hạn có thể khác trong mỗi thời kỳ tổng thống nhưng mục tiêu dài hạn cô lập và ngăn chặn sự bành trướng bất chấp luật pháp quốc tế của Trung Cộng sẽ không thay đổi dù tổng thống nào.

Khác với Hiệp Định Đối Tác Xuyên Thái Bình Dương (Trans-Pacific Partnership Agreement, TPP), Chiến lược Ấn Độ Dương -Thái Bình Dương có sự tham gia tích cực của một

Ấn Độ trỗi dậy trong thế kỷ 21. Cũng khác với TPP đặt nặng quan hệ mậu dịch và có cả cơ hội cho TC tham gia, Chiến lược Ấn Độ Dương -Thái Bình Dương ngoài mậu dịch còn đặt nặng vấn đề an ninh, tự do và nhắm thẳng vào đối tượng cạnh tranh là TC.

Các nhà phân tích thường tranh luận có hay không một "Chiến Tranh Lạnh" khác tại Á Châu. Một số cho là không và một số cho là có. Thật ra, có hay không chỉ khác nhau trong cách dùng từ, góc nhìn và điều kiện phát triển của thời đại mới nhưng bản chất xung đột giữa tự do dân chủ và độc tài chuyên chế vẫn giống nhau.

Với tham vọng đế quốc, TC sẽ phải tiếp tục tìm mọi cách để bành trướng. Đáp lại, Mỹ và đồng minh sẽ tìm mọi cách để ngăn chặn.

Bài học trong quá khứ phải được các nhà kiến trúc chính trị Mỹ tái đánh giá. Chính sách Mỹ đối với TC trong 40 năm từ Jimmy Carter (1977-1981) cho đến hết nhiệm kỳ thứ nhất của TT Barack Obama về căn bản không thay đổi.

Khi bắt tay với TC TT Nixon nhắm tới mục đích trung lập hóa (neutralize) TC trong chiến tranh lạnh và cả chiến tranh nóng nếu có với Liên Xô.

Các lãnh đạo Mỹ cũng tin rằng TC sẽ tự chuyển hóa sang tự do dân chủ một khi nền kinh tế phát triển cao.

Lý luận cách mạng cổ điển là một khi thành phần trung lưu gia tăng các nhu cầu phi kinh tế trong đó có các giá trị tinh thần, các quyền tự do căn bản cũng gia tăng theo và tạo thành sức bộc phá trong xã hội. Nếu quả thật các vị tổng thống và một số nhà phân tích dựa trên tin tưởng như vậy thì điều đó chưa xảy ra mặc dầu giới trung lưu tại TC được ước lượng lên tới trên 400 triệu người.

Thật ra, quan điểm về vai trò và sự đóng góp của giới trung lưu trong tiến trình cách mạng dân chủ chưa hẳn đã sai. Các nhà lập thuyết, kể cả Karl Marx đều dựa trên sự tác động tương ứng giữa kinh tế và chính trị như là lực thúc đẩy sự thay đổi của các hình thái xã hội. Marx cho rằng mức độ xã hội hóa của một nền kinh tế là yếu tố quyết định dẫn đến sự thay đổi cơ chế chính trị.

Nhưng thời gian bao lâu để các mâu thuẫn đối kháng trong xã hội bùng vỡ thành cách mạng thì không ai tiên đoán được.

Tuy nhiên, phong trào Thiên An Môn cho thấy dù lâu hay chậm, các mâu thuẫn đối kháng đang hiện hữu trong xã hội TC. Thiên An Môn bùng nổ mười năm sau thời kỳ "đổi mới" không phải do sự nghèo đói mà từ khát vọng tự do. Khát vọng của con người không bao giờ chết. Bất cứ khi nào có điều kiện, một Thiên An Môn khác sẽ bùng nổ với cường độ mạnh hơn trước.

Trong số sáu vị tổng thống từ Jimmy Carter tới Barack Obama, Ronald Reagan đã nghĩ tới việc một ngày nào đó sẽ phải cô lập Trung Cộng. Ông cương quyết ủng hộ Đài Loan. Năm 1982 TT Reagan đề ra chính sách "Sáu Bảo Đảm" (Six Assurances) đối với Đài Loan trong đó có ba bảo đảm quan trọng là "(2) Tiếp tục áp dụng Đạo Luật Taiwan Relations Act trong đó khẳng định "Hoa Kỳ sẽ cung cấp cho Đài Loan các dụng cụ và dịch vụ quốc phòng với số lượng cần thiết để cho phép Đài Loan duy trì khả năng tự vệ đầy đủ", (3) Hoa Kỳ sẽ không cần phải tham khảo với TC khi bán võ khí cho Đài Loan và (6) Hoa Kỳ có thể sẽ không chính thức công nhận chủ quyền của TC đối với Đài Loan.

Hôm kia, 12 tháng 11, 2020, Ngoại trưởng Mike Pompeo nhắc lại chính sách của TT Reagan: "Đài Loan không phải là một phần của Trung Quốc" và ông nhấn mạnh "Điều đó đã được ghi nhận phù hợp với công việc mà chính quyền Reagan đã làm để đưa ra các chính sách mà Hoa Kỳ đã tuân thủ trong suốt ba thập niên rưỡi đến nay."

Tập mới hứa là sẽ trả thù câu nói của Ngoại trưởng Mike Pompeo.

Khi mục đích cô lập Liên Xô không còn cần thiết, lẽ ra các chính phủ Mỹ nên thay đổi hay ít nhất điều chỉnh chính sách đối với TC từ sau hội nghị Malta giữa Bush Cha và Mikhail Gorbachev vào đầu tháng 12, 1989, qua dó hai lãnh đạo một cách không chính thức tuyên bố chấm dứt Chiến Tranh Lạnh.

Nhưng không. Lòng tham không đáy của giới tư bản, giới đầu tư Mỹ và các tổng thống chủ trương hòa hoãn với TC nhất là Bill Clinton đã tiếp tục góp phần đưa TC từ một nước CS nghèo nàn với GDP chỉ 218 tỷ dollar thời điểm tháng 1, 1979 khi TT Jimmy Carter thiết lập quan hệ ngoại giao hoàn toàn với Trung Cộng, thành một cường quốc độc tài chuyên chính với GDP 14,363 tỷ dollar năm 2019.

TC phụ thuộc vào Mỹ để làm giàu nhưng Mỹ cũng phụ thuộc vào TC để thỏa mãn các nhu cầu tiêu thụ.

Mậu dịch giữa hai nước gia tăng từ 5 tỷ dollar năm 1980 tới 231 tỷ dollar năm 2004. Cái giá để có hàng hóa tiêu dùng rẻ là hàng ngàn cơ xưởng sản xuất của Mỹ mất đi không trở lại.

Tiền của dư thừa do thặng dư mậu dịch đã tạo điều kiện cho TC không chỉ duy trì quyền cai trị tại lục địa mà còn để biến Phi Châu nghèo nàn chịu đựng ách độc tài thành một thuộc địa đỏ mênh mông.

Ngoài ra, TC có thêm phương tiện xây dựng bảy căn cứ quân sự trên biển để khống chế Biển Đông và biến giấc mơ đại hán thành hiện thực vào năm 2049. Bàn tay TC dính máu của bao nhiêu triệu người dân cùng khổ khắp thế giới.

Hình ảnh con chồn Đặng Tiểu Bình khúm núm trước TT Jimmy Carter như trong bức hình chụp ngày 31 tháng 1, 1979 tại East Room của Tòa Bạch Ốc nay đã hóa thành con cáo Tập Cận Bình. Bẫy một con cáo khó khăn hơn nhiều so với bẫy một con chồn.

Hẳn nhiên là khó nhưng gió đã đổi chiều và sẽ không thổi ngược. Thời kỳ "múa gậy vườn hoang" đã qua. Tập Cận Bình cũng nhận ra điều đó.

Chiến lược Ấn Độ Dương -Thái Bình Dương là chiến lược của Hoa Kỳ trong thế kỷ 21.

Nhiệm kỳ của một tổng thống Mỹ bốn năm hay tám năm cũng chỉ là một đoạn đường trong hướng đi mang tính thời đại của nước Mỹ.

TT Harry Truman chính thức làm tổng thống chỉ một nhiệm kỳ nhưng chủ thuyết mang tên ông bắt đầu từ ngày 12 tháng 3, 1947 đã được các đời tổng thống Cộng Hòa lẫn Dân Chủ áp dụng dưới nhiều hình thức mãi cho tới khi Liên Xô sụp đổ 1991. Trong 44 năm đó, nhiều tổng thống có khi chống nhau kịch liệt nhưng về nội dung căn bản đều không đi ngược với Chủ thuyết Truman (Truman Doctrine) như người viết đã trình bày trong bài "Học Thuyết Chính Trị Và Nhiệm Kỳ Của Một Tổng Thống Mỹ" đăng trên Facebook.

Cũng trong nghiên cứu của Tiến sĩ Roger Cliff, các biện pháp cần thiết mà Hoa Kỳ nên thực hiện, trong đó có: (1) Tăng cường quan hệ của Hoa Kỳ với các nền dân chủ. (2) Thúc đẩy tăng trưởng kinh tế của các nền dân chủ. (3) Tăng cường khả năng phòng thủ của các nền dân chủ. (4) Giúp chấm dứt xung đột nội bộ trong các nền dân chủ. (5) Giúp tăng cường các thể chế dân chủ ở tất cả các nước trong khu vực Ấn Độ - Thái Bình Dương. (6) Giảm các mối đe dọa quân sự từ bên ngoài đối với các nền dân chủ. (7) Tăng cường khả năng của Mỹ để bảo vệ các nền dân chủ. (8) Thúc đẩy dân chủ và nhân quyền ở các nước phi dân chủ.

Tám điểm nêu trên đều dựa vào tiền đề dân chủ và đặt trên nền tảng dân chủ. Chiến Lược Ấn Độ Dương-Thái Bình Dương đã không có nếu Ấn Độ là một nước độc tài đảng trị như TC. Một người Việt Nam, dù nhất thời đang phải đứng ở đâu cũng nên ý thức điều đó và làm mọi cách thúc đẩy tiến trình cách mạng dân chủ để đưa đất nước hội nhập vào dòng thác văn minh nhân

BƯỚC ĐƯỜNG DÀI ĐẾN TỰ DO CỦA NELSON MANDELA

Theo kết quả thăm dò của công ty tư vấn Reputation Institute được công bố vào tháng Chín năm 2011, Nelson Mandela được chọn là lãnh tụ được yêu mến nhất, kính trọng nhất, thán phục nhất và tin tưởng nhất thế giới. Tổng thống Mỹ Barack Obama đứng hạng thứ 14, Thủ tướng Ấn Độ Manmohan Singh đứng hạng thứ 27, Thủ tướng Anh David Cameron đứng hạng thứ 34.

Nhân loại yêu chuộng tự do, dân chủ và hòa bình kính phục Nelson Mandela không phải chỉ vì ông yêu nước, yêu tự do, can đảm ở tù suốt 27 năm dài lao động khổ sai nhưng quan trọng hơn ông không dùng sự khổ đau chịu đựng của riêng mình làm thước đo cho chiều dài tương lai của đất nước Nam Phi và không đặt đôi gánh nặng quá khứ hận thù lên trên đôi vai của các thế hệ Nam Phi mai sau. Thay vào đó, Nelson Mandela đã dùng đức tính bao dung, kiên nhẫn, khôn ngoan, biết nhìn xa thấy rộng để vực dậy một đất nước bị phân hóa bởi màu da, chủng tộc, xã hội giáo dục, kinh tế chính trị và cả văn hóa lịch sử kéo dài hơn 300 năm từ thời nô lệ, thuộc địa cho đến thời kỳ Nam Phi độc lập.

Con người cũng như đất nước, giá trị được thẩm định không phải ở sự chịu đựng nhưng ở chỗ biết vượt qua. Một con người bình thường phải vượt qua những hoàn cảnh khắc nghiệt để tiến thân, một dân tộc chỉ có thể đuổi kịp đà tiến của nhân loại nếu dân tộc đó vượt qua được những bất hạnh của chính mình và vận động được sức mạnh tổng hợp của dân tộc. Một câu nói nổi tiếng của Nelson Mandela về hòa giải "Hòa giải thật sự không đơn giản chỉ là việc quên đi quá khứ". Nelson Mandela được kính trọng không phải vì ông quên đi quá khứ nhưng nhờ ông đã sống rất trọn vẹn trong quá khứ, đã chiêm nghiệm và chuyển hóa những hào quang và chịu đựng, thành công và thất bại, hy vọng và tuyệt vọng của quá khứ thành nhựa nguyên, nhựa luyện cho những hàng cây xanh tốt tươi và hy vọng của tương lai Cộng Hòa Nam Phi.

Hãy tưởng tượng, Nelson Mandela, người bị tù hơn 27 năm và đã có thời gian chọn lựa phương pháp đấu tranh bằng võ lực, không chủ trương hòa giải mà nhất định trả thù cho bằng được thiểu số da trắng một thời đã áp đặt những chính sách bất công, phân biệt chủng tộc lên trên số phận của đa số người da đen rồi nước Cộng hòa Nam Phi ngày nay liệu có thể là quốc gia ổn định và phát triển hay không?

Chắc chắn là không.

Hãy tưởng tượng, công việc đầu tiên của tổng thống Nelson Mandela không phải là việc thành lập Ủy Ban Hòa Giải và Sự Thật mà là lập một danh sách mấy trăm ngàn viên chức chính quyền Nam Phi đã có liên hệ ít nhiều đến việc đàn áp các phong trào chống phân biệt chủng tộc để rồi sau đó tống giam họ trong các trại tù tận vùng núi rừng KwaZulu-Natal xa xôi hiểm trở, bắt thiểu số da trắng phải giao nộp nhà cửa, tài sản, đày sang các vùng kinh tế mới ở miền Northern Cape hoang vu để trả thù cho những cực hình đày đọa mà dân da đen đã từng chịu đựng dưới ách phân biệt chủng tộc của chính quyền da trắng Nam Phi thì liệu hòa giải dân tộc có thật sự đến cho quốc gia này hay không?

Chắc chắn là không.

Rất nhiều tác phẩm viết về Nelson Mandela và một số tác phẩm khác trích từ các cuộc phỏng vấn ông, nhưng Bước đường dài đến tự do (Long walk to freedom) là tác phẩm do chính ông chấp bút từ những năm 1970 khi còn bị tù ở đảo Robben, ngoài Cape Town, Nam Phi. Phần lớn các chi tiết trong bài viết này cũng được trích dẫn từ hồi ký dày hơn sáu trăm trang Bước đường dài đến tự do của Nelson Mandela.

Nelson Mandela ra đời ngày 18 tháng 7 năm 1918 tại Mvezo, một ngôi làng nhỏ bên bờ sông Mbashe thuộc quận Umtata, thủ phủ của Transkei, một trong những khu vực lớn nhất của Nam Phi. Ông được đặt tên là Rolihlahla. Theo ngôn ngữ Xhosa, Rolihlahla có nghĩa "kéo một cành cây xuống" nhưng chính xác hơn có nghĩa là "kẻ gây rối". Cha của ông, Gadla Henry Mphakanyiswa, cai quản khu vực Mvezo và cũng là một cố vấn của vua bộ lạc Thembu. Mandela kế thừa không những cá tính mà cả vóc dáng cao và thẳng của cha ông ta. Cha của Mandela có bốn vợ, và bà Nosekeni Fanny, mẹ của Mandela là vợ thứ ba. Theo cách gọi trong gia đình, vợ thứ nhất được gọi là Vợ Cả, Vợ Phía Tay Phải (mẹ của Mandela), Vợ Phía Tay Trái, và Vợ Chăm Sóc Gia Đình. Mandela là con lớn của mẹ ông nhưng lại là con trai nhỏ nhất trong số bốn anh em cùng cha khác mẹ.

Khi còn nhỏ Mandela chịu phép rửa tội theo đạo Tin Lành phái Methodist Church. Khi đi học, cô giáo Mdinggane thêm tên Nelson vào tên gia đình đặt. Từ đó, ông được gọi là Nelson Rolihlahla Dalibhunga Mandela. Năm Mandela lên 9 tuổi, cha ông qua đời vì bịnh phổi. Nelson Mandela được Jongintaba Dalindyebo, người kế tục chức vụ của cha ông, nhận làm con nuôi. Sau lễ cắt bao quy đầu vào năm ông 16 tuổi, Nelson Mandela được đưa vào trường trung học nội trú Clarkebury.

Năm 1937 khi vào tuổi 19, Nelson Mandela theo học đại học Healdtown, Fort Beaufort. Giống như Clarkebury, Healdtown là một trường đạo Tin Lành thuộc phái Methodist Church và là trường đại học nội trú duy nhất dành cho người da đen. Sinh viên da đen ưu tú từ khắp Nam Phi theo học tại đây. Một biến cố tinh thần đã xảy ra cho Nelson Mandela vào năm cuối tại Healdtown là buổi viếng thăm trường của nhà thơ lớn Krune Mqhayi, người dân tộc Xhosa. Lần đầu tiên trong đời Nelson Mandela xúc động lắng nghe một nhà thơ lên tiếng phê bình chính sách phân biệt chủng tộc của chính quyền da trắng một cách công khai với sự hiện diện của viện trưởng và toàn ban giảng huấn trường, rất đông trong số họ là da trắng.

Năm 1940, Nelson Mandela theo học tại đại học University College of Fort Hare. Đây là trường đại học nội trú da đen lớn nhất ở Nam Phi. Mandela hy vọng sẽ tốt nghiệp Cử Nhân tại trường này. Ông được bầu vào Hội Đồng Sinh Viên và tức khắc trở thành một lãnh tụ sinh viên tranh đấu cho các quyền lợi sinh viên. Trong một lần xung đột với ban lãnh đạo trường về tiêu chuẩn thực phẩm dành cho sinh viên, Nelson Mandela từ chức khỏi hội đồng sinh viên. Viện trưởng viện đại học tức giận trục xuất ông khỏi trường cho đến cuối niên khóa.

Mandela trở lại nhà nhưng chỉ để biết tin cha nuôi đang chuẩn bị cưới vợ cho mình. Mandela không muốn và cùng người anh nuôi bỏ trốn sang Johannesburg. Tại đây, Mandela tiếp tục học hàm thụ các lớp còn lại của hệ cử nhân và chính thức tốt nghiệp tại Fort Hare vào năm 1942. Năm 1943, Nelson Mandela theo học cử nhân luật tại trường đại học Witwatersrand với ý định trở thành một luật sư.

Chàng thanh niên Nelson Mandela là một người đàn ông cứng rắn nhưng cũng rất đa cảm. Mandela yêu nhiều người. Trong thời gian trú trại khu Alexandra thuộc thành phố Johannesburg, Mandela gặp Ellen Nkabinde, cô bạn luôn có nụ cười tươi, làm nghề dạy học mà Mandela quen biết khi cả hai còn ở Healdtown. Họ yêu nhau. Khu Alexandra đông đúc và chật hẹp, cặp tình nhân đang yêu không biết đi đâu ngoài việc ngồi ngắm những vì sao trên nền trời vào ban đêm. Dù sao, Ellen mang đến cho Mandela tình yêu, sự ủng hộ, niềm tin và hy vọng trong lúc anh ta đang lạc lõng giữa thành phố Alexandra còn xa lạ. Rất tiếc chỉ vài tháng sau Ellen rời thành phố mang theo mối tình đầu của Mandela.

Sau khi Ellen đi, Mandela lại yêu một người con gái khác. Nàng tên là Didi, xinh nhất trong năm người con gái của gia đình Xhosa mà Mandela đang trọ. Cuộc tình rồi cũng không đi đến đâu vì Didi không thật sự để mắt xanh đến anh chàng Mandela đa cảm đang trọ trong nhà mình. Nhưng lần thứ ba thì khác. Trái tim Mandela hướng về phía người con gái trẻ đẹp đang theo học nghề y tá tại Johannesburg tên là Evelyn Mase. Cha mẹ Evelyn chết sớm và cô sống với người anh. Vài tháng sau khi yêu nhau, Mandela hỏi cưới. Evelyn là vợ đầu của Nelson Mandela cho đến năm 1958.

Nelson Mandela bắt đầu tham gia các hoạt động của tổ chức Nghị Hội Toàn Quốc Nam Phi (African National Congress) gọi tắt là ANC vào năm 1942 và cuộc đời hoạt động của ông từ đó được chính trị hóa. Như ông ta giải thích trong Bước đường dài đến tự do: "Thật khó để xác định thời điểm nào tôi bị chính trị hóa khi tôi biết mình đã dành cả cuộc đời trong cuộc đấu tranh giải phóng. Làm một người Phi trong xã hội Nam Phi có nghĩa là bạn được chính trị hóa từ lúc mới ra đời, dù bạn có thừa nhận điều đó hay không. Một hài nhi ra đời trong bịnh viện chỉ dành cho da đen. Đưa về nhà trên xe bus chỉ dành cho da đen. Nếu may mắn được đi học cũng chỉ học trường dành cho da đen. Khi cô hay cậu đó lớn lên cũng chỉ làm những công việc người da đen phải làm và mướn một căn nhà để ở cũng chỉ được ở trong khu da đen".

Nhắc lại, ANC được thành lập vào ngày 8 tháng Giêng năm 1912 tại Bloemfontein để đấu tranh cho quyền của người da đen Nam Phi do nhà biên khảo John Dube và nhà thơ Sol Plaatje sáng lập. Chủ tịch đầu tiên của tổ chức là John Dube. Trong suốt hơn 70 năm tranh đấu, ANC đã trở thành đảng chính trị chiếm đa số trong cuộc bầu cử năm 1994 và trong cuộc bầu cử năm 2009, ANC chiếm đến gần 66 phần trăm trong tổng số cử tri đi bầu. Nhiều người ảnh hưởng đến quan điểm chính trị của Nelson Mandela đối với tổ chức ANC nhưng như chính Mandela thừa nhận, ảnh hưởng nhất phải là Walter Sisulu vì đức tính cương quyết, có lý có tình, thực tế và tận tụy của ông ta. Walter tin tưởng ANC là phương tiện cần thiết để thay đổi Nam Phi, là nơi gìn giữ của khát vọng của tầng lớp da đen bị trị tại Nam Phi. Mandela cũng tin tưởng sâu xa điều đó.

Sau khi gia nhập, Mandela trở thành một thành viên tích cực của phong trào chống phân biệt chủng tộc tại Nam Phi. Năm 1943, Nelson Mandela là một trong những thành viên sáng lập của Liên Đoàn Thanh Niên ANC nhằm đưa cuộc đấu tranh vào quần chúng, tổng hợp sức mạnh của giới nông dân ở nông thôn và tầng lớp công nhân tại các thành phố. Nelson Mandela cho rằng các hình thức thư thỉnh nguyện, cầu xin giới lãnh đạo da trắng không phải là hình thức đấu tranh thích hợp nhưng phải đánh trực tiếp vào quyền lợi của chúng qua các hình thức tẩy chay, đình công bãi thị, bất hợp tác với giới cầm quyền. Mặc dù ban đầu gặp trở lực từ các thế hệ lãnh đạo già, các hoạt động của Liên Đoàn Thanh Niên ANC dần dần đã được trung ương ANC chấp nhận. Vai trò lãnh đạo của Nelson Mandela được chính thức hóa qua các hoạt động cương quyết của ông. Năm 1947, Manela được bầu vào ban chấp hành ANC vùng Transvaal. Người lãnh đạo trực tiếp của ông là C.S. Ramohane, một người yêu nước và có kế hoạch xuất sắc. Bản thân Ramohane không có cảm tình với CS nhưng làm việc với họ vì ông cho rằng ông ta nên đón nhận sự ủng hộ từ mọi phía. Mandela cũng là tác giả của đề án Mandela làm tiêu chuẩn hoạt động cho cả tổ chức ANC trong đó đặt nặng vai trò chỉ đạo từ trung ương khi nhà cầm quyền da trắng đặt ANC ra ngoài vòng pháp luật.

Chiến Dịch Thách Thức Những Luật Bất Công (Defiance Campaign of Unjust Laws) là chiến dịch có quy mô lớn của ANC đòi hủy bỏ sáu đạo luật bất công trước ngày 29 tháng Hai năm 1952 và nếu không ANC sẽ có những hoạt động ngoài hiến pháp chống chính phủ da trắng. Dĩ nhiên, chính phủ da trắng không nhượng bộ mà còn đàn áp quyết liệt. Ngày 6 tháng Tư năm 1952, hàng loạt cuộc đình công đã được thực hiện tại các thành phố lớn như Johannesburg, Pretoria, Port Alizabeth, Durban và Cape Town. Ngày 30 tháng Bảy năm 1952, Nelson Madela bị bắt cùng với hai mươi lãnh đạo ANC khác. Nelson

Mandela bị kết án chín tháng tù ở nhưng sau đó được chuyển thành hai năm tù treo.

Năm 1952 cũng là năm có nhiều thay đổi trong nội bộ ANC. Albert Luthuli, một lãnh tụ có khuynh hướng đẩy mạnh các hoạt động của ANC được bầu vào chủ tịch. Mandela, trong cương vị chủ tịch khu Transvaal, là một trong bốn phụ tá của của Albert Luthuli. Nelson Mandela tiếp tục cuốn hút vào các hoạt động cho ANC cho đến tháng 12 năm 1956, Nelson Mandela bị bắt lần nữa. Lần này bị truy tố với một tội nặng hơn nhiều: mưu phản. Nelson Mandela đóng tiền tại ngoại hầu tra. Phiên tòa mưu phản kéo dài hai năm đã làm Nelson Mandela kiệt quệ về mọi mặt, tình cảm gia đình tan nát và điều kiện tài chánh suy sụp. Cũng trong thời gian khó khăn này, sự khác biệt về cách sống, lý tưởng đã làm hai vợ chồng Mandela và Evelyn vốn khác biệt đã khác biệt sâu sắc hơn. Cuối cùng cả hai đã đồng ý chia tay nhau.

Một lần trên đường từ tòa về qua một ngã tư đường, Nelson Mandela chợt lưu ý một cô gái đang đứng chờ xe bus. Nét đẹp của nàng cuốn hút Mandela nhưng ông ta biết khó mà có dịp gặp lại nàng. Như mối duyên tiền định, một hôm, khi đang ngồi làm việc trong văn phòng luật sư vừa mới lo tái trang bị, Mandela gặp lại cô lần nữa. Cô gái tên là Nomzamo Winifred Madikizela, và thường được gọi tắt là Winnie. Từ đó, họ gặp nhau bất cứ khi nào có thể. Họ ăn trưa với nhau và cùng nhau đi dạo trên cánh đồng cỏ xanh giống như cánh đồng cỏ ở quê hương Transkei. Mandela chia sẻ với Winnie những hy vọng và khó khăn. Như Mandela thuật trong hồi ký "Tôi không hứa hẹn với nàng vàng bạc hay kim cương, tôi sẽ không bao giờ có khả năng tặng nàng những món quà như thế". Winnie hiểu và chấp nhận mọi khó khăn. Vì Mandela vẫn còn trong thời gian bị truy tố, lễ cưới phải được tòa án chấp nhận. Đám cưới của Mandela và Nomzamo Winifred Madikizela được tổ chức vào ngày 14 tháng Sáu năm 1958 tại một nhà thờ nhỏ. Toàn bộ ban chấp hành trung ương ANC đã được mời nhưng một số đông, giống như Mandela đang bị truy tố nên không tham dự được. Vì không có tiền và thời gian để đưa nhau đi tuần trăng mật, đám cưới xong, chú rể Mandela lại tiếp tục ra tòa.

Sáng 29 tháng Ba năm 1961, sau hơn bốn năm dài từ khi bị bắt, hỏi cung, ra tòa với hàng ngàn tài liệu và hàng trăm nhân chứng, chính quyền da trắng vẫn không đủ bằng chứng tin cậy để kết án ANC là tổ chức CS. Chánh án Rumpff, một thẩm phán có lương tâm công lý, tuyên bố các bị can vô tội và được thả tức khắc.

Mandela biết việc trắng án chỉ có giá trị tạm thời, nhà cầm quyền da trắng sau nhiều năm với biết bao nhiêu tốn kém để truy tố ông chắc chắn thế nào cũng tìm bắt lại. Thay vì về nhà, Mandela quyết định lui vào hoạt động bí mật. Hầu hết các hoạt động của Nelson Mandela trong giai đoạn này được giữ kín với hành tung bất thường. Ông ẩn mình vào ban ngày và thường hoạt động vào ban đêm. Các lực lượng công an cảnh sát tung nhiều đợt lục soát để tìm bắt ông. Không những công an mà cả báo chí cũng tung phóng viên để thăm dò tung tích của Mandela. Nhiều báo phóng đại việc Mandela tránh thoát hệ thống công an trong đường tơ kẽ tóc.

Thật ra không ai biết thật sự "đường tơ kẽ tóc" đó như thế nào nếu không do chính Mandela viết trong hồi ký. Một lần khi Mandela lái xe và nhìn qua người khách đang ngồi trong xe bên trái không ai khác hơn là Đại tá Spengler, giám đốc sở an ninh

Witwatersrand. Tuy Mandela hóa trang nhưng khó mà qua được đôi mắt chuyên nghiệp của Spengler. Cũng may viên đại tá có trách nhiệm lùng bắt Mandela đã không nhìn sang hướng của ông. Rất nhiều lần khác, các cảnh sát yêu nước đã tìm cách báo cho bà Winnie biết trước khi có cuộc hành quân lục soát xảy ra trong vùng Mandela đang trốn. Mandela là người tổ chức từ bóng tối cuộc tổng đình công 29 tháng Năm năm 1961 tại Nam Phi. Nhiều trăm ngàn công nhân Nam Phi chấp nhận rủi ro mất việc đã ở nhà để ủng hộ lời kêu gọi của Mandela và ANC. Tuy nhiên, sau khi đánh gía kết quả ngày đình công, Mandela cho rằng nếu phía chính phủ da trắng đàn áp thẳng tay, cuộc đình công sẽ thất bại.

Trong thời điểm khó khăn và quyết liệt đó, Mandela và nhiều lãnh đạo ANC nghĩ không có một chọn lựa nào khác hơn là con đường võ trang. Tháng Sáu năm 1961, cánh quân sự của ANC, Umkhonto we Sizwe gọi tắt là MK, được thành lập nhằm mục đích lật đổ chính quyền phân biệt chủng tộc da trắng bằng các biện pháp quân sự. ANC giao trách nhiệm thành lập, tổ chức và chỉ huy cánh quân sự cho Nelson Mandela. Như chính ông ta thú nhận "Tôi, chưa bao giờ là một người lính, chưa từng chiến đấu trong mặt trận nào, thậm chí chưa bắn một viên đạn, lại được giao trọng trách thành lập một quân đội". Nhưng cũng từ đó, Mandela bắt đầu đọc các sách về chiến tranh du kích, sách chiến lược và chiến thuật quân sự và học rất nhanh.

Ngày 26 tháng Sáu năm 1961, Nelson Mandela, từ một địa điểm bí mật công bố qua báo chí lá thư công khai với nội dung sau:

"Tôi được báo một trát tòa bắt giữ tôi đã được phát ra, đồng thời công an cảnh sát đang lùng bắt tôi. Hội Đồng Hành Động

Quốc Gia thuộc ANC đã nhận xét kỹ lưỡng và khuyến cáo tôi không nên đầu hàng. Tôi đồng ý với lời khuyên và sẽ không nộp mình cho một chính quyền mà tôi không công nhận. Bất cứ nhà chính trị chín chắn nào cũng hiểu rằng trong tình trạng hiện nay của đất nước, tìm cách làm một thánh tử đạo rẻ tiền qua việc giao nộp sinh mạng cho cảnh sát là một hành động ngây thơ và là một trọng tội. Tôi đã chọn con đường này, một con đường khó khăn và đòi hỏi nhiều rủi ro, gian khổ hơn là ngồi trong nhà tù. Tôi đã phải tự tách rời khỏi vợ con thân yêu, xa mẹ già và các chị em tôi để sống như một kẻ sống ngoài vòng pháp luật trên chính đất nước của mình. Tôi đã phải đóng cửa cơ sở làm việc, từ bỏ ngành nghề chuyên môn và sống trong đói khát như nhiều triệu đồng bào tôi... Tôi sẽ chiến đấu chống chính quyền phân biệt chủng tộc sát cánh bên các bạn trong từng phân, từng dặm cho đến chiến thắng cuối cùng. Các bạn sẽ làm gì? Đến để cùng chiến đấu với chúng tôi hay hợp tác với chính quyền để trấn áp các đòi hỏi và khát vọng của nhân dân Nam Phi? Các bạn sẽ im lặng và bàng quan mặc trước những vấn đề sống và chết của nhân dân tôi và nhân dân chúng ta? Phần tôi, tôi đã có một chọn lựa cho riêng mình. Tôi sẽ không rời Nam Phi và cũng chẳng đầu hàng. Chỉ thông qua gian khổ, hy sinh và hành động quân sự, mục đích tự do mới đạt được. Đấu tranh là cuộc đời tôi. Tôi sẽ tiếp tục cuộc chiến đấu vì tự do cho đến những ngày cuối của đời mình".

Sau khi công khai phát động cuộc đấu tranh võ trang, tháng 10 năm 1961, Nelson Mandela di chuyển vào nông trại Liliesleaf ở Rivonia, vùng ngoại ô phía bắc Johannesburg. Nông trại được xem là tổng hành dinh của MK. Nelson Mandela mang tên mới là David Motsamayi, một người giữ nhà do chủ phái đến chăm sóc nhà cửa đất đai. Sau Mandela, các chỉ huy vùng của MK lần lượt đến nông trại. MK cũng xoay xở khéo léo để Winnie và các con đến thăm Mandela vào vài cuối tuần. Cơ cấu tổ chức của MK cũng tương tự như ANC, gồm bộ chỉ huy trung ương và các địa phương. Hàng ngàn truyền đơn được rải khắp các thành phố lớn để công bố ngày ra đời của MK.

Tháng Hai năm 1962, Nelson Mandela bí mật xuất ngoại đại diện cho cả ANC lẫn MK tại hội nghị của Phong Trào Tự Do Liên Phi cho Đông, Trung và Nam Phi Châu, gọi tắt là PAFMECSA được tổ chức tại thủ đô Addis Ababa thuộc Ethiopia. Tổ chức này là tiền thân của Tổ Chức Đoàn Kết Châu Phi hiện nay. Đây là một hội nghị vô cùng quan trọng vì là lần đầu tiên ANC có cơ hội kêu gọi sự yểm trợ trực tiếp của các quốc gia Phi Châu trong cuộc đấu tranh võ trang chống chính phủ da trắng Nam Phi. Trong dịp này, Mandela thăm viếng và kêu gọi viện trợ từ các quốc gia Phi Châu như Egypt, Lybia, Tunisia, Ghana, Algeria, Morocco, Mali, Guinea, Sierra Leone, Liberia, Senegal. Tuy cùng một Phi Châu nhưng không phải quốc gia nào cũng nhiệt tình ủng hộ. Một số lãnh đạo quốc gia viện trợ năm ngàn bảng Anh và cũng có một số quốc gia không tặng đồng nào. Trước khi lên đường trở lại Nam Phi, Nelson Mandela tham dự khóa huấn luyện quân sự tám tuần lễ tại Ethiopia. Trong thời gian Mandela ra nước ngoài, các cuộc đánh phá do MK chủ trương diễn ra tại nhiều nơi ở Nam Phi. ANC yêu cầu Mandela thu ngắn thời gian thụ huấn quân sự để về nước.

Tuy nhiên vài hôm sau khi trở lại Nam Phi, Nelson Mandela bị bắt vào ngày 5 tháng Tám năm 1962. Lần này, Nelson Mandela bị kết án 5 năm vì hai tội sách động công nhân đình công và xuất ngoại bất hợp pháp. Mendela bị đưa đến nhà tù Pretoria Local.

Thời gian ngắn sau đó, tổng hành dinh của MK tại nông trại ở Rivonia bị khám phá, lục soát và nhiều tài liệu quan trọng bị tịch thu. Phần lớn các cấp chỉ huy trung ương của MK cũng lần lượt bị bắt. Một số ít may mắn thoát được nhưng đã phải lưu vong sang các quốc gia Phi Châu. Trong lúc đang bị tù, Nelson Mandela lại bị truy tố với một tội nặng hơn trong phiên tòa được báo chí gọi "Chính phủ chống lại Bộ Chỉ Huy Quốc Gia Tối Cao và những người khác". Mandela là bị cáo đầu tiên trong danh sách nên phiên tòa còn được gọi là "chính phủ chống lại Nelson Mandela và những người khác". Phiên tòa kéo dài gần hai năm. Khắp thế giới bùng lên phong trào ủng hộ Mandela. Hội Đồng Bảo An Liên Hiệp Quốc yêu cầu chính quyền Nam Phi ân xá. Sinh viên đại học London bầu Nelson Mandela làm chủ tịch sinh viên dù vắng mặt bởi vì Mandela vẫn còn là sinh viên hàm thụ khoa Luật cúa đại học London và vừa hoàn tất kỳ thi cuối khóa hai ngày trước ngày tuyên án.

Đêm trước đó, Mandela và các bạn đã quyết định dù bản án nặng đến đâu hay thậm chí có tử hình đi nữa, cũng không kháng án. Theo lời Mandela giải thích với các luật sư bào chữa, kháng án chỉ làm giảm giá trị đạo đức của lý tưởng mà họ đã và đang đeo đuổi, kháng án cũng có nghĩa là phải giải thích khác hơn và từ chối những hành động chính nghĩa mình đã làm. Mandela tin nếu bản án do tòa quyết định là tử hình, chắc chắn sẽ có một phong trào quần chúng mạnh mẽ đứng lên phản đối, ông không muốn làm nhẹ tinh thần của cuộc đấu tranh đó. Như Mandela viết "không có sự hy sinh nào có thể gọi là quá to lớn trong cuộc đấu tranh vì tự do". Mandela còn chuẩn bị cả câu nói cuối cùng trường hợp chánh án De Wet hỏi ông sau khi nghe tuyên đọc án tử hình: "Tôi chuẩn bị chết trong niềm tin vững chắc rằng cái chết của tôi sẽ là niềm khát vọng cho lý tưởng mà tôi đang dâng hiến cuộc đời mình".

Ngày 12 tháng Sáu năm 1964, ngoại trừ hai người, một được miễn tố và một nhẹ tội, Nelson Madela và các bạn còn lại bị kết án chung thân. Kết án xong, nửa đêm ngày hôm sau, Mandela và 6 thành viên lãnh đạo của MK bị đưa đến nhà tù Robben Island, tương tự như đảo Alcatraz ngoài vịnh San Francisco của Mỹ, trong một máy bay quân sự bí mật với các lực lượng công an cảnh sát vây kín từ nơi tạm giam đến phi trường. Xà lim của Mandela rộng khoảng 1.8 mét. Mỗi phòng có một tấm bảng giấy ghi tên và số tù. Bảng của Mandela ghi là "N Mandela 466/64". Năm đó Mandela 46 tuổi. Mandela dành hơn 100 trang trong hồi ký để mô tả đời sống vô cùng khắc nghiệt trong suốt 17 năm dài tại nhà tù Robben Island, nơi đó mỗi ngày ông phải đập đá dưới cơn nắng cháy da và ban đêm ngủ trong xà lim mới dựng còn rất ẩm thấp. Đó cũng là thời gian Mandela bị nhiễm vi trùng lao.

Sau 21 năm qua hai trại tù, từ Robben đến Pollsmoor với tất cả gian lao và chịu đựng, trong một lần khám bịnh thường lệ, bác sĩ khám phá tiền tuyến liệt của Mandela bị sưng to và cần phải được giải phẫu. Nhưng sau khi giải phẫu xong, viên điều hành trại tù, Thiếu tướng Munro, đưa Mandela đến một phòng giam khang trang nhiều so với phòng giam mà ông ta sống trước đó. Tuy không nói ra, Mandela biết chính quyền da trắng đã có ý thăm dò phản ứng của ông về cách đối xử mới của chính quyền.

Trong suốt cuộc đời tranh đấu từ khi gia nhập ANC, Nelson Mandela đã chọn nhiều phương pháp đấu tranh, trong đó có bất bạo động và cả bạo động. Tuy nhiên, sau nhiều năm suy tư về con đường đất nước đã trải qua và hy vọng nào còn đang chờ trước mặt, Mandela đã thay đổi phương pháp đấu tranh. Nelson Mandela viết trong hồi ký "Sự thay đổi, tôi quyết định, không phải chỉ là trách nhiệm mà còn là cơ hội... Tôi đắn đo từ lâu về việc bắt đầu nói chuyện với phía chính phủ. Tôi kết luận thời gian đã đến và cuộc đấu tranh sẽ thuận lợi hơn khi cần được đẩy mạnh qua đàm phán. Nếu chúng ta không bắt đầu đàm phán sớm, cả hai bên phải lao vào đêm tối của áp bức, bạo động và chiến tranh."

Mandela nhìn lại cuộc đấu tranh của ANC trong suốt 70 năm, rất nhiều thường dân vô tội đã bị giết nhưng chính quyền phân biệt chủng tộc da trắng vẫn nhất định không nhường bước. Thật là vô nghĩa nếu cuộc đấu tranh võ trang tiếp tục và mỗi ngày nhiều mạng sống bị cướp mất đi. Không ít các hoạt động của MMK là hành động khủng bố. Tuy nhiên, một bên nào muốn dừng lại cũng không phải là chuyện dễ dàng. Nhà cầm quyền da trắng đã nhiều lần khẳng định ANC và MK là những tổ chức khủng bố CS trong lúc ANC cũng không kém phần quyết liệt khi cho rằng chính phủ Nam Phi chỉ là một chính quyền phát-xít, phân biệt chủng tộc và do đó sẽ không có gì để đàm phán với họ cho đến khi nào họ công nhận ANC. Về phần nội bộ ANC, việc thông tin giữa Mandela và các lãnh đạo trung ương của ANC cũng rất khó khăn vì một số đang bị tù, một số khác đang lưu vong và số còn lại hoạt động bí mật rải rác khắp nơi.

Nelson Mandela cuối cùng chọn một giải pháp, đó là tự quyết định cách giải quyết vấn đề một mình và tuyệt đối không cho ai, kể cả các thành viên ANC đang bị tù chung biết. Nếu thành công sẽ có lợi cho đất nước và nếu thất bại chỉ một mình ông ta chịu trách nhiệm. ANC có thể cho rằng vì Mandela không tiếp cận với thực tế và đầy đủ thông tin nên đã có những quyết định không đúng với đường lối của ANC.

Vài tuần sau khi về phòng giam mới, Mandela viết thư cho Bộ trưởng Tư pháp Nam Phi Kobie Coetsee và đề nghị thảo luận về những vấn đề cần thảo luận. Đầu năm 1986, Mandela tiếp đón một phái đoàn bảy thành viên đại diện nhiều quốc gia thăm viếng Nam Phi để tìm hiểu sự thật. Phái đoàn do Tướng Olusegun Obasanjo, cựu tổng thống Nigeria và cựu ngoại trưởng Úc Malcolm Fraser cầm đầu. Tại buổi gặp gỡ, Nelson Mandela lần nữa đưa ra chủ trương đối thoại nhưng nhấn mạnh đó là việc đối thoại giữa ANC và chính phủ chứ không phải riêng ông ta và chính phủ. Mandela khẳng định với phái đoàn quốc tế rằng ông là một người Quốc Gia Nam Phi chứ không phải là CS. Mặc dù có làm việc với nhiều đảng viên CS, Mandela từ lâu đã quan niệm rằng cuộc đấu tranh của ANC chống chính quyền da trắng là cuộc đấu chống kỳ thị chủng tộc chứ không phải là cuộc đấu tranh giai cấp hay đấu tranh vì lý do kinh tế như đảng CS Nam Phi lý luận. Tuy chưa tuyên bố công khai từ bỏ phương tiện võ trang, Mandela thừa nhận rằng bạo động không bao giờ có thể là giải pháp cuối cùng cho vấn đề Nam Phi. Trong buổi hội kiến với phái đoàn quốc tế, Mandela cũng đòi hỏi phía nhà cầm quyền da trắng phải bày tỏ thiện chí trước bằng cách giải tỏa vòng vây công an cảnh sát khỏi các thôn ấp da đen. Nếu làm được như vậy, ông tin phía ANC cũng sẽ đáp ứng bằng cách hạn chế các cuộc tấn công để làm tiền đề cho đàm phán. Mandela cho phái đoàn biết việc trao trả tự do cho bản thân ông trước áp lực quốc tế đang phát động không giải quyết được vấn đề tranh chấp tại Nam Phi.

Trong năm 1987, Tổng thống Nam Phi Botha thành lập một ủy ban bí mật trong đó có bộ trưởng tư pháp Kobie Coetsee có trách nhiệm đàm phán riêng với Nelson Mandela. Các buổi thảo luận bí mật diễn ra nhiều lần giữa Mandela và ủy ban tổng thống. Vào thời điểm quan trọng này, Nelson Mandela xét thấy cần phải hội ý với các lãnh đạo MK đang bị tù với ông và hiện đang bị giam giữ ở tầng trên. Ông gặp riêng từng người và tất cả đều không chống đối phương pháp đàm phán nhưng đồng thời cũng không tin tưởng hoàn toàn nơi thiện chí của nhà cầm quyền da trắng. Ngoài ra, Oliver Tambo, lãnh tụ của ANC đang hoạt động bên ngoài đã biết về sự đối thoại đang diễn ra giữa Mandela và chính quyền, và đã đặt ra cho Mandela nhiều câu hỏi. Để các lãnh đạo ANC bên ngoài an tâm, trong một tin nhắn bí mật cho Oliver Tambo, Mandela xác định việc đàm phán thật sự chỉ diễn ra giữa ANC và chính quyền da trắng chứ không phải giữa ông ta và chính quyền da trắng.

Ngày 4 tháng Bảy năm 1989, Nelson Mandela bí mật được đưa đi gặp tổng thống Nam Phi P. W. Botha tại dinh tổng thống vào lúc 5:30 sáng. Trong buổi hội kiến ngắn chưa đầy 30 phút, Nelson Mandela yêu cầu tổng thống Botha trả tự do cho tất cả tù chính trị Nam Phi trong đó có cả ông. Tổng thống Botha từ chối. Tuy nhiên, không đầy một tháng sau, Botha từ chức tổng thống Cộng Hòa Nam Phi và quyền lãnh đạo quốc gia được trao qua de Klerk. Tháng mười cùng năm, de Klerk tuyên bố trao trả tự do cho bảy lãnh tụ cao cấp của ANC.

Tháng Chạp cùng năm, tổng thống de Klerk mời Mandela hội kiến. Trong dịp này, Nelson Mandela nhắc lại các đòi hỏi tiên quyết trong đó bao gồm việc hủy bỏ luật ngăn cấm ANC hoạt động, trả tự do cho tất cả tù chính trị còn lại, hủy bỏ luật tình trạng khẩn cấp quốc gia, cho phép các lãnh tụ đảng phái chính trị đang lưu vong trở về nước. Mandela lưu ý tổng thống de Klerk, nếu chính phủ Nam Phi không làm được những điều đó, một mai khi được trả tự do, Nelson Mandela tại tiếp tục tranh đấu như trước và chẳng lẽ chính phủ da trắng lại bắt giam, kết án và tù đày ông như hai mươi bảy năm trước đó hay sao.

Ngày 2 tháng Giêng năm 1990, Tổng thống F. W. de Klerk trong diễn văn lịch sử đọc trước quốc hội Nam Phi tuyên bố hủy bỏ chính sách phân biệt chủng tộc và đặt nền tảng cho cải cách dân chủ tại Nam Phi. Nói chung, tổng thống de Klerk đã thực hiện hầu hết các điều khoản do Mandela yêu cầu trong lần gặp gỡ trước đó. Lần đầu tiên trong 30 năm, hình ảnh và các lời tuyên bố của Nelson Mandela được công khai trưng bày trong dân chúng.

Ngày 10 tháng Giêng sau đó, de Klerk mời Nelson Mandela gặp lần nữa và thông báo chính phủ sẽ đưa ông về lại Johannesburg và trao trả tự do cho ông tại đó vào ngày hôm sau. Nelson Mandela từ chối việc được trả tự do tại Johannesburg và cũng không muốn được trả sớm như vậy. Trong suốt 27 năm tranh đấu để được tự do, không bên nào nghĩ cuối cùng việc trả tự do ở đâu lại trở thành vấn đề tranh cãi. Cả Mandela lẫn nhà cầm quyền cũng không ngờ có một ngày bên chính phủ muốn thả tự do cho tù nhân Mandela nhưng chính tù nhân Mandela lại muốn ở thêm một tuần lễ nữa. Cuối phiên họp, mỗi bên nhượng bộ một phần. Nelson Mandela sẽ ra khỏi cổng nhà tù ông đang ở nhưng không thể ở lại thêm ngày nào khác.

Lúc 3:30 chiều ngày 11 tháng Giêng năm 1990, Nelson Mandela bước ra khỏi cổng nhà tù cuối cùng Victor Verster giữa rừng người đang hân hoan chờ đợi.

"ÁM SÁT TƯ CÁCH CÁ NHÂN" QUA HAI CHUYỆN "16 TẤN VÀNG" VÀ "BỐN XE TIỀN MẶT"

Mặc dù bản chất và mục tiêu giữa hai cuộc chiến Afghanistan và Việt Nam hoàn toàn khác nhau như người viết đã phân tích khá chi tiết trong bài "Kabul Không Phải Là Sài Gòn", màn chót của hai bi kịch có nhiều điểm giống nhau đáng chú ý.

Một trong chuyện đáng chú ý là chuyện vàng và bạc. Một TT Nguyễn Văn Thiệu mang theo "16 tấn vàng" và một TT Afghanistan Ashraf Ghani với "bốn xe và một trực thăng chở đầy tiền mặt".

Một trong những kỹ thuật tuyên truyền bỉ ổi nhưng hữu hiệu trong chính trị là "Ám Sát Tư Cách Cá Nhân" (Character Assassination).

"Ám Sát Tư Cách Cá Nhân" được định nghĩa trong trang Web Luật Mỹ (US Legal): "Ám Sát Tư Cách Cá Nhân là những cuộc tấn công bằng lời nói ác ý nhằm gây tổn hại hoặc làm hoen ố danh tiếng của một người. Sau khi đã thực hiện xong, những hành vi này thường rất khó để đảo ngược hay cải chính. Do đó nó được ví như một vụ ám sát mạng người theo đúng nghĩa đen. Thiệt hại có thể kéo dài suốt đời hoặc, đối với các nhân vật lịch sử và nhân vật quan trọng, trong nhiều thế kỷ sau khi họ qua đời."

(Character Assassination is malicious verbal assaults designed to damage or tarnish the reputation of a person. Once done, these acts are often difficult to reverse or rectify. Therefore it is likened to a literal assassination of a human life. The damage sustained can last a lifetime or, for historical figures and important personalities, for many centuries after their death.)

Trường Hợp "16 Tấn Vàng"

Hẳn nhiên hôm nay những người biết đọc, biết viết, biết nhận ra những điểm vô lý trong một câu chuyện "16 tấn vàng" đều đồng ý việc đưa 1.234 thỏi (16 tấn) vàng một cách bí mật từ dưới hai hầm của Ngân Hàng Quốc Gia VNCH ra phi trường Tân Sơn Nhất để từ đó bay sang Đài Bắc là sản phẩm Hollywood của báo chí tả khuynh phản chiến Mỹ. Kế hoạch dùng vàng dự trữ để mua vũ khí có thể đã được bàn nhưng cũng chỉ là bàn, không có phương án cụ thể nào hay một thỏa ước giữa VNCH và một nước ngoài nào đó.

Không ít người cho rằng việc TT Nguyễn Văn Thiệu mang 16 tấn vàng đã được Phân Tích Viên CIA Frank Snepp kể lại trong tác phẩm Decent Interval, một tác phẩm không thể thiếu cho một người muốn nghiên cứu về chiến tranh Việt Nam. Nhưng toàn văn cuốn sách nhất là 11 trang trong chương "High-Class Chauffer" (Tài Xế Hạng Sang) mô tả khi Frank Snepp lái xe đưa TT Nguyễn Văn Thiệu ra máy bay không có một chữ "vàng" nào. Tiếng kim loại va chạm nhau mà Frank Snepp tả trong sách và cũng có thể là nguồn cho "ám sát tư cách cá nhân" TT Nguyễn Văn Thiệu thật ra chỉ là tiếng va chạm giữa hai khẩu súng nhỏ của Thiếu Tá Nguyễn Tấn Phận để trong cặp samsonite.

Một chuyến ra đi bí mật nhưng bình thường của cựu TT VNCH Nguyễn Văn Thiệu và một số viên chức trên phi cơ C-118 Mỹ.

Sau này TT Nguyễn Văn Thiệu nhắc lại điều ông Nguyễn Văn Hảo nói để mọi người biết nhưng trước đó tổng thống im lặng. Bởi vì ông biết có nói "không" một trăm lần thì những người nghĩ là có vẫn không tin. Họ tin BBC loan, tin AP viết "dựa theo một nguồn tin" được thêu dệt của những kẻ thù ghét VNCH thay vì bình tĩnh tìm ra những nghịch lý của chuyến đi trong thời gian cấp bách chỉ 5 ngày trước khi Sài Gòn mất vào tay CS.

Trường Hợp "Bốn Xe Và Một Trực Thăng Chở Đầy Tiền Mặt"

Trong mấy tuần qua, những người không biết nhiều về chính trị Afghanistan sẽ khinh bỉ cựu tổng thống của quốc gia này hết sức chỉ vì bản tin của một hãng tin Nga: "Tổng thống Ashraf Ghani bỏ trốn với nhiều xe và trực thăng chứa đầy tiền mặt" (Afghan president fled with cars and helicopter full of cash - RIA".

RIA là chữ viết tắt theo tiếng Anh của Cơ Quan Thông Tin Nga (Russian Information Agency) thuộc quyền sở hữu của chính phủ Nga. Điều đó có nghĩa những tin do RIA phát là tin chính thức của Nga.

Hầu hết các hãng tin và đài truyền hình lớn của Mỹ như Reuter, AP, ABC... và các báo lớn trên thế giới đều loan dựa theo nguồn tin RIA. Tòa đại sứ Nga tại Kabul còn lo không nhiều người tin vào RIA, đã tiếp lời bằng cách lên tiếng tố cáo tổng thống Ashraf Ghani bỏ trốn với bốn xe chất đầy tiền.

Việc đánh phủ đầu bằng cách "ám sát tư cách cá nhân" của TT Ashraf Ghani là một trong những biện pháp cần phải thực hiện ngay.

Putin biết cuộcchiến Afghanistan còn lâu mới chấm dứt. Các lực lượng chống Taliban còn chiếm giữ nhiều vùng và đóng quân chỉ cách thủ đô Kabul 100 cây số. Ahmad Massoud, con trai của anh hùng dân tộc Ahmad Shah Massoud (1953-2001), tư lịnh nổi tiếng của cuộc chiến chống Liên Xô xâm lược và là người bị al-Qaida ám sát đầu tháng 9, 2001, vẫn còn hoạt động chống Taliban tại nhiều nơi trên khắp nước. Ahmad Massoud đang kêu gọi thế giới ủng hộ cuộc chiến chống Taliban của nhân dân Afghanistan.

Sau khi Mỹ rút, Nga và Trung Cộng là hai quốc gia có ảnh hưởng mạnh nhất trong đời sống chính trị của một nước gần 40 triệu dân vùng Trung Á này.

Ashraf Ghani Là Ai?

Ashraf Ghani sinh năm 1949 tại miền Nam Afghanistan. Theo chương trình trao đổi học sinh, Ashraf Ghani có cơ hội học tại trung học Lake Oswego, tiểu bang Oregon. Khi trở lại quê hương ông học tiếp để tốt nghiệp trung học và sau đó theo học American University at Beirut ngành Nhân Chủng Học Văn Hóa (Cultural Anthropology).

Theo lời giới thiệu được lưu trữ tại Đại học Columbia, ông được học bổng học hai năm trong chương trình Master (Thạc Sĩ) của Columbia University. Sau khi vừa tốt nghiệp Master cũng là lúc gia đình ông bị các lực lượng thân Liên Xô bắt. Ông buộc phải ở lại học tiếp và trình luận án Tiến Sĩ Kinh Tế Nhân Chủng Học Văn Hóa tại trường này năm 1983. Sau khi tốt nghiệp, Dr. Ashraf Ghani được mời dạy tại University of California Berkeley, Johns Hopkins University. Ông gia nhập World Bank năm 1991 và làm việc 11 năm cho tổ chức này tại các vùng Đông và Nam Á Châu.

Ashraf Ghani trở lại Afghanistan sau 24 năm để tham gia chính phủ. Bộ trưởng Tài Chánh Ashraf Ghani chủ trương minh bạch và trách nhiệm. Ông sa thải các viên chức tham nhũng. Mười một năm trong tổ chức World Bank cho ông biết minh bạch và trách nhiệm trước hết phải bắt đầu từ người lãnh đạo. Dr. Ashraf Ghani là người đầu tiên trong chính phủ Afghsnistan công khai hóa tài sản riêng của mình thu nhập được sau 24 năm sống và làm việc ở nước ngoài cũng như đất đai do cha ông để lại. Ông ra lịnh phải điện toán hóa mọi thu chi của bộ và từ chối trả lương cho quân đội nếu đơn vị nào không kết toán đầy đủ nhân sự và số lượng người tuyển dụng.

Trong suốt các hoạt động văn hóa và chính trị của mình, Ashraf Ghani tập trung vào hai mục đích chính đáng cho dân tộc ông: (1) xóa bỏ nạn nghèo đói tại Afghanistan, (2) xây dựng quyền công dân. Ông không thành công như ý muốn, nhưng không phải vì ông tham nhũng hay độc tài mà do nhiều yếu tố chính trị, lịch sử, văn hóa, tập quán xã hội khác.

Sau thời gian làm Bộ Trưởng Tài Chánh, ông từ chối tiếp tục tham chính và xin trở lại làm Viện Trưởng Viện Đại Học

Kabul. Năm 2009, ông trở lại chính trường để ứng cử tổng thống. Tuy không thành công, ông được mời làm chủ tịch ủy ban chuyển giao quyền hạn từ Hoa Kỳ và NATO sang các lực lượng an ninh Afghanistan.

Năm 2014, Ashraf Ghani được Foreign Policy magazine chọn là một trong một trăm World's Top 100 Global Thinkers. Ông cũng là tác giả của nhiều tác phẩm nghiên cứu về lịch sử, văn hóa và chính trị Afghanistan.

Năm 2014, ông ứng cử tổng thống lần nữa và đắc cử. Ngày 15 tháng 8, 2021, TT Ashraf Ghani rời Afghannistan để "tránh đổ máu" và khỏi bị "treo cổ" nhưng hứa sẽ trở lại Afghanistan.

Đọc tiểu sử và những đóng góp của TT Ashraf Ghani, một trí thức có tài sản được ExactNetworth ước lượng vào khoảng năm triệu dollar và được xếp vào hạng 100 nhà trí thức có ảnh hưởng trên thế giới để thấy với cái đầu suy nghĩ của ông ta chẳng lẽ tới giờ chót lại dại dột chở theo bốn xe chất đầy tiền bạc?

Tài sản trị giá năm triệu dollar của một tiến sĩ giảng dạy nhiều năm tại các đại học danh tiếng thế giới, làm việc 11 năm cho World Bank, được thừa kế nhiều ruộng đất do ông cha để lại và đầu tư trong suốt 24 năm là một gia sản hợp lý nếu không muốn nói là khiêm nhượng.

Hôm 18 tháng 8 vừa qua, TT Ashraf Ghani tố cáo Nga đã "ám sát tư cách cá nhân" ông khi tung tin không căn cứ. Giấy tờ khai với hải quan qua hai nước cho thấy ông chỉ mặc một bộ đồ truyền thống, khoác chiếc áo 'vest' và mang đôi giày 'sandals".

Đành rằng «con người lòng tham không đáy", không có gì chắc chắn để bảo đảm Ashraf Ghani giàu rồi nên không muốn giàu thêm nhưng ít nhất ông cũng biết mọi hành vi của ông không thể nào tránh được tai mắt của mọi người.

Lý Do Putin Muốn "Ám Sát Tư Cách Cá Nhân" Ashraf Ghani

Muốn biết lý do chúng ta phải xem xét mối quan hệ giữa Taliban và Nga cũng như cách đánh giá của Putin về vai trò của Ashraf Ghani trong tương lai Afghanistan.

Nga nhận xét Afghanistan như là một "vùng ảnh hưởng" của ba cường quốc: Mỹ, Trung Cộng và Nga. Quốc gia này có chung biên giới với các "kho thuốc súng" Trung Cộng, Iran, Pakistan, Tajikistan, Turkmenistan và Uzbekistan.

Nga được bao bọc bởi một vòng đai an ninh gồm ba nước Trung Á là Tajikistan, Turkmenistan và Uzbekistan. Ba nước này là thành viên của Tổ Chức Liên Phòng An Ninh Tập Thế (Collective Security Treaty Organization) do Nga đứng đầu, và vì thế, biên giới của Nga trong thực tế là Afghanistan như đã có từ thời Liên Xô còn tồn tại.

Lãnh thổ Afghanistan có thể sớm bị biến thành bãi chiến trường trong một cuộc Chiến Tranh Ủy Nhiệm (Proxy War) kiểu Syria mà Putin không muốn thấy. Lý do, tại Syria, Nga đóng vai "ngư ông đắc lợi" trong khi tại Afghanistan, Nga từng là "cò" và có thể sẽ là "cò" lần nữa trong tương lai.

Mọi bất ổn trầm trọng của Afghanistan sẽ ảnh hưởng đến phần Á Châu của Nga. Bài học xương máu 10 năm xâm lược Afghanistan với 15,000 lính bị giết, 35,000 lính bị thương và làm nền kinh tế suy sụp như Gorbachev thừa nhận với RIA hôm 17 tháng 8, 2021 vừa qua là một bài học cay đắng của Liên Xô.

Ngày 8 tháng 7, 2021, Nga là quốc gia đầu tiên mà các đại diện phe Taliban thăm viếng và cam kết cuộc tiến quân nhanh chóng của họ sẽ không ảnh hưởng gì đến các quốc gia lân cận trong vùng Trung Á và Taliban thừa nhận rằng họ có quan hệ tốt với Nga.

Khi Nga tung tin để "ám sát tư cách cá nhân" một đối thủ chính trị của Taliban cho thấy mối lo xa của Putin và cũng để lấy lòng Taliban. Dù Ashraf Ghani đã cải chính "viên đạn" của Nga cũng đã làm ông bị tổn thương trầm trọng.

Mấy tuần qua cách rút quân ra khỏi Afghanistan của TT Joe Biden làm trò cười cho thế giới và bị các chính khách cả hai đảng Dân Chủ lẫn Cộng Hòa phê bình. Khi bị phê bình, TT Joe Biden thay vì thừa nhận sai lầm đã đổ thừa lên TT Ashraf Ghani và quân đội Afghanistan nhu nhược, không có khả năng bảo vệ đất nước. Trong khi đó, TT Joe Biden và bộ tham mưu của ông đã làm ngược với sách vở và kinh nghiệm rút quân của thế giới cũng như của các chính phủ Mỹ trước đây.

Trong số những người phê bình có Mikhail Gorbachev. Cũng trong bài trả lời phỏng vấn của RIA, Mikhail Gorbachev cho rằng Mỹ thất bại ngay từ đầu cuộc chiến Afghanistan. Nhận xét đó không đúng và chẳng qua là một cách gỡ gạc cho thất bại của chính mình.

Mỹ không thua ở Afghanistan. Việc rút quân ra khỏi Afghanistan sau khi các mục đích chính đã hoàn thành dù tốn kém là một chọn lựa có tính chiến lược. Tuy nhiên, cách rút của TT Joe Biden đã biến những thành tựu nên được đề cao, những tốn kém cần được đánh đổi, những hy sinh cần được vinh danh thành những thất bại ê chề.

Lẽ ra, TT Joe Biden nên tuần tự rút theo ưu tiên các thành phần dân sự Mỹ và các cộng tác viên người Afghanistan sau đó mới chính thức công bố thời hạn rút số quân còn lại. TT Joe Biden làm ngược với sách vở nên tạo ra một luồng sóng phản ứng tâm lý đối với mọi cấp từ lãnh đạo, quân đội đến người dân Afghanistan.

Ai không sợ Taliban? Thời gian từ khi lên nắm quyền 1996, bị đánh bật ra khỏi Kabul 2001 và phục hồi, Taliban là cơn ác mộng hãi hùng của dân tộc Afghanistan vì đã gây ra vô số tội ác. Hình phạt mà Taliban thường dùng là cắt cổ. Cách đây không lâu, tháng 5, 2021, Sohail Pardis, một thông dịch viên cho quân đội Mỹ chỉ 16 tháng bị Taliban chặn xe bắt và chặt đầu ngay giữa đường. TT Joe Biden và bộ tham mưu của ông biết rõ tội ác của Taliban nhưng vô cảm trước nỗi sợ hãi và tai họa sẽ giáng xuống đầu hàng triệu dân Afghanistan trong nay mai.

Con Người Thường Rất Dễ Tin

Sự dễ tin của một người phát xuất từ bốn lý do, (1) thiếu kiến thức căn bản để tự tìm hiểu các điều nghịch lý trong câu chuyện; (2) thiếu tự tin ở chính mình nên dễ bị lung lạc; (3) đầy định kiến nên tin vào những nguồn tin không chính xác nhưng lại phù hợp với tình cảm hay quan điểm riêng của mình; (4) những điều đó dẫn tới một trình độ nhận thức kém về những lãnh vực mà người đó quan tâm.

Người viết không binh vực hay chống đối TT Ashraf Ghani nhưng chỉ viết ra đây mặt khác của vấn đề để các bạn trẻ đọc và qua đó sẽ có một cách nhìn sáng suốt, đa diện, khách quan và bình tĩnh khi có cơ hội đọc về những nhân vật lịch sử của cuộc chiến Việt Nam.

Không riêng cố TT Nguyễn Văn Thiệu mà cả nước Việt Nam Cộng Hòa cho đến nay vẫn còn là nạn nhân của loại "ám sát" này.

Thế giới con người đầy gai nhọn, gai trên đường đi và gai nhiều nhất trong lòng người. Mong các ban trẻ học chuyện nước ngoài để bước khéo hơn trên con đường Việt Nam đã, đang và sẽ đầy gai như thế.

BÀI HỌC "THOÁT NGA" CỦA LITHUANIA

Cách mạng dân chủ được viết bằng xương máu của những người đã đổ xuống trong thời điểm lịch sử nhưng giữ được lâu dài nhờ những nhà lãnh đạo có tầm nhìn xa vào tương lai đất nước.

Người viết đã có dịp giới thiệu tầm nhìn của một số chính khách như Nelson Mandela, Mustafa Kemal Atatürk... Lần này xin giới thiệu Tiến sĩ Vytautas Landsbergis, giáo sư âm nhạc và là nhà lãnh đạo đầu tiên của Cộng Hòa Lithuania sau CS.

Vytautas Landsbergis là một tấm gương soi, một bài học quý giá về tầm nhìn đất nước, nhất là các nước nhỏ phải tồn tại và vươn lên bên cạnh một nước lớn đầy tham vọng. Người dân Lithuania gọi Vytautas Landsbergis là con người định hướng đi cho đất nước.

Vytautas Landsbergis và phong trào Sajudis

Giáo sư Vytautas Landsbergis sinh ngày 18 tháng 10, 1932 tại Kaunas, Lithuania. Ông tốt nghiệp Học Viện Âm Nhạc Lithuania năm 1955 và năm 1969 ông trình luận án Tiến sĩ Âm Nhạc. Từ năm 1978 đến năm 1990 ông là giáo sư âm nhạc tại Học Viện Âm Nhạc Lithuania và Đại học Vilnius Pedagogical.

Giáo sư Vytautas Landsbergis là một trí thức nổi bật trong Phong trào Sajudis được thành lập năm 1988 với mục đích tối hậu là đưa Lithuania ra khỏi xích xiềngCSLX. Ông được bầu làm chủ tịch của phong trào.

Phong trào bắt đầu bằng những hoạt động phi chính trị như yêu cầu ngưng xây dựng nhà máy hạt nhân, ủng hộ các cải cách văn hóa, xã hội, kinh tế của Mikhail Gorbachev. Nhóm bắt đầu chỉ với 35 thành viên, phần đông là văn nghệ sĩ, một số trong nhóm từng là đảng viên đảng CS Lithuania. Phong trào Sajudis tổ chức nhiều cuộc tập hợp lớn, trong đó có buổi tập hợp với hàng trăm ngàn người tham dự đánh dấu ngày Hitler và Stalin ký kết Hiệp ước Molotov-Ribbentrop Pact cưỡng chiếm ba nước nhỏ vùng Baltic trong đó có Lithuania.

Phong trào Sajudis mỗi ngày thêm lớn mạnh và được sự ủng hộ của dân chúng. Đảng CS Lithuania bị cô lập dần và cuối cùng đồng ý từ bỏ độc quyền cai trị. Cuộc bầu cử quốc hội tự do được tiến hành vào tháng 2, 1990 và Phong trào Sajudis chiếm được 101 trong số 141 ghế đại biểu quốc hội. Thời kỳ đó Lithuania chưa bầu tổng thống hay đề cử thủ tướng. Vytautas Landsbergis được bầu làm Chủ tịch Quốc Hội và theo hiến pháp tạm thời, ông là Chủ tịch của Hội Đồng Tối Cao và được xem như Quốc trưởng của Cộng Hòa Lithuania vừa được hồi sinh.

Tháng 3, 1990, Lithuania tuyên bố độc lập. Nhiệm vụ lịch sử của Phong trào Sajudis được xem như hoàn thành. Các thành viên của phong trào, có người ở lại, có người ra đi, có người thành lập các đảng phái tổ chức riêng.

Năm 1993, Vytautas Landsbergis và một số thành viên Phong trào Sajudis thành lập đảng chính trị Homeland

Union (Tėvynes Sąjunga). Đảng Homeland Union thắng lớn trong cuộc bầu cử quốc hội lần thứ hai và Giáo sư Vytautas Landsbergis lần nữa là Chủ tịch Quốc Hội nhiệm kỳ 1996-2000. Khi Lithuania gia nhập Cộng đồng Âu Châu năm 2004, ông được bầu vào Quốc hội Âu Châu và được tái đắc cử năm 2009.

Cộng Hòa Lithuania

Sau thời gian nhiều thế kỷ dưới chế độ bộ lạc và phong kiến, Lithuania đoàn kết dưới thời vua Mindaugas năm 1251. Thông qua hôn nhân, một trong những vua sau đó cũng là vua của Ba Lan. Lithuania kết hợp với Ba Lan thành Cộng đồng Ba Lan-Lithuania (Polish-Lithuanian Commonwealth) năm 1569.

Sau hơn hai thế kỷ tồn tại, Cộng đồng Ba Lan-Lithuania tan rã năm 1795 và phần lớn lãnh thổ Lithuania rơi vào tay Nga. Sau Thế Chiến thứ Nhất, Lithuania tuyên bố độc lập và nước Cộng Hòa Lithuania chính thức ra đời ngày 16 tháng 2, 1918. Năm 1922, Hoa Kỳ công nhận Lithuania.

Tháng 6, 1940, sau khi gởi một tối hậu thư ngắn, Liên Xô tiến chiếm Lithuania. Năm 1941, Hitler đánh bật Liên Xô và chiếm đóng Lithuania. Vào giai đoạn cuối của Thế Chiến thứ Hai, Liên Xô phản công Đức và tái chiếm đóng Lithuania, sau đó sáp nhập vào Liên Xô cho đến khi Lithuania được phục hưng vào tháng 2, 1990.

Dân số hiện nay của Lithuania là 2.9 triệu người. Lithuania là hội viên của Liên Hiệp Châu Âu (EU), Hội Đồng Châu Âu (CoE) và Minh Ước Bắc Đại Tây Dương (NATO). Tổng sản lượng nội địa (GDP): 82.4 tỷ Mỹ kim, GDP theo đầu người: 28,359.00 Mỹ kim.

Vytautas Landsbergis và tầm nhìn về lãnh thổ

Hôm đó là ngày 29 tháng 7, 1991, hai phái đoàn đại diện hai nước cộng hòa vừa được tái lập, Cộng Hòa Lithuania do Quốc trưởng Vytautas Landsbergis cầm đầu và Cộng Hòa Nga dưới sự lãnh đạo của Tổng thống Boris Yeltsin, gặp nhau để ký thỏa hiệp công nhận và hợp tác giữa hai nước.

Khi hai bên sắp ký, Boris Yeltsin bỗng chỉ thị các nhân viên phái đoàn Nga rút một câu ra khỏi bản văn của thỏa hiệp trong đó thừa nhận Liên Xô vào tháng 6, 1940 đã sáp nhập Lithuania vào Liên Xô một cách phi pháp.

Vytautas Landsbergis đứng dậy nhìn thẳng Boris Yeltsin và nói "Boris Nikolayevich, ông là một người đứng đắn, chúng ta đã đồng ý với nhau điều đó rồi." Boris Yeltsin đáp "Vâng, chúng ta đã đồng ý, vấn đề này không bàn nữa."

Với một người bình thường, sự kiện Lithuania từng bị Liên Xô sáp nhập có thể không còn đáng để bàn. Trước mắt mọi người lịch sử đang bước sang một chương mới, Liên Xô tan rã, cả phong trào CS Đông Âu đang sụp đổ, cộng hòa Lithuania hồi sinh và được hàng trăm quốc gia công nhận. Cả hai dân tộc nên nhìn về tương lai thay vì nhìn lại quá khứ. Nhắc lại chuyện cũ để làm gì.

Nhưng không. Vytautas Landsbergis phản đối Boris Yeltsin bởi vì ông là một lãnh đạo nhìn xa trông rộng. Boris Yeltsin, một phần có cảm tình với phong trào độc lập của Lithuania nhưng phần lớn hơn muốn dùng Lithuania để chống Mikhail Gorbachev nên đã đồng ý thừa nhận Liên Xô cưỡng chiếm Lithuania trong lần gặp Vytautas Landsbergis trước đó ở Moscow. Tuy nhiên, đó chỉ là lời hứa miệng, không có gì để bảo đảm các nhà lãnh đạo Nga sau này cũng cam kết giống như Yeltsin nếu không có một văn bản được lãnh đạo hai quốc gia cùng ký.

Về mặt quốc tế, Nga cũng thừa hưởng mọi vị trí của Liên Xô đã giữ trước khi sụp đổ như vai trò trong Hội Đồng Bảo An Liên Hiệp Quốc, các hiệp ước quốc tế Liên Xô đã ký và chủ quyền lãnh thổ mà Liên Xô đang tranh chấp với các nước láng giềng. Do đó, nếu không có chữ ký của Yeltsin, Lithuania đã vướng vào một cuộc tranh chấp lãnh thổ và do đó không đủ tiêu chuẩn để gia nhập Liên Hiệp Châu Âu hay NATO. Trong văn khố của Nga vẫn còn các văn bản, dù bất bình đẳng, trong đó chính phủ Lithuania vào năm 1940 đã chấp nhận lệ thuộc vào Liên Xô. Xa hơn, Vladimir Putin có thể cho rằng Lithuania chưa bao giờ chính thức là một nước độc lập mà vẫn là một phần của Đế Quốc Nga như trước Thế Chiến thứ Nhất.

Vytautas Landsbergis và tầm nhìn về xu hướng chính trị

Hôm đó là ngày 25 tháng 12, 1991. Aleksandr Ivanovich, sĩ quan phụ trách trạm canh Điện Kremlin rời trạm canh đi ăn cơm tối. Khi anh đi lá cờ đỏ sao vàng với hình búa liềm vẫn còn bay trong gió chiều của mùa đông Moscow, nhưng khi anh trở lại và ngạc nhiên khi thấy lá cờ đã bị hạ xuống và thay vào đó lá quốc kỳ Cộng Hòa Nga ba màu trắng, xanh, đỏ vừa được ai đó kéo lên.

Anh Aleksandr không xem TV nên không biết Liên Xô chính thức cáo chung vào lúc 7 giờ 12 phút tối ngày 25 tháng 12, 1991 sau khi Mikhail Gorbachev chấm dứt diễn văn từ chức và quốc kỳ Cộng Hòa Nga được treo trước tòa nhà Hội Đồng Bộ Trưởng lúc 7 giờ 45 phút tối. Không chỉ riêng anh

Aleksandr mà nhiều triệu dân Moscow cũng không quan tâm nhiều đến những gì đang diễn ra trên đất nước họ. Ngoài trừ tiếng chuông trên tháp Spassky Tower của Điện Kremlin vang lên báo hiệu một thay đổi lớn, phần đông người dân Nga bàng quan với giờ phút lịch sử của đất nước mình. Không ai hoan hô và cũng không ai đả đảo.

Ngày 25 tháng 12, thật ra, chỉ là ngày trên danh nghĩa, trên giấy tờ và thực tế Liên Xô đã chấm dứt tồn tại ba tuần trước đó tại nhà nghỉ trong khu rừng Białowieża ở Belarussia. Tại đó, đại diện ba nước cộng hòa Nga, Ukraine và Belarus ký hiệp ước tuyên bố giải thể chế độCSLX và thành lập Cộng Đồng Các Quốc Gia Độc Lập (Commonwealth of Independent States, gọi tắt là CIS).

Hiệp ước CIS bắt đầu bằng câu khẳng định "Liên Xô trên bình diện luật quốc tế cũng như thực tế địa lý chính trị đã ngừng tồn tại." Các nước Azerbaijan, Armenia, Kazakhstan, Kyrgyzstan, Moldova, Tajikistan, Turkmenistan, Uzbekistan, Gruzia sau đó cũng đã ký vào hiệp ước này, nâng tổng số lên 12 nước thành viên.

Thời điểm khi Liên Xô tan rã là thời điểm vô cùng quan trọng cho 15 nước thuộc Liên Xô để chọn một hướng đi. Họ chỉ có hai con đường để chọn. Gia nhập CIS có nghĩa là chọn đi về hướng Đông hay hướng Nga và từ chối CIS tức chọn đi về hướng Tây hay hướng thế giới tự do.

Vytautas Landsbergis và hai nhà lãnh đạo của Latvia và Estonia từ chối lời mời của Boris Yeltstin để tham gia hội nghị thành lập CIS. Ba quốc gia Latvia, Lithuania và Estonia ngay từ đầu đã không muốn liên hệ trực tiếp hay gián tiếp gì đến

Nga và CIS. Thái độ của Vytautas Landsbergis trong thời gian giành độc lập 1990 đã dứt khoát với quá khứ CS và lệ thuộc vào Nga dưới bất cứ hình thức nào. Ông chọn hướng đi dân chủ tây phương cho nền cộng hòa non trẻ Lithuania.

Vytautas Landsbergis về cá nhân không có nhiều cảm tình với Anh, Mỹ, Pháp. Trong lịch sử cận đại các cường quốc phương Tây đã hơn một lần bỏ rơi họ. Trong suốt 50 năm, các cường quốc Tây Phương cũng chưa hề công khai lên tiếng tố cáo Liên Xô đã chiếm đóng Lithuania. Sự thật cay đắng đó đến nay vẫn còn được nhắc. Tuy nhiên, cảm tình thương ghét là chuyện của cá nhân, còn hướng đi của dân tộc và thời đại là chuyện của đất nước. Ông đã chọn đi cùng đất nước.

Những bài học đau thương của các thế hệ Lithuania trong thời gian dài lệ thuộc dưới ách cai trị của Đế Quốc Nga là những lời khuyên dành cho Vytautas Landsbergis và các lãnh đạo Baltics biết nên tránh Nga càng xa càng tốt và càng sớm càng tốt. Các điều khoản về bình đẳng quyền hạn và trách nhiệm trong hiệp ước thành lập CIS chỉ có trên giấy tờ. Gia nhập CIS là rơi vào chiếc bẫy bành trướng truyền thống của Nga.

Vytautas Landsbergis và chủ trương "thoát Nga"

Trong diễn văn trước Đại Hội Đồng Liên Hiệp Quốc ngày 28 tháng 9, 1992 Vytautas Landsbergis tố cáo những khái niệm mà các lãnh đạo Nga hay dùng như "biên giới gần" hay "xung đột trong các quốc gia vùng Baltic" vẫn còn trong suy nghĩ của các lãnh đạo Nga sau CS. Đó là những lý do giới lãnh đạo Nga viện dẫn để can thiệp vào nội bộ Latvia, Lithuania và Estonia. Chủ trương bành trướng truyền thống đã có từ thời các Nga Hoàng, sang CS và sau CS.

Phương pháp "thoát Nga" duy nhất là dân chủ hóa đất nước nhanh chóng để qua đó hội nhập vào dòng phát triển của kinh tế Châu Âu. Ngay sau khi độc lập một hiến pháp dân chủ được công bố vào tháng 10, 1992 và các chính sách tư hữu hóa nền kinh tế được thực hiện sau đó để mong đuổi kịp các quốc gia phát triển.

Ngày 2 tháng 6, 1993, ba nhà lãnh đạo Baltics gặp nhau tại Jurmala, Latvia để soạn thảo chung một thỉnh nguyện thư gởi EU để được tham gia với tư cách thành viên phụ (Associate Members). Các nước Baltics phát hành tiền tệ riêng, đòi hỏi dân các quốc gia CIS phải có visa mới được nhập cảnh và chi tiết đến mức thay đổi số điện thoại vùng để tránh nhầm lẫn với CIS.

Vấn đề khó khăn nhất phải đàm phán với Nga là sự hiện diện của nhiều sư đoàn quân Nga trên lãnh thổ Baltics. Không giống trường hợp Đông Đức hay các nước Đông Âu, quân đội Nga có mặt trên lãnh thổ Baltics là kết quả của hiệp ước 1940. Dù bất bình đẳng, các quốc gia này đã chấp nhận để quân đội Liên Xô đồn trú trên lãnh thổ quốc gia họ. Vytautas Landsbergis nhắc lại và nhấn mạnh với phái đoàn Nga chính Boris Yeltsin đã thừa nhận trong hiệp ước 1991 rằng Liên Xô đã cưỡng chiếm vùng Baltics một cách phi pháp, do đó, quân đội Nga phải rút ra khỏi ba nước Baltic. Nga buộc phải rút quân.

Chọn lựa đi về hướng Tây của Lithuania là một chọn lựa khôn ngoan, đúng lúc. Không giống như trường hợp Georgia phải trải qua nhiều xung đột với Nga cho tới 2009 mới rút chân ra khỏi CIS với nhiều thương tích.

Vytautas Landsbergis và tầm nhìn về an ninh chiến lược

Lúc 1 giờ chiều ngày 29 tháng 3, 2004 tại Washington DC, Ngoại Trưởng Hoa Kỳ Colin Powell thay mặt Liên Minh Bắc Đại Tây Dương (NATO) chấp nhận bảy quốc gia hội viên mới gồm Bulgaria, Estonia, Latvia, Lithuania, Romania, Slovakia và Slovenia. Đây là lần thứ năm NATO mở rộng và nâng tổng số hội viên lên đến 26 quốc gia.

Vytautas Landsbergis luôn nhấn mạnh Lithuania là một phần của Châu Âu và hội nhập vào dòng sống của Châu Âu là một định hướng căn bản trong nhận thức chính trị của ông. Vytautas Landsbergis phát biểu tại Bỉ năm 1997 "Khi đứng bên bờ biển Baltic, người dân Lithuania luôn nhìn về hướng Tây." Hai tổ chức mà Vytautas Landsbergis luôn nhắm tới để trở thành hội viên ngay từ đầu là Cộng đồng Châu Âu và NATO. Năm 2004, Lithuania hoàn thành cả hai mục đích.

Khối quân sự Warsaw chết không kèn, không trống vào ngày 25 tháng 2, 1991 tại Budapest, Hungary khi chỉ còn 5 quốc gia thành viên. Từ đó, Nga không có một liên minh quân sự nào đủ khả năng làm đối trọng với NATO. Các nhà chiến lược Nga tiên đoán sau Hungary, Ba Lan và Tiệp, sớm hay muộn các nước Đông Âu còn lại cũng sẽ trở thành hội viên của NATO. Tuy nhiên, các quốc gia vùng Baltic thì khác. Sự kiện ba nước Baltics gia nhập NATO đã làm Nga giận dữ và công khai chống đối. Không giống các nước Đông Âu, các quốc gia Baltics vốn là một phần của Nga và sau đó là Liên Xô và chưa có quốc gia nào vốn thuộc Liên Xô tham gia NATO. Nga còn viện dẫn mặc dù đã rút quân nhưng các căn cứ quân sự của Liên Xô và sau đó Nga xây dựng vẫn còn trên lãnh thổ Lithuania. Chính phủ

Lithuania cho Nga biết những căn cứ đó quá lạc hậu và không đủ tiêu chuẩn NATO.

Các lãnh đạo Nga từ Yeltsin và về sau, dĩ nhiên, muốn Lithuania là một nước trung lập nhưng lịch sử đã cho Vytautas Landsbergis thấy trung lập chỉ có trên danh nghĩa chứ không phải trên thực tế. Tháng 9, 1939, khi Hitler phát động Thế Chiến thứ Hai, Lithuania tức khắc tuyên bố trung lập nhưng kết quả đã bị hai chế độ độc tài Stalin và Hitler thay phiên nhau dày xéo trên mảnh đất chỉ 25 ngàn cây số vuông và kết quả khoảng một phần ba dân số bị giết, bị đày ải hay thất lạc trong suốt thời gian bị ngoại xâm chiếm đóng.

Việc Lithuania gia nhập NATO cũng gây nên rất nhiều tranh luận cho chính giới của quốc gia này nhưng Lithuania cần sự bảo vệ dưới một hàng rào an ninh tập thể Châu Âu. Đó là ý do chính yếu và là một chọn lựa sống còn. Thủ tướng Ba Lan Alexandre Kwasnewski trả lời báo chí rằng quốc gia ông gia nhập NATO có cùng lý do như các nước khác không muốn rời NATO. Chủ quyền của Lithuania không thể được bảo vệ nếu chỉ đứng nhìn Châu Âu như một người khách lạ.

Bốn thành quả hội nhập và thăng tiến của Lithuania

Phân tích tiến trình phát triển của Lithuania cho thấy có bốn thành quả giúp quốc gia này để giành độc lập, hội nhập và thăng tiến gồm:

Dân chủ hóa đất nước,

Đoàn kết dân tộc,

Chiến lược hóa vị trí của quốc gia

Tham gia các liên minh quân sự đáng tin cậy.

Bốn điều kiện tiền đề đó của Lithuania hoàn toàn thích hợp với trường hợp Việt Nam khi đương đầu với Trung Cộng mà người viết đã trình bày trong chính luận Để thắng được Trung Cộng.

Dân chủ. Ngay trong ngày tuyên bố độc lập 11 tháng 3, 1990, quốc hội vừa được bầu với phong trào độc lập Sajudis chiếm đa số đã công bố một hiến pháp tạm thời để điều hành guồng máy quốc gia. Vytautas Landsbergis, chủ tịch quốc hội và lãnh đạo tối cao của quốc gia thời đó công bố hàng loạt cải cách chính trị để dân chủ hóa Lithuania bởi vì đối với các quốc gia dân chủ tiên tiến Châu Âu, dân chủ là tiền đề để đối thoại và là điều kiện tiên quyết để hội nhập. Một hiến pháp khác phối hợp các đặc điểm dân chủ từ các hiến pháp Mỹ, Pháp với truyền thống văn hóa Lithuania ra đời 25, tháng 10, 1992. Mặc dù có nhiều tranh chấp chính trị nội bộ, các mục tiêu cải cách dân chủ và độc lập từ Nga không thay đổi trong nhận thức của các nhà lãnh đạo Lithuania.

Đoàn kết dân tộc. Như đã viết ở trên, Phong trào Sajudis bắt đầu chỉ với 35 người nhưng tập hợp được nhiều trăm ngàn người dân Lithuania bởi vì họ theo đuổi một mục đích chung, cụ thể, và khả thi, đó là giành độc lập. Sau thời kỳ độc lập, phong trào Sajudis tự nguyện phân chia thành nhiều tổ chức khác nhau nhưng trong giai đoạn hai năm từ 1989 đến 1991, Sajudis chỉ tập trung vào một mục tiêu duy nhất là tháo xích xiềngCSLX. Niềm khao khát lớn nhất của người dân Lithuania trong giai đoạn này là "thoát Cộng" và vì thế họ đã đoàn kết sau lưng phong trào Sajudis. Con đường "thoát Cộng" rất gian nan và những thay đổi kinh tế chính trị cũng đã rất khó khăn nhưng chỉ trong vòng hơn mười năm Lithuania đã đáp ứng mọi tiêu chuẩn của EU và NATO đề ra để trở thành hội viên của cả hai tổ chức uy thế nhất Châu Âu.

Chủ động chiến lược hóa vị trí quốc gia. Ba quốc gia Baltics giữ một vị trí chiến lược sườn phía tây của Châu Âu trên bờ biển Baltic. Tuy nhiên, cũng vì vị trí chiến lược này mà ba nước đã luôn là chiến trường của các đế quốc. Trong suốt hàng trăm năm, Nga và Thụy Điển tranh nhau kiểm soát đường ra biển Baltic đã sử dụng các quốc gia Baltics như một bãi chiến trường. Vị trí chiến lược, vì thế, chưa đủ nhưng phải đặt đúng vị trí trong tương quan chính trị và quân sự trong vùng. Lithuania ngày nay là một phần không thể tách rời trong toàn bộ chiến lược của NATO. Không giống như thời trước hai cuộc thế chiến, Lithuania ngày nay đóng một vai trò quan trọng và hỗ tương trong việc bảo vệ an ninh và ổn định của Châu Âu.

Đoàn kết với láng giềng cùng hoàn cảnh và tham gia các liên minh đáng tin cậy: Trong khi nhiều nước Châu Âu còn do dự, TT George Bush đã công khai ủng hộ quan điểm cứng rắn của Lithiunia đối với Nga và sau này cũng chính TT George Bush đã ủng hộ ba quốc gia Baltics gia nhập NATO. Đáp lại, các quốc gia Baltics đã nhiệt thành ủng hộ và đóng góp quân sự vào các cuộc chiến tranh do Hoa Kỳ phát động, cụ thể qua chiến tranh Iraq ngay cả trước khi các nước này gia nhập NATO. Các lãnh đạo Lithuania ý thức liên minh đáng tin cậy đã trở thành lá chắn vô cùng cần thiết để bảo vệ quốc gia họ và những hy sinh mà họ cần phải đáp lại.

Không giống như Belarus còn chìm trong độc tài lệ thuộc vào Nga hay Georgia, Ukraine quá chậm nên trễ chuyến tàu, Lithiunia đã "thoát Cộng" và có những chỗ dựa quốc tế vững vàng để "thoát Nga." Thành quả đó trước hết nhờ tài lãnh đạo của Giáo sư Vytautas Landsbergis. Ông không thuộc đảng phái nào trước cả và cũng chưa hề làm chính trị nhưng ông có tầm nhìn xa rộng. Tuy nhiên chỉ có tầm nhìn của riêng cá nhân ông thôi chưa đủ mà còn cần phải có tầm nhìn chung của cả dân tộc. Trong giờ phút khó khăn và thử thách, đa số dân Lithuania đã bỏ phiếu cho ông, đã chọn ông làm người lãnh đạo và đã đứng sau ông.

Tầm nhìn vô cùng quan trọng vì đã giúp nâng một con người lên cao hơn và một dân tộc lên cao hơn.

Tham khảo:

The End Of The Soviet Union: Stanislau Shushkevich's. Eyewitness Account For The First Time In English, This Issue Of Demokratizatsiya Publishes. The George Washington University Archives.

On Moscow's Streets, Worry And Regret, By James F. Clarity, The New York Times, Published December 26, 1991.

From Soviet Federalism To The Creation Of The Commonwealth Of Independent States (CIS). CVCE.eu 2016

The International Politics Of Eurasia: V. 1: The Influence Of History By S. Frederick Starr, Karen Dawisha.

*Lithuania, The Move Toward Independence, 1987-91.*The Baltic States In U.S. - Soviet Relations, 1939 – 1942. Lithuanian Quarterly Journal Of Arts And Sciences. Volume 12, No.1 – Spring 1966.

The Baltic States In U.S.-Soviet Relations, The Years Of Doubt, 1943-1946. Lithuanian Quarterly Journal Of Arts And Sciences. Volume 12, No.4 – Winter 1966. Editor Of This Issue: Thomas Remeikis.

The Baltic States In U.S.-Soviet Relations From Truman To Johnson, Richard A. Schnorf, Cmdr, Us Navy, Lithuanian Quarterly Journal Of Arts And Sciences. Volume 14, No.3 – Fall 1968.

Identifies and Solidarity In Forein Policy: East Central Europe and the Eastern Neighbourhood, Edited by Elsa Tumets, Published by Institute of International Relatiosn, Prague 2012 PP 94-112.

Why, How, Who, and When: A Lithuanian Perspective on NATO Membership, Oskaras Jusys and Ksadauska. Fordham International Law Journal, Volume 20, Issue 5,\

2017 Index Economic Freedom *http://www.heritage.org/index/country/lithuania*

James S. Corum, *The Security Concerns Of The Baltic States As Nato Allies*, Strategic Studies Institute And U.S. Army War College Press 2013.

Interview Interviews : Vytautas Landsbergis, "Breaking with Moscow", "The Restoration of Lithuanian Independence", "Promoting Democracy". The Freedoom Collection.

The Polish-Lithuanian Commonwealth (1569-1795) By H. Kozlowski http://www.conflicts.rem33.com/images/Poland/PLCommonwealth%202.htm

KHI NHỮNG KẺ ĐỘC TÀI KÊU GỌI "HÒA BÌNH VÀ ỔN ĐỊNH"

Khi những kẻ độc tài lớn tiếng kêu gọi "hòa bình và ổn định" là khi họ sắp sửa giết người hàng loạt.

Hitler phát biểu trước Quốc Hội Đức Quốc Xã ngày 7 tháng 3, 1936: "Đức Quốc, và đặc biệt là chính phủ Đức hiện nay không có mong muốn nào khác hơn là được sống trong điều kiện hòa bình và thân hữu với các nước láng giềng…."

Tập Cận Bình phát biểu tại Liên Hiệp Quốc ngày 28 tháng 9, 2015: "Lịch sử là một tấm gương soi. Rút ra những bài học từ lịch sử là cách duy nhất để nhân loại tránh được việc lập lại tai họa đã xảy ra. Chúng ta nên nhìn lịch sử bằng một lương tâm trong sáng và kính trọng."

Tại sao cả Hitler lẫn Tập đều kêu gọi "hòa bình và ổn định"?

Hitler cần "hòa bình và ổn định" từ năm 1933 đến năm 1939 để hoàn tất ba bộ máy: (1) củng cố bộ máy cai trị, chuyển quyền lãnh đạo chính phủ từ hình thức liên hiệp nhiều đảng sang độc quyền một đảng Quốc Xã, (2) xây dựng bộ máy quân sự với một đạo quân từ 100 ngàn người quy định bởi hiệp ước Versailles lên tới 4.1 triệu gồm hải, lục, không quân vào thời điểm Thế chiến thứ hai bùng nổ và (3) chuẩn bị cho bộ máy điều khiển chiến tranh với hàng ngũ sĩ quan trẻ, giải tán Bộ Chiến tranh để tập trung quân đội vào bộ chỉ huy tối cao do Hitler nắm.

Tập Cận Bình cần "hòa bình và ổn định" cũng phát xuất từ ba lý do tương tự như Hitler (1) loại bỏ các đối thủ để tập trung mọi quyền hành vào một chủ tịch suốt đời Tập Cận Bình, (2) tăng cường kỹ thuật và vũ khí chiến tranh, (3) nâng cấp quân đội để đối phó với chiến tranh có tầm vóc quy mô tại Á Châu và thế giới. Cả ba điểm đó nằm trong mục đích tối hậu đưa Trung Cộng (TC) lên hàng cường quốc số một thế giới vào năm 2049. Họ Tập nhắc đi nhắc lại chữ "cường quốc" bốn lần trong diễn văn dài đọc trước đại hội 19 đảng CSTQ.

Nhiều người ca ngợi Kim Jong-un và khen họ Kim qua mặt được Tập khi tuyên bố hòa giải với Nam Hàn cũng như sau đó bắt tay hòa hoãn với TT Trump. Khổ quá đi! Từ tháng 10, 1949 đến nay, TC đổ không biết bao nhiêu tiền bạc, tài nguyên và cả xương máu của nửa triệu người để bảo vệ vùng trái độn chiến lược này rồi hôm nay lặng lẽ đứng nhìn "con sáo sang sông" hay sao?

Việc Kim Jong-un qua tham khảo Tập hai lần cách nhau trong vài tuần chỉ để không đi sai nước cờ. "Đừng hứa hẹn gì cụ thể cả" chắc chắn là lời dặn nhiều lần của họ Tập.

Kết quả buổi gặp gỡ với một thông cáo chung mơ hồ giữa Kim và TT Trump cho thấy con đường dẫn tới một Bắc Hàn phi nguyên tử còn xa thăm thẳm và tùy thuộc rất nhiều vào quan hệ song phương giữa Mỹ và TC. TC có khả năng giật dây mọi biến cố và ảnh hưởng mọi giải pháp.

Rõ ràng họ Tập là người có lợi vì đóng vai trò chủ động tạo dựng cơ hội "hòa bình và ổn định" ở Á Châu trong lúc vẫn tiếp tục các chính sách bành trướng để trong một thời gian ngắn nữa, đặt cả thế giới vào chuyện đã rồi như Hitler đã làm trước khi tấn công Ba Lan.

Sáng hôm nay, 19 tháng 6, 2018, Kim Jong-un lại lên đường đi Bắc Kinh lần thứ ba để thông báo các chi tiết nằm bên trong buổi gặp gỡ giữa họ Kim và TT Trump. Chuyến viếng thăm lần này là để khẳng định sự phụ thuộc vào TC các chính sách đối ngoại của Bắc Hàn. Đây là một hình thức "Phần Lan Hóa" trong lãnh vực ngoại giao.

CSVN còn tệ hơn nữa vì bao nhiêu năm qua vốn đã cúi đầu tuân phục bắc triều.

Trong bang giao quốc tế, để bảo vệ đất nước, một nước nhỏ, nếu không đủ khả năng làm chuyện lớn thì phải làm lớn chuyện để thu phục niềm tin trong nhân dân và chinh phục cảm tình của thế giới.

Lấy Philippines làm ví dụ. So sánh hai cuộc xung đột chủ quyền TC và Philippines và TC và Việt Nam trên phạm vi cũng như mức độ,Việt Nam thiệt hại nặng hơn nhiều. Nếu ai rảnh chỉ cần vào google tìm những đảo Phú Lâm, Linh Côn, Chữ Thập, Vành Khăn và các đảo thuộc quần đảo Hoàng Sa để biết những tên gọi đó chỉ còn trên giấy tờ và trong lịch sử.

Việt Nam không chỉ mất đất đai phía bắc, mất biển đảo phía đông mà còn mất vô số ngư dân đã bị TC giết từ 1975 đến nay.

Nhưng trong lúc TT Aquino của Philippines nhiều lần tố cáo TC ngay cả trước mặt thủ tướng TC Lý Khắc Cường tại hội nghị thượng đỉnh Đông Á năm 2015 còn CSVN thì ngậm bồ hòn làm ngọt.

Từ thời phát ngôn viên Lê Dũng đầu thiên niên kỷ tới nay cũng chỉ lặp đi lặp lại một câu bùa chú duy nhất "Việt Nam có đầy đủ bằng chứng lịch sử và cơ sở pháp lý để khẳng định chủ quyền của Việt Nam đối với hai quần đảo Hoàng Sa và Trường Sa".

CSVN theo đuôi TC nên cũng kêu gọi hòa bình và ổn định dù lẽ ra phải biết lắng nghe nguyện vọng chân chính của người dân khi biển, đảo, đất, tài nguyên, khoáng sản lần lượt bị TC chiếm đoạt.

Trấn áp thô bạo chỉ làm nóng thêm bầu công phẫn và đừng quên sớm hay muộn mọi tội ác đều phải đền.

Giới cầm quyền CSVN vì quyền lực và quyền lợi để lên giọng "hòa bình và ổn định" nhưng những người có học, những "văn nghệ sĩ" cũng hùa theo bằng những câu nịnh hót tầm thường. Thật đáng xấu hổ.

Để làm gì, ngoài một chút hư danh và bổng lộc?

Tục ngữ có câu "Cọp chết để da, người chết để tiếng". Nếu mấy ông mấy bà mai mốt chết đi mà mang theo được những câu nịnh hót đó thì chẳng nói làm chi, đằng này để lại ô danh cho con cháu muôn đời.

CÁI CHẾT CỦA NHỮNG KẺ ĐỘC TÀI

Một căn bịnh không thuốc nào chữa khỏi mà những kẻ độc tài đều mắc phải là bệnh hoang tưởng quyền lực.

Ngoại trừ một số chết già vì điều kiện cách mạng dân chủ tại quốc gia họ cai trị chưa chín muồi, một phần không nhỏ đã chết một cách thê thảm bằng những cực hình mà họ chưa bao giờ tưởng tượng ra khi còn nắm quyền sinh sát.

Một hiện tượng đáng lưu ý khác, những kẻ độc tài này thường chết trong tay của những người trước đó không lâu đã thề trung thành với họ.

Ali Abdullah Saleh của Yemen là một trong những kẻ độc tài cai trị bằng bàn tay sắt suốt 33 năm từ 1978 đến 2011. Gia đình bảy anh em của Saleh nắm giữ hầu hết các chức vụ quan trọng trong chính phủ Yemen. Các cấp thấp hơn được phân bố trong bà con dòng họ. Saleh giao cho con và rể điều hành bộ máy công quyền. Chịu đựng áp lực do ảnh hưởng của phong trào Cách Mạng Hoa Lài Bắc Phi 2011, Ali Abdullah Saleh bàn giao chức vụ tổng thống lại cho phó tổng thống Abdrabbuh Mansur Hadi.

Ali Abdullah Saleh có tài sản kếch xù ước lượng vào khoảng 22 đến 64 tỷ Mỹ kim được gởi tại nhiều ngân hàng Châu Âu và y có thể sống một cuộc đời đế vương tại Saudi Arabia. Nhưng không, Saleh liên minh với phong trào Yemen Houthis võ trang với ý định tiếp tục cai trị Yemen.

Ngày 4 tháng 12, 2017, Ali Saleh bị chính những người Houthis mà y tin tưởng giết.

Tháng 8, 2011, khi Tripoli lọt vào tay quân cách mạng Libya, Muammar Gaddafi thay vì trốn sang Chad hay Nigeria đã rút về Sirte, quê hương của ông ta để tìm cách tiếp tục chiến đấu.

Gaddafi gan lì và can đảm? Không phải. Y không rời Libya vì tin tưởng rằng người dân Sirte được y ưu đãi trước đây vẫn còn yêu mến và sẽ bảo bọc, che giấu y để chờ cơ hội phục hồi quyền lực. Gaddafi lầm. Không ai che giấu, bảo bọc Gaddafi. Ông ta phải trốn trong ống cống ở Sirte nhưng bị lôi ra bắn và thân thể đẫm máu cho thấy đã bị đâm nhiều nhát dao.

Saddam Hussein của Iraq bị xử treo cổ vào sáng ngày thứ bảy, 30 tháng 12, 2006 vì "tội ác chống lại nhân loại" và "tội giết 148 người Iraq Shiites tại Dujail vào năm 1982 sau khi một cuộc mưu sát nhắm vào Saddam Hussein thất bại."

Ngoài TT George W Bush gởi tối hậu thư cho phép Saddam Hussein và gia đình rời Iraq trong 48 giờ, trong suốt cuộc chiến kéo dài hơn một tháng, Saddam Hussein có nhiều cơ hội để trốn đi khi liên quân Mỹ và đồng minh tấn công Iraq. Nhưng Saddam Hussein không bỏ trốn vì y tin tưởng vào lòng trung thành của quân đội.

Saddam Hussein cũng lầm. Một quân đội từng được xếp vào hàng thứ tư trên thế giới với những sư đoàn Vệ Binh Cộng Hòa (The Republican Guard) tinh nhuệ đã chọn đầu hàng.

Một cái chết gần gũi với giới cai trị CSVN nhất là cái chết của vợ chồng Nicolae Ceausescu. Phần đông thế giới ngày nay đã biết khá chi tiết về cách chết của họ. Điều đáng nói là chính Ceausescu trong buổi gặp gỡ Gorbachev chỉ mười ngày trước đó vẫn nghĩ chế độ CS tại Romania sẽ "muôn năm trường trị".

Ngày 21 tháng 12, 1989, Nicolae Ceaușescu đọc diễn văn trước hàng trăm ngàn người dân Romania. Họ là những người được cơ quan tuyên truyền huấn luyện khi nào cần phải hoan hô và khi nào cần phải vỗ tay. Khi Ceaușescu đọc diễn văn được khoảng tám phút, một nhóm công nhân nhà máy điện bỗng la lớn "Timișoara! Timișoara!" để phản đối sự kiện công an CS đàn áp đẫm máu hàng ngàn người ở thành phố Timișoara.

Những người dân được chọn để tham dự cuộc biểu tình nhằm tái lập uy tín của Ceausescu cũng là những người đầu tiên khai tử chế độ. Bốn ngày sau vợ chồng Ceausescu bị xử bắn.

Người muốn xử bắn Ceausescu nhanh chóng chính là tướng Victor Stănculescu, Bộ trưởng Quốc Phòng đầy tin tưởng của Ceausescu.

Nhà độc tài Nicolás Maduro của Venezuela học thuộc những kết liễu thê thảm của Muammar Gaddafi, Saddam Hussein, Ali Abdullah Saleh, Nicolae Ceausescu và nhiều người khác.

Học thuộc là một chuyện nhưng chữa khỏi căn bệnh hoang tưởng quyền lực đã ăn sâu vào trong xương tủy là chuyện khác.

Tài sản của Maduro có thể không hơn nhưng chắc cũng không kém gì Ali Abdullah Saleh của Yemen và chỗ trốn của Maduro hẳn là nhiều hơn của Muammar Gaddafi.

Nhưng thay vì chọn một giải pháp chính trị dành cho y một con đường thoát, Maduro đã chọn cách của Muammar Gaddafi để rồi có thể dẫn đến cái chết không khác gì Muammar Gaddafi như Thượng Nghị Sĩ Marco Rubio gởi "tweet" hôm nay.

Cái chết của những kẻ độc tài nêu trên để lại cho những ai còn đang cố bám lấy quyền lực một bài học: Những khái niệm tin tưởng, trung thành, đồng chí, anh em chỉ có giá trị khi chiếc ghế quyền lực còn vững chắc, một khi chiếc ghế quyền lực lung lay, kẻ xử bắn không phải ai xa lạ mà chính là những kẻ xưa nay vẫn tỏ vẻ trung thành với mình.

BA NGƯỜI VỢ CỦA NELSON MANDELA

Nhân ngày giỗ của TT Nelson Mandela, 5 tháng 12, đọc lại những câu chuyện chung quanh cuộc tình của ông và ba người vợ.

Người vợ đầu là bà Evelyn Ntoko Mase, một y tá sản khoa. Bà là một tín hữu Tin Lành ngoan đạo. Ngoài công việc bà dành nhiều thời gian để thờ phượng Chúa trong Hội Thánh Nhân Chứng Jehovah (Jehovah's Witnesses). Họ cưới nhau năm 1944 và có ba người con.

Bà Evelyn Ntoko Mase tránh né những vấn đề chính trị trong khi Mandela lại là một đảng viên trung kiên và nhiệt thành của Nghị Hội Toàn Quốc Nam Phi (African National Congress, ANC).

Mandela cùng với ANC theo đuổi lý tưởng giải thể chế độ Phân Biệt Chủng Tộc (Apartheid), một cơ chế chính trị dựa trên sự phân biệt chủng tộc tồn tại tại Nam Phi và Namibia từ 1948 đến những năm đầu của thập niên 1990.

Những khác biệt về lý tưởng sống, rạn nứt trong gia đình dẫn tới việc bà Evelyn Ntoko Mase nộp đơn xin ly dị chồng năm 1956. Trong hồ sơ ly dị, bà tố cáo Mandela trăng gió với phụ nữ và bạo hành, một tố cáo Mandela luôn chối cãi.

Nelson Mandela can tội bạo hành gia đình không có bằng chứng và ông luôn khẳng định là không, nhưng ngoại tình có thể đã có. Mandela là một người rất lãng mạn và đa cảm. Trước khi cưới vợ, Mandela đã yêu nhiều người.

Khi thủ tục ly dị người vợ thứ nhất chưa xong, một lần trên đường từ tòa về qua một ngã tư, Nelson Mandela chợt lưu ý một cô gái đang đứng chờ xe bus. Nét đẹp của nàng cuốn hút Mandela nhưng ông ta biết khó có dịp gặp lại.

Nhưng như người ta thường nói "duyên tiền định", một hôm, khi đang ngồi làm việc trong văn phòng luật sư vừa mới lo tái trang bị, Mandela gặp lại cô lần nữa. Cô gái tên là Nomzamo Winifred Madikizela, thường được gọi tắt là Winnie.

Từ đó, họ gặp nhau bất cứ khi nào có thể. Họ ăn trưa với nhau và cùng nhau đi dạo trên cánh đồng cỏ xanh giống như những cánh đồng cỏ bên bờ sông Mbashe ở quê hương Transkei của ông. Mandela chia sẻ với Winnie những khó khăn và hy vọng. Thời gian đó Mandela không phải là một luật sư có uy thế mà là một tội phạm chống lại chế độ sắp sửa phải ra tòa.

Như Mandela thuật trong hồi ký "Tôi không hứa hẹn với nàng vàng bạc hay kim cương, tôi sẽ không bao giờ có khả năng tặng nàng những món quà như thế". Winnie hiểu và chấp nhận mọi khó khăn.

Vì Mandela vẫn còn trong thời gian bị truy tố, lễ cưới phải được tòa án chấp nhận. Đám cưới của Mandela và Winnie được tổ chức vào ngày 14 tháng Sáu năm 1958 tại một nhà thờ nhỏ.

Họ không có tiền và thời gian để đưa nhau đi hưởng tuần trăng mật. Đám cưới xong, Nelson Mandela lại tiếp tục ra hầu tòa.

Sáng 29 tháng Ba năm 1961, sau hơn bốn năm dài từ khi bị bắt và hỏi cung, chánh án Rumpff, một thẩm phán có lương tâm công lý, tuyên bố các bị can vô tội và được thả tức khắc.

Thay vì về nhà với vợ con, Mandela quyết định lui vào hoạt động bí mật.

Sau khi công khai phát động cuộc đấu tranh võ trang chống chế độ Phân Biệt Chủng Tộc Nam Phi, tháng 10 năm 1961, Nelson Mandela di chuyển vào nông trại Liliesleaf ở Rivonia, vùng ngoại ô phía bắc Johannesburg. Bà Winnie và hai con còn nhỏ đến thăm Mandela vào vài cuối tuần.

Nelson Mandela bị bắt lần nữa vào ngày 5 tháng 8, 1962. Trong phiên tòa ngày 12 tháng 6, 1964, ông bị kết án chung thân. Câu nói nổi tiếng của ông đáp lại viên chánh án: "Tôi chuẩn bị chết trong niềm tin vững chắc rằng cái chết của tôi sẽ là niềm khát vọng cho lý tưởng mà tôi đang dâng hiến cuộc đời mình."

Trong suốt 27 năm Nelson Mandela bị tù, bà Winnie Mandela trở thành khuôn mặt đại diện cho chồng và can đảm tiếp tục cuộc đấu tranh chống chế độ Phân Biệt Chủng Tộc Nam Phi. Bà bị bắt nhiều lần, bị tra tấn và căn nhà bà sống thường trực bị canh phòng cẩn mật nhưng bà không sợ hãi hay dừng bước.

Tuy nhiên, thời gian dài xa cách cũng đã gây ra những rạn nứt về tình cảm của bà đối với chồng.

Bà Winnie gặp Nelson Mandela khi chỉ mới 23 tuổi và Mandela đã gần 40 tuổi. Họ yêu nhau và cưới nhau trong vội vàng. Ba năm sau, Mandela rút vào hoạt động bí mật cho đến ngày bị bắt và vào tù. Bà Winnie Mandela viết trong hồi ký "Tôi có rất ít thời gian để yêu chồng."

Khi còn ở trong tù, Nelson Mandela đã biết vợ mình đang ngoại tình với Dali Mpofu, một luật sư nhỏ hơn bà 27 tuổi.

Khi biết vợ ngoại tình, Mandela dĩ nhiên đau xót nhưng cảm thông và tha thứ. Dù thông cảm, tình yêu nam nữ trong lòng nhau đã phai dần từ đó.

Với bà Winnie cũng thế. Tình cảm riêng tư với chồng trong người phụ nữ này đã bị xói mòn và cạn kiệt theo năm tháng đợi chờ.

Một biến cố khác là việc vợ ông, bà Winnie Mandela, bị đưa ra tòa về tội bắt cóc và đánh đập bốn thanh niên tại nhà bà vào năm 1988. Một thiếu niên 14 tuổi chết và ba thanh niên còn lại tố cáo nhóm cận vệ của bà Winnie Madikizela Mandela đã khủng bố cả thành phố Soweto.

Vì thế, sau khi Mandela ra tù, hai vợ chồng khám phá ra họ còn cách nhau xa hơn khi Mandela còn ở trong tù.

Năm 1990, Mandela không còn là lực sĩ quyền Anh đầy sinh lực, một luật sư phát biểu hùng hồn và một thanh niên lãng mạn mà là một cụ già 72 tuổi, ốm yếu, bịnh hoạn sau 27 năm trong vòng lao lý.

Ngay cả trong sinh hoạt hàng ngày hai người cũng khác. Họ sống như mặt trời và mặt trăng. Mandela theo thói quen vẫn ăn ngủ đúng giờ giấc của nhà tù từng quy định trong khi bà Winnie, trẻ hơn chồng 17 tuổi, thức khuya và dậy trễ.

Trong phòng ngủ của hai vợ chồng, tấm thiệp Giáng Sinh cuối cùng Nelson Mandela gởi bà Winnie vào tháng Chạp 1989 với hàng chữ "Darling, I love you" được treo trịnh trọng nhưng thật mỉa mai với thực tế lạnh lùng chăn gối giữa hai người.

Họ vẫn cầm tay nhau trong những lần xuất hiện trước công chúng nhưng ngôn ngữ tình yêu chất chứa trong những lá thư và ánh mắt dịu dàng, trìu mến khi nhìn nhau chỉ còn trong ký ức xa xôi.

Họ chính thức ly dị vào năm 1996 sau một thời gian ly thân. Dù ly dị, bà Winnie vẫn giữ họ Mandela. Bà Winnie Madikizela-Mandela là dân biểu của Quốc Hội Nam Phi và là Thứ trưởng Bộ Văn Hóa trong nhiệm kỳ của TT Nelson Mandela.

Chuyện tình lãng mạn, đầy tinh thần cách mạng nhưng cũng nhiều sóng gió chấm dứt bằng ly dị giữa TT Nelson Mandela và bà Winnie Madikizela-Mandela, người vợ thứ hai, được ghi lại trong nhiều tác phẩm và dựng trong phim ảnh trong đó có hồi ký của TT Mandela, Long Walk To Freedom.

Mặc dù ngoại tình và sai trái vì áp dụng các biện pháp cực đoan trong cuộc đấu tranh, suốt 38 năm làm vợ Nelson Mandela, bà Winnie Madikizela-Mandela là người đã giữ ngọn lửa chống chế độ Phân Biệt Chủng Tộc Nam Phi không tàn lụi. Bà là hình ảnh của Nelson Mandela bên ngoài song sắt.

Tháng Tư, 2016, TT Nam Phi Jacob G. Zuma trao tặng bà huân chương cao quý nhất của Cộng Hòa Nam Phi Order of Luthuli.

Khi Nelson Mandela lâm trọng bịnh, bà Winnie có mặt gần như mỗi ngày bên cạnh người chồng cũ. Bốn ngày trước khi qua đời Mandela từ chối ăn uống. Bà Graça Machel, người vợ thứ ba của Nelson Mandela đã phải yêu cầu bà Winnie đút cho Mandela ăn. Như bà Winnie kể lại chỉ có bà đút cháo Mandela mới chịu ăn.

Sắc tướng phôi phai theo thời gian nhưng tình yêu trong trái tim họ vẫn tràn đầy hơi ấm như những ngày cặp vợ chồng nghèo dắt nhau đi dạo trên những cánh đồng xanh.

Bà Graça Machel, vợ thứ ba của Nelson Mandela là một mẫu người hiếm có và đặc biệt. Hiếm có vì bà dành suốt đời để bảo vệ quyền thiếu nhi của Phi Châu. Nhờ những nỗ lực này bà được chính Nữ Hoàng Anh trao tặng huân chương cao quý Order of the British Empire. Bà Graça Machel là người phụ nữ duy nhất trong thế giới là đệ nhất phu nhân của hai tổng thống. Chồng trước của bà là cố tổng thống Mozambique Samora Machel (1975-1986).

Nelson Mandela gặp bà Graça Machel lần đầu tại Mozambique sau khi ông được tự do. Họ gặp nhau lần nữa tại Cape Town năm 1992. Tình cảm đã bén rễ trong tâm hồn họ. Sau khi hoàn tất thủ tục ly dị với bà Winnie, TT Mandela và bà Graça Machel gặp nhau thường xuyên và công khai. Công chúng thường thấy họ nắm tay nhau và ngay cả hôn nhau. Họ cưới nhau nhân dịp sinh nhật 80 tuổi của TT Mandela. Năm đó bà Graça Machel 52 tuổi.

Trả lời CNN, bà Graça Machel nói về sự khác biệt tuổi tác khá xa: "Chúng tôi gặp nhau trong đời vào thời điểm cả hai đều đã ổn định cuộc sống. Chúng tôi đã trưởng thành và biết giá trị của một người bạn đồng hành, một người bạn đời. Vì thế, chúng tôi đã tận hưởng mối quan hệ này một cách thực sự đặc biệt. Chúng tôi chấp nhận nhau với tất cả những gì chúng tôi đang có. Và chúng tôi tận hưởng mỗi ngày như thể đó là ngày cuối cùng. Vì thế, thật tuyệt vời khi có anh Nelson là chồng."

Bà Graça Machel sinh ngày 17 tháng 10, 1945 và hiện còn sống tại Nam Phi.

TT Nelson Mandela qua đời ngày 5 tháng 12, 2013.

Bà Winnie Madikizela-Mandela qua đời ngày 2 tháng 4, 2018.

Trong ba người vợ, TT Nelson Mandela dành cho bà Winnie Madikizela-Mandela nhiều tình cảm, thời gian và mơ ước nhất.

Tình yêu giữa TT Mandela và Winnie Madikizela-Mandela không chỉ tình yêu trai gái mà còn là tình yêu giữa hai người cùng lý tưởng. Lý tưởng giữ họ lại và lý tưởng giúp họ vượt qua những thất tình lục dục luôn là một phần trong đời sống con người. Tình yêu không trở về với họ vì chẳng bao giờ thật sự mất đi mà chỉ tạm thời lắng xuống trong đời sống đầy những chuyện thị phi, ganh ghét hơn thua.

Đời người, như những chiếc lá thu trôi theo dòng thác, ai cũng có lúc gặp phải những hoàn cảnh mình không mong muốn hay chờ đợi và rất dễ bị cuốn hút vào những cám dỗ thường tình. Nhưng cảm thông, bao dung và tha thứ cho nhau là liều thuốc thần tiên giúp nuôi sống tình yêu khi mọi thứ khác đang dần dần phôi phai hết.

MỘT CÁCH NHÌN KHÁC VỀ MIKHAIL GORBACHEV

Lúc bảy giờ tối ngày 25 tháng 12, 1991, Chủ tịch Liên Xô Mikhail S. Gorbachev bắt đầu diễn văn truyền hình của ông bằng câu sau đây trích trong hồi ký của ông, Memoirs, Mikhail Gorbachev: "Nhân dân thân mến. Như kết quả của tình trạng mới vừa được hình thành với sự ra đời của Khối Thịnh Vượng Chung các Quốc Gia Độc Lập tôi ngưng các hoạt động của tôi trong cương vị chủ tịch Cộng Hòa Liên Bang Sô Viết. Tôi quyết định như vậy dựa trên cơ sở nguyên tắc. Tôi cương quyết ủng hộ nền độc lập, quyền tự quyết, vì chủ quyền của các nước cộng hòa, nhưng cùng lúc bảo vệ nhà nước liên bang, sự đoàn kết của quốc gia."

Ý của Gorbachev, trong lúc tôn trọng quyền tự quyết của dân tộc thuộc các nước cộng hòa, ông chống lại các hình thức tự động ly khai khỏi liên bang để tạo nên khối liên kết mới như Khối Thịnh Vượng Chung các Quốc Gia Độc Lập được thành lập ở Alma-Ata, nước Kazakhstan, 21 tháng 12, 1991.

Đó là lý do trực tiếp dẫn tới việc Gorbachev tự ngưng chức.

Báo chí dịch gọn rằng Gorbachev từ chức, thật ra không có chữ từ chức trong diễn văn của ông ta. Ông chỉ tự động ngưng các hoạt động.

Như cả thế giới điều biết sau đó, từ chức hay ngưng chức cũng không khác gì nhau vì chế độCSLX sụp đổ. Tuy nhiên, trong thời điểm đó Khối Thịnh Vượng Chung các Quốc Gia Độc Lập chỉ ra đời được bốn ngày nên bất cứ chuyện gì cũng có thể xảy ra. Gorbachev dự phòng cho tình huống bất ngờ nên dùng chữ "ngưng" để có lý do trở lại lãnh đạo liên bang Soviet hay một liên bang với danh xưng khác nếu cần.

Thực tế chính trị lúc đó cho thấy, Gorbachev không muốn "ngưng chức" chủ tịch Liên Xô cũng khôg được. Chế độ CS bị khai tử bốn hôm trước rồi.

Công bằng mà nói, nếu không có hai chính sách Cải Tổ Kinh Tế Chính Trị (Perestroika) và Công Khai Hóa Các Hoạt Động Thông Tin Ngôn Luận (Glasnost), người dân Liên Xô chắc còn phải chịu đựng lâu hơn nữa.

Điểm khác chính giữa Gorbachev và dòng trực hệ CS chuyên chính từ Lenin, Stalin cho tới Konstantin Chernenko là đảng tính CS trong người. Từ khi còn trẻ, Gorbachev đã có tư tưởng cải cách đảng và phần lớn các hoạt động trong đảng của ông ta cũng tập trung vào cải cách. Gorbachev tích cực trong chiến dịch "hạ bệ Stalin" do Nikita Khrushchev chủ xướng. Những chuyến viếng thăm các nước Tây Âu từ 1970 đến 1977 và được chứng kiến những xã hội mở cũng đã góp phần thúc đẩy các chính sách cải tiến của ông sau này.

Mùa đông 1985, Eduard Shevardnadze, lúc đó là Bộ trưởng Ngoại Giao Liên Xô chia sẻ với Gorbachev, tân Chủ tịch Liên Xô, "mọi thứ đã bị ung thối và phải cần thay đổi". Gorbachev cũng đã nhận ra điều đó và họ đã hợp tác để thúc đẩy những thay đổi cấp bách qua các cải tổ kinh tế chính trị và văn hóa.

Perestroika có lý do vì vào thời điểm đó Liên Xô đang chịu đựng sự suy thoái kinh tế như giá dầu thô giảm xuống mức thấp kỷ lục, chi phí chiến tranh Afghanistan, chạy đua vũ trang vô cùng tốn kém với Mỹ, nuôi một đạo quân hiện dịch trên bốn triệu người.

Glasnost cũng cần thiết. Gorbachev biết để cứu Liên Xô không chỉ giới hạn cứu bằng kinh tế mà phải vực dậy một xã hội đang băng hoại.

Sự băng hoại của văn hóa xã hội Liên Xô không biểu hiện qua các phong trào, qua vài nhân vật bất đồng chính kiến mà trong mọi mặt, mọi ngõ ngách của đời sống. Nhiều năm sau, Gorbachev phát biểu: "Cái khuôn mẫu Soviet thất bại không chỉ ở mức độ kinh tế xã hội mà thất bại ở mức độ văn hóa. Trong xã hội Liên Xô, các tầng lớp người dân, các thành phần có học, thành phần trí thức đã từ chối một chế độ không tôn trọng quyền làm người, trấn áp người dân cả về vật chất lẫn tinh thần."

Trong diễn văn nhận giải Nobel Hòa Bình vào tháng 6, 1991, Gorbachev nhấn mạnh Perestroika là cánh cửa giúp người dân Liên Xô nhìn ra thế giới và tái lập các quan hệ bình thường giữa việc phát triển trong nội bộ một quốc gia và chính sách đối ngoại của quốc gia đó.

Nói tóm lai, Gorbachev trong thời gian ngắn đã cố gắng hết sức để nới lỏng chiếc cùm sắt toàn trị siết chặt người dân mười lăm nước cộng hòa suốt 68 năm từ Cách mạng CS 1917.

Perestroika và Glasnost là hai viên đá tảng trong Học thuyết Gorbachev (The Gorbachev Doctrine) và được ông nhắc đi nhắc lại nhiều lần trong hồi ký cũng như trong các buổi phỏng vấn sau này. Vâng, đó là những thành quả đáng ca ngợi mà chưa có một lãnh tụ CS nào trước ông như Leonid Brezhnev, Yuri Andropov, và Konstantin Chernenko làm được.

Nhưng mục đích chính của tất cả những gì Gorbachev đã làm trong năm năm và cho đến giờ phút chót là để cứu Liên Xô.

Gorbachev không phải là nhà dân chủ, nhà đấu tranh dân chủ hay nhà cách mạng dân chủ như nhiều người nghĩ.

Gorbachev không thực hiện hai chính sách đổi mới kinh tế chính trị và văn hóa để nhằm giải phóng con người ra khỏi chế độ CS. Cả hai chỉ là những biện pháp "tự diễn biến" để Liên Xô có thể tồn tại trong một thế giới mở mà ông đã tận mắt chứng kiến ở Tây Âu.

Gorbachev không chỉ muốn duy trì sự thống nhất của Liên Xô bằng diễn văn hay thuyết phục mà còn bằng hành động.

Chính ông ta trong cương vị chủ tịch nước là người trực tiếp chịu trách nhiệm cho các cuộc đàn áp có đổ máu tại các quốc gia có ý định ly khai khỏi Liên Xô. Cuộc nổi dậy giành độc lập của dân tộc Lithuania vào tháng Giêng, 1991 là một bằng chứng.

Ngày 17 tháng 10, 2016, tòa án Vilnius, Lithuania đòi Gorbachev phải ra cung khai trước tòa với tư cách nhân chứng cho vụ xử 66 người can tội giết 13 người dân Lithuania trong cuộc đàn áp Lithuania năm 1991.

Mới đây, nhiều báo Lithuania còn đề nghị tòa nên kết án Gorbachev như tòng phạm vì tội ác "chống lại nhân loại".

Gorbachev bác bỏ mọi lời tố cáo. Gorbachev có thể không trực tiếp ra lịnh hay trực tiếp liên quan đến vụ tàn sát ở Vilnius nhưng trong tư cách lãnh đạo tối cao của Liên Xô ông ta phải chịu trách nhiệm đã đưa hàng chục xe tăng tiến vào thủ đô Vilnius và cán lên hàng rào người không võ trang trưa ngày 11 tháng Giêng, 1991.

Một điểm ít người để ý là Gorbachev chưa bao giờ từ chức hay ngưng chức tổng bí thư đảngCSLX. Ngày 25 tháng 12 chỉ đánh dấu sự thay đổi về mặt nhà nước.

Trong buổi phỏng vấn dành cho báo The Guardian 16, tháng 8 2011, khi được yêu cầu cho biết những điều ông hối tiếc nhất, Gorbachev thú nhận đó là "sự kiện tôi bám giữ quá lâu để cố gắng cải cách đảng CS." Gorbachev biết đảng CS không thể nào cải cách được nhưng ông chỉ nhận ra sau 20 năm còn trước đó thì không.

Theo Gorbachev, cũng trong buổi phỏng vấn, lẽ ra ông nên từ chức vào tháng Tư, 1991 và thành lập một đảng dân chủ để thay đổi xã hội bằng con đường không CS.

Trong Hồi Ký xuất bản năm 1995 ông không nói đến điểm này. Lý do cũng dễ hiểu, thời gian càng lâu và càng xa với những biến cố mang tính thời sự, con người càng thấm và dễ thấy những điều mình sai trong quá khứ và những chọn lựa lẽ ra nên có.

Không giống như nhà vật lý nguyên tử Andrei Sakharov dâng hiến đời mình cho lý tưởng dân chủ và nhân quyền, Gorbachev chỉ là chọn dân chủ khi không còn chọn lựa nào khác.

Các nhà phân tích và lý luận cách mạng thường để ý đến những giọt nước làm tràn ly và ca ngợi những con người xuất hiện trong thời điểm cách mạng bùng nổ như là những anh hùng. Điều đó đúng nhưng chỉ đúng một phần.

Đừng quên, suốt 74 năm dưới chế độ CS toàn trị tại Liên Xô hàng triệu giọt nước đã âm thầm đổ xuống để đến lúc đầy ly đúng bảy giờ chiều ngày 25 tháng 12, 1991.

Các cuộc nổi dậy của nông dân đã bị Lenin và Stalin tàn sát không thương xót như trường hợp Nổi Dậy Tambov, cách Moscow 300 cây số với 15 ngàn người bị Lenin ra lịnh xử bắn.

Nhiều triệu người dân vô tội khác đã chết, bị đày ải sang Siberia băng giá vì chống chế độ CS dưới thời Stalin như đã được liệt kê trong Sách Đen Của Chủ Nghĩa CS (The Black Book of Communism: Crimes, Terror, Repression) và nhiều tác phẩm khác.

Cách mạng dân chủ Nga và 14 nước Cộng hòa thuộc Liên Xô được viết bằng máu của những người đã hy sinh vì quyền căn bản của con người suốt 74 năm. Họ là ngọn lửa cháy ngầm, cháy âm ỉ nhưng không bao giờ ngưng đốt cháy chiếc cùm sắt độc tài CS. Không có họ làm gì có chuyện Gorbachev từ chức.

Như người viết kết luận trong bài "25 Tháng 12, Ngày Cuối Cùng Của Chế ĐộCSLX", chế độ CS đi ngược dòng phát triển văn minh nhân loại và quyền con người nên sớm hay muộn cũng phải bị giải thể. Điều đó đã xảy ra tại Nga, Đông Âu, Phi Châu và đương nhiên sẽ xảy ra tại Trung Cộng và Việt Nam. Không có con đường nào khác dành cho những kẻ độc tài.

NGƯỜI MỸ BỎ PHIẾU BẰNG GÌ?

Trong bài trước người viết có nhắc đến trường hợp anh nông dân Sierra Leone bỏ phiếu bằng chân vì hai tay của anh bị quân phiến loạn độc tài Sierra Leone chặt đứt. Giống như anh nông dân Sierra Leone, theo nghĩa bóng, người dân miền Nam trước 1975 cũng bỏ phiếu bằng chân khi quân CS mở các cuộc tấn công lớn như Mậu Thân 1968, Mùa Hè Đỏ Lửa 1972.

Vậy người Mỹ bỏ phiếu bằng gì?

Người Mỹ rất thực tế. Họ bỏ phiếu không phải bằng tay như người dân Nam Phi, bằng chân như người dân Sierra Leone hay miền Nam Việt Nam mà bằng bao tử. Đời sống áo cơm, điều kiện kinh tế, mức ổn định trong xã hội Mỹ quyết định cho lá phiếu.

Từ sau Thế Chiến Thứ Hai tính cả thời kỳ Harry Truman đến nay, Mỹ có bốn tổng thống, hai ông Dân Chủ và hai ông Cộng Hòa, chỉ làm được một nhiệm kỳ hay thậm chí ngắn hơn. Họ gồm Lyndon B. Johnson, Dân Chủ (1963-1969), Gerald Ford, Cộng Hòa, (1974-1977), TT Jimmy Carter, Dân Chủ, (1977-1981), George H. W. Bush, Cộng Hòa, (1989-1993).

TT Jimmy Carter được quốc tế kính trọng khi giúp mang lại hòa bình cho Trung Đông qua thỏa ước Camp David giữa

Thủ tướng Do Thái Menachem Begin và Tổng thống Ai Cập Anwar Sadat. Ai Cập là quốc gia mạnh nhất trong khối Á Rập và TT Anwar Sadat là lãnh đạo có uy tín nhất trong các lãnh đạo Á Rập.

TT George H. W. Bush, lãnh đạo liên minh quân sự gồm 35 quốc gia đạt đến chiến thắng lẫy lừng trong Chiến Tranh Vùng Vịnh (Gulf War) 1990-1991.

Hai tổng thống Mỹ này đều nổi tiếng khắp thế giới về các chính sách đối ngoại nhưng cả hai đều không thắng nhiệm kỳ hai. Họ thua chỉ vì thất bại trong các chính sách đối nội.

Trước đó, TT Lyndon B. Johnson không tìm kiếm nhiệm kỳ hai không phải lý do trực tiếp vì chiến tranh Việt Nam mà vì sự phân hóa trong nội bộ nước Mỹ do cách tham dự của Mỹ vào cuộc chiến.

TT Gerald Ford thất bại ngay khi ứng cử lần đầu vào tay Jimmy Carter vì không giải quyết được gánh nặng kinh tế suy thoái trầm trọng nhất kể từ Đại Suy Thoái 1929-1933 và lạm phát gia tăng sau chiến tranh Việt Nam.

Do đó, để tái đắc cử, một tổng thống nhiệm kỳ thứ nhất phải duy trì cho được sức mạnh kinh tế và ổn định xã hội, và đó là hai mục tiêu hàng đầu của một lãnh đạo nước Mỹ. Và để được lòng người trong nước, tổng thống Mỹ thường phải tái ưu tiên hóa các chính sách đối ngoại. Nói rõ hơn, bất cứ chính sách, đường lối nào có ảnh hưởng bất lợi cho việc tái đắc cử đều phải được điều chỉnh, bị trì hoãn, và chỉ tiến hành nếu có lợi cho việc tái đắc cử. Số phận Hong Kong là một bằng chứng còn nóng hổi trên mặt báo.

Chính trị là chính trị. Niccolò Machiavelli, người được xem như là cha đẻ của khoa chính trị học và tác giả của Quân Vương (The Prince) viết "Chính trị không có liên quan gì đến đạo đức".

Điều đó không có nghĩa Tập Cận Bình sẽ rảnh tay thao túng theo ý thích. Giống như Hitler phải đi từ Rhineland qua Áo tới Sudetenland nuốt Tiệp Khắc rồi mới tấn công Ba Lan. Tập Cận Bình phải tính toán những rủi ro khi đương đầu với Mỹ bằng quân sự trong thời điểm này.

Mỹ có thể sẽ đóng vai trò trung lập nếu chiến tranh giữa hai đảng CSVN và CS Trung Quốc, bùng nổ lần nữa, nhưng vì các lý do kinh tế, cam kết lịch sử và chiến lược Mỹ sẽ không đứng yên nhìn Đài Loan rơi vào tay Trung Cộng.

Hoa Kỳ là một cường quốc hàng đầu thế giới nên việc bầu cử tổng thống Mỹ cũng như các chính sách của quốc gia này có ảnh hưởng đến khắp các quốc gia trên thế giới, không chỉ trong giới lãnh đạo mà cả người dân.

Phản ứng của lãnh đạo các quốc gia và người dân các quốc gia khác thường phát xuất từ những lãnh vực mà họ quan tâm nhất, có ảnh hưởng đến họ nhất như một người nước ngoài chứ không phải với tư cách một công dân Mỹ.

Người nước ngoài không đóng thuế Mỹ, không lãnh trợ cấp xã hội, không sinh đẻ ở Mỹ, không bị chi phối bởi các nguyên tắc chỉ đạo hay lập trường chính trị của đảng Cộng Hòa hay đảng Dân Chủ. Lãnh vực họ quan tâm nhất là chính sách đối ngoại của Mỹ. Nhưng như đã phân tích ở phần trên, chính sách đối ngoại phần lớn không phải là yếu tố quyết định cho lá phiếu của một cử tri Mỹ.

Dùng Châu Âu để phân tích. Biểu đồ thiện cảm của các lãnh đạo và người dân Châu Âu đối với các tổng thống Mỹ từ sau Thế Chiến Thứ Hai cho thấy yếu tố chính sách đối ngoại có ảnh hưởng lớn đến cảm tình của người dân Châu Âu đối với Mỹ.

Để tránh bị chi phối bởi thành kiến chính trị mang tính thời sự, thay vì dùng trường hợp tổng thống hiện nay hay vừa qua, lấy TT George W. Bush năm 2001 ra để phân tích.

Theo thăm dò của Pew Research Center năm 2001 chỉ 16% người Pháp, 23% người Đức, 17% người Anh thích TT G.W Bush. Lý do chính là vì thời điểm đó Mỹ rút ra khỏi Hiệp Ước Chống Hỏa Tiễn Đạn Đạo (Anti-Ballistic Missile Treaty).

Trong diễn văn ngày 13 tháng 12, 2001, TT G.W. Bush phát biểu: "Bảo vệ nhân dân Hoa Kỳ là ưu tiên tối thượng của một Tổng Tư Lịnh, và tôi không thể và sẽ không cho phép Hoa Kỳ duy trì một hiệp ước ngăn cản chúng tôi phát triển các biện pháp phòng thủ hiệu quả."

TT G.W Bush nhấn mạnh "Bảo vệ nhân dân Hoa Kỳ là ưu tiên tối thượng" bởi vì ngoài quyền lợi của nước Mỹ, chỉ có cử tri Mỹ mới quyết định liệu ông có thể tiếp tục nhiệm kỳ thứ hai vào năm 2004 hay không.

Theo các nhà chiến lược Mỹ dưới chính quyền George W. Bush, Chiến Tranh Lạnh đã tàn, Leonid Brezhnev, Tổng bí thư đảngCSLX và là một trong hai người ký trong ABM Treaty lần đầu 1972, đã vào địa ngục thì không lý do gì Mỹ phải bắt buộc tuân thủ một hiệp ước lỗi thời.

Nhiều lãnh đạo và dân chúng Châu Âu lại nghĩ khác. Họ lo lắng và có cảm giác bị Mỹ bỏ rơi nhất là khi năm ngàn đầu đạn nguyên tử của Nga vẫn còn đang chĩa mũi sang Châu Âu. Nhưng Châu Âu của thế kỷ 21 không phải là một Châu Âu điêu tàn đổ nát sau Thế Chiến Thứ Hai. Đống gạch vụn Berlin đã trở thành một trong những thành phố hiện đại nhất thế giới. Người dân Tây Berlin không còn phải thấp thỏm chờ từng ổ bánh mì, từng lít xăng được thả xuống từ những chiếc phi cơ vận tải trong thời gian bị phong tỏa 1948 và 1949. Kế hoạch Marshall đã hoàn tất.CSLX và Đông Âu đã sụp đổ. Chiến tranh Lạnh đã chấm dứt. Những em bé Châu Âu năm xưa như Hasso Plattner, 5 tuổi hay Dieter Schwarz, 10 tuổi khi Tây Bá Linh bị phong tỏa nay đã thành tỷ phú.

Nước Nga ngày nay không phải là Liên Xô trước đây. Tham vọng của Putin có giới hạn và không khó để nhận ra. Mối quan tâm hàng đầu của Putin là bảo vệ vòng đai an ninh quanh nước Nga theo truyền thống của các Nga Hoàng. Dù có hàng ngàn đầu đạn nguyên tử trong tay, theo tạp chí Forbes, với nền kinh tế đứng hạng thứ 11 trên thế giới sau cả Ba Tây và Canada, thứ 55 về cơ hội đầu tư, thứ 151 về tự do tiền tệ Nga chưa phải là một đe dọa trực tiếp với nền an ninh Châu Âu trong một tương lai gần.

Đành rằng bảo vệ an ninh Châu Âu là một cách bảo vệ an ninh và quyền lợi của Mỹ nhưng một khi điều kiện địa lý chính trị thay đổi, chiến lược an ninh và phòng thủ cũng phải thay đổi một cách thích nghi.

Người viết giải thích hơi dài dòng để độc giả thấy chính trị mang đủ các đặc tính giành giật quyền lực, dùng quyền lực để gây ảnh hưởng và tác động đến quyết định như trong định nghĩa của tự điển Oxford: “Chính trị là các hoạt động liên quan đến việc giành và sử dụng quyền lực trong đời sống công cộng, và có thể tác động đến các quyết định làm ảnh hưởng đến một quốc gia hay một xã hội."

Nhưng định nghĩa trên thiếu một đặc tính phổ biến khác là vận dụng chính trị. Vận dụng là phương pháp để tìm ra những điểm tích cực trong mọi hoàn cảnh ngay cả khi tuyệt vọng.

Trong Chiến tranh Lạnh chống Liên Xô, nhiều quốc gia trở nên giàu có nhờ vận dụng các điều kiện quốc tế và tận dụng thời gian giằng co giữa các cường quốc để xây dựng thực lực cho mình.

Trong thời gian từ 1985 đến 1990, các phong trào dân chủ Đông Âu và Baltics đã vận dụng chính sách đối ngoại hòa hoãn với tây phương và không can thiệp bằng quân sự vào Đông Âu của Mikhail Gorbachev để xây dựng phong trào dân chủ. Kết quả, hầu hết các quốc gia này đã có dân chủ trước khi Liên Xô chính thức cáo chung vào tháng 12, 1991. Họ không đợi Liên Xô sụp đổ rồi CS chư hầu sẽ tự động sụp đổ theo như cách một số người Việt quan niệm trong quan hệ giữa Trung Cộng và CSVN.

Có được sự yểm trợ quốc tế dĩ nhiên quá tốt nhưng nếu không, không có nghĩa là đường cùng. Một dân tộc tồn tại và lớn lên nhờ niềm tin sức mạnh của chính họ chứ không phải nhờ vào ngoại lực.

Thăng Long không chỉ thất thủ một lần, Lê Lợi ở núi Chí Linh củ chuối không có mà ăn nhưng Việt Nam vẫn còn có mặt sau bao nhiêu hy sinh và chịu đựng. Niềm tin và sức mạnh của một dân tộc là nguồn vốn thiêng liêng, có khi mạnh khi yếu nhưng không bao giờ mất.

AI THẮNG AI THUA SAU CUỘC HỌP THƯỢNG ĐỈNH MỸ - BẮC HÀN

TT Trump cám ơn Tập Cận Bình "giúp đỡ" trong việc dẫn đến phiên họp giữa ông và Kim Jong Un. Lời cám ơn của TT Trump lần nữa xác định vai trò quan trọng của Tập trong việc giải quyết xung đột nguyên tử Bắc Hàn không chỉ trong các cuộc họp thượng đỉnh đã qua mà cả những lần tới nếu có.

Người thắng trong cuộc họp thượng đỉnh Mỹ-Bắc Hàn vừa qua là Tập Cận Bình.

Những điều Tập muốn đều đạt được. Tập muốn hai điểm (1) lắng dịu, ổn định trên bán đảo Triều Tiên và (2) giữ nguyên các tình trạng đang có (status quo) để từ đó y xây dựng thêm các tình trạng đang có khác.

Khái niệm "status quo" viết theo tiếng Latin chỉ tình trạng của các điều kiện thực tế đang là trước khi có sự thay đổi.

Như người viết đã trình bày trong bài "Tập Cận Bình Chủ Trương Độc Chiếm Biển Đông", các "status quo" rất quan trọng trong bang giao quốc tế, nhất là tại các khu vực tranh chấp trên Biển Đông hiện nay.

Trong đàm phán các bên thường có khuynh hướng chấp nhận một "status quo" và đôi khi còn được xem đó như là một giới hạn mà nếu bị vượt qua sẽ tạo nên nhiều bất trắc. Hitler phá vỡ "status quo" ở Đông Âu khi tấn công Ba Lan. Hậu quả, chiến tranh Châu Âu bùng nổ và nhanh chóng trở thành cuộc chiến tranh thế giới lần thứ hai.

Các giới cai trị Trung Cộng từ Mao đến nay đều tích cực xây dựng các "status quo" chỉ khác nhau về phương pháp.

Khác với các giới cai trị tiền nhiệm như Giang Trạch Dân và Hồ Cẩm Đào, Tập Cận Bình chủ trương bành trướng thô bạo, nhanh chóng và quy mô.

Tập chi ra một kinh phí khổng lồ để quân sự hóa các vùng chiếm được trên Biển Đông. Nhiều nhà phân tích đặt câu hỏi tại sao Trung Cộng phải chi hơn 11 tỷ Mỹ Kim để quân sự hóa vùng Đá Chữ Thập (Fiery Cross Reef) khi đảo này cách đất liền Trung Cộng tới 750 dặm và chỉ cách bờ biển Việt Nam 175 dặm?

Câu trả lời là ngoài tham vọng tài nguyên, Tập còn chuẩn bị cho các cuộc tranh chấp trên bàn hội nghị có thể xảy ra trong tương lai. Xây dựng "status quo" tại vùng Đá Chữ Thập là một hình thức đóng cột mốc tại điểm ngoài cùng của biên giới.

Tập Cận Bình cần ổn định và qua thượng đỉnh Mỹ-Bắc Hàn vừa qua cả Mỹ và Bắc Hàn đều nhận thấy việc tiếp tục đàm phán là phương án thích hợp để giải quyết xung đột nguyên tử Mỹ-Bắc Hàn.

Hai điều ổn định và giữ nguyên tình trạng đang có này có giá trị chiến lược đối với Tập và ảnh hưởng đến hầu hết các chương trình của Tập trong ba mươi năm tới về đối nội cũng như đối ngoại, nhất là kế hoạch lớn Một Vành Đai Một Con Đường (Belt and Road Initiative).

Kế hoạch Một Vành Đai Một Con Đường về mặt cấu trúc được xây dựng trên tương quan giữa các quân cờ trong bàn cờ Domino. Một sự thay đổi, gián đoạn nào trong cán cân chính trị và quân sự tại Á Châu cũng làm gãy đổ toàn bộ chiến lược của Tập.

Một số nhà phân tích cho rằng Kim Jong-Un có lợi nhất khi được TT Trump, đại diện cho quốc gia có quyền lực nhất thế giới, thừa nhận. Nếu điều đó đúng cũng chỉ là lợi nhỏ vì thừa nhận hay không thì ba đời họ Kim cũng đã và đang cai trị Bắc Hàn một cách hà khắc và tuyệt đối. Trong chính trị, ngồi đối diện với đối phương trên bàn đàm phán không có nghĩa là công nhận tính chính danh của đối phương mà chỉ thừa nhận vị trí quyền lực của đối phương vào thời điểm đó.

Tương tự, việc CSVN tự khen như là "Trung Tâm Hòa Giải Xung Đột Quốc Tế" cũng chỉ là trò cười. Quan điểm chính trị của TT Trump là thực tế chính trị, và do đó, ông chọn Việt Nam vì CSVN là đồng chí CS của Kim, là đàn em của Tập và vẫn còn giữ một vị trí tế nhị về địa lý chính trị trong khu vực chứ chẳng phải vì tính chính danh của đảng CSVN. Mọi đàm phán đều có tính tương nhượng ngay cả nơi đàm phán.

Nếu nhân dân Việt Nam lật đổ được đảng CS sáng nay, có lẽ nội trong ngày hay trễ nhất là ngày mai Mỹ sẽ lên tiếng hoan hô và công nhận như đã làm với Romania, Libya, Ai Cập trước đây hay với Venezuela mới đây.

Những người thua trong thượng đỉnh Mỹ-Bắc Hàn là nhân dân Bắc Hàn.

Không ai kỳ vọng thay đổi rộng lớn sẽ đến ngay trong cuộc đời của 25 triệu dân Bắc Hàn và con cháu họ, tuy nhiên, nếu có một chút ánh sáng từ phương tây rọi vào qua kẽ hở của hội nhập dù còn giới hạn cũng giúp cho họ thở một không khí mà 70 năm qua họ chưa được thở. Không. Họ sẽ phải tiếp tục sống trong bóng tối của cuộc đời nô lệ mà chủ nô là một kẻ chưa bao giờ biết thế nào là giá trị của miếng cơm, manh áo.

Những năm 1990, khi có khoảng hai đến ba triệu người Bắc Hàn chết đói, Kim Jong-Un sống như một hoàng tử ở Thụy Sĩ. Chung quanh y là hồ bơi, sân bóng rổ, xe hơi đặc chế để cậu bé mới tuổi lên mười có thể tập lái. Đời sống hàng ngày của Kim Jong-Un là phim ảnh Hollywood, trượt tuyết ở Alps và bơi lội ở French Riviera.

Fujimoto, người đầu bếp của Kim Jong-il kể lại Kim Jong-Un không thích học và chưa bao giờ bị ép buộc phải học. Theo điều tra của bà Jung H. Pak, từng là nhân viên cao cấp của CIA và Văn phòng Giám Đốc An Ninh Tình Báo Quốc Gia, các bạn học của Kim Jong-Un trong thời gian ở Thụy Sĩ cho biết "Thầy cô của Kim Jong-Un thấy y học hành kém một cách đáng xấu hổ nhưng rồi y lại tiếp tục lên lớp. Họ cố ý để cho y yên."

Nhưng đứa bé ít học, nóng tính đó đã được cha là Kim Jong-il chọn kế vị.

Năm Kim Jong-Un 11 tuổi, y ăn mặc như một ông tướng và được ca tụng như một thiên tài có khả năng siêu nhiên. Việc Kim Jong-Un lái chiếc xe đặc chế khi còn nhỏ đã được bộ máy tuyên truyền Bắc Hàn thêu dệt trở thành một huyền thoại "Kim nguyên soái biết lái xe hơi khi tuổi mới lên ba".

Hôm nay tại Bắc Hàn, hàng trăm ngàn tù nhân vẫn còn chịu đựng những cảnh tra tấn, đày đọa vô cùng thảm khốc. Nhiều câu chuyện do các an ninh trại tù cũng như tù nhân trốn thoát được kể lại vượt qua sự tưởng tượng của con người. Xin đơn cử hai trường hợp, một từ cựu an ninh và một từ cựu tù nhân.

Lim Hye-jin, một cựu nữ an ninh trại tù tại Bắc Hàn vượt thoát, kể lại chuyện một gia đình bảy người đã bị xử bắn công khai vì hai anh em trong gia đình này trốn trại. Không may hai anh em bị bắt lại và sau khi bị tra tấn bằng những cực hình, cả hai bị chặt đầu trước mắt các tù nhân khác. Cũng theo lời kể của Lim Hye-jin, tại các trại tù Bắc Hàn nam an ninh của trại có quyền hiếp dâm nữ tù mà không bị kỷ luật. Nếu chẳng may một nữ tù mang thai, người đó buộc phải phá thai bất kể thai được bao nhiêu tháng. Có trường hợp thai nhi đã tới kỳ được sanh, em bé này bị đánh chết hay đốt cháy khi còn sống.

Nữ tù nhân Ji Hyeon kể chính cô đã phải phá thai không thuốc thang. Cô Ji Hyeon chứng kiến cảnh một nữ tù nhân có thai tám tháng và sau một ngày dài làm việc nặng chị sinh con. Chị vui mừng ôm con vào lòng. An ninh tù bắt được và ra lệnh người mẹ trẻ đó phải nhận chìm em bé sơ sinh xuống nước cho đến chết.

Bàn tay của kẻ mà Nguyễn Phú Trọng ân cần, quyến luyến nắm chặt tưởng như không thể rời là bàn tay đã nhuộm máu của bao nhiêu người dân vô tội.

Tội ác của ba đời họ Kim nước sông Yalu không rửa sạch. Hơn 25 triệu người dân vô tội không may mắn bị sinh ra trên phía bắc bán đảo Triều Tiên sẽ phải tiếp tục cuộc đời nô lệ. Họ là những người thua và sẽ tiếp tục là những người thua cho đến ngày nào dòng họ Kim hay chế độ CS độc tài tuyệt đối không còn cai trị Bắc Hàn.

THỦ TƯỚNG LÝ HIỂN LONG XÚC PHẠM VIỆT NAM VÀ KHƠI LẠI NỖI ĐAU CAMPUCHIA?

Cựu Thủ tướng Thái Lan Prem Tinsulanonda qua đời hôm 26 tháng 5, 2019. Bốn ngày sau, Thủ tướng Singapore Lý Hiển Long chia buồn trên FB, trong đó ông có nhắc đến xung đột quân sự Việt Nam-Campuchia và một giai đoạn đau thương của lịch sử nước này dưới thời Pol Pot.

Đoạn văn trên FB:"Vai trò lãnh đạo của ông [Prem Tinsulanonda] cũng đem lại lợi ích cho khu vực. Thời gian ông làm Thủ tướng trùng hợp với lúc các thành viên ASEAN (lúc đó chỉ có 5 nước chúng ta) cùng nhau chống lại sự xâm lược của Việt Nam đối với Cambodia và chính phủ Cambodia thay thế Khmer Đỏ. Thái Lan ở tiền tuyến, đối đầu với các lực lượng của Việt Nam qua biên giới nước này với Cambodia. Tướng Prem cương quyết không chấp nhận như việc đã rồi, và đã cùng với các nước ASEAN, phản đối hành động xâm chiếm của Việt Nam trên các diễn đàn quốc tế. Điều này ngăn chặn việc chiếm đóng quân sự và chính phủ Cambodia trở nên hợp pháp. Hành động cũng giúp bảo vệ an ninh của các quốc gia Đông Nam Á khác và định hướng cho khu vực."

CSVN và chính quyền Campuchia phản đối. CSVN cho rằng họ không "xâm lược" còn chính quyền Hun Sen cho rằng CSVN chỉ "tình nguyện" sang cứu Campuchia.

Tạm gác lý do đạo đức sang bên, CSVN thật sự đã xâm lăng Campuchia ngày 21 tháng 12, 1978 và chiếm đóng nước này cho tới ngày 26 tháng 9, 1989.

Khi xâm lăng Campuchia, CSVN nghĩ rằng quốc tế sẽ phản ứng tích cực vì có công lớn trong việc đánh đổ tập đoàn diệt chủng Pol Pot. Không. Chính trị là chính trị và đạo đức là đạo đức. Hai lãnh vực này không phải bao giờ cũng thuận chiều nhau.

Bằng chứng. Trong gần suốt thời gian bị CSVN xâm lăng và chiếm đóng, Chính Phủ Liên Hiệp Campuchia Dân Chủ (Coalition Government of Democratic Kampuchea) trong đó thành phần quan trọng là Khờ Me Đỏ vẫn được xem là đại diện chính thức của Campuchia tại Liên Hiệp Quốc.

Nhiều nước CS có quan hệ ngoại giao tốt với CSVN như Bắc Hàn cũng vẫn thừa nhận Chính Phủ Liên Hiệp Khampuchia Dân Chủ. Đề nghị của phe thân Liên Xô đưa chính phủ bù nhìn Heng Samrin của CSVN thay thế cho chính phủ Pol Pot đã bị đa số chống đối với kết quả 91 phiếu chống, 29 phiếu thuận và 26 vắng mặt.

Rõ ràng Đặng Tiểu Bình tuy thất bại chiến thuật quân sự trong Chiến tranh Biên Giới với CSVN 1979 đã thành công trong chiến lược cô lập CSVN.

Những lời tố cáo của Đặng "CSVN một Cuba tại Á Châu" có tác dụng trong quyết định của các lãnh đạo Đông Nam Á.

Không ai muốn gần CSVN. Không chỉ đa số trong đại hội đồng LHQ, hầu hết các quốc gia Đông Nam Á mà cả một số nước CS gần gũi với CSVN cũng ủng hộ Chính Phủ Liên Hiệp Kampuchea Dân Chủ trong đó có Khờ Me Đỏ.

Chủ tịch của chính phủ này được Liên Hiệp Quốc công nhận là Norodom Sihanouk và phụ trách đối ngoại là Khờ Me Đỏ Khieu Samphan, một trong ba đồ tể của nhân dân Campuchia.

Dù Sihanouk là chủ tịch nhưng ông ta không có quân. Quân đội chủ lực vẫn là tàn quân Pol Pot đóng dọc biên giới Thái-Miên.

Do đó việc bà Lê Thị Thu Hằng phát biểu: "Việt Nam lấy làm tiếc khi đã có một số nội dung phát biểu phản ánh không khách quan thực tế lịch sử, gây tác động không tốt đến dư luận" chỉ một cách để chữa thẹn. Thủ tướng Singapore Lý Hiển Long phát biểu đúng thực tế chính trị trong thời điểm đó.

Chiếm trọn nước của người ta, thiết lập một chế độ bù nhìn để cai trị nhân dân nước đó và duy trì một đội quân trên 100 ngàn trong suốt hơn mười năm mà không phải xâm lăng thì là gì?

Nhưng TT Lý Hiển Long có nên phát biểu vậy không? Không.

Khi ca ngợi thành quả của cựu Thủ tướng Thái Lan Prem Tinsulanonda thủ tướng Singapore đã vô tình hợp thức hóa vai trò của kẻ thật sự gây ra khổ nạn cho dân tộc Campuchia, trong trường hợp này là đồ tể Pol Pot.

CSVN "tình nguyện" đánh Pol Pot vì lý do nhân đạo? Không.

Trước thời gian xung đột quân sự, CSVN là người bạn thân thiết của Pol Pot. CSVN là một trong số it nước có tòa đại sứ tại Nam Vang. Những nước đó là Trung Cộng, Bắc Hàn, Ai Cập, Albania, Romania, Cuba, Lào, Nam Tư và CSVN (cho đến tháng 12, 1977).

Trong gần ba năm đầu oan nghiệt trên Xứ Chùa Tháp hiền hòa, CSVN đã tận mắt chứng kiến những thảm cảnh mà người dân Campuchia chịu đựng nhưng Nguyễn Duy Trinh, Bộ trưởng Ngoại Giao CSVN thời đó đã không có một lời phản đối nào đừng nói chi là đưa ra quốc tế.

Năm 1965, Pol Pot đã từng đi bộ dọc theo đường mòn Hồ Chí Minh ra Hà Nội để tham khảo Lê Duẩn về chiến lược chiếm Campuchia. Chỉ ba tháng sau khi Pol Pot chiếm Nam Vang, Lê Duẩn và Lê Đức Thọ là hai trong số những quốc khách đầu tiên chính thức viếng thăm nước Campuchia Dân Chủ.

Nếu đồ tể Pol Pot không xua quân đánh phá vùng biên giới Tây Nam của Việt Nam thì liệu CSVN có "tình nguyện" xua quân cứu dân tộc Campuchia không? Chắc chắn là không.

Tuy nhiên xét về mặt chiến lược, để phá vỡ vòng vây và để bảo vệ an ninh sườn Tây Nam Việt Nam việc CSVN đánh Pol Pot là đúng.

Trong thời điểm 1977, khi chung quanh chỉ còn là kẻ thù, CSVN thật không có chọn lựa nào khác hơn.

Pol Pot trở lại Trung Cộng và tham khảo với Đặng Tiểu Bình từ 28 tháng Chín đến 22 tháng 10, 1977. Trung Cộng viện trợ cho Campuchia hàng trăm xe tăng, đại pháo và nhiều máy bay chiến đấu để chuẩn bị cho các trận đánh lớn có thể xảy ra.

Pol Pot chủ trương chỉ cần một người Campuchia diệt được ba chục người Việt, dân Campuchia sẽ tiêu diệt toàn bộ dân tộc Việt Nam. Các cuộc đột kích vào đảo Thổ Châu, Phú Quốc, nhiều địa phương thuộc các tỉnh An Giang, Tây Ninh, đốt phá làng mạc, giết người, bắt cóc, bịt mắt thả sông của Khmer Đỏ trong giai đoạn phát xuất từ chủ trương này.

Xót thương, nhân ái, tình người là những khái niệm không có trong tự điển của các lãnh tụ CS.

Đặng Tiểu Bình không thương xót cho mười triệu dân ở quê hương Tứ Xuyên của y đã chết vì sự tàn ác và ngu xuẩn của Mao nói chi dân một nước chư hầu xa lạ như Campuchia.

Tương tự, khi xua quân cưỡng chiếm miền Nam Việt Nam, các lãnh tụ CSVN không hề nghĩ tới việc nhiều triệu dân Việt Nam trên cả hai miền sẽ phải chết một cách thảm khốc khi đương đầu với Mỹ một cường quốc quân sự hàng đầu thế giới.

CS là CS, đâu cũng vậy, một hệ tư tưởng, một mục tiêu, một tham vọng, một đường lối và một biển đau thương để lại cho số phận các dân tộc bất hạnh như Trung Hoa, Việt Nam, Campuchia.

Chu kỳ thù hận đó vẫn còn đang và sẽ tái diễn cho đến khi nào các nền cộng hòa thực sự được thiết lập tại các quốc gia này.

HOA KỲ TRONG XUNG ĐỘT ĐÀI LOAN

Ngày 14 tháng 1, 2021, trong hàng bộ trưởng chính phủ Mỹ, phần lớn đang ngồi chờ bàn giao công việc. Nếu không có trách nhiệm điều hành trực tiếp, có lẽ không bộ trưởng nào còn tính chuyện công du nước ngoài hay dúi đầu vào những đề án có thể tốn năm mươi hay ngay cả một trăm năm để hoàn thành.

Ngoại trừ một người và người đó là Ngoại Trưởng Mike Pompeo.

Theo tài liệu trong Bộ Ngoại Giao Hoa Kỳ, Michael R. Pompeo sinh năm 1963 tại Orange County, California. Ông lớn lên ở vùng Santa Ana và học trung học tại Los Amigos High School. Ông tốt nghiệp Thủ Khoa tại Học Viện Quân Sự West Point khóa 1986 và phục vụ như một sĩ quan cấp bậc Đại Úy có trách nhiệm tuần tra "bức màn sắt" trước khi Bức Tường Bá Linh sụp đổ.

Rời quân đội, Mike Pompeo về học Luật tại Đại học Harvard và là chủ bút của The Harvard Law Review. Từ tháng 1, 2011 đến tháng 1, 2017, ông là Dân Biểu Liên Bang đơn vị 4 của tiểu bang Kansas trước khi được đề cử vào chức vụ Giám Đốc Cơ Quan Trung Ương Tình Báo Hoa Kỳ (CIA).

Ngoại trưởng có một gia sản 800,000 dollar. Đây là một gia sản khá khiêm nhượng so với nhiều bộ trưởng khác trong chính phủ Donald Trump, chẳng hạn Bộ trưởng Thương Mại Wilbur Ross có tài sản 506.5 triệu dollar hay Bộ trưởng Giáo Dục Betsy DeVos có gia sản lên đến 1.1 tỷ dollar.

Mike Pompeo là một chính trị gia tận tụy với lý tưởng của đảng Cộng Hòa. Ông biện hộ cho chính sách quốc phòng mạnh và chống lại thỏa hiệp nguyên tử được ký kết giữa Iran và sáu cường quốc. Tuy nhiên ông vẫn chủ trương đàm phán là chính.

Năm 2018, Mike Pompeo trở thành Bộ trưởng Ngoại Giao thứ 70 của Hoa Kỳ. Như đã xác định trong một buổi điều trần trước Thượng Viện Hoa Kỳ, mặc dù là một chính trị gia có quan điểm bảo thủ, ông xem chiến tranh như chọn lựa cuối cùng. Trước ngày ra điều trần ông còn tham khảo về chính sách đối ngoại với tất cả ngoại trưởng Mỹ còn sống kể cả bà Hillary Clinton.

Tuyên bố mới nhất và có lẽ là một trong những tuyên bố quan trọng nhất của Ngoại Trưởng Pompeo là “hủy bỏ các điều khoản tự hạn chế do chính Mỹ đặt ra” đối với Đài Loan.

Bản tuyên bố của Bộ Ngoại Giao Hoa Kỳ vào ngày 9 tháng 1, 2021 khẳng định: “Đài Loan là một nền dân chủ sống động và là đối tác đáng tin cậy của Hoa Kỳ, tuy nhiên trong vài thập niên, Bộ Ngoại giao Mỹ đã tạo ra những hạn chế nội bộ phức tạp để điều chỉnh các quan hệ ngoại giao, quân nhân và các viên chức khác của Hoa Kỳ với các đối tác Đài Loan. Chính phủ Hoa Kỳ đã đơn phương thực hiện những hành động này, trong một nỗ lực nhằm lấy lòng chế độ CS ở Bắc Kinh. Các tự chế đó đã chấm dứt.”

Trong quan điểm của Ngoại Trưởng Pompeo, đất nước và người dân Đài Loan phải được kính trọng như nước Mỹ và người dân Mỹ. Do đó không có lý do gì chính phủ Mỹ phải đối xử với Đài Loan một cách khác biệt. Và điều đó có nghĩa từ nay, chính phủ Mỹ sẽ xem chính phủ Đài Loan như mọi chính phủ khác. Các viên chức chính phủ Mỹ sẽ thăm viếng chính thức, tham dự các hội nghị cấp chính phủ hay liên chính phủ nếu tổ chức tại Đài Loan.

Tháng Chín năm ngoái, Keith Krach, Thứ trưởng Ngoại Giao đặc trách Phát Triển Kinh Tế, Năng Lượng và Môi Trường thăm viếng Đài Loan. Chuyến viếng thăm của ông làm căng thẳng thêm mối quan hệ đang đầy sóng gió giữa Hoa Kỳ và Trung Cộng (TC) về vấn đề Đài Loan.

TC, một mặt tăng cường sự hiện diện quân sự trong khu vực Eo Biển Đài Loan và mặt khác "đánh võ mồm" bằng cách tuyên bố xung đột Đài Loan có thể sẽ không được giải quyết một cách hòa bình mà bằng quân sự.

Nhưng Mỹ biết, TC chỉ dừng lại ở những hăm he đe dọa mà thôi.

Như người viết đã viết trước đây, họ Tập giống như họ Mao sau chiến tranh Triều Tiên, không dám trực tiếp đương đầu với Mỹ.

Trong Chiến Tranh Triều Tiên Mỹ thiệt mạng 36,576 người trong khi TC tùy theo nguồn tổng kết, thiệt mạng từ 400,000 ngàn tới 920,000 người. Thời gian thay đổi. Bộ máy quân sự của TC hiện đại hơn thời kỳ 1950 nhưng không có nghĩa từ đó đến nay Mỹ chỉ ngồi bất động để nhìn TC cải tiến.

Cuộc chạy đua vũ trang với Liên Xô đã giúp bộ máy chiến tranh của Mỹ được hiện đại hóa không ngừng. Nếu chiến tranh quy ước xảy ra hôm nay, tỉ lệ tử vong cách biệt giữa hai quân đội chẳng những không thay đổi mà còn xa hơn.

Nếu chỉ đọc tin từ các nguồn tin trục lợi nhờ việc khai thác các xung đột đang diễn ra tại Á Châu, chúng ta dễ có cảm tưởng chiến tranh sẽ bùng nổ ngày mai hay thậm chí tối nay chứ không đợi đến cuối tuần.

Nhưng không phải vậy. Với khả năng tài chánh của TC bao bọc khắp thế giới và quan hệ thương mại giữa Nhật, Nam Hàn, Đài Loan với TC hiện nay, nếu không có một biến cố bất ngờ, ngoài chọn lựa của Mỹ và TC, TC sẽ còn tồn tại một thời gian dài có thể đến cuối thế kỷ 21 này.

Những quốc gia có khả năng gây chiến và có xung đột quyền lợi với TC là những quốc gia nhập cảng hàng hóa TC nhiều nhất. Do đó, chuyện chiến tranh trong nhóm này là một viễn ảnh lâu dài.

Nếu miệng chửi TC mà lúc nào cũng nhập hàng TC thì TC còn lâu mới sụp. Nhưng không nhập không được. Trong thời đại toàn cầu hóa, luật cung cầu trong kinh tế học không tác dụng trong mỗi nền kinh tế độc lập mà tác dụng toàn cầu.

Có người cho rằng cuộc chiến tranh mậu dịch giữa Mỹ và TC vừa qua là một thất bại nặng nề và đơn phương về phía Mỹ, và chiến lược Ấn Độ Dương Thái Bình Dương chỉ là thùng rỗng kêu to, rung cây nhát khỉ không làm rụng một lông chân của Tập Cận Bình. Đó là những nhận xét phiến diện và thiên kiến.

Các xung đột thương mại và chính trị trong thời gian qua đã làm họ Tập khó khăn nhiều mặt.

Trong phiên họp trung ương đảng CSTQ cuối tháng 10, 2019 để bàn kế hoạch năm năm, lần đầu tiên Tập Cận Bình nhấn mạnh đến chủ trương "tự lực" của nền kinh tế. Những khẩu hiệu "thù địch nước ngoài" đầy đe dọa từ thời Mao lần nữa được đem ra để khích động nhân dân.

Mặc dù rêu rao "tự lực" nhưng họ Tập biết mục đích đó còn lâu mới thực hiện được.

Muốn tự lực phải nâng trình độ kỹ thuật lên cao đến mức thỏa mãn các nhu cầu đa diện của nền kinh tế TC mà không phải nhập cảng. TC cần kỹ thuật của Mỹ. Duy trì các nhà máy sản xuất hàng hóa cao cấp của Mỹ tại TC là một cách để giúp nâng cao tay nghề của công nhân TC. Yếu tố con người luôn là yếu tố quyết định. Tập Cận Bình biết không thể chạy đua với Mỹ chỉ bằng ăn cắp hay sản xuất nồi niêu xoong chảo.

Andrew Browne, Giám Đốc của Bloomberg New Economy Forum cho rằng Trung Cộng không dám trả đũa theo kiểu "hòn đá ném đi, hòn chì ném lại" khi chính quyền TT Donald Trump ngăn chặn TikTok hay đánh què Huawei. Nếu Tập dám làm thì đã đóng cửa nhà máy sản xuất xe Tesla ở Thượng Hải để trả thù Mỹ rồi.

Tại sao Ngoại trưởng Pompeo tuyên bố "hủy bỏ các điều khoản tự hạn chế do chính Mỹ đặt ra" trong lúc này?

Ngoại trưởng Pompeo biết nếu không tuyên bố, các bộ trưởng ngoại giao sau ông có thể sẽ không làm hay cần nhiều thời gian hơn để làm. Ông muốn đặt ra một tiền lệ cho các chính quyền Mỹ trong tương lai. Thay vì tuyên bố thẳng thừng hủy bỏ chính sách "Một Trung Quốc" (One-China policy), tuyên bố vừa qua sẽ dần dần vô hiệu hóa và làm cho chính sách "Một Trung Quốc" một ngày không xa chỉ còn trên danh nghĩa.

Dean Acheson là một trong mười bộ trưởng ngoại giao xuất sắc nhất của lịch sử Mỹ và cũng là người đặt ra nhiều tiền lệ cho chính sách đối ngoại của Mỹ. Các chiến lược "ngăn chặn Liên Xô" và "diễn biến hòa bình" có dấu tay ông vẫn còn tác dụng cho tới ngày nay.

Tương tự, nước cờ của ngoại trưởng Pompeo vừa đi sẽ được chính trị gia Mỹ và Đài Loan trong các thế hệ sau biết ơn và đánh giá cao.

Vận dụng chính trị là nắm lấy cơ hội đối phương đang yếu để thực hiện những chính sách mà sau này có thể phải cần nhiều thời gian và công sức để làm.

Mặc dù tại chức trong thời gian khá ngắn, những bước đi chiến lược của Ngoại trưởng Pompeo thay mặt cho chính phủ Donald Trump, sẽ mở ra cánh cửa mới lâu dài không chỉ cho Đài Loan mà cho cả các nước Á Châu trước sự đe dọa của chủ nghĩa bành trướng bá quyền Trung Cộng.

Chuyện nào ra chuyện nấy.

PUTIN VÀ GIỚI ĐẠI TÀI PHIỆT NGA

Các bạn đọc chữ oligarch (đại tài phiệt) rất nhiều trong thời gian qua nhất là trong hai tháng qua khi Nga bắt đầu cuộc chiến tranh xâm lược Cộng Hòa Ukraine. Trừng phạt các oligarch là một phần trong Đạo Luật Bảo Vệ Chủ Quyền Ukraine (Defending Ukraine Sovereignty Act)được quốc hội Mỹ thông qua giữa tháng 1, 2022 nhằm "chống lại sự xâm lược của Liên bang Nga đối với Ukraine và các đồng minh Đông Âu, để xúc tiến hỗ trợ an ninh cho Ukraine để tăng cường khả năng quốc phòng của Ukraine và áp đặt các lệnh trừng phạt liên quan đối với các hành động của Liên bang Nga đối với Ukraine, và cho các mục đích khác."

Theo tinh thần đạo luật này, trừng phạt Nga trở thành một trong những phương tiện chính để bảo vệ Ukraine.

Trừng phạt chính phủ Nga đã đành nhưng tại sao lại phải trừng phạt các nhà tài phiệt Nga vì trong thực tế của nền kinh tế thị trường tự do quốc gia tư bản nào lại chẳng có tài phiệt?

Oligarch là ai và khi nhắc đến Oligarch người ta sẽ nghĩ ngay đến tài phiệt Nga chứ không phải tài phiệt của quốc gia nào khác?

Nguồn gốc của giới này tại Nga ra đời và phát triển ra sao?

Vai trò của giới tài phiệt Nga trong guồng máy cai trị và mối quan hệ giữa giới tài phiệt và Putin trong suốt 21 năm từ khi ông ta cầm quyền như thế nào?

Thế kỷ 20 và đầu thế kỷ 21 đánh dấu sự phục hồi cơ chế dân chủ hay gần với dân chủ tại nhiều quốc gia. Những bác nông phu Sierra Leone đã trở về với ruộng đồng. Những người thợ mỏ Nam Phi đã đi bỏ phiếu. Những anh chăn cừu trên thảo nguyên Mông Cổ đã trở thành công dân của một nước tự do. Những bông hoa lài (Jasmine) thơm ngát, biểu tượng cho Cộng Hòa Tunisia không chỉ nở rộ trên những con đường ở thủ đô Tunis hay dọc theo sông Oued Zouara mà trở thành biểu tượng cho phong trào dân chủ khắp Bắc Phi.

Nhất là sau khiCSLX chính thức sụp đổ (1991), hàng loạt các quốc gia cựu CS vùng Đông Âu và Baltics đã trở thành những quốc gia dân chủ. Những người chết oan ức dưới chế độ CS do bị giam cầm hay bị ám sát đã được điều tra và vinh danh.

Xin lỗi hơi lạc đề nhưng chắc nên cần nhắc lại. Một người bị CS theo giết cho được là đồng tác giả truyện phim Trên Từng Cây Số của Bulgary rất quen thuộc với khán giả truyền hình Việt Nam. Ông ta là nhà thơ và là viết truyện phim Georgi Markov. Năm 1978, trong lúc nhiều thế hệ Việt Nam còn say mê bộ phim thì tác giả của nó xem đó như một sản phẩm tuyên truyền. Georgi Markov hối hận và dành hết thời gian lưu vong tại Anh để tố cáo tội ác của CS. Georgi Markov bị mật vụ KGB và Bulgary ám sát tại London. Năm 2000, nhà viết truyện phim Georgi Markov được phục hồi danh dự. Ông được trao huân chương Order of Stara Planina đặc quyền và cao quý nhất của

Cộng Hòa Bulgary vì đã "đóng góp đáng kể cho văn học, kịch và truyện không hư cấu của Bulgaria và cho vị trí công dân đặc biệt của ông và công cuộc đối đầu với chế độ CS."

Giai đoạn chuyển tiếp giữa toàn trị CS sang dân chủ tự do là giai đoạn nhiều bất trắc được gọi là 'Shock therapy' tại các xã hội tồn tại lâu năm dưới chế độ độc tài CS. Tại Nga, đó là sự ra đời của một thành phần mới của những kẻ có đặc quyền nắm độc quyền các lãnh vực của đời sống con người. Họ là những đại tài phiệt (oligarch).

Xã hội tư bản nào cũng có thành phần tài phiệt, nhưng chữ oligarch trong những năm qua được hiểu ngay là tài phiệt Nga. Dưới chế độ CS, giới đại tài phiệt (oligarch) là thành phần tư bản đỏ (red capitalist) được phân tích trong tác phẩm Tư Bản Đỏ Tại Trung Quốc (Red Capitalists in China: The Party, Private Entrepreneurs, and Prospects for Political Change) của giáo sư Bruce J. Dickson. Người viết sẽ bàn đến thành phần tư bản đỏ do Đặng Tiểu Bình nặn ra cũng trong đầu thập niên 1990.

Theo bách khoa tự điển Anh (Encyclopædia Britannica) Oligarchy (danh từ chung) là chính phủ được hành xử bởi một nhóm nhỏ có đặc quyền nhằm phục vụ các mục tiêu tham nhũng hoặc ích kỷ.

Cũng theo Encyclopædia Britannica, triết gia cổ Hy Lạp Aristotle đã từng dùng khái niệm oligarchy để chỉ nhóm đầu sỏ được chọn ra từ giai cấp thống trị theo kiểu cha truyền con nối, tôn giáo, họ hàng, địa vị kinh tế, uy tín hoặc thậm chí là ngôn ngữ. Nhóm người này vì thế chỉ có xu hướng phục vụ cho lợi ích của giai cấp họ.

Tư hữu hóa nền kinh tế tập trung của CS là một chính sách mà một nước sau CS nào cũng phải thực hiện. Trong lúc nhiều quốc gia như Ba Lan là những câu chuyện thành công, Nga là một tai họa.

Công bằng mà nói, Oligarchy Nga không phải chỉ mới có từ khi Vladimir Putin lên nắm quyền tổng thống mà đã thai nghén từ cuối thời Mikhail Gorbachev, sinh sản dưới thời Boris Yeltsin 1991 và lớn lên thành một lực kinh tế chính trị chế ngự đời sống xã hội Nga dưới thời Putin.

Đại tài phiệt Nga xuất thân từ ba hạng người: (1) các giám đốc cơ xưởng và tiếm đoạt cơ xưởng bằng cách qua mặt công nhân, (2) gốc cán bộ đảng và nhà nước CS, (3) không thuộc hệ thống đảng hay nhà nước CS nhưng tận dụng cơ hội để làm giàu.

Năm 1988, Mikhail Gorbachev mở rộng các chính sách kinh tế trong đó có mậu dịch với nước ngoài. Chính sách tạo điều kiện cho một số viên chức và cán bộ nhà nước vốn đã có tiền do tham ô, móc ngoặc thành lập các công ty xuất nhập cảng hàng hóa tiêu dùng và máy móc. Thành phần này làm giàu rất nhanh. Mặc dù nhiều trong số họ chưa phải là triệu phú nhưng là những đại tài phiệt mới được thai nghén tại Nga.

Sang đến thời Boris Yeltsin chính sách tư hữu hóa nền kinh tế được tiến hành một cách cấp bách vì lý do chính trị nhằm giới hạn sự phục hồi của đảng CS.

Hai chính sách kinh tế tư hữu hóa quan trọng dưới thời Boris Yeltsin sản sinh nhanh chóng thành phần đại tài phiệt là (1) hệ thống chứng từ (voucher system) và (2) vay đổi bằng cổ phần (loan for shares).

Chính sách hệ thống chứng từ (voucher system)

Năm 1992, mỗi công dân Nga, trên danh nghĩa là chủ nhân của đất nước, sẽ nhận lại phần của cải xã hội của mình qua hình thức chứng từ (voucher system). Mỗi chứng từ có giá trị 10,000.00 rubles. Người dân có quyền dùng chứng từ đó để (1) mua cổ phần của một hay nhiều công ty hay (2) bán lại cho người khác để lấy tiền mặt.

Trong giai đoạn này, kinh tế Nga suy sụp, giá bán lẻ hàng hóa Nga tăng 2,520%. Với điều kiện kinh tế quá khó khăn và lạm phát phi mã như thế, theo ước lượng chung, tám chục phần trăm dân Nga không dùng chứng từ để đầu tư vào các công ty mà bán lại với giá rất rẻ cho những người có tiền tìm mua chứng từ.

Một ví dụ. Anh chàng Roman Abramovich ngoài việc là thợ máy trong một cơ xưởng anh còn bán hàng rong trên đường phố. Năm 1988, trong thời kỳ mở cửa kinh tế của Gorbachev, vợ chồng anh mở tiệm làm búp-bê cho trẻ em và dành dụm được khá tiền. Khi chính sách tư hữu hóa của Boris Yeltsin được ban hành anh hợp tác với một số người khác để mở một ngân hàng nhỏ và dùng tiền mua rất nhiều chứng từ của dân.

Không giống ở Mỹ hay các quốc gia phát triển mở một ngân hàng cần nhiều trăm triệu hay cả tỷ dollar. Theo giáo sư Marshall Goldman trong tác phẩm "The piratization of Russia: Russian reform goes awry", một ngân hàng ở Nga trong năm 1993 đòi hỏi một vốn đầu tư rất khiêm nhượng chỉ vào khoảng 75,000.00 dollar. Nhiều ngân hàng nhỏ tới mức tổng số tiền chỉ bằng một máy rút tiền mặt (ATM) cá nhân. Nhưng ngân hàng rất quan trọng vì là phương tiện tài chánh chính thức được chính phủ công nhận để vay, cho vay và mua bán các công ty đang được chính phủ bán đấu giá.

Với tình trạng lạm phát, trị giá của chứng từ 10,000.00 rubles giảm xuống chỉ còn khoảng 32 dollar. Vợ chồng anh chàng Roman Abramovich đổ đi mua chứng từ và dùng số chứng từ mua được để mua lại cổ phần tại các công ty quốc doanh cũng đang được tư hữu hóa qua hình thức bán đấu giá. Trong thời gian đó, khoảng 15 ngàn công ty quốc doanh Nga được bán lại cho tư nhân với giá rẻ mạt.

Những người như Roman Abramovich chỉ vài năm trước tay chân còn dính đầy dầu mỡ nhà máy và chiều phải đi rao rát cổ trên phố đã trở thành chủ nhân ông của nhiều công ty, nhiều ngân hàng và là những tỷ phú đầu tiên của Nga.

Năm 2003, Roman Abramovich mua đội bóng Chelsea, theo Sporting News, với giá 223 triệu dollar. Roman Abramovich có ba quốc tịch, Nga, Do Thái và Bồ Đào Nha. Năm 2021 tạp chí Forbes ước lượng tài sản của Abramovich trị giá 14.5 tỷ dollar, giàu thứ hai tại Do Thái và thứ mười một tại Nga. Ngày 10 tháng 3, 2022, Roman Abramovich bị chính phủ Anh trừng phạt, tài sản bị "đóng băng" và cấm đi lại ở Anh. (Greg Rosalsky, How 'shock therapy' created Russian Oligarchs and paved the path for Putin, NPR NPR, 3-22-2022)

Chính sách Vay thế bằng cổ phần (Loans for shares)

Tìm hiểu các hành động phi pháp của giới tài phiệt không thể bỏ qua âm mưu theo kiểu Mafia được gọi là Vay thế bằng cổ phần (Loans for shares) dưới thời Boris Yeltsin. Sở dĩ nhiều nhà phân tích dùng chữ âm mưu vì ngay trước khi cho chính phủ mượn tiền, các đại tài phiệt đã nghĩ tới chuyện chiếm đoạt tài sản vì họ tin rằng chính phủ sẽ không có khả năng hoàn trả vốn và lời.

Âm mưu này được nhà báo Greg Rosalsky tóm tắt một cách dễ hiểu như sau: Các đại tài phiệt giàu nhất Nga cho chính phủ vay hàng tỷ dollar để đổi lấy cổ phần của các doanh nghiệp nhà nước có giá trị nhất của Nga. Khi chính phủ vỡ nợ và hết tiền trả lại các khoản vay các đại tài phiệt sẽ bỏ qua số tiền cho vay đó nhưng giữ chìa khóa của các tập đoàn sinh lời cao nhất của Nga.

Ví dụ rõ nhất là âm mưu của hai anh chàng Boris Berezovsky và Roman Abramovich. Họ đã không vất vả buôn bán đồ chơi trẻ em nữa mà đã có cổ phần lớn trong công ty dầu khí Sibneft với giá khoảng 200 triệu USD từ số tiền cho chính phủ vay. Năm 2009, khi Putin tái quốc hữu hóa công ty, Abramovich đã bán lại cổ phần của mình cho chính phủ với giá 11,900.00 triệu dollar.

Mới nghe qua, Vay thế bằng cổ phần là một chương trình có lợi tức khắc cho chính phủ đang thiếu hụt ngân sách trầm trọng. Bảy ngân hàng lớn của Nga đồng ý cho chính phủ Nga vay ngắn hạn để trang trải chi phí quốc gia nhất là trả tiền lương cho quân đội. Chính phủ hy vọng đến mùa thu thuế số tiền vay sẽ được hoàn trả lại cho ngân hàng. Khi cho chính phủ vay, các ngân hàng chỉ yêu cầu chính phủ Nga một điều kiện là nếu không trả nổi số tiền vay thì số cổ phần tương ứng với số tiền vay sẽ thuộc về các ngân hàng.

Nói tóm lại, các đại tài phiệt hành xử giống hệt như các tiệm cầm đồ lớn mà người mang đồ đến cầm là chính phủ.

Những công ty nhà nước này cũng nằm trong danh sách sắp được bán đấu giá và những ngân hàng cho chính phủ vay tiền cũng là những người làm trung gian đứng ra bán đấu giá giúp cho chính phủ. Vì số tiền vay lớn nhưng giá công ty lại rẻ nên trong nhiều trường hợp các ngân hàng coi như lấy không nhiều công ty của chính phủ.

Với âm mưu chiếm đoạt toàn bộ công ty, các đại tài phiệt Nga đặt ra những điều kiện quá khó khăn để các tổ hợp quốc tế đến đấu giá. Chẳng hạn như trường hợp công ty thiết bị thông tin Svyazinvest, các đại tài phiệt cho là quan trọng đối với an ninh của Nga do đó đề nghị chính phủ không nên bán cho công ty ngoại quốc. Chính phủ Boris Yeltsin vì thiếu nợ quá lớn nên phải chiều theo ý muốn của các đại tài phiệt và tuyên bố chỉ có công ty Nga mới được phép mua Svyazinvest.

Các đại tài phiệt toa rập với nhau để mua các công ty Nga bằng cách đưa ra nhiều điều kiện phi lý. Họ thậm chí đưa địa điểm đấu giá đến những nơi xa xôi hay ngay cả bày ra những trò trẻ con như đóng cửa các phi trường địa phương không cho phép các máy bay nhỏ đưa đại diện các tổ chức đấu giá hạ cánh. Đến kỳ hạn, chính phủ không hoàn trả được vốn và lời nên các công ty nhà nước được bán đấu giá và người mua với giá rẻ cũng chính là người cho chính phủ vay tiền. (Goldman, Marshall I, The piratization of Russia: Russian reform goes awry, London 2003)

Khác với thành phần tinh hoa được chọn từ giai cấp thống trị trong các xã hội cổ Hy Lạp như Aristotle định nghĩa, đại tài phiệt Nga thuộc đủ thành phần từ buôn bán chợ trời cho tới lái taxi, bán vé nhà hát, lau cửa kính, ở tù vì tội ăn cắp vặt v.v.. nhưng có một điểm giống nhau là lợi dụng cơ hội để làm giàu bất chính qua trốn thuế, rửa tiền, cho vay với mục đích chiếm đoạt tài sản nhà nước, giấu của cải tại các ngân hàng quốc tế, hoạt động dưới hình thức các công ty ma (shell company).

Các ngân hàng Thụy Sỹ là nơi giấu tiền truyền thống của các tài phiệt khắp thế giới và cũng là nơi giấu tiền của các đại tài phiệt Nga với ước lượng khoảng 150 tỷ dollar.

Một trong nhiều cách rửa tiền quen thuộc của các đại tài phiệt là mua những căn nhà đắt tiền tại khu ở New York, London và các thủ đô Châu Âu. Chẳng hạn, Oleg Deripaska sở hữu căn nhà ở số 11 E. 64th St New York trị giá 42.5 triệu dollar hay Roman Abramovich là chủ của căn nhà ở số East 75th St trị giá tới 75 triệu dollar. Alexei Kuzmichev trả 42 triệu dollar cho 4 tầng dưới của căn nhà bảy tầng ở 33 E. 74 St. New York.

Hầu hết đại tài phiệt Nga đều sở hữu du thuyền, chẳng hạn du thuyền của Alisher Usmanov nặng 15,917 tấn và trị giá tới 600 triệu dollar hay du thuyền của Sechin trị giá 120 triệu dollar.

Putin Và Đại Tài Phiệt Nga

Vladimir Vladimirovich Putin đến Moscow vào tháng 6, 1996 để chen chân vào chính trường sau khi thất bại tại Saint Petersburg.

Như một cách tự giới thiệu mình với giới khoa bảng, năm 1997 Putin trở lại Saint Petersburg để trình luận án tiến sĩ tương đương tại học viện Saint Petersburg Mining Institute với tựa đề "Tài Nguyên Khoáng Sản và Nguyên Liệu và Chiến Lược Phát Triển Cho Nền Kinh Tế Nga" (Mineral and Raw Materials Resources and the Development Strategy for the Russian Economy".Tuy nhiên, luận án này bị Brookings Institution, một trung tâm nghiên cứu uy tín của Mỹ khám phá và tố cáo 16 trang trong luận án này là đạo văn của một luận án đã được trình tại Mỹ.

Mười hai năm sau, Olga Litvinenko, cựu đại biểu quốc hội Nga, tố cáo luận án đó được viết bởi ba người trong đó có cha của bà, cố vấn của Putin và viện trưởng Saint Petersburg Mining University. Putin im lặng, không thừa nhận nhưng cũng không phản đối. Thật oan cho Putin. Putin không thể bị kết án đạo văn vì ông ta không viết chữ nào trong luận án. Nếu quả thật ông ta là tác giả của luận án, những người tố cáo hẳn đã rục xương trong tù lâu rồi.

Dù sao học vị và kinh nghiệm KGB cũng giúp cho Putin được đề cử vào chức vụ phụ tá trong ban tham mưu của Boris Yeltsin và sau đó là giám đốc của Sở An Ninh Liên Bang (PSB).

Với các chức vụ mới này, Putin áp dụng sách vở đã học trong những năm được KGB huấn luyện để vừa xây dựng vây cánh riêng của mình song song với việc thỏa hiệp với giới đại tài phiệt lúc đó đã rất giàu để làm giàu. Putin trở thành tổng thống Nga một phần không nhỏ là do sự ủng hộ của giới đại tài phiệt Nga.

Nhiều đại tài phiệt mới trong giai đoạn này là bạn thân của Putin từ nhỏ ở Saint Petersburg như Igor Sechin được ông ta đưa lên tới chức phó thủ tướng và điều hành tổng công ty dầu khí Rosneft hay Alexey Miller, cùng làm trong văn phòng thị trưởng Saint Petersburg và hiện nay là một trong những tài phiệt trung thành nhất của Putin.

Qua các công ty PR (công ty quan hệ công chúng do Putin mướn), Vladimir Putin là một tổng thống của nhân dân, khiêm nhượng và khá khắc khổ. Putin sống nhờ vào đồng lương tổng thống vào khoảng 115 ngàn dollar tới 225 ngàn dollar trong một căn nhà nhỏ và hai chiếc xe cũ từ thời Liên Xô còn lại.

Nhưng phía bên trong là một Putin độc tài và đầy thủ đoạn với tài sản được nhiều nguồn ước tính từ 70 tỷ lên tới 200 tỷ dollar. Cách ước tính khác nhau tùy thuộc vào nguồn điều tra nhưng đều là con số nhiều tỷ.

Trên internet đầy những hình ảnh những Putin lực sĩ khỏe mạnh và đầy nam tính như Putin đánh nhu đạo, Putin cưỡi ngựa, Putin bắn súng, Putin săn bắn, Putin bơi trên sông v.v... mà thành phần mê muội do bị tẩy não ở Việt Nam hay dùng làm hình đại diện.

Những cảnh thường được dàn dựng trên sông nước đó không chỉ khoe khoang cá nhân Putin nhưng còn chứng tỏ một nước Nga tươi đẹp, bền vững và đầy ắp tài nguyên thiên nhiên.

Tuy nhiên các công ty PR của Putin thiếu nợ bộ máy tuyên truyền Bắc Hàn tiền tác quyền vì đã ăn cắp các cảnh Kim Jong-un bắn súng , Kim Jong-un cưỡi ngựa để áp dụng vào môi trường tin học khá phổ biến ở Nga. Hình ảnh một Putin khỏe mạnh cũng là cách nhắn gởi cho các đại tài phiệt Nga thấy ông ta là chỗ dựa vững chắc và lâu dài của họ đồng thời cũng cảnh cáo cho các đại tài phiệt biệt họ có thể bị hạ gục bất cứ lúc nào.

Nhà đầu tư tài chánh Mỹ Bill Browder cho The Washington Post biết Putin có tới 200 tỷ dollar.

Nhiều giả thuyết được đưa ra để chứng minh cho tài sản 200 tỷ dollar của Putin. Theo Bill Browder, người làm việc nhiều năm tại Nga, Putin dùng việc bỏ tù tỷ phú Khodorkovsky như là một cách cảnh cáo các đại tài phiệt khác để buộc họ phải ăn chia với ông ta.

Browder cho tạp chí Forbes biết cách làm ăn của Putin là "Nếu bạn nộp cho tôi 50 phần trăm tài sản, bạn có thể giữ lại 50 phần trăm của bạn. Nếu không sẽ [giống như Khodorkovsky] mất hết mà còn bị tù". Hầu hết nếu không muốn nói tất cả đại tài phiệt đều làm giàu bất chính nên việc giao một nửa cho Putin cũng chẳng qua là một hình thức chia phần với Putin để yên thân.

Theo Brown "Tôi ước tính Putin đã tích lũy được 200 tỷ đô la thu nhập bất chính từ các loại hình hoạt động này trong 17 năm nắm quyền của mình." (Ally Foster, Theories emerge on how Russian President Vladimir Putin amassed $200 billion fortune, News.com.au, February 22, 2022)

Bill Browder không chỉ ước tính với báo chí mà còn trả lời trong một điều trần trước Thượng Viện Hoa Kỳ vì ông ta am tường tình hình Nga.

Trước đó, Năm 2012, Stanislav Belkovsky, cựu cố vấn Điện Kremlin, tuyên bố Putin có khối tài sản trị giá ít nhất 70 tỷ USD. Cách tính của Belkovsky dựa trên những cổ phần được cho là của Putin trong một số công ty của Nga, chủ yếu trong lĩnh vực dầu mỏ. Anders Aslund, một nhà kinh tế học và tác giả người Thụy Điển, ước tính năm nay Putin có tài sản từ 100 tỷ đến 130 tỷ USD. (Time, U.S. and E.U. Are Going After Putin's Wealth. First They Need To Find It, February 25, 2022)

Các chính phủ Mỹ và Châu Âu tin rằng tài sản của Putin và thân cận chắc chắn do các thành viên trong gia đình nắm giữ một phần. Đó là lý do Mỹ trừng phạt hai người con gái của

Putin cũng như con gái và vợ của Bộ trưởng Ngoại Giao Nga Sergei Lavrov.

Danh sách tài phiệt bị trừng phạt khá dài và gia tăng theo cường độ cuộc chiến tranh xâm lược Ukraine nhưng dưới đây là vài ví dụ.

Tài phiệt đứng hàng đầu trong danh sách bị Mỹ và Liên Hiệp Châu Âu (EU) trừng phạt là Igor Ivanovich Sechin. Theo bản công bố của EU, lý do trừng phạt vì: "là giám đốc điều hành của Rosneft, công ty dầu khí quốc doanh Nga và là một trong những nhà sản xuất dầu thô lớn nhất thế giới. Ông là một trong những cố vấn đáng tin cậy nhất và thân cận nhất của Vladimir Putin, cũng như là bạn thân của ông. Ông liên lạc với Tổng thống Nga hàng ngày. Ông được coi là một trong những thành viên quyền lực nhất của giới chính trị đầu sỏ Nga. Mối quan hệ của ông với Vladimir Putin rất lâu dài và sâu đậm. Ông đã làm việc với Putin tại văn phòng thị trưởng St Petersburg vào những năm 1990 và đã chứng tỏ lòng trung thành của mình kể từ đó." (Council Implementing Regulation (EU) 2022/336 of 28 February 2022)

Một tài phiệt khác là Nikolay Petrovich Tokarev: "Nikolay Tokarev là Giám đốc điều hành của Transneft, công ty dầu khí lớn của Nga. Ông là người quen lâu năm và là cộng sự thân thiết của Vladimir Putin. Ông đã phục vụ cùng với Putin trong KGB vào những năm 1980. Ông Tokarev là một trong những nhà tài phiệt nhà nước Nga đã nắm quyền kiểm soát các tài sản lớn của nhà nước vào những năm 2000 khi Tổng thống Putin củng cố quyền lực, và là người hoạt động trong quan hệ đối tác chặt chẽ với nhà nước Nga." (Council Implementing Regulation (EU) 2022/336 of 28 February 2022).

Putin và giới đại tài phiệt đã cấu kết thành một nhóm chuyên quyền chi phối mọi lãnh vực của xã hội Nga nên việc trừng phạt đại tài phiệt là một cách gián tiếp trừng phạt Putin và áp lực trực tiếp vào chủ trương xâm lược Ukraine của Nga.

Chính phủ Mỹ công bố lý do trừng phạt các đại tài phiệt Nga: "Giới đầu sỏ thân cận với Putin tiếp tục lợi dụng sự gần gũi của họ với Tổng thống Nga để chiếm đoạt nhà nước Nga, làm giàu cho bản thân và đưa các thành viên gia đình của họ lên một số vị trí quyền lực cao nhất trong nước bằng cái giá phải trả của người dân Nga. Các nhà tài phiệt bị trừng phạt và giới đầu sỏ quyền lực của Nga đã sử dụng các thành viên trong gia đình để di chuyển tài sản và che giấu khối tài sản kếch xù của họ." (Press Release of U.S. Treasury Announces Unprecedented & Expansive Sanctions Against Russia, Imposing Swift and Severe Economic Costs)

Các đại tài phiệt Nga biết, khác với thời Yeltsin, ngày nay họ chỉ có một chọn lựa giữa phục vụ Putin hay chống lại Putin, không có chuyện làm ăn riêng lẻ hay độc lập. Bài học Khodorkovsky từ là một tài phiệt giàu nhất Nga có gia sản 15 tỷ dollar chỉ còn khoảng vài trăm triệu, cho họ thấy trời đất có bốn mùa và đời họ rồi cũng thế. Nhiều trong số họ tìm mọi cách tẩu tán tài sản sang nước ngoài. Nhưng cũng nhờ đó mà các chính phủ Mỹ, Liên hiệp Châu Âu, và các ngân hàng Thụy Sĩ đồng loạt "đóng băng" gia sản của họ ở nước ngoài khá dễ dàng và hiệu quả.

Xâm lăng Ukraine là hành động tự kết liễu sự nghiệp chính trị của Vladimir Putin. Nhà độc tài Nga đang thua đậm trong mọi mặt trận nhưng ông ta vì sĩ diện không thể tự tuyên bố crút quân.

Trong thời buổi tin học phát triển đến tận từng con hẻm nhỏ mà cho rằng Putin bị đám cận thần che giấu sự thật ngoài mặt trận là không thuyết phục. Putin biết rõ mình thua và đang suy nghĩ nát óc về một lối thoát an toàn.

Ngưng chiến có thể sẽ xảy ra qua đàm phán giữa Ukraine và Nga nhưng Mỹ và đồng minh Châu Âu chắc chắn sẽ không chấm dứt các biện pháp trừng phạt một cách nhanh chóng và dễ dàng bởi vì mục đích của Mỹ và đồng minh không chỉ cứu Ukraine mà còn nhằm giới hạn tham vọng bành trướng của Putin sang quốc gia nhỏ hẹp, ít dân chung quanh như Nauy, Phần Lan, Ba Lan, Georgia v.v.. hay nói rõ hơn là giới hạn chế độ độc tài Vladimir Putin.

Putin quên rằng ngay cả thời cực thịnh của đầu thế kỷ 18, Nga vẫn là một nước lạc hậu so với các cường quốc Châu Âu và từng bị Nhật Bản đánh bại cả trên bộ lẫn trên biển. Năm 1905, Nga còn có Mỹ làm trung gian đình chiến qua hiệp ước Portsmouth, thuộc tiểu bang Maine, nhưng lần này Nga xâm lược Ukraine thì chắc là không có Mỹ làm trung gian. Nga sẽ bị cô lập và đương đầu với nhiều khó khăn kinh tế lâu dài.

ANDREI SAKHAROV VÀ ALEKSANDR SOLZHENITSYN, TƯƠNG LAI VÀ QUÁ KHỨ NƯỚC NGA

Nửa khuya ngày 22 tháng 12, 1986 trên chuyến tàu đêm từ Gorky đến Moscow, Nga có một người khách 65 tuổi và người đó không ai xa lạ mà chính là Tiến sĩ Andrei Sakharov. Nhà vật lý nguyên tử nổi tiếng thế giới cùng đi với vợ ông, bà Yelena Bonner, một nhà hoạt động nhân quyền nổi tiếng châu Âu. Ông vừa được Mikhail Gorbachev trả tự do và trên đường về nhà.

Đoạn đường chỉ 250 cây số nhưng dù rời Gorky 11 giờ đêm, bảy giờ sáng hôm sau tàu mới đến Moscow. Chuyến tàu đêm phải dừng lại ở nhiều ga nên chắc là Sakharov không ngủ được. Nhiều câu hỏi dội lại trong ý thức ông và nhắc nhở ông một định hướng cho chặng đường còn lại của đời mình.

Andrei Sakharov bị bịnh tim nên vốn thời gian có thể không còn nhiều. Những ngày tháng sắp tới là thời gian quyết định và đầy thử thách dành cho số phận của riêng ông lồng trong số phận nước Nga.

Khi được trả tự do trong thời điểm 1986, hơn ai hết Andrei Sakharov biết hành động của Mikhail Gorbachev không phải vì lòng tốt mà thuần túy chính trị. Mikhail Gorbachev nắm chức tổng bí thư đảngCSLX gần hai năm chứ không phải mới lên tháng này hay tháng trước.

Gorbachev đang gặp khó khăn và cần Sakharov để giúp mở rộng vây cánh trong giới trí thức ngoài đảng. Viện Hàn Lâm Khoa Học vẫn dành cho Sakharov một chỗ ngồi đầy trọng vọng với tất cả đặc quyền mà ông được hưởng trước ngày bị bắt.

Nhắc lại, Tiến sĩ Andrei Sakharov từng được tưởng thưởng ba lần danh hiệu "Anh hùng Lao Động", bốn lần "Huân Chương Lenin", "Giải thưởng Lenin", "Giải thưởng Stalin". Mỗi giải thưởng đều kèm theo các giá trị vật chất hàng năm. Tuy nhiên, khi về lại Moscow, ông đã từ chối nhận lại các giải thưởng nêu trên.

Gorbachev cần Sakharov có uy tín để ủng hộ cho hai chính sách chính sách Cải Tổ Kinh Tế (Perestroika) và Cởi Mở Văn Hóa Chính Trị (Glasnost). Trao trả tự do cho Sakharov là một bằng chứng cụ thể cho thế giới thấy chính sách "cải tổ" và "cởi mở" của Gorbachev đang được tiến hành.

Gorbachev cần Sakharov, giải Nobel Hòa Bình 1975 và có ảnh hưởng quốc tế để đóng vai trò đặc sứ hòa bình với Tây phương. Tên tuổi của Sakharov trên quốc tế được biết còn nhiều hơn tại Liên Xô. Không chỉ nhiều giải thưởng khoa học và nhân quyền mang tên Sakharov mà tại Mỹ cả phim ảnh cũng được dựng để vinh danh ông.

Nhưng Gorbachev lầm. Bổng lộc không mua được Sakharov và danh vọng không làm ông thay đổi.

Trên chuyến xe lửa từ Gorky về lại Moscow, Sakharov chỉ nghĩ đến một con đường, một buổi sáng, một tương lai, đó là lộ trình dân chủ và tự do cho đất nước Nga sau 69 năm dưới chế độ độc tài toàn trị CS.

Thay vì làm việc cho Gorbachev hay với Gorbachev, Sakharov đã hợp tác với những người đang chống lại Gorbachev như cựu ủy viên Bộ Chính Trị Boris Yeltsin, sử gia Yuri Afanasyev, Thị trưởng Moscow Gavril Popov, học giả Viktor Palm để thành lập một liên minh đối lập.

Năm người này có quá khứ, nghề nghiệp, tham vọng và cá tính khác nhau. Chẳng hạn, Yuri Afanasyev là nhà nghiên cứu sử, Boris Yeltsin là cựu đảng viên CS cao cấp, Viktor Palm là học giả người Estonia và Sakharov là nhà vật lý nguyên tử. Họ lãnh đạo khối chống độc tài CS gồm 566 đại biểu còn khá ô hợp trong Đại hội Đại biểu Nhân dân Nga vừa được bầu.

Mục tiêu duy nhất của nhóm năm người này là giới hạn sự độc quyền lãnh đạo đất nước của đảngCSLX cụ thể là xóa bỏ điều sáu hiến pháp, tương tự như điều bốn trong hiến pháp CSVN.

Có thể sau đó nhóm lãnh đạo cánh đối lập với đảng CS lập ra những đảng chính trị riêng và thậm chí đối lập lẫn nhau nhưng trong thời điểm 1988, họ rất đoàn kết. Họ biết rằng chỉ có đoàn kết và dứt khoát bám lấy những mục tiêu cụ thể mới thắng được bộ máy cai trị CS được tổ chức tinh vi với hàng ngũ cán bộ đầy kinh nghiệm sau bảy chục năm cầm quyền.

Nhưng quan điểm của tiến sĩ Sakharov không phải được mọi người đồng thuận. Một trong những người không chia sẻ là nhà văn Aleksandr Solzhenitsyn.

Trong một bài viết đăng trên tạp chí TIME ngày 21 tháng 5 năm 1990 sau khi ông qua đời, Tiến sĩ Andrei D. Sakharov bên cạnh những kính trọng dành cho nhà văn Aleksandr Solzhenitsyn, đã phê bình những quan điểm hẹp hòi của Aleksandr Solzhenitsyn về những vấn đề rất căn bản trong đời sống của mỗi người Nga và tương lai Nga.

Sự kính trọng dành cho Solzhenitsyn

"Sau ngày Tết Dương Lịch 1974, con trai của vợ Solzhenitsyn đến nhà chúng tôi. Cậu vào phòng tắm và trở ra với một cuốn sách được giấu trong quần áo: Quần Đảo Ngục Tù. Cuốn sách là một trải nghiệm khủng khiếp, gợi lên một thế giới ảm đạm của những trại tù được bao quanh bởi hàng rào thép gai, văn phòng điều tra viên và phòng tra tấn, những mỏ băng giá ở Kolyma và Norilsk. Ngày 12 tháng 2, 1974, Solzhenitsyn bị quản thúc. Nhóm chúng tôi soạn thảo kháng thư yêu cầu trả tự do cho Solzhenitsyn cũng như đòi hỏi thành lập một ủy ban điều tra tội ác được mô tả trong tác phẩm. Nhưng ông ta đã bị trục xuất khỏi Liên Xô và bay sang Tây Đức.

Trước khi thảo luận về những vấn đề gây chia rẽ chúng ta, tôi muốn nhấn mạnh sự kính trọng sâu sắc của tôi dành cho ông, dành cho tài năng của ông như một nhà văn và thành tựu lịch sử của ông trong việc phanh phui tội ác của nhà cầm quyền CS. Tôi đồng ý với rất nhiều điều ông ta nói."

Phê bình Solzhenitsyn chỉ nhìn vào mặt nổi của xã hội Tây phương

"Nhưng ngay cả khi tôi chia sẻ luận điểm chung của Solzhenitsyn, tôi vẫn thường thấy phiền lòng về tính chất khẳng quyết trong các phán đoán của ông, thiếu tôn trọng những khác biệt và sự thiếu khoan dung của ông đối với ý kiến của người khác. Ông thể hiện thành kiến chống phương Tây và chủ nghĩa biệt lập rõ rệt, đôi khi biến thành chủ nghĩa dân tộc phô trương quá đáng của Nga.

Theo quan điểm của Solzhenitsyn, phương Tây đang thua trước sự tấn công của chủ nghĩa toàn trị diễn ra khắp nơi. Không thống nhất quan điểm, không đoàn kết, thiếu các hướng dẫn tôn giáo hoặc đạo đức vững chắc, nó đang chìm đắm trong những thú vui của xã hội tiêu thụ, trong tự do thái quá. Nó đang tự hủy hoại mình một cách vô tâm trong bụi mù và khói của các thành phố và tiếng nhạc cuồng loạn.

Chắc chắn có nhiều sự thật cay đắng trong những lời phàn nàn của Solzhenitsyn. Tôi cũng đã kêu gọi sự chú ý đến việc phương Tây thiếu hành động phối hợp, những ảo tưởng nguy hiểm của nó, nạn bè phái, thiển cận, ích kỷ và hèn nhát của một số chính trị gia. Tuy nhiên, tôi tin rằng xã hội phương Tây cơ bản là lành mạnh và năng động, có khả năng đáp ứng những thách thức mà cuộc sống liên tục mang lại. Sự thiếu đoàn kết của phương Tây là cái giá phải trả cho sự đa nguyên, tự do và tôn trọng cá nhân vốn là nguồn sức mạnh và tính sinh động cho bất kỳ xã hội nào."

Phê bình Solzhenitsyn về chủ nghĩa dân tộc và quyền con người

"Solzhenitsyn gợi ý rằng đã có những dấu hiệu rõ ràng về một thời kỳ phục hưng dân tộc và tôn giáo, rằng người Nga luôn thù địch với hệ thống xã hội chủ nghĩa và thậm chí họ đã nuôi dưỡng tình cảm chống đối trong Thế chiến Thứ Hai.

Tôi không chia sẻ mối ác cảm của Solzhenitsyn đối với sự tiến bộ. Nếu con người là một sinh vật khỏe mạnh và tôi tin là như vậy, thì tiến bộ, khoa học và ứng dụng mang tính xây dựng của trí thông minh sẽ cho phép chúng ta đối phó với những nguy hiểm mà chúng ta phải đối mặt. Đã đặt ra trên con đường tiến bộ cách đây vài thiên niên kỷ, nhân loại không thể dừng lại ngay bây giờ và cũng không nên dừng lại.

Solzhenitsyn và tôi khác biệt rõ ràng nhất về việc bảo vệ các quyền công dân, tự do của lương tâm, tự do ngôn luận, tự do lựa chọn quốc gia cư trú, sự cởi mở của xã hội. Tôi không nghi ngờ gì về giá trị của việc bảo vệ những cá nhân cụ thể. Solzhenitsyn xem nhân quyền là thứ yếu và lo ngại rằng việc tập trung vào chúng có thể làm xao lãng những vấn đề quan trọng hơn."

Sự khác nhau chính giữa hai nhân vật nổi tiếng của Nga là một người chủ trương phục hưng quá khứ Đại Nga (Nga, Ukraine, Belarus và khu vực gốc Nga của Kazakhstan) và một người đưa nước Nga hướng tới một tương lai với các giá trị tự do, dân chủ và nhân quyền chung của thời đại.

Nhà bình luận Peter Finn viết trên Washington Post 2008, "Solzhenitsyn đã ấp ủ từ lâu về một nước Nga như một cường quốc có nền văn minh độc đáo với các giá trị của nhà thờ Chính Thống Giáo và chủ nghĩa dân tộc Slav."

Sakharov thì khác. Khi bước ra khỏi trạm xe lửa Moscow, những người ông nhắc đến đầu tiên là những tù nhân lương tâm vẫn còn đang bị nhà cầm quyền CS giam giữ. Ông không thỏa hiệp, không bị lôi cuốn vào ảo tưởng quyền lực hay danh vọng cá nhân.

Tiếc thay bệnh tim đã cướp đi của phong trào dân chủ Nga một lãnh tụ tài đức vẹn toàn. Nhà vật lý nguyên tử và nhà tranh đấu cho quyền làm người Andrei D. Sakharov qua đời tối ngày 14 tháng 12, 1989 thọ 68 tuổi. Hàng trăm ngàn người dân Nga đã đến tiễn đưa ông. Mikhail Gorbachev và toàn bộ Bộ Chính Trị đảngCSLX đến cúi đầu trước linh cửu ông.

Andrei D. Sakharov ra đi nhưng để lại cho các phong trào dân chủ tại các nước độc tài nhiều bài học lớn trong đó gồm (1) đoàn kết qua hành động, (2) có thái độ chính trị dứt khoát, (3) có mục đích đấu tranh cụ thể và (4) theo đuổi lý tưởng phụng sự nhân quyền.

Với xu hướng các nhà dân chủ trở thành lãnh đạo các quốc gia cựu CS như tại Tiệp, Ba Lan, các nước Baltics, các nhà phân tích tin rằng, nếu còn sống thêm ba năm nữa, Andrei D. Sakharov với tư tưởng dân chủ, tự do, nhân bản, sẽ trở thành tổng thống của Cộng Hòa Nga và khuôn mặt chính trị thế giới sẽ khác hơn nay nhiều.

Cuộc chiến xâm lược Ukraine của Nga cho thấy trong tất cả các yếu tố cần thiết của một nhà lãnh đạo, tầm nhìn là quan trọng nhất.

Nước Nga có nhiều điều kiện để trở thành một cường quốc nhưng tham vọng của Putin với sự khích lệ bởi các quan điểm chủ nghĩa dân tộc bảo thủ cực đoan như của Solzhenitsyn đã đưa nước Nga trở lại thời chuyên chế.

Với chế độ Putin và tư tưởng chủ nghĩa dân tộc của Solzhenitsyn, nước Nga đang đi dần về quá khứ. Đôi bàn tay của Putin đã nhuộm quá nhiều máu của người dân Ukraine vô tội đến mức khó có thể rửa sạch được trong một sớm một chiều. Putin có thể phải bị lật đổ bằng cách này hay cách khác nhưng nước Nga sẽ phải chịu đựng một hậu quả trầm trọng và lâu dài do tham vọng của ông ta.

Khác với Solzhenitsyn, trong diễn từ trước ủy ban giải

Nobel do vợ ông thay mặt đọc, nhà vật lý nguyên tử Nga Andrei Sakharov phát biểu: "Hòa bình, tiến bộ, nhân quyền - ba mục tiêu này liên kết chặt chẽ với nhau: không thể đạt được một trong những mục tiêu này nếu bỏ qua hai mục tiêu kia."

Tiến sĩ Andrei Sakharov đã qua đời nhưng ba mục tiêu đó luôn luôn là kim chỉ nam cho loài người tiến bộ. Quan điểm của ông là quan điểm của một tương lai nước Nga sau Putin.

Việt Nam dưới chế độ CS cũng đã vọng lên nhiều tiếng nói. Con số những nhà bất đồng chính kiến, những nhà hoạt động dân chủ Việt Nam nếu cộng lại từ thời Nhân Văn Giai Phẩm đến nay có thể còn đông hơn Cu Ba, Bắc Hàn, Nga và một số nước Đông Âu thời CS. Tiếng nói của các tù nhân lương tâm Việt Nam có thể không vang xa như tiếng nói của Sakharov (Nobel Hòa Bình 1975), không dội mạnh như tiếng nói của Giám mục Desmond Tutu (Nobel Hòa Bình 1984) nhưng vẫn là tiếng nói của tương lai, của khát vọng tự do giống như của mọi người khác trên thế giới.

Khao khát tự do phát triển theo đà phát triển tự nhiên của nền văn minh nhân loại ngay cả trong trường hợp bản thân của một người bị cách ly hẳn với thế giới bên ngoài như trường hợp đầu tháng 2, 2021 một người dân Bắc Hàn bơi suốt 6 tiếng đồng hồ ngoài biển khơi để vượt tuyến vào Nam.

Ngày nào nhân loại còn chia nhau một nguồn ánh sáng ngày đó loài người còn có chung một khát vọng tự do và cuộc tranh đấu vì các quyền tự do bẩm sinh của con người sẽ được tiếp tục cho đến khi các chế độ độc tài sụp đổ.

(Viết thêm từ bài "Người Khách Trên Chuyến Tàu Điện Gorky-Moscow")

SOLZHENITSYN, PUTIN VÀ CHỦ NGHĨA DÂN TỘC TẠI NGA

Quá khứ bao giờ cũng là bài học quý giá cho tương lai. Học để tránh hay học để vượt qua. Tuy nhiên, nhiều nhà chính trị không chỉ học mà tai hại hơn còn vận dụng quá khứ như một vũ khí để thực hiện tham vọng bành trướng của riêng họ.

Có người như Hitler nhắc nhở người dân về một quá khứ vàng son Tổ Quốc Đức cần được phục hồi.

Có người vận dụng nỗi đau quá khứ như trường hợp Đặng Tiểu Bình và Tập Cận Bình dùng khẩu hiệu "một trăm năm sỉ nhục" để khiêu khích lòng tự ái dân tộc của người Trung Hoa.

Cũng có người như Alexander Solzhenitsyn và Putin xem quá khứ Đế Quốc Nga như một lâu đài cổ mà các thế hệ phải bảo vệ và nếu cần phải chết trong đó không được phép thoát ra.

Theo Stanford Encyclopedia of Philosophy, mặc dù thuật ngữ "chủ nghĩa dân tộc" (nationalism) có nhiều nghĩa khác nhau, nhưng tựu trung nó bao hàm hai hiện tượng: (1) thái độ mà các thành viên của một quốc gia quan tâm đến danh tính của họ với tư cách là thành viên của quốc gia đó và (2) các hành động của các thành viên của một quốc gia đang tìm cách đạt được (hoặc duy trì) một số hình thức chủ quyền chính trị."

Trong một cách đơn giản và dễ hiểu hơn, chủ nghĩa dân tộc, không phải là một hệ tư tưởng (ideology) giống như chủ nghĩa CS hay chủ nghĩa tư bản và cũng khác với lòng yêu nước (patriotism), là một cách suy nghĩ của một người hay một số người cho rằng dân tộc của người đó hay những người đó có phẩm chất cao hơn các dân tộc khác và do đó quyền lợi dân tộc của người đó hay những người đó nên được đặt lên trên quyền lợi các dân tộc khác thường là có chung biên giới đất hay biển.

Hitler, ngay trong trang đầu của chương thứ nhất trong tác phẩm Đời Tranh Đấu Của Tôi (Mein Kampf), viết về Áo, một Ukraine của Nga như sau: Nước Đức-Áo phải được phục hồi về một Tổ Quốc Đức vĩ đại. Điều đó, thực sự, không đặt trên cơ sở của bất cứ một tính toán kinh tế nào. Không, không. Ngay cả khi thống nhất là một vấn đề ít được quan tâm về kinh tế, và ngay cả khi điều đó có thể gặp bất lợi từ quan điểm kinh tế, vẫn nên diễn ra. Những người cùng huyết thống nên cùng chung một nước Đức. " (Mein Kampf Adolf Hitler Translated into English by James Murphy).

Nhà văn Nga nổi tiếng thế giới Alexander Solzhenitsyn viết về Ukraine không khác gì Hitler viết về Áo trong tác phẩm Tái Dựng Nước Nga (Rebuilding Russia) như sau: "Tất cả chúng ta đều phát xuất từ Kiev quý giá, nơi mà từ đó "đất Nga bắt đầu hình thành" (như Nestor đã ghi trong biên niên sử của mình) và từ đó chúng ta nhận được ánh sáng của Cơ đốc giáo. Chính các hoàng tử đã cai trị tất cả chúng ta".

Ông không quên đưa ra một đề nghị về một Ukraine tương lai: "Các nhà sử học và nhà lý luận chính trị Ukraine ủng hộ quyền tự trị cho Ukraine nhưng tôi tin rằng điều này sẽ đạt được tốt nhất trong khuôn khổ liên minh liên bang với Nga." (Alexander Solzhenitsyn, "Rebuilding Russia, Reflections And Tentative Proposals", Moscow 1990, London 1991)

Cũng trong tác phẩm này , Solzhenitsyn viện dẫn lý do cho việc Ukraine nên là một tiểu bang hơn là một quốc gia vì "tách khỏi Ukraine có nghĩa là cắt ngang cuộc sống của hàng triệu cá nhân và gia đình: hai quần thể này hoàn toàn xen kẽ với nhau; có toàn bộ khu vực mà người Nga chiếm ưu thế; nhiều người sẽ khó lựa chọn giữa hai quốc tịch; nhiều người khác có nguồn gốc hỗn hợp, và có rất nhiều cuộc hôn nhân hỗn hợp..."

Solzhenitsyn không hiểu hay cố tình không muốn hiểu sự khác nhau căn bản giữa quyền công dân của một nước và nguồn gốc văn hóa người đó.

Một người dân bình thường đưa ra những lý lẽ trên có thể sẽ được quên nhanh, nhưng Solzhenitsyn thì khác. Solzhenitsyn không chỉ là nhà văn nổi tiếng nhất của Nga mà còn là biểu tượng cho dòng lịch sử chảy qua nhiều biến cố của Nga từ Thế Chiến Thứ Hai đến khi ông qua đời ngày 3 tháng 8, 2008. Quan điểm chủ nghĩa dân tộc của ông là chỗ dựa tinh thần và lý luận chủ đạo cho các chính sách đối ngoại với các nước cựu CSLX của Putin.

Putin xem Solzhenitsyn như một bậc thầy. Theo nhà nghiên cứu Peter Eltsov, thuộc National Defense University, Putin bày tỏ lòng thán phục dành cho Solzhenitsyn và đến tận tư gia của ông ta để thông báo các chương trình Putin đã đạt được dựa theo những điều Solzhenitsyn đã viết.

Putin lập lại quan điểm của Solzhenitsyn khi viết về Ukraine: "Để hiểu rõ hơn về hiện tại và nhìn về tương lai, chúng ta cần đọc lại lịch sử. Chắc chắn không thể kể hết trong bài viết này những diễn biến diễn ra hơn một nghìn năm. Nhưng tôi sẽ tập trung vào những khoảnh khắc quan trọng, then chốt điều quan trọng mà chúng ta cần ghi nhớ, cả ở Nga và Ukraine. Người Nga, người Ukraina và người Belarus đều là hậu duệ của Rus cổ đại, vốn là bang lớn nhất ở Châu Âu. (Vladimir Putin "On the Historical Unity of Russians and Ukrainians" July 12, 2021)

Putin ca ngợi Solzhenitsyn: "Solzhenitsyn là một người yêu thích lịch sử Nga và dựa vào đó trong khi phân tích các diễn biến hiện tại và nhìn vào tương lai của đất nước. Tôi nghĩ điều đó rất quan trọng." (Phỏng vấn với đài truyền hình Ba Lan's Gazeta Wyborcza và TVP ngày 15 tháng 1, 2002).

Cả ba, một Hitler diệt chủng, một Solzhenitsyn nhà văn, một Putin độc tài nhưng chia sẻ nhau một quan điểm dân tộc, đó là "những người cùng huyết thống nên cùng chung một nước."

Hitler được nhân loại biết nhiều qua Thế Chiến Thứ Hai với Holocaust. Putin đang được nhắc gần như hai mươi bốn giờ một ngày trên mọi nguồn tin thế giới. Alexander Solzhenitsyn có thể là một ngạc nhiên với nhiều độc giả, nhất là những độc giả từng yêu mến tài năng và thán phục lòng can đảm của ông qua các tác phẩm như Tầng Đầu Địa Ngục (The First Circle), Quần Đảo Ngục Tù (The Gulag Archipelago) , Một Ngày Trong Đời Của Ivan Denisovich (One Day in the Life of Ivan Denisovich)...

Nhưng khiếu văn chương và lòng can đảm chưa đủ để minh định giá trị của một con người và cũng không thể dùng để biện minh cho những nhận thức sai lầm về lịch sử.

Quan điểm của Solzhenitsyn cho thấy một người yêu dân chủ chắc chắn sẽ chống lại mọi chế độ độc tài nhưng một người chống độc tài chưa hẳn phát xuất từ tình yêu dân chủ.

Ngoài Solzhenitsyn, Boris Yeltsin của Nga là một bằng chứng khác. Một Yeltsin hai năm trước đứng trên xe tăng công khai thách thức các thành phần CS tàn dư bảo thủ cũng chính là Yeltsin hai năm sau ra lệnh xe tăng tấn công quốc hội gây ra hàng trăm người bị giết và bị thương. Dù biện minh bằng lý do gì hay nhân danh mục đích gì, hành động của Boris Yeltsin là hành động phi dân chủ. Do đó không ngạc nhiên, để trả ơn, một trong những sắc lệnh đầu tiên khi nhậm chức tổng thống của Vladimir Putin là miễn truy tố Yeltsin.

Vài nét về Aleksandr Isayevich Solzhenitsyn

Theo tiểu sử do chính ông gởi cho Hội Đồng Giải Nobel và theo tác phẩm Alexander Solzhenitsyn của Kodjak, Andrej, nhà văn một thời là biểu tượng của khát vọng tự do sinh ngày 11 tháng 12, 1918 tại Kislovodsk. Cha là một người có trình độ đại học nhưng phải bỏ dở để tình nguyện vào quân đội Nga trong Thế Chiến Thứ Nhất như một sĩ quan pháo binh. Cha ông qua đời khi Solzhenitsyn còn trong bụng mẹ. Ông lớn lên với người mẹ, người Ukraine, thường hay bệnh và đời sống khó khăn. Solzhenitsyn theo học ban toán tại đại học Rostov. Dù không thích toán học nhưng cũng nhờ toán mà ông đỡ vất vả trong thời gian tám năm ở trại tù khổ sai. Dù giỏi toán, Solzhenitsyn vẫn mơ ước trở thành nhà văn. Trong giai đoạn từ 1939 đến 1941, bên cạnh các môn toán và lý, ông dành thời gian để nghiên cứu về văn chương tại Học viện Văn Chương, Triết Học và Lịch Sử ở Moscow. Khi Thế Chiến Thứ Hai bùng nổ, ông tham gia vào binh chủng pháo binh và chiến đấu một cách dũng cảm.

Trong thời gian ở mặt trận, Solzhenitsyn và một người bạn tâm giao từ thời trung học cho tới đại học thường hay trao đổi nhau thư từ. Một trong những lá thư đó, Solzhenitsyn phê bình Stalin. Mặc dù ông viết rất khéo nhưng cũng bị khám phá. Tháng 7, 1945 Solzhenitsyn bị kết án tám năm lao động khổ sai. Bạn ông ta bị kết án mười năm. Ra tù, Solzhenitsyn bị chỉ định cư trú tại miền nam Kazakhstan. Năm 1961, trong giai đoạn tương đối cởi mở dưới thời Khrushchev hai tác phẩm của Solzhenitsyn được in. Khi Khrushchev bị hạ bệ, các tác phẩm của Solzhenitsyn cũng bị hạ bệ theo. Cánh CS tôn thờ Stalin tấn công ông liên tục. Dù vậy, thời gian này cũng là đỉnh cao trong sự nghiệp văn chương của Solzhenitsyn. Tên tuổi của ông không chỉ được biết nhiều tại Liên Xô mà nhiều hơn bên ngoài Liên Xô. Năm 1969, ông bị trục xuất ra khỏi Hội Nhà Văn Liên Xô nhưng năm sau, 1970, ông lại được trao giải văn chương cao quý nhất thế giới: Nobel Văn Chương.

Khi tác phẩm Quần Đảo Ngục Tù được in tại hải ngoại, Solzhenitsyn bị tố cáo là "phản quốc". Ông bị bắt giữ ngày 12 tháng 2, 1974 và hôm sau bị trục xuất đến Đức. Ông di chuyển vài nơi trên quãng đời lưu vong trước khi chọn một làng nhỏ thuộc tiểu bang Vermont để định cư. Solzhenitsyn và gia đình sống ở đó gần hai mươi năm cho tới khi hồi hương về Nga, 1994. Solzhenitsyn qua đời ngày 3 tháng 8, 2008.

Với tất cả sự kính trọng dành cho nhà văn Solzhenitsyn, đề nghị "Ukraine nên nằm trong liên bang Nga", về lịch sử và dân tộc học thể hiện một quan điểm sai lầm và lạc hậu. Quan điểm dân tộc cực đoan đó là nguồn gốc của không biết bao nhiêu tai họa đã diễn ra trong lịch sử nhân loại, cụ thể nhất là trong cuộc chiến thế giới từ 1939 đến 1945 mà ông đã từng chiến đấu chống lại.

Dân tộc là gì? Nói một cách dễ hiểu, dân tộc là một khái niệm để chỉ tập thể của những người chia sẻ một dòng máu, có cùng nguồn gốc văn hóa, ngôn ngữ, truyền thống và gắn bó nhau qua những thăng trầm trong lịch sử.

Phần lớn các định nghĩa về dân tộc đều dừng lại ở đó. Và nếu vậy, dân tộc chỉ là một căn nhà đồ sộ nhưng khô cứng và cũ dần theo thời gian. Căn nhà đó thực chất chỉ là một đống gạch đá vô hồn. Truyền thống chỉ là một thói quen lạc hậu.

Không. Dân tộc phải là một thực thể sống động, phải biết thở như con người và phải luôn đổi mới theo đà phát triển của văn minh nhân loại. Dân tộc phải có quyền tự quyết và vươn lên cùng thời đại và thời đại này là thời đại tự do.

Bởi vì ước muốn của con người hôm nay không những khác với ước muốn con người ngàn năm trước mà khác ngay cả trong vòng thế kỷ trước đây. Văn hóa là một dòng sông chảy ngang qua đời sống con người mang theo các giá trị tự do, dân chủ, độc lập và quyền tự quyết được sống trong xã hội mà họ chọn lựa.

Tự do là quyền bẩm sinh của con người và không một ai, không một tổ chức, không một đảng phái nào có quyền tước đoạt.

Chưa bao giờ trong lịch sử loài người khát vọng tự do dân chủ bùng cháy mạnh hơn.

Phong trào Mùa Xuân Ả Rập (Arab Spring) 2011 bắt đầu với cuộc Cách mạng Hoa lài (Jasmine Revolution) cho thấy con người sẵn sàng chết vì tự do dân chủ, những giá trị mà trước đó không lâu còn được xem như những xa xỉ phẩm. Nhiều nhà độc tài không trực tiếp ảnh hưởng bởi phong trào Mùa Xuân Ả Rập đã vẫn phải tự thay đổi đường lối lãnh đạo và cai trị để thỏa hiệp với đà tiến của nhân loại.

Phim Blood Diamond là phim hư cấu nhưng được dựng từ nhiều cảnh thật đã diễn ra ở Sierra Leone trong đó có cảnh chặt tay rùng rợn. Một hình ảnh mà người viết đã dùng để ca ngợi nhiều lần là trường hợp anh nông dân Ismail Darramy bị chặt tay vì từ chối không bỏ phiếu cho các lãnh tụ độc tài phiến loạn. Bàn tay của anh nông dân quan trọng đến dường nào. Không chỉ bản thân mà cả gia đình anh sống nhờ bàn tay đó. Nhưng anh chấp nhận bị chặt tay vì anh yêu dân chủ. Thói quen chặt tay dã man này là di sản còn lại từ thời vua thực dân Bỉ King Leopold II tàn ác nghĩ ra để trừng phạt những người dân thuộc địa Congo không theo kịp chỉ tiêu sản xuất.

Dân tộc Ukraine đã đấu tranh cho độc lập, dân chủ và tự quyết suốt nhiều trăm năm qua nhiều triều đại Nga. Nền độc lập thực sự đến khi chế độCSLX sụp đổ.

Năm 1990, cánh cửa tự do mở ra không chỉ cho 51 triệu dân Ukraine mà còn cho cộng đồng người Ukraine lang bạt trên nhiều quốc gia khác có cơ hội hồi hương.

Ngày 24 tháng 8, 1991, quốc hội Ukraine tuyên bố "Ukraine là một quốc gia dân chủ độc lập" phù hợp với "quyền tự quyết dân tộc" ghi rõ trong Hiến Chương Liên Hiệp Quốc và ấn định ngày 1 tháng 12, 1991 là ngày trưng cầu dân ý.

Ngày 1 tháng 12 đến, 92 phần trăm dân số Ukraine bỏ phiếu đồng ý Ukraine độc lập. Ngay cả trong các khu vực được xem như đã bị Nga hóa ở miền Đông Ukraine cũng có trên 80 phần trăm đồng ý Ukraine là một quốc gia dân chủ và độc lập. (Paul R. Magocsi, A history of Ukraine, University of Washington Press, 1996)

Ngày 24 tháng 8 (Lễ Độc Lập) và ngày 28 tháng 6 (Lễ Công Bố Hiến Pháp Dân Chủ) là hai trong số những ngày quốc lễ lớn nhất của Cộng Hòa Ukraine.

Nếu Vladimir Putin là một người học trò tận tụy của lịch sử Nga, lẽ ra ông ta nên chào đón cơ hội Ukraine trở thành một nước độc lập, tự do dân chủ và mở rộng vòng tay hợp tác để cùng phát triển trong tình huynh đệ cùng một nguồn gốc Rus, không nhất thiết phải liên bang hay nhập hẳn vào Nga.

Nếu Solzhenitsyn là người quan tâm đến nguyện vọng của người dân Ukraine, lẽ ra ông ta nên dùng ảnh hưởng của mình để bênh vực khát vọng tự do của 50 triệu người đã chứng minh qua hai cuộc bầu cử công khai và dân chủ thay vì đi ngược lại chiều kim lịch sử với âm mưu tái lập một đế quốc Nga đã tàn lụi từ lâu.

Solzhenitsyn ca ngợi Putin bằng những lời nịnh hót tầm thường đến độ khó tin là đã phát ra từ cửa miệng của tác giả Quần Đảo Ngục Tù:"Tổng thống biết quá rõ những khó khăn đáng kinh ngạc, cả đối nội và đối ngoại, ông ta đã phải thừa hưởng và những khó khăn cần phải tránh ngày nay. Tôi muốn ca ngợi sự thận trọng và đúng đắn trong các quyết định và nhận định của tổng thống. Nhìn chung, ông ta có một đầu óc nhanh nhẹn, thông minh nhanh nhẹn và không có ham muốn quyền lực cá nhân, không thích quyền lực ...thực sự làm việc chăm chỉ. Chăm chỉ vì nhiệm vụ khó hoàn thành lắm. " (Phỏng vấn đài truyền hình Nga ngày 21-9-2000).

Yevhen Sverstiuk, một nhà thơ Ukraine bất đồng chính kiến và từng bị chế độ CSLX bỏ tù trong thập niên 1970 phê bình luận điệu chủ nghĩa dân tộc của Solzhenitsyn: "Ukraine là một chủ đề riêng biệt vì Solzhenitsyn, có mẹ là người Ukraine, có thái độ đặc biệt đối với Ukraine. Ông ta đã tìm cách từ chối nửa người Ukraine của mình và đề cao một nửa chủ nghĩa dân tộc Nga của mình. Theo nghĩa này, ông ta đã đánh mất tầm vóc của mình. Kiến thức của ông ta rất hạn hẹp, phản tiến bộ và rất sơ sài về hệ tư tưởng đế quốc Nga. Các bài phát biểu của ông ấy về Ukraine thật kinh khủng. Chúng sai, chúng đầy rẫy những thông tin sai lệch, loại thông tin mà xã hội Nga đang được nuôi dưỡng." (Claire Bigg, Solzhenitsyn Leaves Troubled Legacy Across Former Soviet Union, Radio Free Europe, August 6 2008)

Solzhenitsyn không cầm súng, không bắn chết ai nhưng quan điểm của ông ta đang góp phần tàn phá quê mẹ ông (mẹ của Solzhenitsyn là người Ukraine).

Ông không còn sống để thấy cảnh hàng triệu ông bà già, phụ nữ và trẻ em Ukraine đang lâm cảnh màn trời chiếu đất trong các trại tị nạn, hàng ngàn người Ukraine phải chết mỗi ngày ngoài mặt trận, một đất nước do những suy nghĩ sai lầm của chính ông góp phần tàn phá.

Hôm nay trước cảnh máu chảy thịt rơi, nhà tan cửa nát, những khái niệm gọi là "tình anh em", "tình dân tộc Rus" đã trở thành vô nghĩa. Đây không phải là nội chiến giữa nước "Nga lớn" và "Nga nhỏ", không phải là cuộc chiến "cốt nhục tương tàn", "nồi da xáo thịt" mà là một cuộc chiến tự vệ chống xâm lăng của Cộng Hòa Ukraine.

Những người lính Ukraine không chiến đấu vì quá khứ. Họ chiến đấu cho quyền sống, quyền làm người, quyền tự do và dân chủ của chính họ, gia đình họ hôm nay và các thế hệ Ukraine tương lai.

VLADIMIR PUTIN, THAM VỌNG VÀ HẬU QUẢ

Tháng 4, 2014, một tháng sau khi Nga cưỡng chiếm bán đảo Crimea, trong một bài viết về chính sách đối ngoại của Mỹ, người viết có nhấn mạnh "Rất nhiều bài viết và phân tích về tham vọng bành trướng của Putin. Điều quan trọng nên nhớ, tham vọng của Putin không dừng lại ở bán đảo Crimea mà là Ukraine." (Chính Luận Trần Trung Đạo, Cổ Loa xuất bản 2014, trang 149)

Nhận định "tham vọng của Putin không dừng lại ở bán đảo Crimea mà là Ukraine" không phải là một lời tiên đoán vu vơ nhưng rút ra từ các luận điểm về nhân cách của Putin và các mối quan hệ quốc tế thời kỳ này.

VLADIMIR VLADIMIROVICH PUTIN

Vladimir Vladimirovich Putin sinh tháng 10 năm 1952 tại Saint Petersburg trong một gia đình có cha là thương phế binh trong mặt trận Leningrad. Trong giai đoạn đó, hầu hết học sinh đều mơ ước trở thành Yuri Alekseyevich Gagarin, phi hành gia Liên Xô bay vòng quanh trái đất, Putin lại mơ ước trở thành một nhân viên mật vụ KGB. Tác phẩm "Thanh kiếm và Lá Chắn" được chuyển thành phim nhiều tập đã làm say mê cậu thiếu niên hiếu động Putin. Khoảng mười tuổi, cậu Putin theo học võ Sambo, một loại võ thuật Nga phối hợp giữa Judo, Karate và đô vật.

Báo USATODAY giới thiệu tám tác phẩm viết về Putin mà độc giả nên đọc nếu muốn biết về Putin, trong số đó có tác phẩm Người Không Mặt (The Man Without A Face) của Masha Gessen. "Người Không Mặt" vẽ lại con đường Putin đã đi qua từ khi sinh ra, khôn lớn và trưởng thành. Putin có một thời thiếu niên phá phách được nuôi dưỡng trong nhà tập thể vì có cha là thương phế binh.

Sau khi tốt nghiệp trường luật Leningrad State University năm 22 tuổi, Putin gia nhập KGB. Putin được huấn luyện trong các trường đào tạo phản gián Nga. Những năm sau đó hoạt động của ông ta hoàn toàn đóng khung trong lãnh vực an ninh tình báo. Vì có một đời sống khá bí mật nên phần lớn chi tiết trong tiểu sử của Putin đều do ông kể lại và không thể kiểm chứng. Putin bắt đầu như một nhân viên KGB cấp thấp ở Saint Petersburg cho đến khi được điều sang làm nhân viên tình báo ở thành phố Dresden, Đông Đức.

Dù sao, sau 16 năm trong nghề và không có nhiều cơ hội tiến thân, Putin cũng được thăng đến chức vụ trung tá KGB. Nghề an ninh tình báo của Putin chấm dứt sau sự sụp đổ của Liên Xô. Ông trở về Saint Petersburg và bắt đầu các hoạt động chính trị.

PUTIN, MẦM MỐNG ĐỘC TÀI

Năm 1996 Putin lên Moscow để tham gia chính quyền của Boris Yeltsin. Vận dụng cơ hội bất ổn chinh trị và khoảng trống lãnh đạo Nga trong nhiệm kỳ sau của Boris Yeltsin, chỉ ba năm, từ một người mới đặt chân vào sinh hoạt chính trị ở thủ đô Moscow, Vladimir Putin trở thành thủ tướng, quyền tổng thống và tổng thống.

Năm 1999, quan điểm độc tài của Putin thể hiện trong bài viết Nước Nga Trước Thềm Thiên Niên Kỷ (Russia At The Turn Of The Millennium) ký tên ông ta mặc dù được các nhà phân tích cho là kết quả của một nhóm trong đó có Putin: "Tôi chống lại việc khôi phục hệ tư tưởng nhà nước chính thức ở Nga dưới mọi hình thức. Không nên có một hiệp ước dân sự cưỡng bức trong một nước Nga dân chủ. Hiệp ước xã hội chỉ có thể là tự nguyện. Đó là lý do tại sao điều quan trọng là phải đạt được sự đồng thuận xã hội về các vấn đề cơ bản như mục tiêu, giá trị và định hướng phát triển, điều mà phần lớn người Nga mong muốn và hấp dẫn. Sự thiếu vắng các hiệp định và thống nhất dân sự là một trong những lý do tại sao cải cách của chúng ta rất chậm chạp và đau đớn. Phần lớn sức lực được dành cho việc tranh giành chính trị, thay vì xử lý các nhiệm vụ cụ thể của công cuộc đổi mới nước Nga."

"Đồng thuận xã hội" trong quan điểm Putin không đặt trên cá giá trị dân chủ phổ quát mà đặt trên các "giá trị truyền thống" từ thời Nga Hoàng. Giá trị đó theo Putin phát xuất từ ba đặc điểm (1) lòng yêu nước (patriotism), (2) chế độ trung ương tập quyền (statism), (3) đoàn kết xã hội (social solidarity).

Cũng trong bài viết đó, Putin cho rằng "Nga đã và sẽ vẫn là một cường quốc. Quốc gia được quy định trước bởi các đặc điểm không thể tách rời về địa chính trị, kinh tế và nền văn hóa đang tồn tại. Các đặc tính này xác định tâm lý của người Nga và chính sách của chính phủ trong suốt lịch sử và không thể làm khác hơn trong hiện tại."

PUTIN VÀ BỘ MÁY TUYÊN TRUYỀN

Là một người được rèn luyện và học tập dưới chế độ CS, các phương pháp Putin dùng để đối nội cũng như đối ngoại đều là các phương pháp CS. Putin xem tuyên truyền và bạo lực là hai vũ khí quan trọng để duy trì cai trị. Thay vì dựng Putin thành những "anh hùng xã hội chủ nghĩa" như anh hùng mỏ than Alexey Stakhanov thời LX, bộ máy tuyên truyền qua các công ty quan hệ công chúng (PR) do Putin thuê mướn dựng Putin thành những nhân vật trong phim hoạt họa hay trò chơi điện tử thích hợp với thị hiếu trẻ em như Putin dũng sĩ, Putin câu cá, Putin đấu võ, Putin săn bắn, Putin đấu bò v.v..

Hiện đại hơn các kỹ thuật tuyên truyền CS trước đây, các công ty PR ngày nay áp dụng các phương pháp tâm lý học để chinh phục ý thức của người nghe. Không ít người Nga thật sự tin Ukraine là một quốc gia phát-xít và một ngày không xa sẽ tấn công Nga. Những lời tố cáo dối trá này không chỉ phát ra từ đội ngũ dư luận viên mà chính từ cửa miệng của Putin.

Trong lãnh vực đối ngoại, Putin đặt Mỹ và NATO vào vị trí thù địch và khai thác mọi cơ hội để gia tăng sức mạnh Nga. Điều đó có lý do. Nhưng thay vì hiện đại hóa Nga và cạnh tranh phát triển như trong vài năm đầu, Putin dùng các biện pháp vô cùng thất nhân tâm để bành trướng ảnh hưởng Nga. Lấy Syria làm ví dụ. Những cuộc dội bom không phân biệt của không quân Nga đã san bằng nhiều làng mạc Syria. Phần lớn những người chết và bị thương là thường dân vô tội.

Hiệp ước Hữu Nghị và Hợp Tác (Treaty of Friendship and Cooperation) giữa Liên Xô và Syria ký từ 1980 không còn liên quan gì đến Nga vẫn được Putin dùng như một cái cớ để can thiệp vào Syria, thực chất là bảo vệ chế độ độc tài Hafez al-Assad. Cả thế giới đều biết không có bàn tay Putin, số phận Hafez al-Assad cũng chẳng khác gì Ben Ali của Tunisia, Hosni Mubarak của Ai Cập hay Muammar Gaddafi của Lybia.

LHQ và Liên Đoàn Các Quốc Gia Á Rập (Arab League) ước lượng khoảng 400 ngàn dân Syria, tương đương với 2% dân số đã chết. Tổ chức Ân Xá Quốc Tế ước lượng khoảng từ 5 ngàn đến 13 ngàn người chết vì tra tấn trong các nhà tù của Hafez al-Assad.

GIẤC MƠ CỦA PUTIN VỀ THỜI VÀNG SON CỦA ĐẾ QUỐC NGA

Nhận thức về "giá trị truyền thống" của Putin phản ảnh truyền thống hay nói khác hơn là quan điểm chủ nghĩa dân tộc của Nga thời đế quốc kéo dài gần 200 năm (1721-1917) từ thời Peter Đại Đế cho đến khi Nicholas II và gia đình bị CS giết ngày 17 tháng 7, 1918.

Lãnh thổ của Đế Quốc Nga thời cực thịnh trải rộng 36 triệu cây số vuông từ Bắc Băng Dương, xuống Hắc Hải qua Biển Baltic, sang Alaska và ngay tại Bắc California của Mỹ cũng từng có vùng Fort Ross thuộc lãnh thổ Nga. (Mỹ mua lại Alaska của Nga năm 1867 giá 7.2 triệu dollar, khoảng 2 xu một mẫu. Fort Ross do một người Mỹ mua lại của một công ty Nga giá 19,788 dollar).

Quan điểm lịch sử Nga của Putin thể hiện khá rõ trong luận văn "Về Sự Thống Nhất Lịch Sử Của Người Nga Và Người Ukraine" (On the Historical Unityof Russiansand Ukrainians) công bố vào 12 tháng 7, 2021 để biện minh cho hành động xâm lược Ukraine sắp tới.

Luận văn cho thấy Putin quả thật sống trong quá khứ. Ông viết: "Người Nga, người Ukraine và người Belarus đều là con cháu của Rus cổ đại, là nhà nước lớn nhất ở châu Âu. Người Slav và các bộ lạc khác trên toàn lãnh thổ rộng lớn - từ Ladoga, Novgorod, Pskov đến Kiev và Chernigov - được ràng buộc với nhau bởi một ngôn ngữ (mà ngày nay chúng ta gọi là tiếng Nga cổ), quan hệ kinh tế, sự cai trị của các hoàng tử của triều đại Rurik... Sự lựa chọn tâm linh của Thánh Vladimir, người vừa là Hoàng tử của Novgorod vừa là Hoàng tử của Kiev, vẫn quyết định phần lớn mối quan hệ của chúng ta ngày nay."

Nếu giải thích lịch sử theo cách của Putin, phần lớn các quốc gia Châu Âu hiện đại sẽ không còn tồn tại vì hoặc là phần của Nga hay của Đức hay của Ba Lan hay của Thụy Điển, hay thậm chí của những tay cướp biển Viking. Với đầu óc thiên triều đó, Putin vẫn nhìn sang các nước lân bang trong cách nhìn của các Nga Hoàng thế kỷ 18.

HÀNG RÀO AN NINH CHUNG QUANH NGA

Công tâm mà nói, việc quan tâm đến an ninh ngoài biên giới Nga của Putin là một quan tâm có cơ sở. Tuy nhiên các biện pháp mà Vladimir Putin áp dụng đối với các nước nhỏ có cùng biên giới với Nga là những chính sách có tính cưỡng bách, lỗi thời và phi nhân không khác gì Hitler trước đây và Tập Cận Bình hiện nay.

Bán đảo Crimea chỉ là bước thăm dò phản ứng của Phương Tây tương tự như trường hợp của Hitler khi chiếm vùng Sudetenland của Tiệp Khắc dọn đường cho việc tiến chiếm toàn bộ Cộng Hòa Tiệp vào tháng 3, 1939. Dù là Nga Hoàng, Nga Cộng hay Nga Putin đều nhấn mạnh đến việc thiết lập một hàng rào an ninh chung quanh Nga. Bán đảo Crimea chỉ là một khoảng nhỏ trong "không gian sinh tồn" của Nga. An ninh chính của Nga là hành lang Ukraine, lãnh thổ lớn thứ hai, nằm ở phía tây.

Putin nuôi dưỡng các thành phần cai trị độc tài và thần phục ông ta chẳng khác gì các nước chư hầu thần phục Nga Hoàng thời phong kiến. Khi có một biến cố xảy ra trong nội bộ một quốc gia láng giềng có thể tạo ảnh hưởng bất lợi cho Nga, Putin thường cất quân sang đánh dẹp dưới danh nghĩa "bảo vệ hòa bình và ổn định" theo "lời mời" của nước nhỏ như trường hợp xung đột Armenia-Azerbaija vào tháng 5, 2021.

Các nhà độc tài như Alyaksandr Lukashenka của Belarusia, Nursultan Nazarbayev của Kazakhstan hay cha con nhà Aliyev của Azerbaijan là những bằng chứng dùng độc tài cai trị chư hầu của Putin.

Lukashenka cai trị Belarusia suốt 28 năm qua từ khi Liên Xô tan rã tới nay. Nazarbayev làm tổng thống Kazakhstan suốt năm nhiệm kỳ. Năm 2019, Nazarbayev từ chức nhưng vẫn tiếp tục cai trị đất nước với chức vụ danh dự "lãnh đạo quốc gia". Heydar Aliyev và sau đó con trai Ilham Aliyev cai trị Azerbaijan từ 1993 đến nay.

Các dân tộc bất hạnh vùng Trung Á chịu đựng dưới ách CS bảy mươi năm để rồi khi ách CS vừa được tháo gỡ lại phải thay bằng ách độc tài từ 1991 tới nay.

NGA TRONG THẾ KỶ 21

Nếu không có khối lượng vũ khí nguyên tử kế thừa từ thời Liên Xô, Nga không phải là một cường quốc.Trong một cuộc chiến tranh quy ước (không dùng vũ khí hóa học, sinh học hay hạt nhân), Nga không phải là đối thủ của Mỹ và nhiều nước khác.

Nga cũng không phải là một siêu cường kinh tế. Theo Quỹ Tiền Tệ Quốc Tế, Tổng Sản Lượng Nội Địa (GDP) của Nga đứng hàng 11 trên thế giới, sau Ý, Canada và cả Ba Tây. Theo các nhà phân tích kinh tế, các biện pháp trừng phạt sẽ đẩy Nga xuống xa hơn.

Nền kinh tế Nga phát triển một chiều vì tùy thuộc rất nhiều vào giá dầu hỏa. Nga là quốc gia sản xuất dầu lớn thứ ba trên thế giới. Các nguồn lợi tức từ tài nguyên thiên nhiên chiếm tới 60 phần trăm trong GDP của Nga. Khi giá dầu cao, GPD của Nga tăng nhưng khi giá dầu hạ GPD giảm và nền kinh tế lâm vào suy thoái như trường hợp suy thoái kinh tế tài chánh Nga vào những năm 2009 và 2014.

Một bài học về sự sụp đổ của LX còn đang được đem ra bàn là bài học về chiến tranh năng lượng. Năm 1986, Saudi Arabia gia tăng sức bơm từ 2 triệu thùng lên 10 triệu thùng một ngày làm giá dầu từ 30 dollar hạ xuống tới mức chỉ còn khoảng 10 dollar một thùng. Nợ nước ngoài của Liên Xô tăng vọt lên tới 50 tỉ dollar. Giá dầu quá thấp đã đẩy nền kinh tế đang suy thoái của Liên Xô xuống vực và là một trong nhiều lý do làm sụp đổ cả cơ chế CS.

Châu Âu tùy thuộc nhiều vào dầu hỏa Nga. Để tránh khủng hoảng năng lượng, trong đợt đầu khi trừng phạt Nga, Mỹ và đồng minh tránh trừng phạt trực tiếp vào dầu hỏa. Nhưng để đánh gục nền kinh tế Nga, trừng phạt về dầu hỏa và các nguồn tài nguyên thiên nhiên là biện pháp không tránh khỏi.

Trong nền kinh tế toàn cầu hóa, quốc gia bị trừng phạt chịu nhiều thiệt hại không có nghĩa các quốc gia trừng phạt không bị thiệt hại. Nhưng trường hợp Mỹ và Nga thì khác. Khi trừng phạt Nga, Mỹ và đồng minh cũng thiệt hại nhưng không nhiều so với sự thiệt hại của Nga.

Mỹ chỉ xuất cảng sang Nga 6.3 tỉ Mỹ Kim và nhập cảng 23.6 tỉ Mỹ Kim trị giá hàng hóa. Hai con số đó quá nhỏ so với việc Mỹ xuất cảng 306 tỉ sang Canada, 276 tỉ sang Mexico, 150 tỉ sang Trung Quốc. Theo nghiên cứu của Hendrik Mahlkow, một nhà nghiên cứu thương mại tại Viện Kiel về Kinh Tế Thế Giới (Kiel Institute for the World Economy), Đức, cho biết "các lệnh cấm vận thương mại sẽ ảnh hưởng nặng nề hơn đến Nga so với các đồng minh phương Tây."

Về đời sống người dân, Nga vẫn còn là một nước nghèo. Putin tự hào Nga là một cường quốc nhưng GDP theo đầu người của Nga chỉ mới đạt tới 10,800.00 Mỹ Kim, đứng tận hàng thứ 85 trên thế giới sau cả những nước đang phát triển như Chile, Hy Lạp và nhiều nước khác.

PUTIN VÀ NHÓM ĐẶC QUYỀN LỢI ÍCH NGA (RUSSIAN OLIGARCH)

Để làm giàu nhờ chia chác và củng cố chiếc ghế quyền lực, Putin dựng chung quanh ông ta một hàng rào gồm những Oligarch trong nhiều lãnh vực, đặc biệt là kinh tế tài chánh.

Danh từ Oligarch rút ra từ danh từ Cổ Hy Lạp có nghĩa "cai trị bởi một nhóm nhỏ" và tại Nga phần đông nhóm nhỏ này là những thương gia xuất hiện trong thời kỳ tư nhân hóa nền kinh tế.

Nhiều trong số các Oligarch Nga trước 1991 còn hai bàn tay trắng. Những nhà giàu nhờ "móc ngoặc" này thường thích khoe khoang qua hình thức các siêu du thuyền. Một chiến dịch săn các siêu du thuyền của các Oligarch Nga vừa được tung ra. Cảnh sát Ý bắt một siêu du thuyền trị giá 65 triệu euro của tỉ phú Nga Alexey Mordashov. Một siêu du thuyền khác trị giá 50 triệu euro thuộc quyền sở hữu của Gennady Timchenko cũng bị giữ. Các việc bắt giữ du thuyền tương tự đã diễn ra tại Pháp, Đức. Hai Dân Biểu Mỹ Tom Malinowski (Dân Chủ) và Joe Wilson (Cộng Hòa) còn dự tính soạn thảo Đạo luật Du Thuyền Vì Ukraine (Yachts for Ukraine Act) với nội dung tịch thu và bán các du thuyền của các Oligarch Nga bị trừng phạt lấy tiền viện trợ nhân đạo cho Ukraine.

Các nhà tư bản Mỹ và Châu Âu cũng làm giàu nhưng phần lớn họ dùng lợi nhuận để đầu tư trở lại giúp kích thích nền kinh tế phát triển cao hơn. Các Oligarch Nga không nhìn thấy những chân trời phát minh hay thậm chí sở hữu những kiến thức đó. Các tỉ phú Nga thường gởi tiền lời bất chính của họ vào các ngân hàng Thụy Sĩ.

Bà Brooke Harrington, giáo sư xã hội học tại Dartmouth College viết trên tạp chí The Atlantic ngày 3 tháng 5 vừa qua so sánh cách khoe khoang tiền của giữa các tỉ phú Nga và tí phú Mỹ và Anh: "Các tỷ phú như Elon Musk, Jeff Bezos và Richard Branson đua nhau khoe khoang để phóng phi thuyền vào không gian giữa sự phô trương rầm rộ của các phương tiện truyền thông, thay vì kín đáo tận hưởng vận may của họ một cách riêng tư."

Không may cho các Oligarch Nga. Thụy Sĩ vừa phá bỏ nguyên tắc trung lập và chẳng những "ngăn cấm các thương vụ của ngân hàng trung ương Nga qua trung gian các ngân hàng Thụy Sĩ mà còn đóng băng" tài khoản của các Oligarch.

NGA, QUỐC GIA THAM NHŨNG TRẦM TRỌNG NHẤT CHÂU ÂU

Theo Transparency International Index of Corruption năm 2019 và 2020, Nga là quốc gia tham nhũng tệ hại nhất Châu Âu.

Tại Nga, giống như mọi chế độ độc tài khác, làm ăn nhỏ "móc ngoặc" với các cấp nhỏ, làm ăn lớn "móc ngoặc" với cấp lớn và làm ăn lớn nhất nước "móc ngoặc" với không ai khác hơn là Vladimir Putin. Mức chia chác giữa Putin và tầng lớp Oligarch Nga đối với công chúng vẫn còn là một bí mật nhưng với tình báo Mỹ chắc là không.

Theo tạp chí Fortune, Putin khai tài sản của ông ta chỉ có tiền lương 149 ngàn dollar một năm, sống trong căn nhà rộng 70 mét vuông, một chiếc xe kéo và ba chiếc xe riêng. Nhưng cũng theo tạp chí uy tín này, tài sản của Putin có thể lên đến 200 tỉ dollar, bằng ba phần tư tổng sản lượng nội địa của cả nước Việt Nam năm 2021. Theo điều tra của Reuter, chỉ riêng khu nhà bên Hắc Hải được gọi là "Putin's Country Cottage" đã trị giá tới 1.4 tỉ dollar.

Bản tuyên bố của Bộ Ngoại Giao Mỹ ngày 3 tháng 3, 2022 viết về tội ác của các Oligarch Nga: "Những cá nhân này đã làm giàu cho chính mình với chi phí của người dân Nga, và một số đã nâng các thành viên trong gia đình của họ lên những vị trí cao cấp ...Những cá nhân này và các thành viên gia đình của họ sẽ bị cắt khỏi hệ thống tài chính của Hoa Kỳ, tài sản của họ ở Hoa Kỳ sẽ bị đóng băng và sẽ bị chặn sử dụng."

Hầu hết các quốc gia đồng minh của Mỹ đều áp dụng các biện pháp tương tự.

PUTIN SA LẦY TẠI UKRAINE

"Gia tài gầy dựng 30 năm chỉ để đốt cháy trong một tuần" là câu mà báo chí trong những ngày này dùng để ám chỉ các biện pháp quân sự sai lầm của Putin đối với Cộng Hòa Ukraine. Trong cơn ác mộng kinh hoàng nhất Putin cũng không thấy một thực tế Nga như hôm nay.

Putin đánh giá thấp sức mạnh của lòng yêu nước của người dân Ukraine, cơ chế chính trị Mỹ, đoàn kết của NATO, liên minh tin cậy quốc tế và tình cảm nhân loại dành cho Ukraine.

Như đã chứng minh nhiều lần trong lịch sử loài người, trong đó có Nga, cuộc chiến bảo vệ tổ quốc khác với nội chiến. Một Đề Đốc Hoàng Hoa Thám của Việt Nam với võ khí thô sơ đã giữ Yên Thế 30 năm cho đến khi ngài bị ám sát. Một Đại Úy Władysław Raginis của Ba Lan với quân số chỉ từ 350 đến 700 người đã giữ căn cứ Wizna, biên giới Ba Lan-Đức, ba ngày chống lại đạo quân 42 ngàn dưới quyền Thống chế Đức Heinz Guderian. Khi hết đạn, đại úy Władysław Raginis ra lịnh binh sĩ sống sót đầu hàng riêng ông ta chọn tự sát bằng lựu đạn.

Dưới sự lãnh đạo của Tổng thống can đảm Volodymyr Zelensky, cuộc chiến bảo vệ đất nước của Ukraine đã chinh phục tình cảm và hậu thuẫn của cả thế giới. Bộ máy tuyên truyền Nga đem nghề nghiệp đóng phim cười của TT Volodymyr Zelensky để mỉa mai nhưng quên rằng ông ta đã học đủ năm năm từ 1995 đến 2000 tại trường luật thuộc Viện Đại Học Kinh Tế Quốc Gia Kyiv (Kyiv National Economic University). TT Mỹ Ronald Reagan, cha đẻ của chiến lược "Hòa Bình Qua Sức Mạnh" đánh gục LX cũng từng là diễn viên điện ảnh. Putin vẽ chân dung TT Zelensky như một Phát-xít nhưng không soi gương để thấy chính mình mới là Phát-Xít. Tổng thống Zelensky hỏi lại Putin "Làm thế nào tôi có thể là một Phát-Xít?" Tổng thống Zelensky gốc Do Thái. Ông nội của ông ta may mắn sống sót nhưng ông cố và ba anh em của ông nội đều bị giết trong Holocaust. Quyết định cùng sống cùng chết với Ukraine của ông đã thay đổi hướng đi của lịch sử châu Âu.

NGA BỊ CÔ LẬP

Nước Nga chưa bao giờ bị cô lập hơn những ngày này. Lần đầu kể từ sau Thế Chiến Thứ Hai, sự trừng phạt của Mỹ và đồng minh đối với một quốc gia với mức độ tinh vi và chi tiết như trừng phạt Nga. Không chỉ các chính phủ Mỹ, Châu Âu và đồng minh mà, tính tới ngày 9 tháng3, 2022, một danh sách 310 công ty lớn nhỏ từ hãng xe, hãng máy bay, hãng điện thoại, hãng tín dụng, cho tới hãng bia cũng tham gia trừng phạt qua việc rút ra khỏi Nga.

Tiệm bán thức ăn nhanh McDonald's mở ở Moscow lần đầu tiên ngày 31 tháng 12, 1990 khi Liên Xô chưa sụp đổ. Sáng hôm đó, người dân Nga sắp hàng nhiều cây số để mua ăn thử món "French fries" và "Big Mac". Hôm thứ ba, 8 tháng 3, 847 tiệm McDonald's đóng cửa với lý do như tổng giám đốc Chris Kempczinski phát biểu "Không thể làm ngơ trước sự chịu đựng của con người đang diễn ra tại Ukraine."

Putin đem vũ khí nguyên tử ra hù dọa, nhưng điều đó không biểu hiện sức mạnh của Nga mà thể hiện sự tuyệt vọng trong đường cùng của Putin. Ông ta sẽ làm gì với kho võ khí hạt nhân? Không đợi gì Mỹ mà ngay cả các cấp cao nhất trong quân đội Nga cũng buộc lòng có phản ứng nếu Putin thật sự muốn dùng tới đòn nguyên tử. Một đất nước mênh mông bao bọc bằng 12 biển lớn nhưng Nga chỉ có vỏn vẹn một hàng không mẫu hạm Admiral Kuznetsov đang hoạt động. Suốt ba chục năm dưới sự cai trị của Putin, Nga không chế tạo được một hàng không mẫu hạm nào. Nhờ giá dầu tăng, dự trữ nước ngoài của Nga có trên 600 tỉ dollar nhưng số tiền đó Putin dự phòng để đáp lại các cuộc trừng phạt kinh tế của Mỹ. Hôm nay phần lớn số tiền đó đã bị "đóng băng". Trong lãnh vực kỹ thuật tiên tiến, theo tạp chí Global Finance, Nga đứng hàng thứ 46 trên thế giới sau cả Ukraine, thứ 44.

Chính trị thế giới đang thay đổi cấp bách và sự thay đổi này không chỉ ảnh hưởng Nga, Mỹ, NATO mà ảnh hưởng cả Trung Quốc. Hơn cường quốc nào khác, Trung Cộng cần ổn định để chạy đua với Mỹ và từng bước bành trướng ra Thái Bình Dương. Trung Quốc không thể bỏ Putin, đồng minh cần thiết trong giai đoạn này, nhưng cũng không thể ủng hộ công khai. Tập Cận Bình có nghị trình riêng, ngắn hạn trong kế hoạch năm năm lần thứ 14 và dài hạn trong diễn văn dài ba tiếng rưỡi đồng hồ tại Đại Hội Đảng CSTQ lần thứ 19 năm 2017, nên không thể để xung đột Nga-Ukraine làm gián đoạn.

Chuyến đi thăm Trung Quốc của Putin được báo chí Nga thổi phồng nhân dịp Thế Vận Hội Mùa Đông vừa qua về ý định không khác nhiều so với chuyến đi thăm Mỹ của Đặng Tiểu Bình, 29 tháng 1, 1979, trước khi xâm lăng Việt Nam. Putin muốn có sự ủng hộ công khai của Trung Quốc trong chiến tranh với Ukraine. Tuy nhiên, Thông Cáo Chung Trung-Nga công bố ngày 4 tháng 2, 2022 dài đến 5392 chữ bản tiếng Anh, không bàn trực tiếp đến xung đột Nga-Ukraine và thậm chí không có một chữ Ukraine nào.

Mục đích trước mắt của Putin, giống như mọi chế độ xâm lược khác trong lịch sử hiện đại, có thể đoán được theo từng bước: (1) Bằng mọi giá chiếm cho được Ukraine, (2) dùng khẩu hiệu cùng một nguồn gốc Rus cổ đại để ổn định đời sống và lấy lòng dân Ukraine, (3) thiết lập một chế độ bù nhìn lâm thời và sau đó bầu lên một lãnh đạo thân Nga qua bầu cử gian lận, (4) đàm phán có điều kiện với Mỹ, Châu Âu và đồng minh để rút quân.

Mục đích đó sẽ không đạt được. Nga sẽ sa lầy trong một cuộc chiến lâu dài và khó thoát. Khác với sa lầy tại Afghanistan (1979-1989) trước đây, lần này không chỉ sa lầy quân sự mà còn quan trọng hơn là sa lầy kinh tế và xã hội. Vũ khí quân đội Ukraine được hàng chục quốc gia viện trợ hiện đại hơn nhiều những vũ khí du kích quân Afghanistan dùng bốn mươi năm trước. Người dân Ukraine không xa lạ gì với người Nga nên không cần phải trốn tránh trong rừng núi. Hình ảnh một người dân Ukraine cho lính Nga mượn phone gọi mẹ cho thấy họ sẵn sàng chết để bảo vệ chế độ dân chủ tự do nhưng không sợ hãi hay oán ghét người dân Nga.

Cuộc chiến xâm lược của Nga đối với Ukraine đã làm nhiều chính phủ chủ hòa Âu Châu thức tỉnh. Trước đây một tháng, các chính phủ như Đức, Thổ Nhĩ Kỳ, Hungary vẫn còn nghĩ Putin chỉ hăm dọa. Hôm nay họ biết rằng tám mươi năm sau Thế Chiến Thứ Hai, chiến tranh vẫn là giải pháp không tránh khỏi của những xung đột có tính triệt tiêu và hơn bao giờ hết sự liên minh tin cậy giữa các quốc gia dân chủ là yếu tố quyết định để thắng các chế độ độc tài.

NIỀM TIN VÀO SỨC MẠNH CỦA NỀN DÂN CHỦ

Giả thiết vì một bất đồng nào đó giữa Putin và Alexander Lukashenko, nhà độc tài Belarus, khiến Putin tức giận cất quân sang đánh Belarus, liệu Mỹ và đồng minh có trừng phạt Nga cùng một mức độ như khi Nga đánh Ukraine hiện nay? Câu trả lời là không. Ngoại trừ những tuyên cáo ngoại giao, Mỹ sẽ không có biện pháp ủng hộ Belarus nào đáng kể.

Một chế độ độc tài sống trên xương máu và sự chịu đựng của cả dân tộc không xứng đáng được bênh vực hay bảo vệ.

Bên cạnh các yếu tố kinh tế, chiến lược và an ninh Châu Âu, một trong những lý do Mỹ và đồng minh cương quyết ủng hộ Ukraine bởi vì Ukraine là một nước cộng hòa, dân chủ, độc lập và toàn vẹn chủ quyền lãnh thổ.

Đồng ý rằng nhiều thế hệ lãnh đạo Ukraine đã phạm phải những sai lầm như Viktor Yanukovych hiện còn đang trốn tránh ở Nga và xã hội Ukraine vẫn còn đầy tham nhũng. Tuy nhiên, nền tảng dân chủ vẫn còn đó. Cơ chế dân chủ như cánh buồm giữ con tàu Urkaine không bị chệch hướng sang độc tài quân phiệt hay hoàn toàn lệ thuộc vào Nga như Belarus hay những nước Trung Á. Với niềm tin vào chế độ cộng hòa và sự ủng hộ của đại đa số nhân loại, Ukraine sẽ thắng trận chiến cuối cùng chống xâm lược Nga.

Nhưng phải chăng việc Mỹ, NATO và 141 nước "đòi hỏi Nga phải rút quân khỏi Ukraine" là những yếu tố quyết định cho tương lai của Ukraine?

Không phải. Máu và nước mắt của từng người dân và từng người lính Ukraine đang chảy trên sông Dnieper, chảy trên đường phố Kyiv, Kharkiv, Mariupol, Kherson mới thực sự tưới lên những mầm xanh hy vọng của cộng hòa Ukraine hôm nay và mai sau.

TÁC DỤNG CỦA TẦM NHÌN CHÍNH TRỊ QUA XUNG ĐỘT NGA - UKRAINE

Bốn chữ "Ukraine thuộc Nga" đóng đinh trong đầu của TT Nga gốc sĩ quan tình báo Liên Xô tại Đông Đức Vladimir Putin. Theo tài liệu của Bộ Ngoại Giao Mỹ, trong một hội nghị của NATO 2008 tại Bucharest, Romania, Putin nhắc cho TT George W. Bush biết "Ukraine không phải là một quốc gia" mà là một phần của Nga. Trong một tiểu luận đăng trên website của chính phủ Nga ngày 12 tháng 7, 2021 "Về sự thống nhất lịch sử của người Nga và người Ukraine", Putin cho rằng Nga và Ukraine là một dân tộc, một nền văn hóa, một tôn giáo và một truyền thống lịch sử: "Người Nga, người Ukraine và người Belarus đều là con cháu của Rus cổ đại, là nhà nước lớn nhất ở châu Âu."

Sau nhiều năm tìm cách sáp nhập Ukraine vào Nga lần nữa bằng nhiều phương pháp, ngày 24 tháng 2, 2022 Putin chọn con đường vũ lực qua việc chính thức tấn công Ukraine.

Chiến tranh bùng nổ hôm nay là hậu quả phát xuất từ các chính sách đối ngoại và đối nội sai lầm suốt 31 năm của nhiều lãnh đạo và chính phủ Ukraine bất tài và tham nhũng bắt đầu với Leonid Kravchuk, đại diện Belarus tại lễ ký kết giữa các lãnh đạo Nga, Ukraine và Belarus để thành lập Cộng Đồng Các Quốc Gia Độc Lập (Commonwealth of Independent States).

Tổ chức này thực tế là cái tròng đã có từ thời Nga Hoàng do Boris Yeltsin đặt trên cổ các nước nhỏ sắp thoát khỏi Liên Xô. Liên Xô sụp hơn hai tuần sau đó. Ngoại trừ ba nước nhỏ vùng Baltics, phần lớn rơi vào chiếc bẫy sống chung trong thịnh vượng và độc lập này.

Chính sách an ninh của Nga dù trải qua nhiều thời kỳ từ phong kiến sang CS tới cộng hòa về căn bản đều giống nhau. Nga thiết lập và bảo vệ một vùng an ninh chung quanh biên giới. Hiệp ước bí mật giữa Stalin và Hitler 1939 cũng nằm trong chiến lược đó.

Sau 1991, Ukraine có nhiều cơ hội thoát khỏi ảnh hưởng Nga nhưng không thoát chỉ vì giới lãnh đạo có một tầm nhìn quá hẹp.

Ukraine trước 1994 là một trong ba quốc gia có khối lượng vũ khí nguyên tử lớn nhất thế giới, sau Mỹ và Nga. Năm 1994, Ukraine đồng ý hủy bỏ vũ khí nguyên tử nhưng không nhận lại một khoản lợi quan trọng hay cam kết của Liên Hiệp Quốc nào, chẳng hạn như gia nhập cộng đồng kinh tế Âu Châu, thành viên NATO, viện trợ hàng năm v.v… ngoài trừ những hứa hẹn trên đầu môi chót lưỡi của Anh, Mỹ, Nga tại hội nghị Budapest. Nga sáp nhập vùng Crimea cũng không tạo nên một phản ứng quốc tế lớn mạnh nào.

Từ một người dân thường cho đến lãnh đạo một quốc gia tầm nhìn vẫn là yếu tố quyết định cho tương lai của một gia đình hay một dân tộc. Biến cố Ukraine là một bài học cho mọi người Việt quan tâm đến vận mệnh đất nước.

Hôm đó là ngày 8 tháng 12, 1991 tại một khu nhà nghỉ mùa đông thuộc Belarus, cách biên giới Ba Lan 8 km, đại diện ba nước Russia, Ukraine, and Belarus vừa tuyên bố độc lập khỏi Liên Xô gặp nhau.

Boris Yeltsin đại diện Nga, Stanislav Shushkevich đại diện Belarus và Leonid Kravchuk đại diện Ukraine. Cả ba lãnh đạo đều rất vui mừng, phấn khởi vì quốc gia họ đang đứng trước ngưỡng cửa mới đầy hy vọng cho tương lai.

Bắt đầu chỉ với 3 quốc gia trong số 15 nước "xã hội chủ nghĩa" Liên Xô, tham dự hội nghị nhưng trong thực tế ba nước này chiếm tới 73% dân số và 80% diện tích của Liên Xô. Trong ngày 8 tháng 12 hôm đó, ba phái đoàn tuyên bố thành lập Cộng Đồng Các Quốc Gia Độc Lập (Commonwealth of Independent States).

Đọc tin một thông cáo chung được ký, Mikhail Gorbachev trong diễn văn truyền hình ngày hôm sau tuyên bố văn bản đại diện ba nước ký là "bất hợp pháp".

Để giải quyết bất đồng, Yeltsin và Gorbachev gặp nhau một tiếng rưỡi đồng hồ. Khi bước ra khỏi phòng họp, Gorbachev biết dù ông tìm mọi cách cứu vãn sự sụp đổ của Liên Xô là điều không tránh khỏi.

Trong buổi họp đó, Boris Yeltsin, lãnh đạo Nga vừa hồi sinh và Mikhail Gorbachev, lãnh đạo Liên Xô đang hấp hối, đồng ý năm chôn cất Liên Xô là 1992 chứ không phải 1991 như đã diễn ra.

Những ngày đó Liên Xô còn tồn tại nhưng trong thực tế đang trên đà tan rã.

Nhắc lại, trước đó ba tháng, 18 tháng 8, 1991, phe cực đoan bảo thủ, được gọi là "nhóm tám người" trong trung ương đảng CSLX ráng hết sức hắt hơi lần cuối cùng để cố phục hồi sinh khí cho Liên Xô. Thành phần này được báo chí gọi là "nhóm tám người", chủ trương quay ngược kim đồng hồ trở lại thời Leonid Brezhnev.

Dù là những lãnh đạo cao cấp nhất trong đảng như Phó Chủ Tịch Nước Gennady Yanayev, Thủ tướng Valentin Pavlov, Bộ Trưởng Bộ Quốc Phòng Dmitry Yazov, Tổng Giám Đốc KGB Vladimir Kryuchkov… "nhóm tám người" đã không giữ được quyền lực quá ba ngày vì bộ máy CS đã rệu rã đến tận cùng.

Điều đó cho thấy sự mục nát của các chế độ độc tài CS thường bắt đầu từ bên trong cơ chế. Căn nhà càng cao càng dễ sụp đổ. Thượng tầng kiến trúc chính trị không thể tồn tại lâu trên một hạ tầng kinh tế xã hội mục nát.

Biến cố lật đổ Gorbachev chẳng những không làm chậm phong trào độc lập tại 15 nước "Cộng Hòa Xã Hội Chủ Nghĩa" trái lại thúc đẩy phong trào được tiến hành nhanh hơn và dẫn đến sự ra đời khá vội vã của Cộng Đồng Các Quốc Gia Độc Lập (Commonwealth of Independent States, gọi tắt CIS).

Boris Yeltsin muốn đặt Gorbachev trước sự kiện đã rồi khi thành lập CIS thay thế cho Liên Xô như một tổ chức đáp ứng nhu cầu của quốc gia thành viên sau khi Liên Xô sụp đổ. Sau lễ ký kết sơ khởi, các quốc gia Trung Á và vùng Caucasus như Kazakhstan, Kyrgyzstan, Tajikistan, Turkmenistan, Uzbekistan, Armenia, Azerbaijan, Georgia và Moldova lần lượt tham gia.

Lãnh đạo của các quốc gia tham gia CIS đều ý thức vai trò chế ngự của Nga nhưng lúc đó họ đã không đặt nặng. Họ quan tâm đến các yếu tố kinh tế xã hội hơn là vai trò chủ đạo của Nga trong các lãnh vực khác, nhất là chủ quyền lãnh thổ, an ninh và quốc phòng.

Dưới thời Putin khái niệm "lân bang" được ra đời để chỉ các quốc gia "vùng độn" bao bọc chung quanh Nga như thời Nga Hoàng.

Tuy nhiên, có ba quốc gia rất nhỏ vùng Baltics đã thấy trước điều đó. Lãnh đạo ba quốc gia nhỏ này đã từ chối thẳng thừng việc tham gia Cộng Đồng Các Quốc Gia Độc Lập. Ba nước đó là Latvia, Lithuania, Estonia.

Chọn Latvia để phân tích vì chính sách đối ngoại và vị trí chiến lược của Lithuania, Estonia về căn bản cũng giống như của Latvia.

Latvia là quốc gia theo thể chế Cộng Hòa vùng Baltic, thủ đô Riga, có dân số thống kê năm 2019 là 1.9 triệu người, bằng dân số tỉnh Quảng Nam, có chung biên giới với Estonia, Lithuania, Belarus và Nga.

Latvia độc lập năm 1918 nhưng bị Liên Xô chiếm năm 1940, bị Đức Quốc Xã chiếm năm 1941, bị Liên Xô chiếm lần nữa năm 1944 và sau đó trở thành nước CS trong hệ thống Liên Xô mãi cho đến khi chính thức độc lập năm 1991.

Bằng việc chấp nhận Tuyên Bố về Tái Lập Nền Độc Lập của Cộng Hòa Latvia (The Declaration on Restoration of Independence of the Republic of Latvia), Latvia chính thức thoát ra khỏi quỹ đạo Liên Xô ngày 4 tháng 5 năm 1990, hơn một năm rưỡi trước khi Liên Xô đổ.

Không ít người nghĩ một cách bi quan và hạn hẹp rằng khi nào Liên Xô còn tồn tại thì các nước nhỏ chung quanh khó mà độc lập. Không. Phần lớn các quốc gia trong khối Liên Xô trở nên độc lập trước khi Liên Xô tan rã.

Lãnh đạo của nền cộng hòa Latvia khẳng định họ không phải là một nước cộng hòa tân lập mà kế tục chế độ cộng hòa được thành lập từ 1918.

Mặc dù đa số thành viên bỏ phiếu hay chấp nhận bản tuyên bố độc lập chưa sinh ra trong giai đoạn lịch sử 71 năm trước đó, họ biết rằng lịch sử Latvia là một dòng Cộng Hòa liên tục. Giọt nước Latvia của thời điểm 1990 đã bắt đầu từ thượng nguồn Latvia năm 1918 đầy hy sinh gian khổ dưới hai ách Hitler và Stalin, hai lãnh tụ độc tài tàn ác nhất trong lịch sử loài người. Các thế hệ Latvia học lịch sử để làm lịch sử.

Như người viết đã phân tích trong loạt bài về các quốc gia vùng Baltics, trong thời điểm 1990, các lãnh đạo phong trào độc lập Latvia có một tầm nhìn vô cùng sáng suốt thể hiện qua bốn quan điểm chính dưới đây:

(1). Thay vì theo đuổi các mục tiêu riêng, lãnh đạo phong trào giành độc lập chỉ tập trung dưới một tổ chức duy nhất là Phong Trào Dân Tộc Latvia (Latvian People's Front) nhằm theo đuổi chỉ một mục tiêu cụ thể trước mắt là loại bỏ chế độ CS tại Latvia và "thoát Nga". Họ ý thức mọi phân hóa trong lòng dân tộc chỉ tạo cơ hội cho Nga vận dụng và "thoát Nga" quan trọng nhất là "thoát Nga" về chủ quyền. Những người tham gia Phong Trào Dân Tộc Latvia không chỉ là những người bị chế độ CS bỏ tù, đàn áp hay các thành phần chống Cộng mà là bất cứ ai đồng ý với mục tiêu "tự do dân chủ" và "thoát

Nga". Mục tiêu càng cụ thể càng dễ thực hiện và không gian càng rộng càng dễ quy tụ người ủng hộ.

(2). Dứt khoát đứng về phía Tây Phương dân chủ ngay từ ngày đầu tuyên bố độc lập. Các lãnh đạo ba quốc gia Baltic luôn nghĩ rằng đất nước họ là một phần của Châu Âu. Họ không phải là những chính trị gia thân Mỹ hay có cảm tình với Mỹ mà thậm chí còn ghét Mỹ nhưng đồng thời họ biết để hiện đại hóa một quốc gia nhỏ từng bị xâu xé bởi các cường quốc độc tài đi về phía Mỹ là chọn lựa của thời đại.

(3). Vận dụng nhưng không bị gạt gẫm trước mọi cải tổ kinh tế chính trị của Mikhail Gorbachev. Các phong trào đổi mới tại Latvia được kích thích từ các phong trào đổi mới do Gorbachev chủ trương tại Moscow. Nhưng các lãnh đạo phong trào độc lập Latvia chỉ muốn dùng không gian dễ thở của những đổi mới đó để dấy lên phong trào đòi tự do độc lập chứ không phải theo đuôi Gorbachev.

(4). Từ chối đề nghị của Boris Yeltsin tham gia vào Cộng Đồng Các Quốc Gia Độc Lập cùng với các quốc gia cựu Liên Xô để rồi khối này bị cuốn vào vòng kiểm soát của Nga cho đến hôm nay.

Trong khi các quốc gia sáng lập hay gia nhập sau đó như Ukraine, Georgia phải chịu đựng cảnh "tránh vỏ dưa Liên Xô gặp vỏ dừa Nga", Latvia là quốc gia có mức phát triển kinh tế nhanh nhất Châu Âu. GDP trên đầu người năm 2020 của Latvia là 17,560 Mỹ kim, gấp 7 lần Việt Nam. Latvia hội viên của NATO, Liên Hiệp Châu Âu (EU), WTO, UN, IMF và nhiều tổ chức quốc tế khác. Nhờ các lãnh đạo có tầm nhìn thời đại, các quốc gia vùng Baltic trở nên giàu có và được cả khối NATO bảo vệ.

Dòng chữ đầu tiên của chính sách bảo vệ không phận các quốc gia hội viên của NATO ghi rõ: "NATO bảo đảm tính toàn vẹn, an toàn và an ninh của không phận mình bằng cách duy trì nhiệm vụ thực thi một chính sách trên không 24 giờ mỗi ngày, 7 ngày mỗi tuần, 365 ngày mỗi năm do Bộ Tư lệnh Không quân Đồng minh giám sát." (NATO ensures the integrity, safety and security of its airspace by maintaining a 24/7/365 Air Policing mission, overseen by Allied Air Command.)

Chính sách kiểm soát không phận của NATO đã có từ 1961 nhưng được điều chỉnh năm 2004 để áp dụng cho các nước hội viên mới vùng Baltic.

Vladimir Putin dù gan lớn cỡ nào cũng không dám thử Article 5 của NATO: "Một cuộc tấn công chống lại một đồng minh được coi là một cuộc tấn công chống lại tất cả các đồng minh."

Putin chỉ giỏi hăm he nhưng một phi cơ dù chiến đấu hay dân sự và dù cố tình hay sơ ý bay vào không phận Latvia sẽ bị chặn tức khắc. Mới đây thôi, 30 tháng 7 2021, các chiến đấu cơ F35 của NATO chặn hai máy bay thám thính của Nga cất cánh từ vùng Kaliningrad thuộc Nga trên biển Baltic ngay cả trước khi các máy bay này bay vào không phận của các nước Baltic.

Các em học sinh Latvia ngày nay mỗi sáng yên tâm cắp sách đến trường trong một đất nước tự do, giàu mạnh và thanh bình là nhờ tầm nhìn của ông bà, cha chú các em.

Trong khi đó, vì giới lãnh đạo mắc bịnh tham quyền cố vị, ham mê quyền lực, các quốc gia như Belarus, Uzbekistan đến nay vẫn còn chìm đắm trong độc tài, áp bức.

Alexander Lukashenko của Belarus là một bằng chứng. Sau 26 năm, y và phe nhóm vẫn sống xa hoa trên sự chịu đựng của dân tộc Belarus chỉ vì sau lưng y có Putin che chở. Những chữ vàng mà Yeltsin và sau đó Putin cam kết tôn trọng chủ quyền Belarus và những khẩu hiệu "độc lập tự do" vang trên đường phố thủ đô Minsk trong ngày lễ mừng độc lập chỉ là những khẩu hiệu mỉa mai, lạc lõng, vô hồn.

Con người dù sinh ra ở đâu trên trái đất này cũng có những ước mơ và khao khát giống nhau. Khác nhau chăng là tầm nhìn về phía trước của giới lãnh đạo. Thời điểm những năm đầu thập niên 1990 là thời điểm đầy thách thức về tầm nhìn đối với 15 giới lãnh đạo của 15 nước vừa thoát ra khỏi Liên Xô. Cuộc đấu tranh cân não giữa họ là những bài học vô giá mà các thế hệ trẻ Việt Nam cần học thuộc. Một tầm nhìn xa sẽ đưa đất nước cất cánh bay xa và tầm nhìn bảo thủ, hẹp hòi, cổ hủ và lạc hậu sẽ đẩy đất nước vào hố thẳm.

NHỮNG NHỊP CẦU NỐI VÀO DÒNG CHÍNH

Tháng 6, 2024, cựu Đại Tá Hải Quân gốc Việt Hùng Cao thắng trong cuộc bầu cử sơ bộ của đảng Cộng Hòa và đại diện cho đảng Cộng Hòa tiểu bang Virginia ứng cử vào Thượng Viện Mỹ.

Trước đó không lâu, một cựu sĩ quan quân đội Hoa Kỳ gốc Việt khác là Luật sư Derek Tran ứng cử chức vụ dân biểu đơn vị Quận 45 tiểu bang California đại diện cho đảng Dân Chủ.

Hùng Cao không vượt qua được đối thủ Tim Kaine trong cuộc chạy đua vào Thượng Viện. Tim Kaine mạnh hơn về mọi mặt, hai nhiệm kỳ thượng nghị sĩ, từng là Phó Thống Đốc, Thống Đốc, ứng cử viên Phó Tổng Thống với kinh nghiệm tranh cử dạn dày. Ngoài ra Hùng Cao ứng cử trong một tiểu bang chưa bầu một thượng nghị sĩ Cộng Hòa nào trong suốt 20 năm.

Luật sư Derek Tran là một câu chuyện thành công. Trong cuộc bầu cử sơ bộ ông đã hơn phiếu 4 ứng cử viên trước khi đương đầu với Michelle Steel. Sau ba tuần hồi hộp đợi chờ và đếm từng lá phiếu, hôm nay, Luật sư Derek Tran được xem như đã thắng cử. Cuộc chạy đua giữa Derek Tran và Michelle Steel là một trong những cuộc chạy đua sít sao nhất trong lần bầu cử Hạ Viện năm nay.

Một không thành công và một thành công nhưng Hùng Cao và Derek Tran đã cố gắng hết sức để dựng những đầu cầu cần thiết nối vào dòng chính. Người Việt tại Mỹ không phải quá cần ngay một thượng nghị sĩ Cộng Hòa hay một dân biểu Dân Chủ mà trước hết cần sự có mặt của một hay nhiều dân cử gốc Việt trong Quốc Hội Hoa Kỳ.

Nhìn sang cộng đồng người Mỹ gốc Do Thái.

Quốc Hội Hoa Kỳ Thứ 118, 2023-2025, có 37 vị dân cử gốc Do Thái tại Hạ Viện và Thượng Viện trong tổng số 5.8 triệu người Mỹ gốc Do Thái trong đó có 4.2 triệu người xác nhận họ là Do Thái.

Tính theo tỉ lệ các sắc dân không phải da trắng (non-white) trên dân số, số lượng dân cử gốc Do Thái nhiều gấp hơn ba lần. Chỉ riêng tại Thượng Viện đã có 10 Thượng Nghị Sĩ, tức 10%, gốc Do Thái. (Theo tài liệu của Jewish Virtual Library)

Các thượng nghị sĩ hay dân biểu gốc Do Thái không nhất thiết phải thuộc đảng Cộng Hòa, một đảng thường có chủ trương đối ngoại cứng rắn với các quốc gia chống Do Thái. Trong khối dân cử Do Thái có cả Dân Chủ lẫn Cộng Hòa. Họ khác nhau nhiều vấn đề thuộc về chính sách trong tư cách một công dân và chính khách Mỹ nhưng đối với quyền lợi của quốc gia Do Thái trên chính trường quốc tế khi cần họ đoàn kết bên nhau. Các quyết nghị tại Thượng Viện và Hạ Viện được đưa ra để ủng hộ Do Thái đều có chữ ký của các dân cử Do Thái. Có thể ngày mai khi trở về địa phương họ sẽ khác nhau thậm chí sẽ chống nhau nhưng sáng nay khi đưa tay ủng hộ Do Thái họ chỉ một lòng.

Sự thành công của khối dân cử Do Thái, ngoài các lý do tài chánh, phương tiện vận động, yếu tố địa phương chiếm một phần quan trọng. Địa phương của các dân cử gốc Do Thái là các cộng đồng người Do Thái khắp nước Mỹ nhiều nhất là New York chiếm 10% dân số, Los Angeles chiếm 4.6% dân số, Chicago chiếm 3.34% dân số...

Chúng ta, các cộng đồng người Việt hải ngoại, không thể mạnh hơn Do Thái về tiền bạc, không thể ảnh hưởng hơn Do Thái trong giới truyền thông nhưng chúng ta cũng có yếu tố cộng đồng như cộng đồng Do Thái nếu chúng ta biết đoàn kết, biết vượt qua những cái riêng để hướng tới cái chung. Không có sức mạnh nào mạnh hơn sức mạnh của chính mình.

Một câu nói quen thuộc trong sinh hoạt chính trị Mỹ: "All politics is local" (Tất cả chính trị mang tính địa phương). Chính sách của một dân biểu hay nghị sĩ thành công hay thất bại đều do họ đáp ứng hay không đáp ứng được các ước vọng, mong muốn, đòi hỏi hay nói chung là ý nguyện của người dân tại địa phương. Một dân biểu hay nghị sĩ đáp ứng được nguyện vọng của người dân phải là người trưởng thành từ địa phương đó.

"Địa phương" của các chính trị gia gốc Việt là các cộng đồng Việt Nam.

Quốc Hội Lần Thứ 118 là Quốc Hội đa diện về sắc dân và chủng tộc (race and ethnic diversity) nhất trong lịch sử Mỹ và xu hướng đó đang trên đà gia tăng. Các nghị sĩ và dân biểu không phải da trắng (non-white) chiếm 28% tại Hạ Viện và 12% tại Thượng Viện. Họ thuộc gốc Da Đen (Black), Mỹ La

Tinh (Hispanic), Mỹ gốc Á Châu (Asian American), Mỹ bản địa (American Indian), Mỹ bản địa Alaska (Alaska Native) hay đa chủng. Đó là sự thay đổi lớn. (Theo PEW Research)

Cộng đồng Việt Nam thuộc nhóm Mỹ gốc Á Châu (Asian American). Người Mỹ gốc Việt hiện có 2.3 triệu theo thống kê chính thức, với lợi tức gia đình hàng năm $81.000 nhưng Quốc Hội Mỹ Thứ 118 không có một dân biểu hay nghị sĩ gốc Việt nào.

Từ trước tới nay, chỉ có 2 dân biểu gốc Việt Nam được bầu vào Hạ Viện Mỹ là ông Joseph Cao (Cao Quang Ánh) (2009-2011) và bà Stephanie Murphy (Đặng Thị Ngọc Dung) (2017-2023). Cả hai cựu dân biểu đều tự trưởng thành và độc lập trong chính trị không có hậu thuẫn mạnh của cộng đồng người Việt tại địa phương họ. Nhiều người chỉ biết đến bà Stephanie Murphy là người Mỹ gốc Việt sau khi bà đắc cử. Bà Stephanie Murphy không tái ứng cử và Joseph Cao sau lần thất cử 2011 chưa có các hoạt động tranh cử nào nổi bật.

Trong Quốc Hội Thứ 118 có 22 vị dân cử gốc Á Châu, Nam Á, hay các đảo Thái Bình Dương trong đó có Việt Nam. Số dân Mỹ trong nhóm này chiếm khoảng 22 triệu. Họ từ hơn 20 quốc gia Đông và Đông Nam Á, và lục địa Ấn Độ. Mỗi quốc gia có sắc thái văn hóa riêng biệt. (Key facts about Asian Americans, a diverse and growing population, PEW)

Người Mỹ gốc Á Châu là cộng đồng phát triển nhanh nhất tại Mỹ. Sáu nhóm lớn cấu thành gồm Trung Quốc, Ấn Độ, Phi Luật Tân, Việt Nam, Nam Hàn và Nhật Bản. Người Mỹ gốc Trung Quốc chiếm 24%, 5.4 triệu người, và có tiếng nói trong Quốc Hội như Judy Chu, Grace Meng (TQ Đài Loan). Cộng đồng các quốc gia khác như Ấn Độ, Phi Luật Tân, Nam Hàn và Nhật Bản đều có dân cử gốc quốc gia họ.

Tuy nhiên như đã viết ở trên, không có một dân biểu hay nghị sĩ gốc Việt Nam nào.

Hai lý do chính: một khách quan và một chủ quan.

Về mặt khách quan, cộng đồng Việt Nam trải qua những chặng đường đầy gian khổ.

Cộng đồng các sắc dân khác như người Scotland, Ireland, Ý... khi giong buồm ra biển họ nghĩ nhiều về tương lai hơn quá khứ. Cộng đồng Việt Nam thì khác. Mỗi bước chân đi của người tỵ nạn Việt Nam có tiếng dội của nỗi lo về tương lai và nỗi đau trong quá khứ. Chúng ta ra đi để lại có khi phần lớn người thân trong gia đình, cả dòng họ và nhất là cả một dân tộc thân yêu trong xiềng xích độc tài CS. Thế hệ đầu tiên ra đi phần đông là hai bàn tay trắng và mang theo cả cuộc chiến tranh. Họ phải làm hai hay ba công việc để xây dựng tương lai cho con cháu. Những kỹ sư, bác sĩ hôm nay được đầu tư từ những đồng lương 3 dollar một giờ của cha mẹ họ trong những ngày đầu.

Dù sao, sau gần nửa thế kỷ, cộng đồng Việt Nam đã bước những bước rất dài. Đồng hương Việt Nam đã biến những con đường đầy ổ gà thành xa lộ khang trang, biến những khu ổ chuột thành thị trấn sầm uất. Hai bên đường Bolsa ngày xưa chỉ là những khu đất ruộng, hôm nay hàng trăm ngàn cơ sở thương mại đã mọc lên. Sự thành công đó không phải là con đường bằng phẳng mà rất gồ ghề. Sau lưng là biển cả và trước mặt là núi cao. Chúng ta không có đường lui ngoài việc phải vượt qua bằng mọi cách. Một danh sách rất dài những người có công xây dựng nên những cộng đồng Việt Nam và bên cạnh đó còn một danh sách dài hơn những người đóng góp âm thầm.

Một lý do chủ quan. Cộng đồng Việt Nam đạt đươc những thành công lớn về kinh tế, những bước đi dài về phát triển thương mại nhưng chưa nhận thức đủ sự cần thiết để nâng cao vai trò của cộng đồng trong dòng chính chính trị của Mỹ (American politics mainstream). Bởi vì nếu nhận thức đủ thì phải biết chọn ưu tiên và mục đích trước mắt, đó là thiết lập cho được đầu cầu đi vào dòng chính Mỹ.

Hai mặt trong mục đích của cộng đồng người Việt là vừa (1) theo đuổi giấc mơ nước Mỹ để thành công trên quê hương thứ hai và (2) cũng vừa đóng góp sức mình vào công cuộc vận động tự do dân chủ cho quê hương thứ nhất. Hai mặt đó chỉ có thể gây hiệu quả nếu các thành viên ưu tú của cộng đồng đi được vào dòng chính của chính trị Mỹ, không nhất thiết phải qua ngã đảng Cộng Hòa hay đảng Dân Chủ.

Cố Thượng Nghị Sĩ Joseph Lieberman thuộc đảng Dân Chủ và từng là ứng viên Phó Tổng Thống đảng Dân Chủ nhưng ông ta là một trong những thượng nghị sĩ đầu tiên ủng hộ TT George W. Bush đánh Iraq và được xem là "một diều hâu" trong các chính sách đối ngoại của Mỹ. Lý do? Thượng Nghị Sĩ Joseph Lieberman là người gốc Do Thái. Ông ủng hộ Mỹ đánh Iraq để ngăn ngừa việc Iraq tấn công Do Thái sau này. Đó cũng là quan điểm của nhiều dân cử gốc Do Thái. Quan điểm đó chưa hẳn đúng. Là một người Mỹ, đừng nói chi là Thượng Nghị Sĩ, lẽ ra Joseph Lieberman phải đặt quyền lợi nước Mỹ lên trên. Dù sao sự kiện Thượng Nghị Sĩ Joseph Lieberman đứng về phía các dân biểu, nghị sĩ Cộng Hòa cho thấy quan điểm chung của cộng đồng người Do Thái tại Mỹ.

Tiến sĩ Bigniew Brzezinski, sinh ra ở thủ đô Warsaw của Ba Lan năm 1928 và năm 1977 trở thành Cố Vấn An Ninh Quốc Gia của TT Jimmy Carter, đã tích cực giúp phong trào dân chủ Ba Lan bởi vì ông ta là chính khách gốc Ba Lan. Trong hồ sơ còn lưu trữ tại Đại học George Washington, Tiến sĩ Bigniew Brzezinski hãnh diện đã đóng góp cho quê hương Ba Lan của ông: "Tất nhiên chúng tôi có những công cụ nhất định để tiếp cận Ba Lan, chẳng hạn như Đài Châu Âu Tự do; chúng tôi đã có một chương trình xuất bản rất toàn diện; chúng tôi cũng có những phương tiện khác để khuyến khích và ủng hộ những người bất đồng chính kiến. Và khi thời điểm quan trọng đến vào tháng 12 năm 1980, khi Liên Xô chuẩn bị can thiệp vào Ba Lan, chúng tôi đã làm mọi cách có thể để huy động dư luận quốc tế, gây áp lực quốc tế tối đa lên Liên Xô, để thuyết phục Liên Xô rằng chúng ta sẽ không thụ động."

Trong cùng phân tích trên áp dụng vào trường hợp cộng đồng Việt Nam, hơn bao giờ hết những người Việt quan tâm đến tương lai của cộng đồng Việt Nam nên ủng hộ để các ứng cử viên gốc Việt tại địa phương thắng cử dù họ đứng dưới đảng nào, Cộng Hòa hay Dân Chủ.

Mỗi người dân hay mỗi ứng cử viên gốc Việt khác đảng sẽ có quan điểm khác nhau về thuế má, về các khoản tiêu dùng công cộng, về trách nhiệm cá nhân, về quyền hiến định, về ngân sách, về ngừa thai phá thai, về dùng súng v.v... nhưng chắc chắn chia sẻ những điểm chung về các giá trị lịch sử và văn hóa Việt Nam, về quyền lợi của người Mỹ gốc Việt cũng như về trách nhiệm của một người Mỹ gốc Việt Nam trước sự thịnh suy của dân tộc Việt Nam bên kia bờ Thái Bình Dương.

Derek Tran nêu rõ quan điểm của mình đối với chế độ CS và sự bành trướng Trung Cộng trên trang Web vận động tranh cử của ông: "Gia đình Derek chạy trốn khỏi chế độ CS tàn ác ở Việt Nam. Ông biết rõ tác động tàn bạo của các chế độ toàn trị và cam kết chống lại sự cai trị của CS Trung Quốc. Tại Quốc hội, ông sẽ ủng hộ các chính sách thúc đẩy dân chủ, nhân quyền và tự do ngôn luận. Ông sẽ ủng hộ các biện pháp chống lại sự xâm lược và chủ nghĩa bành trướng của Trung Quốc, đồng thời tham gia vào các hoạt động ngoại giao chiến lược để bảo vệ lợi ích của Mỹ và tăng cường liên minh với các đồng minh của chúng ta."

Derek Tran là dân biểu đầu tiên thắng cử có sự ủng hộ của cộng đồng người Mỹ gốc Việt tại nhiều nơi trên nước Mỹ.

Có người sẽ phản biện rằng Derek Tran nói vậy nhưng có thể không làm như đã hứa thì sao? Hai năm là một thời gian rất ngắn. Người dân trong địa hạt của ông sẽ theo dõi từng bước chân chính trị của ông và sẽ có câu trả lời chính đáng về các chương trình nghị sự của ông ta.

Hùng Cao thắng bầu cử sơ bộ đảng Cộng Hòa với 61.8% số phiếu, hơn xa 4 ứng viên khác. Trong cuộc chạy đua vào thượng viện, ông đã nhận được gần 2 triệu phiếu, thua Tim Kaine 8% tổng số phiếu. Chiến thắng của Tim Kaine không phải là một chiến thắng "long trời lở đất" (landslide) như một số người tiên đoán trước ngày 5 tháng 11, 2024. Năm 2016 Tim Kaine đánh bại Corey Stewart (Cộng Hòa) 16% tổng số phiếu. Dù chưa đạt được mục đích, Hùng Cao đã bước một bước rất dài trong một tiểu bang có nhiều bất lợi về khuynh hướng chính trị và trước một đối thủ đầy kinh nghiệm tranh cử.

Những người Mỹ gốc Việt quan tâm đến tương lai cộng đồng Việt Nam nên cám ơn họ.

"Tất cả chính trị mang tính địa phương". Địa phương của người Việt là cộng đồng Việt Nam và mục đích chung hiện nay là cùng nhau đi vào dòng chính để từ đó phát triển rộng hơn. Nếu làm được như vậy, một ngày không xa sẽ có những Bigniew Brzezinski Việt Nam, Joseph Lieberman Việt Nam. Mọi nỗ lực đều bắt đầu từ điểm khởi hành. Có đi rồi sẽ đến.

BRICS VÀ VIỄN ẢNH ĐẦY ĐE DỌA CỦA THẾ CHIẾN THỨ BA

Jamie Dimon, MBA từ Đại học Harvard, Tổng Giám Đốc Điều Hành (CEO) công ty tài chánh và ngân hàng lớn nhất thế giới JPMorgan Chase là người được cho có triển vọng trở thành Bộ trưởng Tài Chánh dưới thời tổng thống Mỹ 2024-2028 dù tổng thống là cựu TT Donald Trump hay Phó Tổng thống Kamala Harris.

Mặc dù là nhà tài chánh nổi tiếng thế giới, quan tâm trước mắt của Tổng Giám Đốc Jamie Dimon hiện nay là Thế chiến Thứ Ba.

Thứ Năm tuần trước, 24 tháng 10, 2024, tại hội nghị hàng năm của Viện Tài Chánh Quốc Tế, Jamie Dimon cho rằng các đối thủ của Mỹ trong đó có Nga, Trung Quốc, Iran và Bắc Hàn, đang tìm cách tháo dỡ hệ thống kinh tế tài chính của Mỹ và Tây Phương đã được thiết lập từ sau Thế chiến Thứ Hai. Ông ta cảnh cáo “Thế chiến thứ ba đã bắt đầu” và “chúng ta đang phải phối phó với nhiều mặt trận được phối hợp bởi nhiều quốc gia”.

Thượng đỉnh BRICS (viết tắt từ tên các quốc gia thành lập: Brazil, Russia, India, China, and South Africa) vừa qua cho thấy khuôn mặt thế giới đang định hình khá rõ ràng. Hai khối độc tài và tự do chưa bao giờ có những điểm mâu thuẫn đối kháng về hệ thống kinh tế, chính trị, tài chánh và cả bộ máy lãnh đạo cấp thế giới như ngày nay.

Ngoại trừ Ấn Độ vừa thân với Mỹ để giảm ảnh hưởng của Trung Cộng tại Á Châu vừa giữ quan hệ chiến lược với Nga vì lợi ích kinh tế và cũng để kèm Trung Cộng từ hướng Tây Bắc, nhiều nước trong khối BRICS là độc tài, đảng trị, tôn giáo cực đoan như Iran, Egypt, Ethiopia và United Arab Emirates.

Bằng chứng, dù được mời, Argentina dưới thời Tổng thống Javier Milei đã từ chối tham gia BRICS. Trong thời gian vận động tranh cử, giáo sư kinh tế học Javier Milei từng tuyên bố "Tôi sẽ không giao thương với bất kỳ người CS nào.) (Argentina won't join BRICS as scheduled, says member of Milei's transition team, AP News November 30, 2023)

Sự xuất hiện của Tập Cận Bình trong lịch sử nhân loại không khác mấy so với sự xuất hiện của Hitler.

Hitler dùng đạo luật toàn quyền 1933 (Enabling Act 1933) để trở thành Führer (lãnh tụ tối cao) của Đức. Tương tự tại Trung Quốc, từ năm 2018, họ Tập hủy bỏ điều khoản 2 nhiệm kỳ trong "hiến pháp" để trở thành lãnh tụ tối cao không giới hạn thời gian của Trung Quốc.

Tham vọng nắm quyền cá nhân tuyệt đối của Tập không khác mấy so với tham vọng quyền lực của các lãnh tụ độc tài trên thế giới trước đây. Benito Mussolini của Ý muốn được gọi là Duce (lãnh tụ), Kim Nhật Thành muốn được gọi là Lãnh Tụ Tối Cao (Supreme Leader) tại Bắc Hàn v.v...

Việc Tập Cận Bình công khai ý định đưa Trung Cộng trở lại thời Mao, tức một người trị muôn người, cho thấy tham vọng làm vua của y mà báo chí quốc tế phân tích sau đại hội CSTQ lần thứ 19 đã thành sự thật.

Giống cuộc biểu dương rầm rộ của Đức Quốc Xã tại Nuremberg 1934, họ Tập thích phô trương. Đại hội đảng CS Trung Quốc lần thứ 19 thu hút 3068 phóng viên báo chí, trong số đó có 60% là báo chí quốc tế. Những vấn đề được thảo luận không chỉ các thành tựu trong quá khứ mà các nhà phân tích gọi là "sự trổi dậy của Trung Quốc phiên bản 1"mà còn các chiến lược phát triển trong tương lai được gọi là "sự trổi dậy của Trung Quốc phiên bản 2" hay thời đại Tập Cận Bình. Khác với "phiên bản 1" tập trung vào phát triển kinh tế, phiên bản 2 sẽ mở rộng đến vai trò của Trung Cộng trong hệ thống thế giới đang tồn tại. (Xi Jinping: Secure a Decisive Victory in Building a Moderately Prosperous Society in All Respects and Strive for the Great Success of Socialism with Chinese Characteristics for a New Era Delivered at the 19th National Congress of the Communist Party of China October 18, 2017)

Giống Hitler trong giai đoạn đầu của thập niên 1930, họ Tập ca ngợi hòa bình và hữu nghị dù tại lục địa bộ máy tuyên truyền đang ngày đêm đun sôi lò lửa dân tộc cực đoan Đại Hán.

Hitler phát biểu trước Quốc Hội Đức Quốc Xã năm 1932: "Đức Quốc, và đặc biệt là chính phủ Đức hiện nay không có mong muốn nào khác hơn là được sống trong điều kiện hòa bình và thân hữu với các nước láng giềng... Tôi muốn nhân dân Đức học hỏi để thấy những thực tế lịch sử của các quốc gia khác, trong đó một người hoang tưởng có thể muốn chúng rơi vào quên lãng, nhưng không thể bị lãng quên."

Tập Cận Bình phát biểu cùng một giọng điệu tại Liên Hiệp Quốc tháng 9, 2015: "Chúng ta nên xây dựng một tinh thần hợp tác qua đó các quốc gia đối xử nhau công bằng, cam kết để tham khảo lẫn nhau và bày tỏ sự hiểu biết hỗ tương. Nguyên tắc bình đẳng chủ quyền củng cố Hiến Chương Liên Hiệp Quốc. Tương lai của thế giới tùy thuộc vào sự đóng góp của mọi quốc gia. Tất cả quốc gia đều bình đẳng. Những nước lớn, mạnh, giàu không nên hiếp đáp các nước nhỏ, nghèo và yếu."

Nhưng khác Hitler, họ Tập đi sau, khôn ngoan hơn, học kinh nghiệm thất bại của Đức Quốc Xã, có thời gian và vốn liếng để chuẩn bị các phương án chinh phục ngắn hạn cũng như lâu dài.

Trong diễn văn đọc tại Seattle tối 22 tháng 9, 2015, Tập Cận Bình phát biểu:"Không có cái gì gọi là 'Bẫy Thucydides' trong thế giới cả. Nhưng nếu các cường quốc tiếp tục phạm phải các sai lầm chiến lược, họ tạo ra bẫy cho chính họ."

Nói vậy chứng tỏ khái niệm "Bẫy Thucydides" đã in sâu vào suy nghĩ của họ Tập từ lâu.

"Bẫy Thucydides" là gì mà đã làm Tập Cận Bình quan tâm nhiều như vậy?

"Bẫy Thucydides" phát xuất từ câu nói của sử gia Thucydides (460 BC-400 BC) rút ra sau khi nghiên cứu và hoàn thành bộ sử Lịch sử Chiến tranh Peloponnesian (History of The Peloponnesian). Nguyên văn câu nói của Thucydides: "Sự trổi dậy của Athens và nỗi lo lắng được lan truyền mạnh ở Sparta sẽ làm cho chiến tranh không thể nào tránh khỏi" (It was the rise of Athens and the fear that this inspired in Sparta that made war inevitable.)

Chiến tranh Peloponnesian mà sử gia Thucydides nhắc đến xảy ra giữa hai liên minh thành phố trong thời Cổ Hy Lạp, một bên là Delian do Athens lãnh đạo và Peloponnesian do Sparta lãnh đạo và kéo dài 27 năm với phần thắng cuối cùng thuộc về Sparta.

Đề án "Thucydides's Trap" tại Harvard Kennedy School tổng kết 16 xung đột xảy ra trong lịch sử thế giới. Trong số đó chỉ có 3 xung đột là tránh được chiến tranh và 13 xung đột khác đã dẫn tới chiến tranh. Nói một cách dễ hiểu lãnh đạo của các quốc gia trong 13 cuộc chiến đó đã rơi vào "bẫy Thucydides". Thế chiến thứ nhất và thế chiến thứ hai là hai trường hợp rơi vào bẫy trầm trọng nhất.

Áp dụng vào quan hệ cạnh tranh giữa Mỹ và Trung Cộng, câu nói của Thucydides có thể viết lại cho thích hợp: "Sự trỗi dậy của Trung Cộng và nỗi lo lắng được lan truyền mạnh tại Mỹ sẽ làm chiến tranh Mỹ-Trung không thể nào tránh khỏi."

Hai mệnh đề mang tính điều kiện "sự trỗi dậy của Trung Cộng" và "sự lo lắng đang lan truyền mạnh tại Mỹ" đều là thực tế xảy ra trong suốt ba chục năm qua từ khi các chính sách đổi mới kinh tế của Đặng Tiểu Bình đầu thập niên 1980.

Để làm giảm "sự lo lắng đang lan truyền mạnh tại Mỹ", họ Tập dùng miếng mồi kinh tế để lấy lòng và trấn an nỗi lo của giới tư bản Mỹ.

Đảng CS Trung Quốc có thừa tiền đang đầu tư tại các ngân hàng lớn trên thế giới. Tính theo Tổng Sản Lượng Nội Địa Trung Cộng, nền kinh tế Trung Cộng năm 2024, theo ước tính từ Quỹ Tiền Tệ Quốc Tế (IMF) , được xếp vào hạng thứ hai, sau Mỹ, với trên $18.53 trillion dollars. Những phương tiện xa xỉ này Hitler không có trước thế chiến thứ hai.

Ngoài Mỹ, họ Tập cũng dùng vũ khí kinh tế để mua chuộc, đe dọa các quốc gia đối phương hay có khả năng trở thành đối phương tại Á Châu.

Họ Tập biết phần lớn các quốc gia đang có chung biên giới và quan hệ kinh tế với Trung Cộng, ngoại trừ Lào, CSVN và Bắc Hàn, đều là các nước dân chủ và tồn tại trên các nguyên tắc dân chủ. Khái niệm "trung lập" hay "bang giao bình đẳng", hay "hợp tác cùng có lợi" không tồn tại một khi chiến tranh khu vực hay thế giới xảy ra, nhất là các quốc gia trong vùng độn (buffer states) hay nằm trên trục chiến tranh như Việt Nam.

Theo tinh thần của diễn văn đọc trước đại hội đảng CSTQ, mục đích tối hậu của Tập Cận Bình là thống trị Á Châu và ảnh hưởng thế giới.

Trung Cộng vào dịp kỷ niệm 100 năm ngày thành lập nhà nước CS, sẽ là quốc gia quan trọng nhất trên thế giới. Danh từ "cường quốc" được lập lại nhiều lần trong diễn văn của họ Tập.

Tuy nhiên, họ Tập muốn đạt đến mục đích bành trướng đó mà không phải đương đầu trong các xung đột quân sự với Mỹ và các quốc gia đồng minh Nhật, Hàn hay có khả năng trở thành đồng minh như Úc, Ấn, khối ASEAN và cả Cộng đồng Châu Âu có quyền lợi tại Á Châu. Cho đến nay, tranh chấp chủ quyền trên Biển Đông vẫn là điểm nóng nhất trong quan hệ giữa các nước trong vùng.

Bài học hai thế chiến I và II cho thấy, thời gian trước khi chiến tranh bùng nổ vô cùng quan trọng cho các lãnh đạo quốc gia. Các lãnh đạo khôn ngoan và có tầm nhìn xa có thể giúp đất nước không bị hay ít bị ảnh hưởng bởi chiến tranh trong khi các lãnh đạo thiển cận, thiếu khôn ngoan có thể biến đất nước thành một "vùng oanh tạc tự do".

Một trong những lý do Thụy Điển tránh được Thế chiến Thứ Hai không phải chỉ nhờ Thủ tướng Per Albin Hansson tuyên bố trung lập hay chủ hòa mà nhờ lãnh đạo quốc gia này khôn ngoan trong bang giao chính trị quốc tế và chuẩn bị chiến tranh hơn nhiều nước Châu Âu thời đó. Thụy Điển đặt mua 300 phi cơ chiến đấu của Mỹ và 200 phi cơ chiến đấu của Ý. Về mặt biển, Thụy Điển liên minh với Phần Lan rải mìn trên biển Aland để chặn tàu ngầm. Ngân sách quốc phòng của Thụy Điển tăng gấp gần 10 lần chỉ trong thời gian từ 1933 đến 1939. Thắng Thụy Điển Hitler phải cần sáu tháng và ông ta để Thụy Điển yên vì không muốn sa lầy trong chiến tranh với một nước không phải là kẻ thù chính.

Nhiều nhà phân tích đồng ý, thì thay vì mềm dẻo, hòa hoãn với Tập Cận Bình như Neville Chamberlain đã làm đối với Adolf Hitler, lãnh đạo các quốc gia có quyền lợi bị va chạm phải tỏ ra cứng rắn và có những biện pháp trả đũa thích đáng trước mọi hành vi bành trướng dù rất nhỏ của Tập Cận Bình nhất là trên Biển Đông, đừng đợi khi Tập Cận Bình trở thành Hitler năm 1939.

CÁCH HÀNH VĂN TRONG BA VĂN BẢN NGOẠI GIAO

(Phân tích Thông Cáo Chung Thượng Hải giữa Nixon và Chu Ân Lai 1972, Thông Cáo Chung giữa Jimmy Carter và Đặng Tiểu Bình 1979, và Công Hàm đơn phương của Phạm Văn Đồng gởi Chu Ân Lai 1958)

Trong tiểu luận quan trọng "Á Châu Sau Việt Nam" (Asia After Vietnam) đăng trên tạp chí Foreign Affairs tháng 10, 1967, Richard Nixon biện hộ cho chính sách đối ngoại sắp tới của ông rằng song song với việc giải quyết chiến tranh, phát triển kinh tế trong khu vực cũng quan trọng không kém. Theo Richard Nixon, nói đến Á Châu không thể bỏ qua vai trò của bốn quốc gia ảnh hưởng gồm Trung Quốc, Nhật Bản, Ấn Độ và Hoa Kỳ (cường quốc Thái Bình Dương). Tất cả nên được bắt đầu bằng việc thiết lập quan hệ với Trung Cộng. (Foreign Affairs, Vol. 46, No. 1, Oct., 1967)

Khi được bầu vào tòa Bạch Ốc 1969, TT Richard Nixon tiến hành hai mục đích nầy. Chuyến viếng thăm Trung Quốc của TT Nixon, kết thúc bằng Thông Cáo Chung Thượng Hải ngày 27 tháng 2, 1972, đã mở ra một thời kỳ mới trong quan hệ quốc tế chưa từng có tại Á Châu.

Theo nội dung của Thông Cáo Chung Thượng Hải, Trung Cộng khẳng định:

(1) Chính phủ Cộng hòa Nhân dân Trung Hoa là chính phủ hợp pháp duy nhất của Trung Quốc;

(2) Đài Loan là một tỉnh của Trung Quốc;

(3) việc giải phóng Đài Loan là việc nội bộ của Trung Quốc mà không nước nào có quyền can thiệp;

(4) tất cả các lực lượng và cơ sở quân sự của Hoa Kỳ phải được rút khỏi Đài Loan."

Phía Hoa Kỳ:

(1) thừa nhận Đài Loan là một phần của Trung Quốc,

(2) khẳng định mối quan tâm của Hoa Kỳ đối với việc giải quyết vấn đề Đài Loan một cách hòa bình bởi chính người Trung Quốc,

(3) đồng ý mục tiêu cuối cùng là việc rút tất cả các lực lượng và cơ sở quân sự của Hoa Kỳ khỏi Đài Loan. (Wilson Center, Joint Communique between The United States and China, 1972)

Lập trường của Trung Cộng rất rõ ràng nhưng đáp ứng của Hoa Kỳ lại khá mơ hồ.

Năm 1979, TT Jimmy Carter bước thêm một bước nữa trong quan hệ ngoại giao với Trung Cộng khi thừa nhận "Chính phủ Cộng Hòa Nhân Dân Trung Hoa là chính phủ hợp pháp duy nhất". Đặng Tiểu Bình viếng thăm Hoa Kỳ vào tháng Giêng,

1979. TT Jimmy Carter tuyên bố ý định thiết lập quan hệ ngoại giao hoàn toàn với Trung Cộng vào ngày 1 tháng 1, 1979 và hai nước sẽ trao đổi đại sứ vào ngày 1 tháng 3 cùng năm.

Trong văn kiện tái lập quan hệ ngoại giao 1979, Hoa Kỳ lần nữa thừa nhận (acknowledges) quan điểm của Trung Cộng khi Trung Cộng cho rằng chỉ có một Trung Quốc và Đài Loan là một phần của Trung Quốc.

Thừa nhận (acknowledges) Trung Cộng không đồng nghĩa với việc chính phủ Hoa Kỳ công nhận (recognize) hay chấp nhận (accept) Trung Cộng có chủ quyền trên Đài Loan.

Văn bản viết: "Chính phủ Hoa Kỳ thừa nhận quan điểm của Trung Quốc là chỉ có một Trung Quốc và Đài Loan là một phần của Trung Quốc ".

Nguyên văn tiếng Anh của mệnh đề quan trọng này: "The government of the United States of America acknowledges the Chinese position that there is but one China and Taiwan is part of China."

Diễn dịch một cách nôm na là "các anh nói sao thì tôi nghe vậy nhưng không có chuyện công nhận chủ quyền của các anh trên Đài Loan."

Theo nhà khoa học chính trị Stephen D. Krasner, chủ quyền (sovereignty) là quyền tối thượng của một nhà nước về đối nội, đối ngoại, trong nước, giữa các quốc gia và được các quốc gia có chủ quyền công nhận. Cả hai văn bản đều không có câu chủ quyền (sovereignty) của Trung Cộng trên vận mệnh Đài Loan.

Phái đoàn Trung Cộng muốn sửa lại nội dung văn kiện để thay từ "thừa nhận" thành "công nhận" nhưng phái đoàn

Hoa Kỳ không đồng ý. Vì muốn thỏa hiệp được ký kết nhanh để cò n đánh Việt Nam, Đặng Tiểu Bình không tiếp tục giằng co với Mỹ. (Michael J. Green, What Is the U.S. "One China" Policy, and Why Does it Matter?, Center for Strategic and International Studies, 2017)

Ngay từ 53 năm trước, TT Nixon cũng đã nhấn mạnh quan điểm nguyên tắc của Mỹ là chống đối việc Trung Cộng xâm lăng Đài Loan bằng võ lực. TT Nixon đồng ý rút hết các lực lượng Hoa Kỳ ra khỏi Đài Loan nhưng khôn khéo không đặt ra hạn chót là ngày nào. (Memoirs of Richard Nixon, January 1, 1978).

Dù lịch sử Mỹ trải qua 10 đời tổng thống Mỹ, quan điểm của TT Nixon vẫn còn là một nguyên tắc.

Toàn văn bản tiếng Anh của Thông Cáo Chung giữa Hoa Kỳ và Cộng Hòa Nhân Dân Trung Hòa công bố 1-1-1979:

JOINT COMMUNIQUE ON THE ESTABLISHMENT OF DIPLOMATIC RELATIONS BETWEEN THE UNITED STATES OF AMERICA AND THE PEOPLE'S REPUBLIC OF CHINA

JANUARY 1, 1979

The United States of America and the People's Republic of China have agreed to recognize each other and to establish diplomatic relations as of January 1, 1979.

The United States of America recognizes the Government of the People's Republic of China as the sole legal Government of China. Within this context, the people of the United States will maintain cultural, commercial, and other unofficial relations with the people of Taiwan.

The United States of America and the People's Republic of China reaffirm the principles agreed on by the two sides in the Shanghai Communique and emphasize once again that:

- Both wish to reduce the danger of international military conflict.

- Neither should seek hegemony in the Asia-Pacific region or in any other region of the world and each is opposed to efforts by any other country or group of countries to establish such hegemony.

- Neither is prepared to negotiate on behalf of any third party or to enter into agreements or understandings with the other directed at other states.

- The Government of the United States of America acknowledges the Chinese position that there is but one China and Taiwan is part of China.

- Both believe that normalization of Sino-American relations is not only in the interest of the Chinese and American peoples but also contributes to the cause of peace in Asia and the world.

The United States of America and the People's Republic of China will exchange Ambassadors and establish Embassies on March 1, 1979.

Yesterday, our country and the People's Republic of China reached this final historic agreement. On January 1, 1979, a little more than 2 weeks from now, our two Governments will implement full normalization of diplomatic relations.

As a nation of gifted people who comprise about one-fourth of the total population of the Earth, China plays, already, an important role in world affairs, a role that can only grow more important in the years ahead." (Office of The Historian, US State Department, Washington, December 15, 1978)

Trong thời điểm đó, Dân biểu Clement John Zablocki, Chủ Tịch Ủy Ban Ngoại Giao Hạ Viện Hoa Kỳ là người có quan điểm chống CS cứng rắn thuộc đảng Dân Chủ, quận 4 tiểu bang Wisconsin. Ông rất nhạy bén khi hình dung viễn ảnh không sáng sủa của Đài Loan nên đã bảo trợ một dự luật nhằm bảo vệ an ninh của Hoa Kỳ và quyền lợi kinh tế Đài Loan sau này. Dự luật là một hợp tác lưỡng đảng và được hoàn thành trong một thời gian rất ngắn. Dân biểu Zablocki giới thiệu dự luật ngày 28 tháng 2, 1979.

Đạo luật có tên là Đạo Luật Quan Hệ Đài Loan (Taiwan Relations Act) ra đời. Mặc dù Mỹ đã đóng tòa đại sứ tại Đài Loan nhưng đạo luật này cho phép thiết lập Viện Hoa Kỳ tại Đài Loan, một hình thức khác của tòa đại sứ. Đạo luật này yêu cầu tổng thống phải tức khắc thông báo với quốc hội mọi biến cố có ảnh hưởng đến an ninh của Đài Loan. Quan trọng nhất, đạo luật nhấn mạnh Hoa Kỳ sẽ cung cấp Đài Loan với võ khí có đặc tính phòng thủ và sẽ duy trì khả năng của Hoa Kỳ chống lại bất cứ biện pháp nào dùng vũ lực hay hình thức cưỡng bách nào khác có thể gây nguy hiểm cho an ninh hay hệ thống xã hội hoặc kinh tế của nhân dân Đài Loan." (H.R.2479 - 96th Congress (1979-1980))

Dĩ nhiên Trung Cộng phản đối Đạo Luật Quan Hệ Đài Loan và xem đó là hành động đơn phương của Mỹ, vi phạm các nguyên tắc ngoại giao quốc tế và nhất là "vi phạm những cam kết của Hoa Kỳ với Trung Cộng".

Hoa Kỳ không vi phạm các cam kết với Trung Cộng. Các lãnh đạo Trung Cộng quên rằng, bộ máy độc tài chuyên chính tập trung CS không chạy giống như bộ máy của các nền dân chủ phân quyền. Trong chính trị Mỹ, ba ngành hành pháp, lập pháp và tư pháp hoạt động độc lập, sinh động, chẳng những không mâu thuẫn nhau mà có tác dụng bổ khuyết nhau tạo nên sức mạnh tổng hợp của nền dân chủ để đáp ứng mọi tình huống trước mắt cũng như lâu dài.

Phân tích để thấy khi soạn một văn bản ngoại giao, các nhà chính trị, các chuyên gia về công pháp quốc tế tính toán từng chữ để phòng ngừa các tình huống có thể xảy ra trong tương lai.

Trước đó tròn 20 năm, Thủ tướng CSVN Phạm Văn Đồng đơn phương gởi Chu Ân Lai một Văn bản Ngoại giao (the Diplomatic Note) như được gọi ngày nay Công Hàm Phạm Văn Đồng. Nguyên văn nội dung như sau:

"Thưa Đồng chí Tổng lý,

Chúng tôi xin trân trọng báo tin để Đồng chí Tổng lý rõ: Chính phủ nước Việt Nam Dân chủ Cộng hòa ghi nhận và tán thành bản tuyên bố ngày 4 tháng 9 năm 1958 của Chính phủ nước Cộng hòa Nhân dân Trung Hoa quyết định về hải phận của Trung Quốc.

Chính phủ nước Việt Nam Dân chủ Cộng hòa tôn trọng quyết định ấy và sẽ chỉ thị cho các cơ quan Nhà nước có trách nhiệm triệt để tôn trọng hải phận 12 hải lý của Trung Quốc trong mọi quan hệ với nước Cộng hòa Nhân dân Trung Hoa trên mặt biển. Chúng tôi xin kính gửi Đồng chí Tổng lý lời chào rất trân trọng".

Công hàm bao gồm hai mệnh đề quan trọng: (1) "ghi nhận và tán thành bản tuyên bố ngày 4 tháng 9 năm 1958 và (2) "chỉ thị cho các cơ quan Nhà nước có trách nhiệm triệt để tôn trọng hải phận 12 hải lý của Trung Quốc." (Báo *Đại Đoàn Kết* của đảng CSVN 27-07-2011)

Công hàm Phạm Văn Đồng đã được bàn cãi khá nhiều, ở đây người viết chỉ muốn nhấn mạnh đến cách dùng chữ. Trong bối cảnh của hai cuộc khủng hoảng Eo Biển Đài Loan 1954-1955 và 1958 (The Taiwan Straits Crises), quan tâm lớn nhất và trước mắt của Trung Cộng là Đài Loan và Bành Hồ.

Phải chi giới lãnh đạo CSVN ngày đó thay vì viết "tán thành bản tuyên bố, ngày 4 tháng 9 năm 1958" mà chỉ viết "công nhận chủ quyền của Chính phủ nước Cộng hòa Nhân dân Trung Hoa trên các đảo Đài Loan và Bành Hồ", có thể không làm buồn lòng Mao lắm mà Hoàng Sa chưa bị gọi là Tây Sa như ngày nay.

QUÂN ĐỘI NƯỚC NGOÀI TẠI MIỀN BẮC TRONG CHIẾN TRANH VIỆT NAM

Nhiều nguồn tin tình báo Mỹ trong thời kỳ chiến tranh đã biết không lực Bắc Hàn có thể đã tham chiến tại Bắc Việt. Nhưng mãi cho tới năm 1996, những tin đồn này mới được xác nhận qua sự kiện đại úy phi công Yi Chol-su thuộc không lực Bắc Hàn lái chiếc Mig-19 đào thoát sang Nam Hàn. Trong thời gian ở Nam Hàn, phi công Yi tiết lộ ít nhất 70 phi công Bắc Hàn đã tham chiến tại Việt Nam.

Năm 2000 những tin đồn cũng được CSVN xác nhận. Đầu tháng 4, 2000, trong dịp viếng thăm CSVN, Bộ trưởng Quốc Phòng Bắc Hàn Paek Nam-sun cũng đã đến thăm một nghĩa trang nhỏ ở Bắc Giang, nơi an táng 14 phi công Bắc Hàn chết trong chiến tranh Việt Nam.

Báo *Tuổi Trẻ* trong bài "14 chiến binh Triều Tiên trên bầu trời Việt Nam" phát hành ngày 18 tháng 8, 2008 nhắc lại "Những trận không chiến oanh liệt để bảo vệ bình yên bầu trời miền Bắc VN trong kháng chiến chống Mỹ lùi vào quá khứ gần nửa thế kỷ. Nhưng 14 tấm bia mộ liệt sĩ Triều Tiên ở khu đồi rừng Hoàng (xã Tân Dĩnh, Lạng Giang, tỉnh Bắc Giang) ngày

ngày vẫn nhắc nhớ về những người bạn nước ngoài đã đổ máu cho độc lập của VN."

Bài báo còn diễn tả hành động rất quen thuộc nhưng rất phi nhân trong lý thuyết CS áp dụng trong chiến tranh là "khóa chân vào súng" hay "khóa chân vào ghế máy bay" vì khẩu súng hay chiếc máy bay đối với đảng CS quan trọng hơn mạng người. Bài báo viết: "Cuộc chiến đấu của đội chiến binh Triều Tiên chủ yếu diễn ra trên vùng trời các tỉnh ven Hà Nội như Hà Bắc, Vĩnh Phúc và Hải Hưng. Với lòng cảm tử đặc trưng của dân tộc Triều Tiên đã chiến đấu là phải quyết tiêu diệt bằng được đối phương, không bảo vệ được phi cơ thì chiến binh cũng sẽ hi sinh theo nên trong các đợt xuất kích, 14 chiến binh Triều Tiên đều không trang bị dù cũng như các thiết bị thoát hiểm khác. Thậm chí một cựu chiến binh cùng thời với họ cho biết họ còn tự khóa chân mình vào chân ghế máy bay."

Diễn tiến theo thời điểm trích từ văn khố của Wilson Center.

Ngày 21 tháng 9, 1966, tướng Phùng Thế Tài, tư lịnh không quân CSVN, báo cáo với Quân Ủy Trung Ương rằng Bắc Hàn muốn gởi các phi công tình nguyện chiến đấu tại Việt Nam. Các đơn vị Bắc Hàn sẽ ăn mặc quân phục Việt Nam.

Ngày 30 tháng 9, 1966, tướng Văn Tiến Dũng và tướng Choi Kwang, tổng tham mưu trưởng quân đội Bắc Hàn đạt tới thỏa thuận để Bắc Hàn đưa phi công sang bay các Mig-17. Theo thỏa thuận giữa hai bên, năm sau, Bắc Hàn sẽ đưa thêm phi công để bay một phi đội Mig-21. Các đơn vị Bắc Hàn được gọi dưới mật danh là Đoàn Z đặt bản doanh tại phi trường Kép, đông bắc Hà Nội.

Cũng trong thời điểm này, Võ Nguyên Giáp chấp thuận.

Các đơn vị Bắc Hàn đặt dưới quyền chỉ huy của Trung Tá Kim Chang-sŏn với các đơn vị đóng tại phi trường Kép và Phúc Yên. Phúc Yên là bản doanh của trung đoàn không quân 921 còn được gọi là trung đoàn không quân sao đỏ. Phi công của đơn vị này được gởi sang Trung Cộng huấn luyện và nhận các Mig-17. Một trung đoàn khác, 923, đặt bản doanh tại phi trường Kép và được trang bị với các Mig-17 nhận từ LX. Đây là hai đơn vị đầu tiên của không quân CSVN tại thời điểm nguy kịch này.

Theo giáo sư Jiyul Kim trong biên khảo chi tiết Bắc Hàn Trong Chiến Tranh Việt Nam, trích dẫn lời Phan Khắc Hy, cựu thiếu tướng CSVN, người đã làm việc với phi đoàn Bắc Hàn cho biết trong khoảng thời gian giữa 1967 và 1969, đơn vị Bắc Hàn có 200 người gồm 87 phi công. Một nguồn tin khác cho rằng đơn vị Bắc Hàn có tới 384 người bao gồm 96 phi công. (Jiyul Kim, North Korea in the Vietnam War, 1 Sep 2017)

Vì thiếu phi công, sự có mặt của các đơn vị Bắc Hàn hết sức cần thiết trong giai đoạn quan trọng của cuộc chiến trên không vào những năm trước 1968. Không lực Bắc Hàn đã gia tăng 50% khả năng chiến đấu của không quân CSVN.

Ngoài việc gởi các đơn vị không quân sang chiến đấu, Bắc Hàn còn gởi các đoàn tâm lý chiến sang trộn lẫn vào bộ binh CSVN xâm nhập miền Nam Việt Nam để hoạt động chống lại các sư đoàn Nam Hàn đang có mặt tại miền Nam.

Trong suốt cuộc chiến, đảng Lao Động Việt Nam (CSVN) vẫn cho rằng cuộc "kháng chiến chống Mỹ cứu nước" là cuộc kháng chiến "thần thánh" của "nhân dân Việt Nam", các nước xã hội chủ nghĩa có giúp đỡ phương tiện nhưng không ai, không nước nào trực tiếp tham gia trận chiến.

Ngay cả mấy chục sư đoàn quân đội miền Bắc xâm lăng VNCH cũng được che đậy dưới màu cờ khác, "quốc ca" khác. Đừng nói chi thế giới, không ít người kể cả trí thức miền Nam vẫn ngây thơ tin rằng họ "đứng dậy" hay "vùng lên" từ Bến Tre, Huế, Quảng Trị, Quảng Nam v.v...

Sau khi Liên Xô (LX) sụp đổ, văn khố giữ các tài liệu bí mật trước đây được cho phép tham khảo. Tài liệu về sự tham gia của LX đã được công khai hóa. Việc trực tiếp tham gia của các lực lượng phòng không LX đã được nhiều nhà sử học đưa ra ánh sáng. Các đơn vị phòng không LX lên đến 3000 người, không chỉ đóng vai trò huấn luyện mà còn trực tiếp tham gia trận chiến.

Các lính bắn sẻ (snipers) LX còn trà trộn trong quân đội CSVN xâm nhập miền Nam Việt Nam.

Theo Paul Combs trong phân tích "Vai trò ít được biết của Liên Xô trong chiến tranh Việt Nam" (The Little-Known Role of the Soviet Union in the Vietnam War) dựa theo một số nguồn tin cho rằng các tay bắn sẻ của quân đội LX đã theo chân quân CS Bắc Việt xâm nhập miền Nam Việt Nam để thử nghiệm loại súng bắn sẻ SVD Dragunov mới của LX. Những người lính mắt xanh đi cùng quân đội Bắc Việt đã được phát giác nhưng những nguồn tin này chưa được kiểm chứng. Thậm chí còn có tin đồn các lực lượng đặc biệt LX trực thuộc cơ quan tình báo quân đội (Soviet GRU Spetsnaz special forces) cũng tấn công một đơn vị Mỹ gần biên giới VietNam-Cambodia.

Về phía Trung Cộng (TC) việc đưa 320 ngàn quân TC tham gia trong chiến tranh Việt Nam, trực tiếp và gián tiếp, không còn là một "nguồn tin" mà là các công bố chính thức. Rất nhiều sách và nghiên cứu đã phân tích một cách chi tiết sự đóng góp người và của TC đã đổ ra trong chiến tranh Việt Nam.

Năm 1950, Hồ Chí Minh không chỉ yêu cầu được trang bị và huấn luyện mà còn yêu cầu TC gởi sĩ quan chỉ huy sang Việt Nam để trực tiếp chỉ huy cấp trung đoàn quân CSVN. Yêu cầu này đã bị từ chối. (Qiang Zhai, China and the Vietnam Wars, 1950-1975, (Chapel Hill: University of North Carolina Press, 2000, 18-19)

Theo Bob Seals, tác giả của nghiên cứu Sự hỗ trợ của Trung Quốc cho Bắc Việt trong Chiến tranh Việt Nam: Lợi thế quyết định" (Chinese Support for North Vietnam during the Vietnam War: The Decisive Edge): "Viện trợ quân sự bắt đầu vào tháng 3 năm 1946 khi Trung đoàn I CS Trung Quốc vượt biên giới vào Việt Nam để tránh Quân đội thuộc đơn vị 46 và 64 của Quốc dân đảng Tưởng Giới Thạch trong Nội chiến Trung Quốc. Ngoài việc tránh bị tiêu diệt, Trung đoàn này của Trung Quốc sẽ bắt đầu đặt nền móng cho việc huấn luyện và cố vấn cho các lực lượng Việt Nam còn non kém. Đơn vị một nghìn người này của Quân Giải phóng Nhân dân Trung Quốc cung cấp các sĩ quan cho Trường Bộ binh Tiên tiến Việt Nam và Trung tâm Huấn luyện Cán bộ ở Bắc Việt Nam với khoảng 830 nhân viên được đào tạo vào năm 1947. Liên hệ trực tiếp bao gồm lưu lượng truyền hình cáp và tài trợ đã tồn tại vào thời điểm ban đầu này giữa hai phong trào CS." (Bob Seals , Chinese Support for North Vietnam during the Vietnam War: The Decisive Edge, 2008)

Quan hệ giữa TC và CSVN là quan hệ tư tưởng và ý thức hệ, và mối quan hệ đó đã kéo dài từ những năm đầu khi đảng CS Trung Quốc được thành lập, 1921, tới nay.

Sự thật gần như hiển nhiên rằng chiến thắng của Mao tại Trung Hoa lục địa là yếu tố quyết định dẫn tới chiến thắng của CSVN trong Chiến Tranh Đông Dương lần thứ nhất 1946-1954 và Chiến Tranh Đông Dương lần thứ hai 1959-1975. Không đợi đến khi chiếm toàn lục địa 1949 mà trước đó quân TC đã xâm nhập Việt Nam.

Trong thời kỳ "cơm không lành canh không ngọt" sau 1979, bộ máy tuyên truyền của hai đảng tố cáo nhau không tiếc lời và "đàn rận" trong chăn một thời êm ấm đã chui ra. Họ kể tội nhau không khác gì mấy bà hàng xóm mất gà.

Tác phẩm Sự Thật Về Quan Hệ Việt Nam -Trung Quốc Trong 30 Năm Qua là một bản cáo trạng không chỉ tố cáo tội ác của đảng CSTQ thôi mà qua tác phẩm đó đảng CSVN còn tự tố cáo mình.

Tham vọng bành trướng của đảng CSTQ qua tác phẩm nêu trên quá rõ và các nhà phân tích chính trị cũng đều biết nhưng suốt giai đoạn lịch sử dài mấy mươi năm các thế hệ lãnh đạo CSVN im lặng.

"Đường chín đoạn" đặt Hoàng Sa và Trường Sa trong lãnh thổ Trung Hoa, được Trung Hoa Dân Quốc công bố 1948 khi Tưởng Giới Thạch còn là tổng thống tại lục địa. Thủ tướng Trần Văn Hữu, 1951, dưới thời Bảo Đại và Tổng thống Ngô Đình Diệm, 1956 và 1961, đều liên tục khẳng định chủ quyền Việt Nam trên hai quần đảo Hoàng Sa và Trường Sa. Chính phủ Việt Nam Dân Chủ Cộng Hòa, thành lập 1945, và theo tinh thần hiến pháp 1946, cũng tuyên bố đại diện cho "một khối thống nhất Trung Nam Bắc" nhưng im lặng suốt 10 năm.

Thế rồi mười năm sau, nhà nước CS này đã can một tội phản quốc nghiêm trọng chưa từng có trong lịch sử bốn ngàn năm của dân tộc Việt khi thừa nhận chủ quyền của TC trên quần đảo Hoàng Sa gấm vóc, dù chỉ trong văn bản, chỉ với mục đích làm vừa lòng bảo hộ TC.

Cái đầu của các lãnh đạo CS là đầu chứa đầy tham vọng quyền lực chứ không phải đầu để nhìn xa, trông rộng.

Các lãnh đạo đảng hy sinh mọi phương tiện chỉ để đạt cho được mục đích thống trị nhưng họ không hề nghĩ những phương tiện mà họ hy sinh một ngày không xa sẽ trở thành mục đích sống còn của cả dân tộc.

Với các thế hệ lãnh đạo đảng, nhuộm đỏ toàn cõi Việt Nam quan trọng hơn Hoàng Sa, cần thiết hơn sinh mạng của nhiều triệu người Việt và xứng đáng hơn tương lai của dân tộc.

Hôm qua, 28 tháng 3, 2023, Bùi Thanh Sơn , Bộ trưởng Ngoại Giao CSVN phát biểu trong điện đàm với Tần Cương, Bộ trưởng Ngoại Giao TC: "Việt Nam coi trọng quan hệ láng giềng hữu nghị, đối tác hợp tác chiến lược toàn diện với Trung Quốc, đây là lựa chọn chiến lược, ưu tiên hàng đầu trong tổng thể chính sách đối ngoại độc lập, tự chủ, đa phương hóa, đa dạng hóa của Việt Nam; nhấn mạnh nhiệm vụ quan trọng của Bộ Ngoại giao hai nước là thúc đẩy các cấp, các ngành cụ thể hóa nhận thức chung của Lãnh đạo hai Đảng, hai nước." (VOV, Thứ Tư, ngày 29 tháng 3 năm 2023)

Những lời nịnh bợ TC của Bùi Thanh Sơn như "chiến lược toàn diện", "ưu tiên hàng đầu" chẳng khác gì giọng văn một bồi bút điểm sách rẻ tiền cho thấy CSVN không có độc lập về chính sách đối ngoại mà chỉ rập khuôn TC. Bùi Thanh Sơn cũng đã thừa nhận "rập khuôn" TC, chỉ khác trong cách dùng từ khi gọi đó là "nhận thức chung của Lãnh đạo hai Đảng, hai nước."

Dưới thời Tập Cận Bình, TC không cần phải xua quân lấn chiếm những ngọn đồi ở Hà Giang vì họ đã có bảy căn cứ quân sự, không tính Hoàng Sa, với các vũ khí hiện đại đặt trên các đảo nhân tạo dọc lãnh hải Việt Nam. Theo quan sát của Asia Maritime Transparency Initiative, một chương trình trực thuộc Trung Tâm Chiến Lược và Nghiên Cứu Quốc Tế (Center for Strategic and International Studies) tại Washington DC, các căn cứ quân sự của TC trên Biển Đông có thể đặt các loại phi cơ oanh tạc mang bom ném tận Miến Điện, Mã Lai, Nam Dương, nói chi là Hà Nội, Sài Gòn.

Trong thời chiến đảng CSVN có khả năng bưng bít thông tin, nhưng cuộc cách mạng tin học đã mở ra một không gian mới cho mọi người Việt Nam quan tâm đến tiền đồ dân tộc.

Mọi tranh chấp và cách giải quyết tranh chấp đều bắt đầu từ con người. Sức mạnh của một dân tộc là tổng hợp sức mạnh của những con người. Không một Mỹ, Anh, Nhật hay "NATO Thái Bình Dương" nào có thể cứu Việt Nam ngoài chính người Việt từ mọi ngả đường cuộc sống, mọi thế hệ trưởng thành.

Lịch sử nhân loại và lịch sử Việt Nam đã chứng minh, mọi bế tắt sớm hay muộn đều có một lối thoát dù đó là lối thoát chiến tranh. Bế tắc của Việt Nam cũng thế.

Việt Nam không thể nào bị tận diệt. Con đường phục hưng và khai minh Việt Nam dù nhỏ, dù hẹp nhưng vẫn luôn có người đi. Họ không cô đơn mà trái lại mỗi ngày một đông hơn, vui hơn và được trang bị nhiều phương tiện kỹ thuật tinh vi hơn.

Lãnh tụ anh minh của cuộc vận động dân chủ ngày nay không mang họ Đinh, Lê, Lý, Trần, Nguyễn v.v… mà có một họ chung là Khát Vọng Dân Chủ. Khát vọng dân chủ là ngọn lửa thiêng không thể nào bị dập tắt, là ngọn hải đăng chỉ lối thuyền về. Bức tường CS chuyên chính đang bị bào mòn từng giờ, từng ngày, từng tháng, từng năm và chắc chắn sẽ đổ.

•• VẬN ĐỘNG MỘT GIẢI PHÁP DÂN CHỦ CHO VIỆT NAM

VẬN ĐỘNG MỘT GIẢI PHÁP DÂN CHỦ CHO VIỆT NAM

Việt Nam như một dân tộc đang đứng trước ba thách thức lớn, hai khách quan và một chủ quan: (1) ngoại xâm Trung Cộng, (2) nội thù CS và (3) phân hóa trong nội bộ những người quan tâm đến tiền đồ đất nước.

Trong ba thách thức, thách thức thứ ba quan trọng nhất. Nếu thắng được thách thức thứ ba tức thắng được chính mình, dân tộc Việt sẽ thắng thách thức thứ hai một cách dễ dàng và có khả năng cao sẽ thắng được thách thức thứ nhất.

Để nhận diện ra thách thức thứ ba, mỗi người chỉ cần tự trả lời cho mình một câu hỏi "Tôi thật sự muốn gì cho đất nước?"

Câu trả lời đúng nhất và cũng là con đường chính sử phù hợp với xu hướng văn minh thời đại: tập trung sức mạnh dân tộc, gạt bỏ mọi bất đồng, vận dụng các điều kiện quốc tế thuận lợi để đẩy mạnh cuộc vận động dân chủ tại Việt Nam đến thành công, xóa bỏ chế độ độc tài toàn trị CS, thiết lập một chế độ dân chủ pháp trị, hiện đại hóa đất nước toàn diện làm nền tảng cho việc phục hồi toàn vẹn chủ quyền đất nước, mở đường cho một Việt Nam thăng tiến lâu dài.

Nhận thức đó không chỉ dành riêng những người có kiến thức rộng, đọc nhiều biết nhiều, đi nhiều hay ngay cả ở tù CS nhiều mà từ những người biết vượt qua hay luôn tìm cách vượt qua mọi tiêu cực để sống vì cái chung của đất nước.

Cuộc chiến dài và hành trình tỵ nạn đầy hiểm nguy gian khổ đã để lại những vết thương, những vết hằn cá nhân sâu đậm trên thân thể và trong nhận thức của nhiều người, vâng, nhưng phải cố gắng vượt qua. Sinh mệnh của dân tộc lớn hơn, quan trọng hơn nỗi đau nhức riêng tư.

Thách thức thứ ba này cũng chính là tiền đề cách mạng dân chủ, và do đó, chưa thể có cách mạng dân chủ nếu những người đang tranh đấu không đồng thuận được ở những bước tiền đề.

Nhìn lại Việt Nạm cơ chế chính trị, kinh tế và văn hóa độc quyền CS hiện nay là nguyên nhân tạo ra tình trạng chậm tiến của đất nước, và do đó cần phải được nhanh chóng gỡ bỏ. Tuy nhiên, cơ chế CS sẽ không tháo gỡ được nếuchúng ta không vượt qua được mọi tiêu cực của quá khứ, thay đổi được hiện trạng, thì chưa tạo được môi trường và cơ hội xây dựng một tương lai tươi sáng cho dân tộc được.

Điều kiện lịch sử của thế giới tại mỗi thời điểm mỗi khác nhưng khát vọng tự do như hơi thở của con người, dù Mông Cổ, Latvia, Miến Điện hay Việt Nam cũng giống nhau. Đất nước Việt Nam là một tập hợp của những con người có cùng lịch sử, cùng địa lý, cùng văn hóa và hôm nay đang cần có cùng một ước mơ tự do dân chủ. Nếu mỗi người Việt quan tâm kiên trì theo đuổi mơ ước tự do dân chủ của mình một cách chân thành, rồi đất nước sẽ đổi thay.

CƠ SỞ LÝ LUẬN

Dân Chủ Là Xu Hướng Thời Đại

Nếu thế kỷ 19 là thế kỷ của thuộc địa bóc lột, thế kỷ 20 là thế kỷ của thế giới chiến tranh và độc tài CS, thế kỷ 21 đang chứng minh là thế kỷ của dân chủ và phát triển toàn diện trên phạm vi toàn cầu. Hành trình hướng đến một tương lai tươi sáng đang được hầu hết các dân tộc trên thế giới hăng say phát động. Dân chủ đối với đa số nhân loại không còn là khát vọng mà là một thực tế, không còn là ước mơ mà là hành động, không còn là một mục tiêu khai phá mà là một tiến trình không thể đảo ngược.

Nhìn lại chặng đường phát triển của nhân loại, chưa bao giờ lịch sử thế giới đã diễn ra những thay đổi căn bản và cấp bách về cơ chế xã hội như trong hai thập niên vừa qua kể từ khi đế quốc Liên Xô sụp đổ. Sau thế chiến thứ hai chỉ có 30% nhân loại sống dưới chế độ dân chủ trong đó đa số là các quốc gia tư bản châu Âu, hiện nay trên 80% các quốc gia trên thế giới đang sống trong chế độ dân chủ tuy mức độ còn nhiều ít khác nhau.

Việt Nam phải có dân chủ mới bảo vệ được đất nước. Chỉ có một Việt Nam đoàn kết dưới ngọn cờ dân chủ mới thật sự tập trung được sức mạnh tổng hợp của dân tộc và là nền tảng cho một quốc gia dân chủ thịnh vượng lâu dài. Không những thế, dân chủ phải đến trước khi xung đột quân sự Á Châu bùng nổ. Dân chủ là nền tảng và nền tảng đó tạo điều kiện cho các liên minh tin cậy hình thành. Liên minh tin cậy trong nhiều trường hợp giúp quốc gia tránh được chiến tranh hay có thêm thời gian để chuẩn bị chiến tranh. Biết chủ động chiến lược hóa, quốc tế hóa, quan trọng hóa vị trí của quốc gia cũng như biết khai thác mối lo của cường quốc sẽ làm cho vị trí của quốc gia quan trọng hơn trong tranh chấp quốc tế.

Về mặt tư tưởng. Trong lúc "bóng ma chủ nghĩa CS" mà Karl Marx dùng để thách thức quyền lực của các nhà nước tư sản giữa thế kỷ 19 trong Tuyên Ngôn Đảng CS, đã mờ dần vào quá khứ và đại đa số nhân loại đang hăng say tiến bước trên con đường dân chủ hóa, tại Việt Nam bóng ma đó vẫn còn đang ám ảnh trong hầu hết các lãnh vực đời sống trong nước, với một cơ chế chính trị độc tài, nền kinh tế lạc hậu, xã hội sa đọa, đạo đức suy đồi, và bên kia biên giới, một bá quyền Trung Cộng đang hăm he đưa dân tộc Việt Nam đến chỗ diệt vong.

Về mặt kinh tế. Là một quốc gia bán đảo giàu có tài nguyên thiên nhiên và một dân số 93 triệu, Việt Nam có tất cả các yếu tố cần thiết để phát triển thành một quốc gia thịnh vượng kinh tế, tiến bộ xã hội, nếu không hơn thì cũng bằng các nước khác trong khu vực. Ngoài ra, với một đội ngũ đông đảo các chuyên viên kỹ thuật Việt Nam thuộc các ngành nghề, lớn lên và học hỏi trên xứ người, là nguồn tài nguyên vô cùng cần thiết để đưa đất nước tiến kịp cùng đà tiến mỗi ngày một nhanh của nhân loại. Nhưng không, ngoài một số rất nhỏ, đội ngũ chuyên viên kỹ thuật được ước tính đến ba trăm ngàn kia vẫn là một con số trên giấy tờ, trên mặt báo chứ không phải là một thực tế đang tác động trực tiếp vào việc làm thăng tiến đất nước.

Một hệ thống quốc phòng không có khả năng bảo vệ đất nước. Việt Nam đang đối diện với hiểm họa diệt vong hậu quả của một cuộc chiến tranh phát sinh từ vùng Thái Bình Dương. Các nhà phân tích kinh tế chính trị thế giới, đặc biệt từ Mỹ, Nhật , Úc và Ấn Độ, đang bày tỏ mối quan tâm, lo ngại trước sự bành trướng kinh tế và quân sự của Trung Cộng trên phạm vi thế giới nói chung và vùng Thái Bình Dương nói riêng. Bài học từ hai cuộc thế chiến trong thế kỷ 20 cho thấy, dù diễn ra dưới hình thức nào, được khai hỏa bằng lý do trực tiếp nào, nguyên nhân thật sự và sâu xa vẫn là nguyên nhân kinh tế. Đối với vùng Á Châu, ngoài các lý do kinh tế, chính sách xâm thực của Trung Cộng còn bao gồm các lãnh vực văn hóa, xã hội, lịch sử và chính trị. Giới lãnh đạo CS Trung Quốc xem các nước nhỏ chung quanh, trong đó có Việt Nam, là chư hầu truyền thống của họ. Khả năng một cuộc chiến tranh bùng nổ tại vùng Thái Bình Dương phát xuất từ các mâu thuẫn kinh tế chính trị đối kháng dẫn đến triệt tiêu nhau giữa các cường quốc đang được các nhà phân tích tiên đoán là khó tránh khỏi. Hoa Kỳ và các quốc gia dân chủ Á Châu đang tăng cường các biện pháp an ninh quốc phòng cần thiết để đối phó với các biến động quân sự có thể xảy ra. Việt Nam CS, vì quyền lực, quyền lợi, và vì sự lệ thuộc sâu xa vào Trung Cộng về tư tưởng chính trị, cộng với một hệ thống quốc phòng lạc hậu, không có khả năng bảo vệ được sự toàn vẹn lãnh thổ cũng như các quyền lợi kinh tế sống còn của đất nước.

Một chế độ chà đạp các quyền căn bản. Là một thành viên Liên Hiệp Quốc từ 1977, trên nguyên tắc giới cầm quyền CSVN phải tuân thủ nghiêm chỉnh các điều khoản được quy định trong hiến chương Liên hiệp quốc (1945), Tuyên ngôn Quốc tế Nhân quyền (1948), Phụ đính của Tuyên ngôn Quốc tế Nhân quyền (1998). Ngày 24 tháng 09 năm 1982, Việt Nam cũng đã ký và thông qua hai công ước quốc tế quan trọng gồm Công ước Quốc tế về các Quyền Dân sự và Chính trị (1966) và Công ước Quốc tế về các Quyền Kinh tế, Xã hội và Văn hóa (1966). Thực tế chính trị và xã hội Việt Nam cho thấy, lãnh đạo

CSVN chẳng những không thực thi các công ước quốc tế mà cũng không tôn trọng các điều khoản do chính họ đề ra trong hiến pháp 1992. Hôm nay, hàng ngàn người Việt Nam, đa số là tuổi trẻ, vẫn còn bị giam cầm, trù dập bằng nhiều hình thức chỉ vì họ đã gióng lên tiếng nói bất đồng trước các chính sách độc tài hà khắc của đảng CS.

Cao trào văn minh dân chủ thế giới, thực tế đầy khó khăn của đất nước và hiểm họa diệt vong dân tộc như vừa được trình bày thúc giục chúng tôi soạn thảo Vận Động Một Giải Pháp Dân Chủ Cho Việt Nam này.

Vận Động Một Giải Pháp Dân Chủ Cho Việt Nam không phải là một tổ chức, một cơ cấu, một cương lĩnh nhưng là một sự kết hợp mở của những người Việt đang sống nhiều nơi trên thế giới nhưng chia sẻ một suy tư, một ước vọng và một lòng nhiệt huyết đấu tranh cho các quyền căn bản của con người và bảo vệ chủ quyền đất nước.

Không giống các hình thức đấu tranh cách mạng trước đây, cuộc vận động dân tộc dân chủ ngày nay không chỉ là môi trường dành riêng cho những người ly khai khỏi mọi ràng buộc, dâng hiến trọn vẹn đời mình cho lý tưởng tự do dân tộc mà là vận hội mới của toàn dân, diễn ra ở mọi nơi, mọi chỗ, mọi ngành nghề và mọi người đều có thể tham gia.

CÁC GIAI ĐOẠN TIẾN HÀNH

Trong giai đoạn hiện nay, nhiệm vụ của mọi người Việt quan tâm tới tiền đồ dân tộc là đề ra và thực hiện được giải pháp hữu hiệu để gỡ bỏ được cơ chế chính trị-xã hội hiện nay và mở đường phát triển tương lai dân tộc. Một giải pháp đúng phải là giải pháp bảo đảm được vai trò chủ động cho người dân, hội tụ được mọi thành phần dân tộc, và hội nhập được dân tộc vào dòng phát triển văn minh của thời đại mới.

Tạo môi trường và quan điểm đồng thuận để vượt qua mọi tiêu cực: Vượt qua mọi tiêu cực trong quá khứ của bản thân và đất nước, tập trung sức mạnh dân tộc tổng hợp để tháo gỡ cơ chế chính trị, kinh tế và văn hóa độc quyền CS, nguyên nhân tạo ra tình trạng chậm tiến trong hầu hết các lãnh vực của đất nước, và từ đó xây dựng một tương lai tự do, dân chủ và phát triển toàn diện cho dân tộc Việt Nam phù hợp với thời đại văn minh dân chủ.

Xây dựng lực lượng vận động dân chủ: Lực lượng vận động dân chủ là tập hợp của mọi thành phần dân tộc Việt trong cũng như ngoài nước đang quan tâm đến tiền đồ đất nước để cùng nhau thực hiện một nhiệm vu lịch sử:

- Với trong nước, các thành phần tiến bộ, dân tộc và dân chủ là lực lượng có khả năng tác động trực tiếp vào sự thay đổi của xã hội, tạo điều kiện vật chất và tinh thần để mọi tầng lớp dân chúng phát huy tiềm năng và chủ động được cuộc sống của họ, độc lập, và khi cần, đối lập với chính quyền CS. Các thành phần này đã và đang xây dựng và phát triển thếvà lực của mình để tác động ngày càng hữu hiệu, đẩy nhanh tiến trình chuyển hóa dẫn đến đột biến cách mạng. Ánh sáng của cuộc cách mạng tin học đang giúp cho các thế hệ trẻ Việt Nam có cơ hội trực tiếp hay gián tiếp học hỏi các tư tưởng dân chủ để qua đó nhận thức được hướng đi đích thực của dân tộc trong thời đại.

- Với ngoài nước, sự phối hợp chặt chẽ, nhịp nhàng và hỗ tương giữa các cộng đồng, tổ chức, đoàn thể và cá nhân đang hoạt động để tạo tâm thức mới và tầm nhìn mớilàm chất keo gắn bó mọi thành phần dân tộc và mọi tầng lớp dân chúng, nhất là thành phần trẻ hiện là đa số cả ở trong và ngoài nước. Cộng đồng người Việt hải ngoại cần tiếp tục vận dụng được vị thế công dân tại mỗi quốc gia định cư để trực tiếp vận động quốc tế hỗ trợ việc xây dựng xã hội dân sự và chính quyền dân chủ, tiến đến phát triển một nước Việt văn minh và hưng thịnh trong thế kỷ 21. Các thành phần trung niên, những chuyên viên khoa học kỹ thuật một thời là những thuyền nhân trẻ tuổi, là những em bé không có tuổi thơ trên vỉa hè Sài Gòn, Đà Nẵng, trên vùng kinh tế mới, là các em chào đời trên chiến hạm, che giấu những mơ ước hồn nhiên trong hàng kẽm gai của các trại tị nạn, ngày nay đã trưởng thành và sẽ đóng một vai trò quan trọng trong công cuộc dân chủ hóa và phát triển Việt Nam.

- Cuộc cách mạng dân tộc, dân chủ tại Việt Nam, trên tất cả, là thành quả đóng góp của đại đa số quần chúng nhân dân. Lịch sử của đảngCSVN **là lịch sử của một chuỗi những lợi dụng lòng yêu nước truyền thống của nhân dân Việt Nam.**Họ đã lợi dụng xương máu của hàng triệu đồng bào để biến mơ ước tươi đẹp của những người đã chết thành cơn ác mộng hãi hùng phủ trùm lên cả dân tộc. Hôm nay, những công nhân, nông dân Việt Nam, hồi sinh từ những lãng quên, phản bội lọc lừa của quá khứ, đã đứng lên để đòi lại những gì họ đã bị đánh cắp suốt một thế kỷ qua. Cuộc cách mạng dân bản tại Việt Nam tuy sẽ rất khó khăn, đòi hỏi nhiều kiên nhẫn, khi xảy ra sẽ xảy ra trong nhanh chóng và không đổ máu bởi vì tuyệt đại đa số người dân, ở mức độ khác nhau, đều thấy những bất công phi lý đang diễn ra hàng ngày trên đất nước, đều thấy rõ sự sai lầm của chế độ và đều có trong lòng chung một khát vọng tự do, hạnh phúc.

NHỮNG THUẬN LỢI CHO CUỘC VẬN ĐỘNG DÂN CHỦ VIỆT NAM

Hành trình tiến đến một tương lai tươi đẹp của dân tộc Việt Nam không phải là hành trình đơn độc, lẻ loi nhưng là những bước hài hòa, thuận lợi, phù hợp với tiến trình phát triển văn minh của nhân loại và khả năng có thật của dân tộc Việt Nam:

- **Xu hướng chính trị thời đại.** Hoàn cảnh chính trị Đông Nam Á nói riêng và châu Á nói chung đã khác hẳn so với 40 năm trước. Các tranh chấp chủ quyền như trong trường hợp giữa Trung Cộng và Việt Nam không còn là tranh chấp giữa hai nước mà là cuộc tranh chấp vùng. Hầu hết các quốc gia dân chủ trong vùng từ Ấn Độ đến Nhật Bản, Đài Loan, Nam Hàn, Thái Lan tuy mức độ khác nhau nhưng đều là các quốc gia đang có những mâu thuẫn căn bản với Trung Cộng, không những về quyền lợi kinh tế mà, quan trọng hơn, chế độ chính trị. Vì lý do kinh tế, họ có thể hòa hoãn hay ngay cả thân thiện với Trung Cộng nhưng khi đứng trước một chọn lựa sinh tử, không một quốc gia nào sẽ chọn đứng về phía độc tài Trung Cộng. Cuộc vận động dân chủ cho Việt Nam sẽ được nhận được sự ủng hộ của các chính phủ và nhân dân yêu chuộng tự do, dân chủ và hòa bình khắp thế giới.

- **Sự toàn cầu hóa kinh tế.** Toàn cầu hóa kinh tế đang làm thay đổi vai trò của các cường quốc một thời đã đóng vai trò như các trung tâm quyền lực thế giới, đồng thời tạo điều kiện hình thành các khối kinh tế, các cường quốc kinh tế mới. Vai trò của các quốc gia Á Châu, nơi 60% dân số thế giới đang cư ngụ sẽ trở thành nổi bật trong cộng đồng nhân loại. Khu vực Á Châu Thái Bình Dương đang trở thành trung tâm kinh tế thương mại thế giới. Các quốc gia khu vực Đông Nam Á (ASEAN) là những khu vực phát triển năng động thứ ba trên thế giới sau Bắc Mỹ và Cộng đồng châu Âu.

- **Sự toàn cầu hóa văn hóa** là thay đổi nổi bật trong những năm đầu thế kỷ 21. Những hiểu biết ngày một vi tế và cụ thể hơn trong cả ba ngành nhân văn, xã hội và tự nhiên sẽ giúp con người có tầm nhìn và hiểu biết vừa hiện thực hơn lại vừa toàn diện hơn về bản thân mỗi con người, cũng như tương quan giữa mỗi con người với môi sinh tự nhiên và đời sống xã hội. Mỗi con người sẽ ngày càng có khả năng làm chủ được đời sống của mình hơn và đóng góp tích cực và có hiệu quả hơn vào việc cải thiện đời sống chung. Sinh hoạt văn hóa quốc tế càng phát triển càng thôi thúc sự hình thành những chuẩn mực giá trị đạo đức và tinh thần mang tính toàn cầu, tính quốc tế, tính nhân loại. Đây là *động lực bên trong* của các biến động và thay đổi trong bang giao quốc tế, trong hệ thống chính trị, kinh tế, công ước và công pháp quốc tế.

- **Các tai họa thiên nhiên, trong lúc đã tàn phá tài nguyên vật chất, về mặt tinh thần đã mang con người lại gần nhau hơn.** Các thảm họa Tsunami tại Á Châu, động đất tại Nhật Bản, bão lụt tại Philippines cho thấy sự mong manh trong số phận con người nhưng chưa bao giờ trong lịch sử nhân loại, tình người trở nên nổi bật như hôm nay và lần nữa xác minh cho chân lý ngàn đời rằng sở dĩ con người còn tồn tại hôm nay và về sau không phải vì chiến tranh, tàn phá mà vì tình nhân loại và nhu cầu phát triển chung cho cả loài người.

- **Cuộc cách mạng tin học cuối thế kỷ 20 đã thu hẹp không gian và rút ngắn thời gian, tạo điều kiện thúc đẩy giao lưu đa văn hóa, đa chủng tộc.** Từ đó, hình thành dần một *ý thức và một nền văn hóa cộng đồng toàn nhân loại*. Những hiểu biết ngày một vi tế và cụ thể hơn trong cả ba ngành nhân văn, xã hội và tự nhiên giúp con người có tầm nhìn vừa hiện thực hơn lại vừa toàn diện hơn về bản thân mỗi con người, cũng như tương quan giữa mỗi con người với môi sinh tự nhiên và đời sống xã hội.

- **Ngày nay, con người, qua hành động của mình, có thể tác động trực tiếp vào thiên niên, vào xã hội và vào mỗi người khác,** dù họ đang sống ở đâu trên trái đất này. Con người ngày càng có khả năng làm chủ được đời sống của mình hơn và đóng góp tích cực vào việc cải thiện đời sống chung. Rõ ràng, nhân loại đang hướng đến một nền chính trị mới, nơi đó, các cơ chế và sinh họat chính trị-xã hội thực sự vì con người, trong mỗi quốc gia cũng như trong tương quan quốc tế. Nền chính trị này không phải chỉ do những chính trị gia chuyên nghiệp, mà ngày càng do chính mỗi người dân trực tiếp tham gia để thực sự trở thành một nền chính trị vì dân và do dân, *chính trị dân bản*, trong một thể chế dân chủ mới, thể chế dân chủ trực tiếp tham gia.

- **Cuộc vận động phục hưng dân tộc đặt nền tảng trên sức mạnh tổng hợp và có thật của 93 triệu người Việt, trong và ngoài nước**, và khả năng để có thể đuổi theo kịp các nước láng giềng là một khả năng trong tầm tay chứ không cần phải trải qua nhiều thế kỷ đi theo vết xe của các nền kinh tế tiên tiến. Lịch sử dân tộc Việt Nam chúng ta đã chứng minh, mặc dù hơn một ngàn năm trong bóng đêm nô lệ và âm mưu đồng hóa của nhiều triều đại bắc phương với bao nhiêu cực hình đày đọa, dân tộc Việt vẫn bảo vệ được tính độc lập, vẫn giữ được bản sắc văn hóa Việt trong sáng và thuần nhất.

Mỗi người Việt Nam sinh ra và lớn lên trong những hoàn cảnh gia đình, thời đại không giống nhau, quá khứ trưởng thành khác nhau và do đó tình yêu nước cũng thuận theo điều kiện mà thể hiện, tuy nhiên chỉ có sức mạnh tổng hợp của dân tộc Việt Nam mới thật sự là căn cứ xuất phát, là nền tảng và cũng là vũ khí quyết định cho cuộc vận động văn hóa-chính trị lâu dài cho dân tộc Việt Nam.

MỤC TIÊU

Trên cơ sở đó, Vận Động Một Giải Pháp Dân Chủ Cho Việt Nam theo đuổi các *mục tiêu căn bản*:

1. Thiết lập *chế độ dân chủ pháp trị, toàn dân và dân bản*. Chính quyền, cả trung ương lẫn cấp vùng và địa phương đều sẽ do *dân cử*. Chính quyền không trực tiếp tham gia các sinh hoạt kinh tế, văn hóa, xã hội. Chính quyền có nhiệm vụ ngăn chận mọi hình thái độc quyền, bảo đảm công bằng xã hội và bình đẳng cơ hội cho mọi thành phần dân tộc và mọi miền đất nước. Nền dân chủ mới tạo dựng môi trường, điều kiện và cơ hội đồng đều để mỗi người đều được phát huy khả năng và sở thích đặc thù, đóng góp vào việc xây dựng nền văn minh mới cho toàn dân và cho nhân loại. Nền dân chủ mới, toàn dân tham gia,đang được phát huy tại những nước phát triển. Tại các nước mới phát triển, xu thế *dân chủ pháp trị* là xu thế tất yếu, không thể đảo ngược, và là giai đọan đầu trong tiến trình xây dựng nền dân chủ toàn dân tham gia.

2. Xây dựng một xã hội dân bản, trong đó mọi sinh hoạt (kinh tế, văn hóa, giáo dục, chính trị) đều do dân trực tiếp thực hiện, cả ở cấp địa phương lẫn quốc gia và cả trong phạm vi quốc tế(người dân có điều kiện trực tiếp giao lưu với quốc tế). Xác nhận và tăng cường vai trò của các tổ chức dân sự phi chính phủ, của truyền thông, của các cơ sở văn hóa, giáo dục và nghiên cứu học thuật. Xã hội Việt phải là môi trường và cơ hội phát triển bình đẳng cho mọi người Việt thuộc mọi thành phần dân tộc, mọi địa phương, giai tầng xã hội và xu hướng tâm linh và tư tưởng khác nhau. Công cuộc phục hưng dân tộc và xây dựng đất nước là quyền lợi và nhiệm vụ của mọi người Việt không phân biệt địa phương, tôn giáo và khuynh hướng chính trị, tư tưởng.

3. Xác lập nền tư pháp độc lập, công minh và vô tư, và hệ thống kiểm soát và chế tài công quyền. Đề cao tinh thần *pháp trị*, tăng cường vai trò của tòa án và luật pháp, xây dựng hệ thống *luật lệ dân bản*, tôn trọng dân quyền và nhân quyền, và phù hợp công pháp quốc tế. Xã hội Việt trước đây, ngay trong thời kỳ quân chủ, cũng đã mang một hình thái xã hội dân sự có đặc thù tính Việt Nam, với những hoạt động và cơ cấu dân bản do dân chúng trong làng xã tự động tổ chức và thực hiện. Do đó *chế độ chính trị dân chủ dân bảntoàn dân* với những tính chất nêu trên có khả năng phát triển được trong thời kỳ hậu CS, nhất là trong bối cảnh và điều kiện một nhân loại toàn cầu hóa và dân bản hóa.

4. Phát triển nền kinh tế thị trường xã hội, vừa tự do cạnh tranh vừa có trách nhiệm xã hội, bảo đảm bình đẳng cơ hội, bảo vệ môi trường sinh thái, phát triển đồng đều và bền vững. Các hoạt động kinh tế thương mại đều do tư nhân thực hiện. Chính quyền chỉ trực tiếp điều hành các hoạt động kinh doanh nào tư nhân không làm hoặc chưa làm nhưng cần thiết cho quốc phòng, hay dân sinh và sẽ tư nhân hóa ngay khi có thể được. Quốc gia phải bảo đảm điều kiện và cơ hội phát triển hết tiềm năng và đặc thù kinh tế, văn hóa của mọi vùng trong nước. Có chính sách nâng đỡ và hỗ trợ các thành phần yếu kém trong xã hội, và các vùng kém phát triển (nông thôn, vùng núi), bảo đảm an sinh và phúc lợi xã hội cho toàn dân. Mở rộng cửa giao lưu thương mại, kinh tế với các quốc gia, đặc biệt với ASEAN và thế giới để đẩy nhanh tiến trình phát triển đất nước.

5. Xây dựng một nền văn hóa giáo dục đặt cơ sở trên tinh thần dân tộc, nhân bản và khai phóng. Các sinh hoạt tinh thần phải nhằm tạo được môi trường, cơ hội và điều kiện để mỗi người Việt vừa thể hiện được những tính chất đặc thù và tích cực của mình, trong nền văn hóa dân tộc, vừa đãi lọc và hòa nhập được vào trào lưu văn hóa toàn cầu tiến bộ và nhân bản. Văn hóa giáo dục Việt Nam là tổng hợp giữa đạo học nhân văn với khoa học kỹ thuật, giữa nhận thức và kiến thức tổng quát với khả năng và kỹ năng chuyên môn, giữa văn hóa dân tộc với văn hóa nhân loại toàn cầu. Cần khuyến khích tự học bằng cách thiết lập một *hệ thống giáo dục toàn dân, ngoài nhà trường*, song hành và có giá trị ngang với hệ thống giáo dục nhà trường, để nâng cao dân trí và phổ cập kiến thức và khả năng chuyên môn đến tòan dân, mọi tầng lớp, mọi lứa tuổi và cho mọi miền đất nước. Lật đổ một nhà độc tài khác với thay đổi một cơ chế độc tài. Đảng CS bám sâu vào đất nước mấy mươi năm, tác hại không chỉ về kinh tế chính trị mà trầm trọng hơn về nhận thức, tư tưởng và văn hóa. Cuộc vận động dân chủ hôm nay, do đó, phải bắt đầu từ việc tháo gỡ các nhận thức sai lầm về lịch sử, từng bước xóa bỏ văn hóa CS để mở đường cho cách mạng dân tộc dân bản toàn diện và triệt để.

6. Tạo dựng môi trường và các điều kiện cần thiết để phát triển bền vững, công bằng và tiến bộ, hòa nhập vào dòng tiến hóa chung của nhân loại.Các vấn đề liên quan tới giá trị nhân sinh và quan hệ giữa con người với con người, giữa con người với thiên nhiên ngày càng trở nên mối ưu tư chung trong một xã hội nhân loại toàn cầu vừa phát triển rất nhanh, vừa chứa đựng những yếu tố tiêu cực và suy thoái như: ô nhiễm môi sinh, đảo lộn sinh thái, băng hoại đạo đức, xáo trộn cơ cấu, bất công xã hội. Sinh hoạt văn hóa quốc tế càng phát triển càng thôi thúc sự hình thành những chuẩn mực giá trị đạo đức và tinh thần mang tính toàn cầu, tính quốc tế, tính nhân loại --một tiêu chuẩn quốc tế chung cho các tiêu chuẩn quốc gia khác nhau làm chuẩn mực cho một đời sống nhân loại đang hình thành khắp nơi trên hành tinh. Đây là *động lực bên trong* của các biến động và thay đổi trong bang giao quốc tế, trong hệ thống chính trị, kinh tế, công ước và công pháp quốc tế.

7. Thiết lập mối quan hệ giữa dân tộc và nhân loại, giữa quốc gia và quốc tế, trên căn bản hỗ tương, trong bối cảnh toàn cầu hóa, trong đó, mỗi dân tộc sẽ có môi trường và điều kiện phát triển ngày càng dễ hơn và nhanh hơn nhưng không mất đi bản sắc văn hóa của mỗi dân tộc. Việt Nam sẽ mở rộng cửa giao lưu thương mại, kinh tế với ASEAN và thế giới để đẩy nhanh tiến trình phát triển đất nước. Vùng biển Đông Bắc Á và Đông Nam Á có vị trí chiến lược trọng yếu đối với an ninh của Hoa Kỳ và các đồng minh của Hoa Kỳ như Nhật Bản, Nam Hàn, Philippines, Indonesia, Singapore. Để bảo vệ các hải lưu huyết mạch đó, Mỹ mong muốn mở rộng mối quan hệ thân thiện và sẵn sàng giúp duy trì sự ổn định tại vùng biển Đông Nam Á. Chính sách đó của Mỹ hoàn toàn phù hợp với nhu cầu của một Việt Nam đang trên đường tái thiết và phái triển. Việt Nam sẽ xây dựng quan hệ tốt đẹp và bền vững với Mỹ và các nước Đông Nam Á và vận dụng thế dựa quốc tế này để bảo vệ độc lập và toàn vẹn lãnh thổ đồng thời đẩy nhanh tiến trình phát triển đất nước.

TIẾN TRÌNH CÁCH MẠNG

Chuyển Hóa Dân Chủ

Thực hiện các mục tiêu bền vững nói trên là một tiến trình cách mạng mới mang hai đặc tính dân tộc và dân chủ. Cuộc cách mạng dân tộc, dân chủ tại Việt Nam là một cuộc vận động tổng hợp của nhân dân Việt Nam trong và ngoài nước thông qua tiến trình *chuyển hóa dân chủ*.

Dân chủ hóa diễn ra dưới hình thái chuyển hóa dân chủ (democratic transformation), và giới cầm quyềnCSVN gọi là "diễn biến hòa bình" mà họ lo sợ và tìm mọi cách chống đối.

Tiến trình chuyển hóa dân chủ Việt Nam cần được nhìn trong bối cảnh thế giới và nhân loại mới, sau chiến tranh lạnh với những bước đi đặc thù, chuyển từ CS kiểu Leninist, Maoist, sang CS "đổi mới", và đang chuyển từ đổi mới về kinh tế, sang đổi mới về văn hóa-thông tin-giáo dục và chính trị-xã hội. Nếu trước đây, sự di động xã hội (social mobility) là yếu tố thúc đẩy chuyển hóa từ một xã hội đóng kín, độc đoán, bảo thủ, sang một xã hội tự do, cởi mở, thì ngày nay, hiện tượng toàn cầu hóa đang tạo ra một tình trạng "di động toàn cầu" (global mobility) thúc đẩy sự thay đổi trên toàn thế giới, từ quốc gia này sang quốc gia khác, từ vùng này sang vùng khác.

Trước làn sóng chuyển hóa mang đặc tính thời đại và diễn ra trên phạm vi toàn thế giới như thế, giới lãnh đạo đảng CSVN dù cố tình ngăn chặn, chuyển hóa dân chủ hay diễn biến hòa bình vẫn đã và đang diễn ra tại Việt Nam, bắt đầu từ kinh tế và lần lượt lan sang những lãnh vực văn hóa, thông tin, giáo dục và xã hội, để cuối cùng thúc đẩy tới thay đổi chính trị.

Đột Biến Cách Mạng

Tiến trình chuyển hóa dân chủ Việt Nam diễn ra dưới nhiều hình thái nhưng phải dẫn đến đột biến cách mạng bởi vì có đột biến cách mạng mới phá vỡ được độc tài và chuyển hẳn sang chế độ dân chủ. Đột biến diễn ra dưới hình thức nào, bất bạo động hay bạo động, lâu hay mau, tùy thuộc vào phản ứng của phe độc tài cầm quyền cứng rắn hay mềm dẻo, thống nhất hay chia rẽ, tùy thuộc vào các yếu tố khách quan của thế giới và tùy thuộc nhiều nhất vào khả năng tác động chủ quan của các thành phần dân tộc dân chủ tham gia cùng thúc đẩy tiến trình chuyển hóa.

Các nhân tố chủ quan cần tích cực phối hợp nỗ lực để thu hẹp dần phạm vi chủ động và kiểm sóat của phe bảo thủ độc đoán, đồng thời mở rộng dần sức mạnh và phạm vi hoạt động tự do của quần chúng trong mọi lãnh vực sinh hoạt xã hội, tạo ra được *một xã hội dân sự* độc lập của dân, do dân, ngay trong lòng xã hội của đảng, do đảng.

Sau một thời kỳ bất ổn định ngắn, đất nước sẽ chuyển mình sang thời kỳ hưng thịnh với chế độ dân chủ, kinh tế thị trường và sinh hoạt văn hóa học thuật tự do, trong bối cảnh hội nhập vào một ASEAN đầy năng động và môi trường quốc tế hòa hợp Á-Âu. Tập trung cố gắng vào việc xây dựng một xã hội dân sự dân bản (humanist civil society) trong đó toàn bộ sinh hoạt xã hội nằm trong tay người dân, chính quyền chỉ điều hợp, và bảo đảm công bằng và cơ hội đồng đều cho mọi thành phần dân chúng.

Trong thời kỳ chuyển tiếp, cần có những chính sách và chương trình cứu trợ nhân đạo và thống nhất dân tộc để nhanh chóng ổn định tâm lý và đời sống toàn dân, không kỳ thị và phân biệt vì bất cứ lý do gì (tôn giáo, địa phương, thành phần dân tộc, giai tầng xã hội, quan điểm chính trị, tư tưởng, quá khứ...). Mọi vấn đề do quá khứ để lại sẽ được giải quyết bằng luật pháp công minh.

KẾT LUẬN

Lịch sử là một tiến trình không ngừng của một dân tộc nhưng trước hết là lịch sử của thời đại và được viết bằng chính con người sống trong thời đại đó.

Chưa bao giờ trong dòng lịch sử Việt Nam, việc tập trung sức mạnh dân tộc trên nền tảng một xã hội dân chủ trở thành một nhu cầu bức thiết hơn hôm nay. Cuộc cách mạng dân tộc dân chủ ngày nay là cuộc vận động toàn dân tộc, tận dụng mọi chất liệu, vốn liếng, tài năng của người Việt trong cũng như ngoài nước.

Đây là thời điểm để xác định lại lòng yêu nước. Yêu nước ngày nay không phải là sản phẩm của chủ nghĩa dân tộc cực đoan hay bùa mê CS mà gắn liền với với quyền lợi sống còn của đất nước và hướng đi dân chủ nhân bản của thời đại.

Đây là thời điểm để tất cả người Việt yêu nước vượt qua những sai lầm, yếu kém, những yêu tố tiêu cực đã làm phân hóa tinh thần đoàn kết dân tộc, khơi dậy được sức sống tiềm tàng của toàn dân để từ đó xây dựng một nước Việt tự do, phồn vinh, công bằng và nhân bản.

Con đường phục hưng và phát triển Việt Nam sẽ còn nhiều chông gai nhưng với ý chí và lòng quyết tâm, dân tộc Việt Nam cuối cùng sẽ đạt đến điểm hẹn huy hoàng của tự do dân chủ và thịnh vượng. Mỗi người Việt Nam, bên cạnh những khó khăn phải chịu đựng, thử thách đang phải đương đầu, sẽ cảm thấy vinh dự vì được sinh ra và lớn lên trong một thời đại mà những đóng góp, những hy sinh của mỗi người sẽ góp phần làm thay đổi một cách căn bản hướng đi của dân tộc hôm nay và mai sau.

Như lịch sử đã chứng minh, chính nghĩa bao giờ cũng thắng. Không có vũ khí nào mạnh hơn sức mạnh đoàn kết dân tộc. Chỉ có sức mạnh Đoàn Kết Dân Tộc, chúng ta mới có khả năng bảo vệ được chủ quyền và lãnh thổ Việt Nam, chỉ có sức mạnh Đoàn Kết Dân Tộc chúng ta mới có khả năng vượt lên những hệ lụy quá khứ để hướng vào tương lai tươi sáng cho đời đời con cháu mai sau và chỉ có sức mạnh Đoàn Kết Dân Tộc chúng ta mới có khả năng phục hồi sự kính trọng Việt Nam trong lân quốc cũng như trong bang giao quốc tế.

Đã đến lúc mà đời sống của mỗi người Việt quyết định vận mệnh của toàn dân tộc.Đất nước Việt đã hơn một lần bị xâm lăng, kinh thành Thăng Long hơn một lần bị tàn phá, nhưng dân tộc Việt chưa bao giờ bị mất gốc. Dân tộc Việt đã giữ được nền văn hóa riêng sau một ngàn năm Bắc thuộc, đã giành được quyền tự chủ sau gần trăm năm trong bàn tay sắt của Thực Dân, sẽ hoàn toàn có khả năng phục hưng và phát triển tương xứng với bề dầy lịch sử, với tiềm năng của người dân, và phù hợp dòng tiến hóa chung của nhân loại và thời đại. Chúng ta có nhiều quá khứ nhưng đất nước chỉ có một tương lai, đó là tương lai tự do, dân chủ, nhân bản và khai phóng cho những ai, sau những điêu tàn đổ vỡ, còn biết nhận ra nhau, còn biết yêu thương mảnh đất thiêng liêng, vinh quang và thống khổ Việt Nam.

Trần Trung Đạo chấp bút cho Nhóm Việt Nam Mới nhân ngày giỗ của nhà cách mạng Phan Bội Châu năm 2011

MỤC LỤC

INDEX

C

D

E

F

G

H

J

K

L

www.ingramcontent.com/pod-product-compliance
Lightning Source LLC
LaVergne TN
LVHW100138051026
849525LV00004B/1440
* 9 7 9 8 3 4 9 2 5 5 9 1 5 *